प्रेम आणि लालसा, पुरुष आणि पैसा,
निषिद्ध असलेल्या रूढी तोडणारी,
'लैंगिक संबंध आणि शहर' याबद्दलची विक्रमी खपाची कथा.

गर्ल्स ऑफ रियाध

रजा अल्सानिया

अनुवाद
स्नेहल जोशी

D9900591

मेहता पब्लिशिंग हाऊस

GIRLS OF RIYADH by RAJAA ALSANEA

© Rajaa Abdullah Alsanea, 2007

First published by arrangement with The Penguin Press,
a member of Penguin Group (USA) Inc.

Translated in Marathi language by Snehal Joshi

गर्ल्स ऑफ रियाध / अनुवादित कादंबरी

अनुवाद : स्नेहल जोशी – श्रीराम ज्योती अपार्टमेंट, मेहेंदळे गॅरेज जवळ,
कर्वे रोड, एरंडवणा, पुणे – ४११००४.

मराठी अनुवादाचे व प्रकाशनाचे हक्क मेहता पब्लिशिंग हाऊस, पुणे

प्रकाशक : सुनील अनिल मेहता, मेहता पब्लिशिंग हाऊस,
१९४१ सदाशिव पेठ, माडीवाले कॉलनी, पुणे – ४११०३०.

मुखपृष्ठ : चंद्रमोहन कुलकर्णी

प्रथमावृत्ती : एप्रिल, २०१० / पुनर्मुद्रण : डिसेंबर, २०१२

ISBN 978-81-8498-105-6

माझ्या अत्यंत प्रिय
आईस, बहीण राशास
आणि
माझ्या सर्व मैत्रिणींस
– रियाधमधील मुलींस –

चार शब्द

जेव्हा मी माझी कादंबरी 'बनत अल्-रियाध' लिहिली तेव्हा माझ्या मनातही आले नव्हते की, ती मी अरेबिकशिवाय दुसऱ्या कोणत्या भाषेत प्रसिद्ध करीन. मला असे वाटलेच नाही की, पाश्चिमात्य जगाला ह्यात काही स्वारस्य वाटेल. मला आणि अनेक सौदींना असे वाटले की, पाश्चिमात्य जग अजूनही आमच्याकडे विलक्षण तऱ्हेने, अरेबियन नाईट्सचा प्रदेश म्हणून पाहते. असा प्रदेश, जिथे दाढीवाले शेख आपल्या तंबूत त्यांच्या जनान्यातील सुंदर स्त्रियांना भोवती घेऊन बसलेले असतात किंवा राजकीय दृष्टीने असा प्रदेश ज्यात बिन लादेन आणि इतर दहशतवादी जन्माला आले आहेत; असा प्रदेश जिथे स्त्रिया डोक्यापासून पायाच्या बोटांपर्यंत काळ्या पोशाखात असतात आणि जिथे प्रत्येक घरात त्यांची स्वत:ची तेलाची विहीर मागच्या अंगणात आहे. त्यामुळे मला माहीत होते की, ही सर्व मते बदलणे कठीण काम आहे, जवळजवळ अशक्यच आहे; परंतु अरब जगतात माझ्या ह्या पुस्तकाला लाभलेले यश हे मला अरब बुद्धिवादी समाजातील एक सदस्य ठरवायला पुरेसे होते. अर्थात त्याबरोबर काही जबाबदाऱ्याही आल्या. त्याशिवाय ज्या घराण्यातून मी आले त्या घराण्याला इतर संस्कृती आणि देशाचा आदर असल्यामुळे आणि मी सौदी असल्याचा अभिमान असल्यामुळे सौदींची दुसरी बाजू पाश्चिमात्य जगाला दाखवणे माझे कर्तव्य आहे, असे मला वाटू लागले. अर्थात हे काम तसे सोपे नव्हते.

माझ्या अरेबिक भाषेतील कादंबरीत मी ठिकठिकाणी जुने अरेबिक, आधुनिक अरेबिक ह्यांचा मिश्र वापर केला. तिथे सौदी बोलीभाषा होती. त्यांच्यापैकी अनेक आणि लेबानिझ अरेबिक, इंग्लिश अरेबिक आणि आणखीही. जो अरब नाही त्याला त्याचा काहीही अर्थ लागणार नाही. त्यामुळे मला मूळ लिखाण काहीसे बदलावे लागले, कारण मूलत: ते अरेबिक भाषेमध्ये होते.

प्रामाणिकपणे सांगायचे, तर मला हे स्पष्ट करायला हवे की, ह्या कादंबरीतील मुली जरी रियाधमधील सर्व मुलींचे नाही, तरी बऱ्याच मुलींचे प्रतिनिधित्व करतात.

मला असे वाटते की, तुम्ही हे पुस्तक संपवाल त्या वेळेपर्यंत तुम्ही स्वत:शी म्हणाल, 'ओ, खरंच, हा खरंच रूढीवादी इस्लामिक समाज आहे! तिथे स्त्रिया पुरुषांच्या अधिपत्याखाली राहतात; परंतु त्यांच्या मनात आशा, योजना, निश्चय आणि स्वप्ने आहेत आणि त्या दुसऱ्या कोणत्याही ठिकाणच्या स्त्रियांसारख्या प्रेमात पडतात आणि त्यातून बाहेरही येतात.'

आणि मला वाटते, तुम्हाला हेही दिसेल की, ह्यातील काही स्त्रियांनी हळूहळू आपला मार्ग कोरायला सुरुवात केली आहे – पाश्चिमात्य मार्ग नव्हे, तर एक असा मार्ग जो आमच्या धर्मात आणि संस्कृतीत जी काही चांगली मूल्ये आहेत ती टिकवून ठेवत आहे तरीही सुधारणेला वाव देतो आहे.

सहा

खरोखरच, जोपर्यंत माणसं स्वत:मध्ये बदल घडवत नाहीत,
तोपर्यंत अल्ला माणसांची स्थिती बदलत नाही.

कुराण, सुरतअल्-राद
(मेघगर्जनेचा अध्याय), ओवी दुसरी

सात

१

To : seerehwenfadha7et@yahoogroups.com
From : 'seerehwenfadha7et'
Date : February 13, 2004
Subject : **I Shall Write of my Friends**

सभ्य स्त्री-पुरुषहो, तुम्हाला मी स्फोटक अशा वदंतांनी गजबजलेल्या, रात्रभर चालणाऱ्या, भयंकर आवाज करणाऱ्या आणि बेफाम पार्ट्यांना माझ्याबरोबर येण्याचं आमंत्रण करते. तुमची वैयक्तिक सहलमार्गदर्शक – ती म्हणजे मोई – तुम्हाला एक नवीन जग उघड करून दाखवेल. असं जग, जे तुमच्या इतक्या जवळ आहे, ह्याची तुम्ही कल्पनाही करू शकत नाही. आपण सर्व ह्या जगात राहतो; परंतु खरोखर त्याचा अनुभव घेत नाही. जे आपल्याला सुसह्य होईल तेवढंच आपण बघतो आणि बाकीच्यांकडे दुर्लक्ष करतो.

तर समोर असलेल्या तुम्हा सर्वांसाठी –

जे अठरा वर्षं वयापेक्षा मोठे आहेत आणि काही देशांत त्याचा अर्थ एकवीसपेक्षा जास्त असा होतो; परंतु आम्हा सौदी लोकांत त्याचा अर्थ सहा वर्षांच्या वर *(मला सोळा वर्षं म्हणायचे नाहीये)* असलेले मुलगे आणि मासिक पाळी सुरू झालेल्या मुलींसाठी.

समोर असलेल्या सर्वांसाठी –

डब्ल्यू.डब्ल्यू.डब्ल्यू. ह्या संगणकाच्या संकेतस्थळावर ठेवलेलं उघडंनागडं सत्य वाचण्याइतकं ज्यांना आतून धैर्य आहे, ते स्वीकारण्याचा ज्यांनी आतून निश्चय केला आहे आणि ह्या वेडेपणाच्या धाडसात माझ्याबरोबर राहण्यासाठी आवश्यक असलेली सबुरी, सहनशक्ती ज्यांच्याकडे आहे, अर्थात हे त्यांच्यासाठी.

हे त्या सर्वांसाठी –

ज्यांना 'मी टारझन, तू जेन' अशा छापील ठशांचा प्रणय असलेल्या कादंबऱ्यांचा

कंटाळा आलाय आणि जे काळे आणि पांढरे, चांगले आणि वाईट ह्या जगाच्या दृष्टिकोनापलीकडे गेलेले आहेत.

जो कोणी विश्वास ठेवतो की, १+१ ह्यांची बेरीज दोन असणं गरजेचं आहे, असं नव्हे. त्याचप्रमाणे समोर असलेली तुम्ही मंडळी ज्यांना कॅप्टन मजेद[१] हा त्या खेळाच्या शेवटच्या क्षणाला दोन गोल मिळवेल आणि खेळ बरोबरीत सोडवेल, अशी अपेक्षा उरलेली नाही, त्या तुमच्यासाठी. जे संतापलेले आहेत आणि चिडलेले आहेत, जे तापलेले आणि शत्रुपक्षीय आहेत, जे दंगेखोर आणि बंडखोर आहेत त्या सर्वांसाठी आणि तुम्हा सर्वांसाठी, ज्यांना हे माहीत आहे की, प्रत्येक आठवड्याचा शेवट हा पूर्णतः तुमच्या उरलेल्या आयुष्याच्या दिवसांसाठी असेल. ह्यात आठवड्याच्या बाकीच्या भागाचा उल्लेख करण्याची गरज नाही. हे तुमच्यासाठी आहे; मी तुमच्यासाठी ह्या ई-मेल्स लिहिते. ह्या शलाका तुमचे विचार प्रज्वलित करणाऱ्या ठरोत. अशी मशाल ठरो, जी बदलाच्या ज्वाळा जोमाने पेटवेल.

आजची रात्र ही खास रात्र आहे. माझ्या कथेतले नायक हे तुमच्यातले लोक आहेत; तुमच्यातूनच आलेले आणि तुमच्या आत असलेले. कारण आपण सर्व वाळवंटातूनच आलेले आहोत आणि त्या वाळवंटातच आपण सर्व परत जाऊ. हे सगळं आपल्या वाळवंटातल्या झुडपांसारखं आहे; तुम्हाला इथं तसेच गोड आणि काटेरी सापडतील सद्गुणी आणि दुष्टही! माझे काही नायक गोड आहेत आणि इतर काटेरी आहेत आणि त्यातल्या काहींत एकाच वेळी दोन्हीही गुण थोडेसे आलेले आहेत. तेव्हा मी तुम्हाला सांगेन त्या गोष्टी गुप्त ठेवा. जसं आम्ही म्हणतो, 'जे तुम्हाला भेटेल त्याचं रक्षण करा!' मी अगदी धीटपणे, माझ्या मैत्रिणींचा सल्ला न घेता ई-मेल लिहायला सुरुवात केली आहे. कारण त्यांच्यापैकी प्रत्येक जण आपलं जीवन पुरुषाच्या छायेत, कसंबसं, दबकून असलेल्या स्थितीत जगत आहेत किंवा त्या एखाद्या भिंतीच्या छायेत आहेत किंवा भिंत आहे अशा एखाद्या पुरुषाच्या छायेत[२] आहेत किंवा निव्वळ अंधारात बसून आहेत. त्यामुळे मी ज्या लोकांबद्दल लिहीन त्या सर्व लोकांची नावं बदलण्याचं ठरवलं आहे आणि वस्तुस्थितीत थोडा बदलही करायचं ठरवलं आहे. परंतु कोणत्याही प्रकारे त्या कथेच्या प्रामाणिकपणाशी मी समझोता करणार नाही किंवा सत्यातली बोच काढून घेणार नाही. खरं सांगायचं तर मी माझ्या ह्या प्रकल्पाच्या भावी प्रतिक्रियांची जराही पर्वा करत नाही. जसं काझंत

---

१. १९९०च्या सुमारास सौदी अरेबियन मुलांच्या पिढीसाठी हे एक लोकप्रिय असं कार्टून होतं. ते जपानीमधून भाषांतरीत केलेलं होतं. ती एका मुलाची गोष्ट आहे, जो फुटबॉलपटू होण्याचं स्वप्न सत्यात उतरवण्याचा प्रयत्न करतो.

२. भिंतीच्या छायेत राहण्यापेक्षा पुरुषाच्या छायेत राहणं जास्त चांगलं, अशी एक अरेबिक म्हण आहे.

झाकीसनं लिहिलंय : ‘मी कसलीही अपेक्षा करत नाही. मी कुणालाही घाबरत नाही. मी स्वतंत्र आहे.’ जरी तू ह्या जीवनपद्धतीबद्दल इथं काहीही वाचलेस तरी ही जीवनपद्धती आपल्या पायावर भक्कमपणे उभी आहे. मला हे कबूल करावं लागेल की, ह्या जीवनपद्धतीचा ई-मेल्सच्या गठ्ठ्यानं नाश करणं हे महत्कृत्य आहे, असं मला वाटत नाही.

मी माझ्या मैत्रिणींबद्दल लिहीन
कारण त्या प्रत्येकीच्या गोष्टीत
मला माझी कथा दिसते आणि सत्त्वही दिसते.
एक दु:खांतिका जी माझं जीवन सांगते
मी माझ्या मैत्रिणींबद्दल लिहीन
ज्या बंदिनीचे जीवन जगतायत,
जे जीवन त्या कारागृहामुळे शुष्क झालंय त्याबद्दल लिहीन.
मासिकांची पाने.... जी वाचून स्त्रिया वेळ फुकट घालवतात
मी त्याबद्दल लिहीन, आणि त्या दरवाजांबद्दल लिहीन
जे उघडता येत नाहीत
पाळण्यातच इच्छांचा गळा घोटला जातो, त्याबद्दल लिहीन
मी त्या अफाट मोठ्या दालनांबद्दल लिहीन
आणि त्या प्रसववेदनांच्या काळ्या भिंतीबद्दलही लिहीन
आणि हजारोंनी हुतात्मा झालेल्या सर्व स्त्रिया
ज्यांना निनावी ठरवून रुढीने थडग्यात पुरलय,
त्या सर्व स्त्रियांबद्दल मी लिहीन
माझ्या मैत्रिणींनो
त्यांनी कुलूप लावून ठेवलेल्या जनानखान्यातील
झगझगीत कपड्यात असलेल्या बाहुल्यांनो
इतिहासाच्या टांकसाळेतील नाणी आहात तुम्ही
जी कधी दिली जात नाही आणि कधी खर्चही केली जात नाहीत;
भांड्यात आणि तलावात थव्याने असलेल्या
गुदमरणाऱ्या माशांसारख्या आणि स्फटिकाच्या भांड्यात मरणाऱ्या
फुलपाखरांसारख्या आहात तुम्ही
मी न घाबरता त्या माझ्या मैत्रिणींबद्दल लिहीन
ज्यांच्या घोट्यांभोवती साखळ्या बांधलेल्या आहेत
आणि त्या रक्ताळललेल्या आहेत

येणारी चक्कर आणि मळमळ
मी त्याबद्दल लिहीन
आणि त्या रात्रीच्या वेळा
जेव्हा विनवण्या धुडकावल्या जातात
मी त्याबद्दल लिहीन
आणि त्या इच्छांबद्दल लिहीन
ज्या उशीत आणि शांततेत दबल्या जातात
मी त्या माझ्या मैत्रिणींबद्दल लिहीन

निझार बाळा, तुझं अगदी बरोबर आहे! तुझ्या बोलण्याचं कौतुक करावं. देव तुझं भलं करो आणि तू चिरविश्रांती घ्यावीस. खरं सांगायला हवं की, जरी तू पुरुष असलास तरी तू खरोखरच 'स्त्रियांचा कवी' आहेस आणि जर कुणाला माझं हे म्हणणं आवडलं नाही, तर त्याने समुद्राच्या पाण्यानं गुळणी भरावी आणि गप्प राहावं.

माझे केस आता फुगवलेले आणि छान विंचरलेले आहेत आणि मी माझे ओठ अगदी निर्लज्जपणे लालचुटूक रंगवले आहेत. माझ्या बाजूला मिरची आणि लिंबू लावलेलं वेफर्सचं भांडं आहे आणि मी पहिलं लफडं उघड करायला तयार आहे!

लग्न जमवणाऱ्या मध्यस्थ बाईनं सादीमला हाका मारल्या. ती पडद्यामागे आपली मैत्रीण गाम्राहबरोबर लपलेली होती. मॅडम साव्साननं आपल्या मधुर लेबानिझ अरेबिकमध्ये माहिती दिली की, लग्नाच्या संगीताची टेप त्या मशीनमध्ये अजूनही अडकलेली होती आणि ती दुरुस्त करण्याचे प्रयत्न चालू होते.

"कृपा करून गाम्राहला सर्व शांतपणे घ्यायला सांग! त्याबद्दल काळजी करण्यासारखं काही नाही. कुणीही निघून जाणार नाही. आता कुठे दुपारचा एक वाजलाय आणि ज्या वधू बिनधास्त असतात त्या हल्ली सर्व गोष्टी अनिश्चितता वाढावी म्हणून उशिरा सुरू करता. काही जणी पहाटे दोनतीन वाजेपर्यंत खाली उतरून खुर्च्यांमधून चालत जात नाहीत!"

गाम्राह मात्र भीतीने घाबरून कोसळण्याच्या बेतात होती. तिला आपल्या आईचा आणि बहीण हेस्साहचा समारंभ साजरा करणाऱ्या मॅनेजरवर किंचाळण्याचा आवाज बॉलरूमच्या दुसऱ्या टोकाकडून ऐकू येऊ लागला होता आणि ती सर्व संध्याकाळ खळबळजनक, अपमानास्पद ठरणार, अशी तिला भीती वाटत होती. सादीम वधूच्या बाजूला बसली होती. आपल्या मैत्रिणीच्या कपाळावर आलेले घर्मबिंदू, तिच्या डोळ्यांतील अश्रूंत मिसळण्याआधी ती ते टिपत होती. डोळ्यांच्या पापणीवर चोपडलेल्या भरपूर सुरम्यामुळे ते अश्रू रोखून ठेवले गेले होते.

सरतेशेवटी सौदी गायक मुहम्मद अबदूचा आवाज स्पीकर्समधून जोरात बाहेर पडला आणि त्या आवाजानं तो भला मोठा हॉल दुमदुमला. मॅडम साव्सानन‌ं सादीमकडे पाहून मान हलवली. सादीमनं गाम्राहला बोटांनी ढकललं.

"याल्ला[३] आपण जाऊ या."

मत्सर करणाऱ्या नजरांपासून आपला बचाव व्हावा ह्यासाठी गाम्राहनं पवित्र कुराणातल्या काही ओळी म्हटल्या आणि आपल्या अंगावर झटकन हात पुसले. आपल्या ड्रेसचा गळा आपल्या छोट्या वक्षस्थळांवरून खाली घसरू नये म्हणून तिनं तो वर उचलला. मग ती त्या संगमरवरी जिन्यावरून खाली उतरू लागली. आपल्या मैत्रिणीबरोबर केलेल्या तालमीपेक्षाही ती अगदी सावकाश चालली होती. प्रत्येक पायरी उतरताना पाच सेकंदांऐवजी तिनं सहाव्या सेकंदाची भर टाकली होती. तिनं हळूच देवाचं नाव घेतलं. सादीमचा तिच्या ड्रेसच्या झोळण्यावर पाय पडून तो फाटू नये किंवा पायघोळ असलेल्या त्या ड्रेसच्या दुमडीवर स्वत:चा पाय पडून एखाद्या विनोदी नाट्यप्रसंगासारखी ती तोंडावर उपडी पडू नये, ह्यासाठी ती प्रार्थना करत होती. हे सर्व तालमीच्या अगदी विरुद्ध होतं. तालमीच्या तिथं हजारो स्त्रिया तिच्या प्रत्येक हालचालीवर नजर ठेवून नव्हत्या आणि हास्याची मोजदाद करत नव्हत्या. तिथं त्रासदायक वाटणारे आणि प्रत्येक वेळी काही क्षणांनंतर तिला दिपवणारे फोटोग्राफर्स नव्हते. ते चमकणारे, दिपवणारे दिवे आणि तिच्यावर लागलेले ते सर्व भेदक, चौकस डोळे, ह्यामुळे तो छोटासा घरगुती लग्नसमारंभ, जो तिनं नेहमी तुच्छ मानला होता, तो अचानक स्वर्गीय स्वप्नासारखा वाटू लागला होता.

तिच्यामागे असलेली सादीम अगदी एकाग्र चित्तानं तिच्यामागोमाग येत होती. एकाही फोटोत आपण येऊ नये ह्यासाठी ती खाली झुकत होती. वधू किंवा वरपक्षाकडील कोण ते फोटो पाहील ह्याबद्दल कुणालाच कधी सांगता आलं नसतं आणि एखाद्या कुलीन मुलीप्रमाणे सादीमला तिऱ्हाईत पुरुषांनी तिला त्या अंगप्रदर्शन करणाऱ्या संध्याकाळच्या उघड्या ड्रेसमध्ये आणि मेकअप केलेला असताना पाहणं पसंत नव्हतं. तिनं गाम्राहच्या डोक्यावरचा बुरखा नीट केला आणि गाम्राहने टाकलेल्या प्रत्येक पावलाबरोबर तिनं त्या ड्रेसच्या झोळण्याला छोटासा हेलकावा दिला. जवळच्या टेबलांवर चाललेल्या संभाषणाचे तुकडे तिच्या कानांनी टिपले.

"ती कोण आहे?"

"मा शा अल्ला[४] देव करो आणि तिला कोणाच्याही मत्सरानं शिवू नये, इतकी ती सुंदर आहे!"

"ती नवऱ्या मुलीची बहीण आहे का?"

---

३. याचा अर्थ चल, त्वरा कर किंवा आपण जाऊ या.

४. कुणाच्या नशिबाला नजर लागू नये ह्यासाठी हा इस्लामिक वाक्प्रचार आहे.

"असं म्हणतात की, ती नवऱ्या मुलीची खूप जुनी मैत्रीण आहे."

"ती फार चांगली मुलगी वाटते. मी आल्यापासून पाहतेय, ती इकडेतिकडे धावपळ करून निरनिराळ्या गोष्टींची अशी काळजी घेतेय जणूकाही ह्या लग्नाची जबाबदारी तिच्यावरच आहे."

"ती नवऱ्या मुलीपेक्षा जास्त सुंदर आहे. तुमचा ह्यावर विश्वास आहे का की, भविष्यवेत्ता मोहम्मद हा कुरूप व्यक्तींसाठी आशीर्वाद पाठवायचा!"

"देव त्याचं भले करो आणि त्याला समाधान लाभो. इ वल्लाह[५] हे खरं आहे. कारण मी शपथेवर सांगते की, हल्लीच्या दिवसांत कुरूप मुलींना मागणी आहे. आपल्यासारख्यांना नाही, हे केवढं दुर्दैव!"

"तिचं रक्त शुद्ध आहे का? तिचा रंग एवढा गोरा आहे."

"तिच्या बापाची आई सिरियन होती."

"तिचं नाव आहे सादीम अल्-होरैम्ली. तिच्या आईच्या घराण्याचा आपल्यापैकी कुणाशीतरी लग्नसंबंध झालाय. जर तुझा मुलगा खरंच विचार करत असेल, तर मी तिचा सर्व तपशील तुला देईन."

सादीमला हे आधीच सांगण्यात आलं होतं की, लग्नाची सुरुवात होताच तीन स्त्रियांनी तिच्याबद्दल चौकशी केली होती. आता तिनं क्रमांक चार आणि पाचला बोलताना स्वतःच्या कानांनी ऐकलं होतं. प्रत्येक वेळी गाम्राहच्या बहिणींपैकी एखादी तिला सांगायला यायची की, अमुकतमुक तिच्याबद्दल चौकशी करत होती. ती नम्रपणे कुजबुजायची, 'देव तिचं भलं करो!'

उम नुवाय्यार मावशी म्हणाली तसं सादीमच्या हे लक्षात आलं की, जणूकाही गाम्राहचं लग्न हे खरोखरच गळ्यातल्या हारातून सुटलेल्या पहिल्या मोत्यासारखं होतं. कदाचित मावशीनं जी योजना आखली होती त्याला अनुसरून जर त्या वागल्या असत्या, तर इतर मुलीही अशाच नशीबवान ठरल्या असत्या.

या अल्ला, या अल्ला, म्हणजे 'प्रयत्न करत राहा, परंतु फक्त थोडंसंच' हा डावपेच लग्नाची पटकन मागणी येण्यासाठी अगदी अचूक वापरता येईल, असा आपल्या सनातन समाजातील सुरक्षित मार्ग होता. 'उत्साह तर दाखवायचाच, पण निग्रहही बाळगायचा ही त्यामागची कल्पना होती आणि त्यानंतर मग तुम्हाला पाहिजे तेवढं मूर्खपणे वागा,' हा नुवाय्यार मावशीचा सल्ला होता. लग्नसमारंभ, स्वागतसमारंभ आणि सामाजिक भेटीगाठींच्या मेळाव्यात जिथं स्त्रिया भेटतात – विशेषतः म्हाताऱ्या स्त्रिया – लग्न जमवण्याच्या म्हाताऱ्या स्त्रिया (किंवा 'मुलगे हे भांडवल असलेल्या

---

५. 'इ वल्लाह'चा अर्थ हे खरं असल्याची देवाची शपथ घेऊन सांगणे.

आया' (आम्हा मुलींना त्यांना असं नावं ठेवायला आवडतं) तिथे तुम्ही हा डावपेच अक्षरश: पाळा. 'तुम्ही थोडंसं चाला, मोजकंच हसा, थोडासाच नाच करा, अगदी परिपक्व आणि शहाण्या असा. तुम्ही काही कृती करण्याआधी नेहमी विचार करा. बोलण्याआधी शब्दांचं काळजीपूर्वक मूल्यमापन करा आणि तुम्ही बालिशपणे वागू नका.' उम नुवाय्यारच्या सूचनांना अंतच नव्हता.

नवऱ्या मुलीनं, त्या सुंदर अलंकृत व्यासपीठावर आपली जागा घेतली. पुरुषमंडळी बाजूच्या खोलीत आनंद साजरा करत होती. तिथून ती आत येण्याआधी तिची आई आणि नवरदेवाची आई जिना चढून, ज्या सुखी संसाराची ती सुरुवात करणार होती, त्याबद्दल तिचं अभिनंदन करण्यासाठी आणि तिच्याबरोबर त्यांचे फोटो घेण्यासाठी आल्या.

या परंपरागत रूढी असलेल्या नाज्दी लग्नात, जिथं बरेचसे लोक त्या प्रदेशातील ग्रामीण बोली बोलत होते, तिथं जेव्हा लामीस आपल्या मैत्रिणीच्या, मिचैल्लीच्या कानात कुजबुजली, तेव्हा लामीझची पश्चिम किनाऱ्यावरची शुद्ध हिजाझी पद्धतीची बोली प्रकर्षाने वेगळी असल्याची जाणवली.

"ए, तिला नीट बघा. इजिप्शियन राजेलोक परत येतायत!" लामीसच्या इजिप्शियन आजीचा प्रभाव लामीसच्या तिखट बोलण्याचालण्यात अगदी उघड दिसत होता.

तिनं आणि मिचैल्लीनं आपल्या मैत्रिणीच्या, गाम्राहच्या तोंडावर लावलेला जाड मेकअपचा थर नीटपणे पाहिला. विशेष करून तिचे डोळे, त्यात गेलेल्या सुरम्यामुळे रक्ताळलेले वाटत होते.

मिचैल्लीचं खरं नाव माशैल होतं. पण प्रत्येक जण, तिचे कुटुंबीयही तिला मिचैल्ली म्हणत. तिनं लामीसला इंग्रजीत विचारलं.

"तिनं हा ड्रेस कुठे घेतला?"

"बिचारी गमुराह,[६] तिनं स्वत:च निवडलेल्या ह्या वैतागवाण्या ड्रेसऐवजी सादीमचा ड्रेस ज्यानं शिवला त्या शिंप्याकडे जायला हवं होतं. सादीमचा सुंदर ड्रेस पाहा. कुणाला वाटेल, की तो एली साहेबाकडून शिवून घेतलेला आहे."

"ते काहीही असो. ह्या गावंढळ घोळक्यात एकतरी अशी स्त्री आहे जिला हा फरक जाणवेल! तुला असं वाटतं का की, माझा ड्रेस हा बडगले मिश्काकडचा आहे, याचा सुगावा कुणाला लागलाय? देवाशप्पथ, तिचा मेकअप भयानक आहे. तिचा रंग चांगलाच सावळा आहे आणि त्यामुळे पांढरं फाउंडेशन तिच्यासाठी योग्य नाही. त्यांनी तर तिला जवळजवळ निळं केलं आहे. तिचा चेहरा आणि मानेच्या फरकाकडे पाहा. शी ऽऽ ---किती गावंढळ!"

---

६. तिच्या नावात केलेला प्रेमळ, घरगुती बदल.

"अकरा वाजले! अकरा वाजले!"

"आता दीड झालाय."

"नाही मूर्ख पोरी, मला म्हणायचंय की घड्याळातल्या अकराच्या काट्याप्रमाणे डावीकडे वळ. तुला ते कधीच कळणार नाही का? मला वाटतं तू अशी भारी कंडी कधीच पसरवू शकणार नाहीस! असो, ती मुलगी पाहा. तिच्याकडे शारीरिक सौंदर्य आहे नक्कीच! "

"कोणतं सौंदर्य – पुढची बाजू की मागची बाजू? "

"तू काय चकणी वगैरे आहेस का? अर्थात मागची बाजू."

"जास्तच आहे. तिच्या मागच्या भागाचा गोळा काढून गाम्राहच्या पुढच्या बाजूला प्रत्येक जण वापरते तसा भर देण्यासाठी पुढे जोडायला हवाय."

"आपल्यामध्ये सादीम जरा जास्तच सुंदर आहे. तिच्या कमनीय शरीरामुळे ती अगदी खरी स्त्री वाटते. तिच्यासारखा पार्श्वभाग माझा असावा, असं मला फार वाटतं."

"मला वाटतं की, तिनं काही पौंड वजन कमी करावं आणि तुझ्यासारखा व्यायाम करावा. इलल्लाह, देवाचे आभार, मी कितीही खाल्लं तरी माझं वजन वाढत नाही. त्यामुळे मला काळजी वाटत नाही."

"शप्पथ, काय नशीबवान आहेस! माझं शरीर हे आहे असं राहावं म्हणून मी सदोदित उपासमार काढते."

जवळच्या टेबलाशी बसलेल्या आपल्या मैत्रिणींकडे नवरीचं लक्ष गेलं. हसत तिच्याकडे पाहत आपले हात हलवत असताना त्यांनी त्यांच्या डोळ्यांत दिसणारा प्रश्न लपवण्याचा प्रयत्न केला : 'मी त्या व्यासपीठावर का नाही?' गाम्राहही हर्षभरित झालेली होती आणि ह्या अमूल्य क्षणांमुळे झिंगल्यासारखी झाली होती. त्या सर्वांपेक्षा आपण कमी आहोत, हे तिला नेहमीच जाणवायचं; परंतु आता तिचंच सर्वांत आधी लग्न होणार होतं.

नवरीचं अभिनंदन करण्यासाठी व्यासपीठावर पाहुणेमंडळींच्या झुंडी यायला सुरुवात झाली. आता फोटो काढण्याचं काम संपलं होतं. सादीम, मिचैल्ली आणि लामीस सर्व जणी जिना चढून वर आल्या आणि त्यांनी गाम्राहला मिठी घातली. तेव्हा त्या तिच्या कानात काही कुजबुजत होत्या. "वा गाम्राह, मा शा अल्ला, देवाची इच्छा! तू किती छान दिसत्येस! सर्व संध्याकाळभर मी देवाची प्रार्थना करतेय की, त्याने तुझी नीट काळजी घ्यावी." "अभिनंदन स्वीटी! तू खूप छान दिसतेस! तो अंगावरचा ड्रेस तुला उठून दिसतोय!" "अरे देवा, मुली तू खूपच देखणी दिसतेस. एक स्वप्न! मी आतापर्यंत पाहिलेल्या नवऱ्या मुलींपेक्षा तू सुंदर आहेस."

आपल्या मैत्रिणींची ही स्तुती ऐकताना आणि त्यांच्या डोळ्यांत दिसणारी

अर्धवट झाकलेली मत्सराची झाक पाहताना गाम्राहचं हास्य वाढतच गेलं. त्या तिघी आनंदी नवरीबरोबर फोटोसाठी उभ्या राहिल्या. सादीम आणि लामीसनं तिच्याभोवती नाचायला सुरुवात केली. तिथल्या लग्न जुळवण्याच्या कामात वाकबगार, वयस्क स्त्रियांची नजर त्यांच्या शरीरावर खिळलेली होती. लामीस आपल्या डोळ्यांत भरणाऱ्या उंचीचे आणि जिममध्ये जाऊन कमावलेल्या शरीराचे प्रदर्शन करण्यात धन्यता मानत होती आणि सादीमपासून जरा दूरच उभी राहून ती नाचत होती. सादीमनं तिला आधीच तिच्या बाजूला न नाचण्याबद्दल ताकीद दिली होती. तसं केल्यामुळे त्यांच्या बांध्यांची तुलना लोक करणार नव्हते. सादीमला कॉस्मेटिक सर्जरी करून आपले अवयव कमानदार करून घ्यावे असे नेहमीच वाटायचे त्यामुळे ती लामीस आणि मिचैल्लीसारखी सडपातळ दिसू शकली असती.

अचानक वेगवान बाणांसारखा पुरुषवर्ग आत शिरला. सर्वांत जलद बाण होता तो नवरदेव रशीद अल्-तन्बलचा. त्यानं सरळ व्यासपीठावरच्या आपल्या नवरीकडे मोर्चा वळवला. बायका घोळक्यानं मागे वळल्या. त्यांच्याकडे किंवा त्यांच्या मैत्रिणींकडे जे काही हातात होतं त्यानं आपले चेहरे आणि केस झाकले जातील ह्यासाठी त्यांची बरीच धडपड चालू होती. शरीराच्या उघड्या दिसणाऱ्या इतर अवयवांचा उल्लेख करणंच नको आणि ही सर्व धडपड चालली होती ती पुढे येणाऱ्या पुरुषांच्या नजरेपासून लपण्यासाठी.

जेव्हा नवरदेव आणि त्याचे मित्र काही अंतरावर होते, तेव्हा लामीसनं तिथल्या टेबलावरच्या कापडाचा तुकडा आपल्या वक्षस्थळांतली दिसणारी फट झाकण्यासाठी खेचला. तिची जुळी बहीण तमालूर हिनं आपल्या ड्रेसला शोभणारी शाल केस आणि मोकळी पाठ झाकण्यासाठी वापरली. ह्या वेळेपर्यंत सादीमनं आपला काळा भरलेला अबाया[७] बाहेर काढला आणि रेशमी पडदाही. त्यामुळे तिची देहयष्टी आणि तिचा अर्धा चेहरा झाकला गेला. मिचैल्ली होती तशीच थांबली आणि तिनं प्रत्येक पुरुषाला नीटपणे पाहिलं. काही बायकांनी ह्यावर केलेली कुजबुज आणि तिच्याकडे टाकलेल्या तिखट नजरा ह्याकडे तिनं संपूर्ण दुर्लक्ष केलं.

रशीद भराभर चालत व्यासपीठाकडे आला. त्याच्याबरोबर गाम्राहचे वडील, तिचे काका आणि चार भाऊ होते. प्रत्येक पुरुषानं जितक्या स्त्रियांचे चेहरे आपल्या मेंदूच्या पटलावर साठवता येतील तेवढे साठवण्याचा प्रयत्न केला. ह्या वेळेपर्यंत स्त्रिया मात्र गाम्राहच्या काकाकडे टक लावून पाहत होत्या. तो चाळिशीचा होता आणि साक्षात देखणा कवी राजपुत्र खलिद-अल्-फैझलसारखा दिसत होता.

जेव्हा रशीद आपली नवरी गाम्राह हिच्याजवळ आला, तेव्हा त्याच्या आईनं

---

७. अबाया हा लांब, काळा, सैलसर झगा स्त्री बाहेर जाताना कपड्यांवर वापरते.

त्याच्याकडून तालीम करून घेतली होती, त्याप्रमाणे त्यानं गाम्राहच्या तोंडावरचा पडदा बाजूला केला आणि तिच्या इतर पुरुष नातेवाईक मंडळींना तिला शुभेच्छा देता याव्यात ह्यासाठी तो तिच्या बाजूला उभा राहिला. तो स्थिरस्थावर झाल्यावर इतर पुरुष त्यांच्याभोवती त्या जोडप्याच्या सुखी, मंगलदायी आणि सुदैवी विवाहाबद्दल अभिनंदन करण्यासाठी दाटीवाटीनं गोळा झाले.

त्या नवरीच्या मित्रमंडळींचे आवाज त्या बॉलरूमच्या गरम हवेत वरवर तरंगत जात होते. 'अल्लाच्या आणि मोहम्मदच्या लाडक्यांनो, हजारो आशीर्वाद आणि सुखशांती तुम्हाला लाभो!' हा घोष झाल्यावर स्त्रियांचे कर्णभेदक कंपित आवाज खोलीभर पसरले. नवरदेव वगळता पुरुषमंडळी त्यांचा स्त्रियांच्या समारंभातला सहभाग संपला, हे जाणून घराकडे निघाली. त्या पुरुषमंडळींचा समारंभ – तो म्हणजे भव्य मेजवानीचा – स्त्रियांची मेजवानी सुरू होण्याआधीच संपला होता. आता जोडप्याच्या पाठोपाठ चालत प्रत्येक स्त्री-नातेवाईक जेवणाच्या टेबलाकडे केक कापण्यासाठी निघाली.

या वेळी गाम्राहच्या मैत्रिणी उच्च स्वरात ओरडू लागल्या : "आमच्यासमोर तुम्ही नवरानवरीनं चुंबन घ्यायला हवं, चुंबन हवं!" रशीदची आई हसली आणि गाम्राहची आई लाजून लाल झाली. रशीदच्या बाबतीत म्हणाल, तर त्यानं रागानं त्या मैत्रिणींकडे पाहिलं, त्यामुळे त्या गप्प झाल्या. त्याच्यासमोर त्यांनी तिला लाज आणली, म्हणून गाम्राह आपल्या मैत्रिणींवर चरफडली आणि त्यानं मैत्रिणींसमोर तिचं चुंबन घेण्याचं नाकारून तिला लज्जित केलं होतं, म्हणून ती मनातल्या मनात नवऱ्यावर त्याहूनही जास्त चिडली.

आपली बालमैत्रीण गाम्राह नवऱ्याबरोबर ती बॉलरूम सोडून ज्या हॉटेलमध्ये ते इटलीला मधुचंद्रासाठी जाण्याआधी रात्र काढणार होते तिकडे जाण्यासाठी निघाली, तेव्हा सादीमचे डोळे भरून आले. मधुचंद्र संपताच ताबडतोब ती दोघं अमेरिकेला जाण्यासाठी रियाध सोडणार होती. अमेरिकेत रशीद आपला पीएच.डी.चा अभ्यास सुरू करणार होता.

त्या चार मैत्रिणींपैकी गाम्राह अल्-कुस्मांजी ही सादीमची जवळची मैत्रीण होती, कारण त्या अगदी प्राथमिक शाळेपासून एकत्र होत्या. माशैल अल्-अब्दुल रेहमान किंवा जिला आपण मिचैल्ली म्हणून ओळखतो, ती माध्यमिक शाळेच्या दुसऱ्या वर्षापर्यंत त्याच्यांबरोबर नव्हती. ती आणि छोटा मिशाल किंवा मिशो म्हणून सर्व जण तिच्या धाकट्या भावाला हाक मारायचे, तो आणि तिचे आईवडील आणि ती अमेरिकेहून परत आल्यावर ती त्या शाळेत गेली होती. तिचे वडील तिथं स्टॅन्फोर्ड विद्यापीठाच्या कॉलेजमध्ये शिकले होते. तिथेच त्यांना त्यांची पत्नी भेटली होती. कॉलेज संपल्यावर ते काही वर्षं काम करण्यासाठी आणि संसार सुरू करण्यासाठी

अमेरिकेत राहिले होते. देशात परत आल्यावर एका वर्षानं ज्या शाळेत सर्व विषय इंग्लिशमध्ये शिकवले जात तिथं मिचैल्लीची रवानगी करण्यात आली. सादीम आणि गाम्राहच्या शाळेत जायचं, तर त्यासाठी लागणारं अरेबिकवरचं प्रभुत्व तिच्याकडं नव्हतं. ह्या नवीन शाळेत तिची ओळख लामीस जेड्डावीशी झाली आणि ती तिची जिवलग मैत्रीण बनली. लामीस ही राजधानी असलेल्या रियाध शहरात वाढली होती; परंतु तिचं आडनाव सांगत होतं त्याप्रमाणे तिचं कुटुंब मूळचं जेद्दाहमधलं होतं. ते एक बंदर असलेलं शहर होतं. तिथं अनेक शहरांतून लोक एकत्र येण्याची जुनी परंपरा होती आणि त्यामुळे ते शहर त्या राज्यातलं एक उदारमतवादी शहर होतं. गाम्राहचं कुटुंब हे मूळचं क्वासीनचं होतं. हे शहर अत्यंत सनातनी विचारसरणीचं आणि कडक नियमांबद्दल प्रसिद्ध होतं. फक्त मिचैल्लीच कोणत्याही विशिष्ट प्रांताशी निगडित असलेल्या एखाद्या प्रसिद्ध जमातीतील कुटुंबातून आलेली नव्हती.

कॉलेजमध्ये सादीम बिझनेस मॅनेजमेंटच्या शाखेकडे गेली आणि लामीस ही वैद्यकीय शाखेला[८] गेली. मिचैल्ली कॉम्प्युटर सायन्सकडे गेली. त्यांच्यापैकी फक्त गाम्राह उच्च माध्यमिक शाळेतही अभ्यासाबद्दल तेवढी उत्सुक नव्हती. त्यामुळे तिला कॉलेजमध्ये प्रवेश मिळवण्यासाठी सर्व कौटुंबिक मित्रांचे वशिले लावावे लागले, तेही इतिहासाचा अभ्यास करण्यासाठी. कॉलेजमध्ये प्रवेश मिळवण्यासाठी ही अगदी सोप्या शाखांपैकी एक होती; पण टर्म सुरू झाल्यावर थोड्याच दिवसांत तिचा वाङ्निश्चय झाला आणि लग्नाची तयारी करण्यासाठी वेळ मिळावा म्हणून तिने आपलं नाव कॉलेजमधून काढून घेण्याचं ठरवलं. लग्न होताच काही झालं तरी तिच्या नवऱ्याचं शिक्षण पुरं होण्यासाठी ती दोघं अमेरिकेला जाणार होती. हाच निर्णय तसा योग्य वाटत होता.

व्हेनिसमधल्या हॉटेल गिओर्गियानमधल्या आपल्या खोलीत गाम्राह पलंगाच्या कडेला बसली होती. तिनं आपल्या मांड्यांना, पायांना आणि पावलांना ग्लिसरीन आणि लिंबू ह्यांपासून तिच्या आईनं तयार केलेलं लोशन चोपडलं. तिच्या आईचा खास कानमंत्र तिच्या मनात घोळत होता. गोष्टी सहजपणे घेऊ नको. पहिल्यांदा नकार दे. पुरुषांची आसक्ती चेतवण्यासाठी ही युक्ती आहे. तिची मोठी बहीण नफ्लाहने चौथ्या रात्रीपर्यंत नवऱ्याला जवळ येऊ दिलं नव्हतं आणि तिची बहीण हेस्साहनेही एवढाच कमीजास्त वेळ घेतला होता; परंतु गाम्राह एक नवा उच्चांक गाठत होती. आता सात रात्री झाल्या होत्या आणि तिच्या नवऱ्यानं तिला स्पर्शही केला नव्हता. ती आपल्या आईचा कानमंत्र पहिल्या रात्रीनंतरच फेकून द्यायला

<hr>

८. तिथे वैद्यकीय शिक्षण हे उच्च माध्यमिक शाळेनंतर ताबडतोब सुरू होतं आणि ते सात वर्षं चालतं. पाश्चिमात्य देशांप्रमाणे नव्हे.

निघाली होती; पण रशीदनं तिला स्पर्श केला नव्हता. पहिल्या रात्री जेव्हा तिने आपला लग्नातला पोशाख काढून हस्तिदंती रंगाचा नाईट गाऊन घातला, तेव्हाच ती तयार होती. *(तो तिनं लग्नाच्या आधी तिच्या खोलीत आरशासमोर अनेक वेळा घालून पाहिला होता. तेव्हा आईनं भलतीच प्रशंसा केली होती आणि हेवा वाटून नजर लागू नये म्हणून तिनं अनेकदा देवाचं नाव घेतलं होतं आणि आपल्या लेकीकडे सूचक दृष्टीनं पाहून डोळे मिचकावले होते).* तिला हे माहीत होतं की, तिच्या आईच्या चेहऱ्यावरच्या भावभावना जरा ओढूनताणून आणलेल्या होत्या, तरीही आईच्या त्या प्रशंसेमुळे गाम्राहला विश्वास आणि अभिमान वाटत होता.

पण तिच्या लग्नाच्या रात्री ती बाथरूममधून बाहेर आली आणि तिला दिसलं की, तो झोपला होता. तिला कळलं होतं की, तो नाटक करत होता. तिच्या आईबरोबर झालेल्या शेवटच्या संभाषणात 'सैतानाची दुष्ट कुजबुज' ही कल्पना तिच्या आईनं झटकून टाकली होती. त्यानं पुढाकार घ्यावा ह्यासाठी आपली सर्व शक्ती पणाला लावण्याची तिनं तयारी केली होती. स्वत:ला समर्पित न करण्याची आईची कल्पना तिच्यावरच उलटली होती.

गाम्राहचं रशीदशी लग्नाचं नक्की झाल्यावर तिची आई स्त्रीपुरुष संबंधाबद्दल अगदी मोकळेपणे तिच्याशी बोलायची. लग्नाच्या करारनाम्यावर सही होण्याआधी आई ह्या विषयावर कधीच बोललेली नव्हती. त्यानंतर मात्र पुरुषाला अनुरक्त कसं करायचं, ह्याबाबत अगदी आकंठ प्रशिक्षण त्याच बाईकडून तिला मिळालं होतं. गाम्राह शाळेतल्या आपल्या मैत्रिणींकडून प्रणयप्रधान कादंबऱ्या आणायची तेव्हा त्यातली पानं आईनं फाडली होती आणि तिने गाम्राहला त्या मैत्रिणींच्या घरीही जाऊ दिलं नव्हतं. ह्याला अपवाद होता फक्त सादीमचा आणि तोही गाम्राहच्या आईची सादीमची मावशी बद्रियाह हिच्याशी ओळख झाल्यावर. शेजारी राहणाऱ्या इतर स्त्रियांच्या निरनिराळ्या सामाजिक वर्तुळातून ही ओळख झाली होती.

गाम्राहच्या आईचा सिद्धान्त होता की, जर स्त्रीची कोणी काळजी घेतली नाही तर 'पुरुषापुढे स्त्री ही सूर्यासाठी लोणी असल्यागत आहे.' परंतु मुलींना काहीही माहिती नसावी आणि पुरुषांना मात्र अनुभव असावा, हा तिचा दृढविश्वास मुलीच्या लग्नाच्या करारनाम्यावर सह्या झाल्या तेव्हा पार वितळून गेला. गाम्राहबाबत सांगायचं, तर आईची ती 'लग्नसंस्थे'वरची आख्यानं आणि सिद्धान्त मोठ्या आनंदानं आणि अभिमानानं ऐकायची. एखाद्या तरुण मुलाला बापानं पहिल्यांदा त्याच्यासमोर सिगारेट ओढायला द्यावी, तेव्हा त्याला वाटणाऱ्या भावनेप्रमाणेच हे काहीसं होतं.

२

To : seerehwenfadha7et@yahoogroups.com
From : 'seerehwenfadha7et'
Date : February20, 2004
Subject : **The Girls Rally Round Gamrah's Big Day, in Their Own Way**

पहिल्यांदा माझा हा एक छोटा निरोप खालील सभ्य गृहस्थांसाठी आहे : हसन, अहमद, फहाद आणि महम्मद, ज्यांनी ई-मेलवरून गंभीरपणे चौकश्या करून माझा दिवस छान जायला मदत केली.

उत्तर आहे : उं उं! हे सर्व विसरा मित्रांनो, ...नाही, आपली एकमेकांशी ओळख होणं शक्य नाही.

आता मी भडक लाल लिपस्टिकच्या रंगात सही केली आहे, तेव्हा मी गेल्या आठवड्यात ती गोष्ट जिथं अर्धवट सोडली होती तिथून सुरुवात करते.

गाम्राहच्या लग्नानंतर त्या जोडप्याचं नाव कोरलेल्या मातीच्या बरण्या प्रेमाची आठवण म्हणून घेऊन आणि इतर मैत्रिणींच्या लग्नातून गोळा केलेल्या आठवणींच्या वस्तू घेऊन तिच्या मैत्रिणी ओळीत उभ्या राहिल्या. गाम्राहची अगदी प्रत्येक मैत्रीण मनातून आशा करत होती की, पुढचा क्रमांक तिचाच असावा. म्हणजे तिला स्वत:च्या लग्नातल्या भेटवस्तू जमा करता येणार होत्या.

त्या लग्नाच्या बऱ्याच आधी त्यांच्या छोट्या कंपूनं – शिल्लाहनं – लग्नाच्या समारंभाच्या आधी खासगी पूर्वसमारंभाची तयारी केली होती. जसं पाश्चिमात्य देशांत वधूच्या मैत्रिणी वधूच्या विवाहाआधी तिच्या लग्न न झालेल्या मैत्रिणींसाठी एखादी पार्टी ठेवतात, तसंच काहीसं. त्या मुलींना म्युझिक लावून डीजे पार्टी करायची नव्हती, कारण हल्लीच्या दिवसांत ती अगदी वाळूप्रमाणे सर्वसामान्य ठरत होती.

त्याशिवाय डीजे पार्टी म्हटलं की, एक मोठी डान्सपार्टी झाली असती. मग एखादा व्यावसायिक स्थानिक तग्गागा, एखादी गायिका पैसे देऊन बोलवावी लागली असती. अशा वेळी पूर्वी फक्त तबल्याची साथ पुरेशी असायची, पण आता संपूर्ण बॅण्ड लागणार होता. त्याशिवाय त्यांच्या प्रत्येक मैत्रिणीला, स्त्री-नातेवाइकांना आणि माहीत असलेल्या कोणालाही त्यांना बोलावणी पाठवावी लागली असती आणि हा सर्व वेळ वधूला काही कळू न देण्याचं नाटक करावं लागलं असतं. अर्थात, त्या मैत्रिणींच्या कंपूला सर्व खर्च करावा लागणार होता आणि तो खर्च कित्येक हजार रियालपर्यंत पोहोचणार होता.

पण गाम्राहच्या मैत्रिणींना काहीतरी नवं करायचं होतं. त्यांना असं काही धाडसाचं आणि गमतीदार करायचं होतं की, त्याचं नंतर इतर जण अनुकरण करतील आणि मग ती नवीन प्रथा पडली असती आणि प्रत्येकीला ह्याचा शोध कुणी लावला, हे कळलं असतं.

गाम्राह लाल चेहऱ्यानं आणि अंगप्रत्यंग गुलाबी होऊन – कारण ती मोरक्कन हम्माम करून शरीर घासून आणि तिच्या चेहऱ्यावरचे सर्व केस दोऱ्यानं ओढून आणि शरीरावरचे केस हे साखरेच्या चिकट हल्लावाच्या मिश्रणानं उपटून आली होती. त्या सर्व मिचैल्लीच्या घरी भेटणार होत्या. पुष्कळ खिसे असलेली सैलसर पॅण्ट आणि वर मोठं जाकीट घातलेल्या यजमानिणीने त्यांचं स्वागत केलं. त्या ड्रेसमध्ये स्त्रीत्वाची सर्व लक्षणं कौशल्यानं लपवली जात होती. त्याशिवाय मोठ्या रुमालानं तिनं केस झाकले होते. त्यात भर म्हणजे तिनं रंगीत गॉगल घातला होता. त्यामुळे ती आईवडिलांची नजर चुकवून आलेल्या एखाद्या आडवयाच्या मुलासारखी दिसत होती. लामीसनं पुरुषी पद्धतीचा ढिलाढाला थोब[९] घातला होता. त्याशिवाय डोक्यावर शिमाग[१०] बांधले होते आणि ते व्यवस्थित बसवण्यासाठी घट्ट बसणारा काळा इक्वल[११] होता. तिची उंची आणि कमावलेलं शरीर ह्यामुळे ती पुरुषासारखी वाटत होती आणि तेही देखण्या पुरुषासारखी. बाकी इतरांनी भरलेले अबायाज घातले होते; परंतु हे अबायाज काही रस्त्यावर चालणाऱ्या स्त्रियांच्या अबायासारखे घोळदार, शंकूवाल्या तंबूसारखे नव्हते. ते कमरेजवळ आणि पार्श्वभागाजवळ प्रमाणबद्ध होते आणि ते विलक्षण आकर्षक दिसत होते. अबायाबरोबर मुलींनी रेशमी लिथाम्स घातले होते. त्यामुळे त्यांच्या नाकाच्या दांड्यापासून गळ्याच्या तळापर्यंत सर्व झाकलं गेलेलं होतं. त्यांच्या सुरमा घातलेल्या डोळ्यांचे, किंचित रंगीत छटा असलेली कृत्रिम बुबुळं आणि चित्रविचित्र चष्मे ह्यामुळे त्यांचं सौंदर्य जास्तच उठून दिसत होतं.

---

९. एक लांब पांढरा ड्रेस **१०.** एक लाल पांढरे त्रिकोणी आकाराचे कापड **११.** घट्ट गोल दोरी. हल्ली शिमाह आणि थोब हे सौदी पुरुषांचे कपडे गुक्की ख्रिश्चन डिऑर गिवेन्ची आणि व्हॅलेंटिनो ह्यांसारख्या प्रसिद्ध कंपन्या तयार करतात.

मिचैल्लीकडे ड्रायव्हिंगचा आंतरराष्ट्रीय परवाना होता. तिनं सर्व पुढाकार घेतला. गडद रंगाच्या काचा असलेली BMW X5 SUV गाडी ती चालवत होती. ती गाडी तिने एका शोरूममधून आपल्या कुटुंबाच्या पुरुष इथोपियन ड्रायव्हरच्या नावानं भाड्यानं घेतली होती. लामीस मिचैल्लीच्या बाजूला बसली. सादीम आणि गाम्राह मागच्या सीटवर बसल्या. सीडी प्लेअर मोठ्यानं लावलेला होता. मुली त्याबरोबर गात होत्या आणि आबाया घातलेले आपले खांदे जणूकाही त्या सीटवर बसून नाचत असल्यागत उडवत होत्या.

त्या पहिल्यांदा थांबल्या त्या तहालिया रस्त्यावरच्या प्रसिद्ध कॅफेजवळ; परंतु जेव्हा मिचैल्लीने गाडी पार्क केली, तेव्हा त्या SUV गाडीच्या गडद रंगाच्या काचांमुळे त्यांचं गुपित क्षणातच फुटलं, कारण गाडीच्या रंगीत खिडक्या, लपून बसावं असं वाटणाऱ्या स्त्रिया जेव्हा आत असतात तेव्हा वापरल्या जातात. तिथं आजूबाजूला असलेल्या पुरुषांना आपल्या शिकारी तीक्ष्ण डोळ्यांनी आणि मनातून जाणवणाऱ्या संवेदनेनं लगेच समजलं की, X5 हा एक अमूल्य 'खजिना' होता.[१२] त्यांनी आपल्या मोटारीत उड्या टाकल्या आणि त्या जीपला दोन्ही बाजूनं घेरलं. त्या मुलींनी हवी असलेली ड्रिंक्स गाडीत बसून घेतल्यावर ही सर्व पलटण अल्-ओलाय्या रस्त्यावरच्या मोठ्या शॉपिंग मॉलकडे जाऊ लागली. तो त्या मुलींचा दुसरा थांबा होता. ह्या वेळेपर्यंत त्या मुली शक्य होते तेवढे फोन नंबर लिहून घेत होत्या. त्यांना त्यासाठी फारसे कष्ट करावे लागले नाहीत. कारण त्या तरुण मुलांनी सांगितलेले असंख्य नंबर्स लक्षात राहणाऱ्या अनुक्रमानुसार होते. मुली पुनः पुन्हा तेच तेच आकडे असणारे नंबर्स लक्षात ठेवत होत्या. गाड्या चालवत असताना गाड्यांच्या खिडक्यांतून डोकी बाहेर काढून ते नंबर्स त्या मुलींनी लिहावे, म्हणून त्यांचा पुनरुच्चार ते तरुण करत होते. तरुणांच्या खिडकीवरच्या फलकांवर लिहिलेले नंबर्सही त्या लिहून घेत होत्या. त्यामुळे जवळच्या गाड्यांमधल्या मुलींनाही ते नंबर्स अगदी सहजपणे दिसत होते. त्यांच्यातले काही धीट सरदार वैयक्तिक बिझनेस कार्ड हातात धरून होते आणि ते त्या खिडक्यांतून मुलींनी पकडावे म्हणून आत टाकत होते आणि त्या मुलीही, त्या आशा बाळगून असलेल्या रोमियोच्या इतक्याच शूर होत्या.

मॉलच्या आत जायच्या दरवाजाशी त्या मुली उतरल्या. त्यांच्यामागे तरुण मुलांचा घोळका होता; परंतु ते रखवालदारासमोर साशंकपणे थांबले. रात्रीच्या वेळी होणाऱ्या इशा प्रार्थनेची वेळ झाल्यावर सर्व अविवाहित पुरुषांना मॉलमध्ये जाण्यापासून

---

१२. एक महागडी गाडी. तिच्या सर्व काचा गडद असतात. आपली बायको किंवा मुली ह्यांच्यावर छचोर तरुण मंडळींची नजर पडू नये, असं वाटणारा माणूस ही गाडी वापरतो. हल्ली मात्र सुरक्षिततेच्या कारणासाठी सौदी कायद्यानुसार गडद काचा वापरण्यास बंदी आहे.

रोखणं हे त्याचं काम होतं. त्यातील घाबरट तरुण मागे राहिले, परंतु एकानं धीटपणे मिचैल्लीला गाठलं. तिचा तो सुंदर चेहरा आणि नाजूक नाकडोळे, हे ती आपल्या त्या विचित्र पोशाखात लपवू शकली नव्हती. मिचैल्ली धाडसी कृत्याच्या शोधात असलेली धीट मुलगी आहे, असं पहिल्यापासूनच ओळखू येत होतं. त्या माणसानं मिचैल्लीला ती त्याला त्यांच्या कुटुंबाचा सदस्य म्हणून बरोबर जाण्याची परवानगी देईल का, असं विचारलं. त्यानं त्यासाठी तिला एक हजार रियाल *(हे जवळजवळ एकशे पस्तीस पौंड होतात)* देऊ केले. मिचैल्लीला त्याच्या त्या धीटपणाचं आश्चर्य वाटलं, परंतु तिनं हा सौदा जराही उशीर न लावता स्वीकारला आणि ती तिच्या मैत्रिणींसह त्याच्याबरोबर पुढे सरकली. जणूकाही तो त्यांच्या कंपूतलाच एक होता.

एकदा मॉलमध्ये आल्यावर त्या तरुण मुलींनी दोन गट केले. एक सादीम आणि गाम्राहचा आणि दुसरा लामीस, मिचैल्ली आणि त्या देखण्या तरुणाचा.

त्याचं नाव फैझल होतं. लामीसनं हसत शेरा मारला की, हल्लीच्या दिवसांत कोणत्याही तरुणाचं ओबैद किंवा दुयाहिन असलं जुनाट नाज्दी बेदाऊनी नाव नसतं. ते सर्व मुलींवर छाप पाडण्यासाठी फैझल किंवा सौद किंवा सलमान अशी छान नावं असल्याचं नाटक करतात. तो देखणा तरुण ह्यावर त्यांच्या बरोबरीनं हसला आणि आपलं हे खरं नाव असल्याचं तो शपथेवर सांगू लागला. त्यानं त्या मुलींना मॉलबाहेर असलेल्या एका छानदार रेस्टॉरंटमध्ये जेवणाचं आमंत्रणही दिलं. मिचैल्लीनं त्याचं आमंत्रण नाकारलं. त्यांना सोडून जाण्याआधी ठरल्याप्रमाणे त्यानं तिला दोन पाचशे रियालच्या नोटा दिल्या आणि त्यापैकी एकीवर त्यानं आपला मोबाइल नंबर लिहिला आणि दुसरीवर आपलं संपूर्ण नाव : फैझल अल्-बतरान.

मॉलमध्ये आलेल्या स्त्रियांच्या नजरा गाम्राह, सादीम आणि इतर मुलींचा पाठलाग करत होत्या. जरी त्यांचे तोंडावरचे बुरखे जागेवर होते तरी त्यानं काही फरक पडत नव्हता. ह्या स्त्रियांच्या चाललेल्या निरीक्षणाचे तीक्ष्ण आणि भीतिदायक आवाज त्या मुलींना जाणवत होते. त्यांना उगाचच भीती वाटत होती की, त्या स्त्रियांपैकी एखादी कदाचित त्यांना म्हणेलही, *तुम्ही कोण आहात त्याचा मी अंदाज केलाय, परंतु मी कोण आहे हे तुम्हाला माहीत नाही.*

इथं दुकानं आणि मॉल्समध्ये अशीच परिस्थिती आहे. पुरुषमंडळी 'त्यांच्या' कारणास्तव बायकांकडे टक लावून पाहतात; परंतु स्त्रियासुद्धा एकमेकींकडे लक्षपूर्वक पाहतात, कारण त्या भलत्याच भोचक असतात. त्यासाठी त्यांना काही कारण लागत नाही. अगदी परमेश्वराच्या संरक्षणात असलेली एखादी मुलगीसुद्धा प्रत्येकानं, विशेषत: बायकांनी तिची संपूर्ण 'तपासणी' केल्याशिवाय मॉलमध्ये फिरू शकत नाही. तिच्या अबायापासून ते तिच्या केसांवरच्या कापडापर्यंत, ती ज्या तऱ्हेनं बोलते, चालते आणि ज्या पिशव्या तिनं घेतल्या आहेत आणि ती कुठल्या दिशेकडे पाहतेय

आणि ती दुकानातल्या कोणत्या वस्तूंपुढे थांबते वगैरे अशा चौकश्या होतात. तो मत्सर असतो का? तो फ्रेंच नाटककार सागुट्री जे म्हणाला की, स्त्रिया ह्या काही पुरुषांना सुंदर वाटावं म्हणून नटत नाहीत; त्या नटतात ते दुसऱ्या बायकांचा नक्षा उतरविण्यासाठी. हे अगदी बरोबरच होतं.

त्या मुलींनी एका देखण्या इटालियन रेस्टॉरंटचा रस्ता पकडला. त्यांनी तिथं रात्रीचं जेवण घ्यायचं ठरवलं होतं. जेवण झाल्यावर त्यांनी एका छोट्या दुकानाकडे मोर्चा वळवला. तिथे पाण्याच्या नळ्या विकत होते; ज्याला आपण *शीशा* म्हणतो त्या – त्याला हुक्का किंवा हबलीबबली असंही म्हणतात. त्या मुलींनी एकमेकींचे वापरावे लागू नये म्हणून पुरेसे हुक्के घेतले आणि प्रत्येक मुलीनं आपल्याला आवडणारा सुगंध त्या तंबाखूमिश्रित पाण्याच्या नळीमध्ये मिसळवला. त्यात मळी आणि सुवासिक अर्क टाकलेला होता.

त्यांनी उरलेली संध्याकाळ लामीसकडे घराच्या आतल्या अंगणात असलेल्या एका छोट्या तंबूत काढली. तिथं तिचे वडील आणि त्यांचे मित्र आठवड्यातून दोनतीन वेळा आपली संध्याकाळ घालवत असत. पुरुषमंडळी *शीशा* ओढायची आणि मग त्यांच्या गप्पा राजकारणापासून ते त्यांच्या बायकांपर्यंत किंवा बायकांपासून पुन्हा राजकारणाकडे वळायच्या. जरी लामीसचं कुटुंब नेहमीप्रमाणे जेद्दाहला, त्यांच्या गावाला उन्हाळ्याच्या सुट्टीसाठी गेलं होतं, तरी लामीस आणि तिची जुळी बहीण, तमादूर ह्या दोघी गाम्राहच्या लग्नासाठी मागे राहिल्या होत्या.

परंतु त्यांच्या वडिलांचा *शीशा* ते जिथं प्रवास करतील तिथं त्यांच्याबरोबर जायचा. इतर अनेक हिजाझी स्त्रीपुरुषांसारखी त्यांना त्याची लत लागलेली होती. त्यामुळे मुलींनी नवीन विकत घेतलेले *शीशा* त्या तंबूत ठेवले आणि नोकराणीनं कोळसे पेटवले. जोरजोरात संगीत चालू होतं आणि त्या मुली नाचत हुक्का ओढत आणि पत्ते खेळत होत्या. जरी नाजदी स्त्रियांमध्ये हुक्का ओढणं अयोग्य मानलं जायचं तरी गाम्राहनंही हुक्का ओढण्याचा प्रयत्न केला. अर्थात हे सादीमनं तिची खात्री करून दिल्यानंतर की, 'मुलगी काही रोजरोज लग्न करत नाही.' तिला तो द्राक्षांचा वास असलेला तंबाखू सर्वांत जास्त आवडला.

लामीसनं कडेला चमक्या लावलेला, किणकिणाट करणारा रुमाल आपल्या पार्श्वभागाभोवती गुंडाळला. नेहमीप्रमाणे तिचा नाच उत्कृष्ट होता. बहुधा दुसरं कोणी ह्याबाबत तिची बरोबरी करू शकलं नसतं. विशेष करून उम कुलथुमच्या आताच्या भाषांतरित 'एक हजार आणि एक अरेबियन नाईट्स' ह्या गीताच्या सुरावटीवर ती हलत-डुलत होती. दुसरी कोणतीही मुलगी तिच्याबरोबर नाचली नाही. कारण एक म्हणजे लामीस नाचायची तेव्हा तिच्या प्रावीण्यापर्यंत कोणीही पोहचू शकत नव्हतं. दुसरं महत्त्वाचं कारण म्हणजे त्यांना ती नाचत असताना बघायला आवडायचं.

अधूनमधून तिच्या नृत्यातल्या हालचालीला ते एखादं गमतीदार नाव सुचवायचे. तिथं एक हालचाल होती यांत्रिक रवीसारखी आणि रस काढणाऱ्या यंत्रासारखी हालचाल होती. लामीस लोकाग्रहास्तव त्या हालचाली पुन:पुन्हा करायची आणि तिसरं कारण म्हणजे शिट्या, टाळ्या आणि आरडाओरड करून तिला मोठ्याने प्रोत्साहन द्यावं लागायचं आणि हे सर्वांना माहीत होतं आणि त्याशिवाय ती नाच चालू ठेवण्यास तयार नसे.

लामीस मिचैल्लीबरोबर त्या रात्री एक महागडी शॅम्पेनची बाटली पिण्यात सहभागी झाली. मिचैल्लीनं ती बाटली वडलांच्या तळघरात साठवलेल्या बाटल्यांतून ढापली होती. त्या जागी खास ड्रिंक्स होती आणि तीही महत्त्वाच्या प्रसंगांसाठी. गाम्राहच्या लग्नाच्या निमित्ताने डॉम पेरिग्नॉनची बाटली आवश्यक नव्हती का? मिचैल्लीला ब्रँडी, व्होडका, वाईन आणि इतर अशा गोष्टींबद्दल बरीच माहिती होती. तिच्या वडलांनी बैलाच्या मटणाबरोबर रेड वाईन आणि इतर पदार्थांबरोबर व्हाईट वाईन कशी घ्यायची, हे तिला शिकवलं होतं; परंतु ती त्यांच्याबरोबर अगदी खास आणि दुर्मीळ प्रसंग सोडले, तर पीत नसे. ड्रिंक्स घेणं इस्लामी कायद्याविरुद्ध असल्यामुळे सौदी अरेबियात त्याला बंदी आहे. त्यामुळे लामीसनं ह्याआधी कधीही कोणतंही ड्रिंक चाखलं नव्हतं; अपवाद होता तो फक्त एकच– मिचैल्लीकडचा आणि ते जे काही होतं त्याची चव तिला फारशी चांगली वाटली नव्हती. परंतु काही झालं तरी आज रात्री दोघी गाम्राहच्या लग्नाचा सोहळा साजरा करत होत्या. त्यामुळे ती मिचैल्लीबरोबर सहभागी झाली. कारण त्यांना ही संध्याकाळ शक्य तेवढी खास आणि विशेष रीतीने साजरी करायची होती.

जेव्हा संगीताचा आवाज वाढला, तेव्हा त्या तंबूत अशी एकही मुलगी नव्हती, जी आपल्या पायांवर उभी राहून नाचत नव्हती. ते गाणं प्रसिद्ध सौदी गायक अब्दुल मजिद अब्दुल्लाचं होतं.

रियाधमधल्या मुलींनो, ओ, रियाधमधल्या मुलींनो,
फेटे बांधलेल्या वृद्ध बापाच्या नवरत्नांनो,
त्या बळी ठरलेल्या माणसावर दया करा, दया करा,
जो उंबरठ्यावर अधोमुख पडला आहे.

३

To : seerehwenfadha7et@yahoogroups.com
From : 'seerehwenfadha7et'
Date : February27,2004
Subject : **Who is Nuwayyir?**

त्या सर्वांनी आपापलं काम सोडून माझ्या लालभडक लिपस्टिकचा ब्रँड कोणता, ते घाईनं विचारलं : ती बाजारात नवीन आली आहे आणि तिचं नाव आहे... पण माझ्या खासगी गोष्टीत तुमचं नाक खुपसू नका आणि ज्या गोष्टी महत्त्वाच्या आहेत, त्या वाचण्याकडे पुन्हा वळा.

गाम्राहचं लग्न झाल्यापासून दोन आठवड्यांनी सादीमच्या मोठ्या मावशीला – बद्रियाह मावशीला – आपल्या मुलांची लग्न जुळवणाऱ्या आयांकडून तिच्या सुंदर भाचीचा हात मागण्यासाठी अनेक फोन आले. सादीमची आई वारली आणि सादीम तान्ही होती तेव्हापासून बद्रियाह मावशी वेळोवेळी तिच्या आईची भूमिका बजावायची. लग्नाच्या मागणीसाठी येणाऱ्या 'अर्जदारां'ची नीट छाननी करण्याची तिची स्वत:ची एक पद्धत होती आणि जे तिला अयोग्य वाटत होते त्यांना तिनं बाद करून टाकलं होतं. अगदी महत्त्वाच्या वाटणाऱ्या, तिनं ठरवलेल्या 'अर्जां'ची यादी करून ती सादीमच्या वडलांना सांगत असे. त्यांच्याबरोबर जमलं नाही, तर उरलेले इतर अनेक पडद्याच्या बाजूला वाट पाहत होतेच की! सादीमच्या वडलांना – अगदी स्वत: सादीमलासुद्धा प्रत्येक इच्छुकाबद्दल ताबडतोब सांगण्याची गरज नव्हती. बद्रियाह मावशीला आपल्या लाडक्या भाचीचं आणि तिच्या आवडत्या जिजाजींचं डोकं गर्वानं फुलून जाणार नाही, ह्याची काळजी घ्यायची होती. तिच्यापेक्षा आणि तिच्या मुलीपेक्षा सादीम विशेष आहे, असं त्यांना तिला वाटून द्यायचं नव्हतं.

वालिद अल्-शारी– कम्युनिकेशन इंजिनिअरिंगमध्ये बी.ए. आणि सातव्या

श्रेणीतला दिवाणी कर्मचारी. तो मुलगा होता अब्दुल्ला अल्-शारीचा. राज्यातल्या मालमत्तेच्या बाबतीत एक बडा श्रीमंत माणूस! त्याचा चुलता (अब्दुल)-इलाह अल्-शारी हा निवृत्त झालेला कर्नल होता आणि त्याची काकी मुनिराह ही रियाधमधली सर्वांत मोठ्या खासगी मुलींच्या शाळेची मुख्याध्यापिका होती.

हे सादीमनं मिचैल्लीला, लामीसला आणि तिची शेजारीण उम नुवाय्यिर ह्यांना जेव्हा ती उमच्या घरी भेटली तेव्हा सांगितलं. उम नुवाय्यिर ही कुवेती स्त्री आहे. गणिताच्या अभ्यासक्रमासाठी असलेल्या सरकारी शाळेत ती इन्स्पेक्टर म्हणून काम करत होती. तिच्या सौदी नवऱ्यानं पंधरा वर्षांच्या वैवाहिक जीवनानंतर दुसऱ्या स्त्रीशी लग्न करण्यासाठी तिच्यापासून घटस्फोट घेतला होता.

उमला फक्त एक मूल होतं – एक नुरी नावाचा मुलगा – आणि तिच्या ह्या नुरीच्या संदर्भात एक विचित्र गोष्ट होती. तो अकरा-बारा वर्षांचा झाल्यावर नुरीला मुलींच्या कपड्यांनी मोहून टाकलं. त्याला मुलींच्या बुटांचं आकर्षण वाटू लागलं. त्याला मेकअपबद्दल आणि लांब केसांबद्दल आकर्षण वाटू लागलं. ह्या गोष्टी जशा वाढत गेल्या तशी नुरीच्या आईला काळजी वाटू लागली. कारण एखाद्या धडधाकट, रांगड्या, तरुण मुलात त्याचं रूपांतर होण्याऐवजी तो आपण एक गोड, नरम, देखणा मुलगा असल्याचं दाखवण्यात वाहवत गेला होता. उम नुवाय्यिरनं त्याचं मन इतर दिशांकडे वळवण्याचा आटोकाट प्रयत्न केला. तिनं अनेक तऱ्हेनं त्याला परावृत्त करण्याचा प्रयत्न केला. तिनं प्रेमळपणानं त्याचं मन वळवण्याचा प्रयत्न केला, कठोर भूमिकेतून त्याला झोडपलंही; परंतु कशाचाच उपयोग झाला नाही.

दरम्यान, नुरीचा बाप त्याच्याशी बराच कडक वागत होता. नुरी आपल्या जीवनाच्या 'मऊ' बाजूचं बापासमोर प्रदर्शन होऊ नये ह्यासाठी काळजी घ्यायचा. कारण त्याला बापाची भयानक भीती वाटायची. बापानं शेजाऱ्यांकडून त्याबद्दल ऐकलं होतं आणि त्यामुळे त्याला भयानक राग आला. एक दिवस नुरीच्या खोलीत घुसून तो मुलाला लाथाबुक्क्यांनी मारू लागला. मुलाच्या फासळ्यांची हाडं मोडली. नाक आणि हात मोडले. त्या प्रसंगानंतर बापानं ते घर दुसऱ्या बायकोबरोबर कायमचं दुसरीकडे राहण्यासाठी सोडलं. त्यानं त्या घरापासून आणि त्या 'अनैसर्गिक' मुलापासून आपल्याला कायमचं दूर नेलं.

ह्या प्रसंगानंतर उम नुवाय्यिरनं देवाच्या इच्छेपुढे आपली मान तुकवली. तिच्या देवानं तिच्यावर ही शिक्षा लादली होती आणि हे सर्व सबुरीनं सहन करायला हवं, असं तिनं मनात ठरवलं. तिनं आणि नुरीनं ह्या विषयाचा उल्लेख करण्याचं आणि नवा त्रास ओढवून घेण्याचं टाळलं. त्यामुळे नुरी पूर्वी वागत होता तसंच आताही त्याचं वागणं सुरू होतं आणि मग लोक तिला 'नुरीची आई' म्हणण्याऐवजी 'नुवाय्यिरची आई' म्हणू लागले. म्हणजे तो नुरी ह्या नावाचा स्त्रीलिंगी अपभ्रंश होता.

अशा तऱ्हेनं ती उम नुरीऐवजी उम नुवाय्यिर झाली आणि ती सादीमच्या घराजवळ राहायला आल्यावरही उम नुवाय्यिरच राहिली. तिथं राहायला येण्याआधी नुरीनं कुवेतला जावं अशी त्याच्या आईने केलेली सूचना त्याने नाकारली होती. सादीमसाठी आपण योग्य वर आहोत, असा प्रस्ताव वालीदनं मांडण्यापूर्वी चार वर्षं आधीची ही गोष्ट आहे.

तिच्या दु:खाबद्दल समाजानं एवढा उथळ दृष्टिकोन घेतल्यावर उम नुवाय्यिरही चांगलीच हादरली होती; पण जसा काळ जात राहिला तशी ती वस्तुस्थितीशी जुळवून घेऊ लागली आणि तिनं आपल्या त्रासदायक परिस्थितीचा इतक्या सहजपणे स्वीकार केला की, तीसुद्धा त्या नव्या परिस्थितीत स्वत:हून आपण उम नुवाय्यिर असल्याची ओळख करून देऊ लागली. ही होती तिची शक्ती सिद्ध करण्याची आणि समाजाच्या तिच्याबद्दलच्या अयोग्य आणि त्रासदायक वृत्तीबद्दल तिला फारसं काही वाटत नाही, हे दाखवण्याची पद्धत.

उम नुरी – किंवा उम नुवाय्यिर – ही एकोणचाळीस वर्षांची होती. सादीम अनेक वेळा तिच्या घरी यायची किंवा आपल्या मैत्रिणींना उमच्या घरी भेटायला बोलवायची. दु:खी असूनही किंवा तिच्या दु:खामुळे म्हणा, उम नुवाय्यिरकडे विनोदाचा अविरत झरा होता. तिनं ठरवलं असतं, तर ती तिचा विनोद आणि सूक्ष्म दृष्टी वापरून एखाद्याला नेस्तनाबूत करायला सक्षम होती; परंतु ती सादीमच्या आयुष्यात भेटलेल्या स्त्रियांपैकी खूप गोड असलेली आणि खरोखरच फार छान असलेल्या स्त्रियांपैकी एक होती. सादीम तीन वर्षांची असताना तिची आई वारली होती आणि ती एकुलती एक मुलगी होती. त्यामुळे ती उम नुवाय्यिरच्या अगदी जवळची झाली होती. शेजारणीपेक्षा आणि वयस्क मैत्रिणींपेक्षाही ती तिला जास्त मानत होती. खरं सांगायचं, तर सादीम उम नुवाय्यिरला आपली आई मानत होती.

अनेकदा उम नुवाय्यिरही मुलींची रहस्यं लपवून ठेवायची! जेव्हा त्या एखाददुसऱ्या मुद्द्यावर विचार करत असायच्या, तेव्हा ती नेहमी त्यांच्याबरोबर मदतीला असायची. त्यांच्यापैकी कुणी त्या कंपूसाठी विचार करायला एखादी समस्या आणायची तेव्हा ती उदारपणे उत्तरं सुचवायची. तिला त्या मुली आजूबाजूला असणं सुखदायी वाटायचं. ते एक प्रकारे विचार बदलण्याचं आणि करमणुकीचं साधन होतं. आपल्या घरी मुलींना जे स्वातंत्र्य मिळत नसे, ते त्यांना उमच्या घरी मनसोक्त भोगता येई.

उम नुवाय्यिरचं घर हे त्या प्रेमिकांसाठी सर्वोत्तम, सुरक्षित आश्रयस्थान होतं. उदाहरणार्थ, अगदी पहिल्या वेळी, म्हणजे फैझलने मिचैल्लीला स्वत:चा फोन नंबर दिल्यानंतर मिचैल्लीनं भेटण्यासाठी म्हणून त्याला उम नुवाय्यिरच्याच घराचा पत्ता दिला होता. आपल्याकडे काही तास रिकामा वेळ असल्याचं तिनं त्याला सांगितलं आणि ते कॉफी किंवा आइस्क्रीमसाठी कुठेतरी जाऊ शकतात, असं सुचवलं.

मिचैल्लीला तिच्या योजनांबद्दल फैझलला आधी काही कल्पना द्यायची नव्हती. तो तिला न्यायला येण्याआधी काही मिनिटंच तिनं त्याला फोन केला होता. त्यामुळे ह्या भेटीसाठी त्याला खरोखरच पूर्वतयारी करता येणार नव्हती आणि तो जसा होता तसाच तिला दिसणार होता. जेव्हा ती घरातून त्याच्या कारमध्ये बसण्यासाठी बाहेर आली, तेव्हा तो जीन्स आणि टी-शर्टमध्ये होता आणि त्याची नीट नसलेली दाढी वाढलेली होती. मॉलमध्ये तो जेव्हा तिला भेटला तेव्हा तो त्याच्या उत्कृष्ट लांब पांढऱ्या थोबमध्ये होता आणि व्हॅलेंटिनो शिमाग त्याच्या डोक्याभोवती गुंडाळलेलं होतं आणि आता तो त्यापेक्षाही अधिक देखणा वाटत होता, हे पाहून ती थक्कच झाली. त्याच्या त्या टी-शर्टमधून त्याच्या छातीचे रुंद, उठून दिसणारे स्नायू आणि दंडाचे स्नायू ह्याकडे तिचं कौतुकानं लक्ष गेल्याशिवाय राहिलं नाही.

फैझलनं दोन कप थंड कॉफीसाठी पैसे दिले आणि तिला आपल्या पोर्श कारमधून रियाधच्या रस्त्यावर फिरवलं. त्याने तिला आपल्या बापाच्या कंपनीत असलेल्या त्याच्या ऑफिसमध्ये नेलं आणि धंद्यामध्ये त्याच्यावर असलेल्या काही जबाबदाऱ्यांबद्दल माहिती दिली. मग तो ज्या युनिव्हर्सिटीत इंग्लिश शिकत होता तिथं ते गेले. त्यानं तिथं पार्किंगच्या जागेभोवती काही मिनिटं फेऱ्या घातल्या. तिथल्या रखवालदारानं युनिव्हर्सिटीच्या आवारात अशा फेऱ्या घालायला रात्रीच्या वेळी मनाई असल्याचं त्याला सांगितलं. जवळजवळ दोन तासांनंतर फैझलनं मिचैल्लीला उम नुवाय्यिरच्या घरी आणून सोडलं त्या वेळी तिचं डोकं गरगरत होतं. त्याने सहजगत्या आणि आश्चर्यकारक रीतीने तिला हवेत तरंगायला लावलं होतं.

४

To : seerehwenfadha7et@yahoogroups.com
From : 'seerehwenfadha7et'
Date : March 5, 2004
Subject : **What Did That Jerk Do to Gamrah On That Night?**

साबण आणि चिखलाच्या फुटणाऱ्या बुडबुड्यांसारखी असलेली
जिच्यावर आपण हक्क सांगतो ती आपली संस्कृती
त्यात आपण वावरतो ते किल्ली आणि कुरणाच्या तर्कशास्त्राने
आम्ही त्यांच्यावर मालकी हक्क सांगतो
पायाखालच्या गालिचासारखा
कुंपण असलेल्या कुरणातील गायींसारखे
रात्र झाली की त्यांनी कळपाने घरी यावे
मोकाट सोडलेले बैल आणि घोडे, ह्यांच्यासाठी

निझार काब्बानी

मी माझ्या खोलीत नि:स्तब्ध बसलेली असताना माझे वाचक जेव्हा मी पाठवलेली ही कविता पाहतील, तेव्हा त्यांपैकी सौदी आणि अरब पुरुषांकडून होणाऱ्या धिक्कारांचे स्फोट आणि शिवीगाळ मी अक्षरश: ऐकू शकते. मला असं वाटतं की, निझार काब्बानीच्या कविता लिहिण्यामागचा उद्देश तुम्ही पुरुषांनी समजावा. ओ निझार, प्रेम समजण्यात तुझ्याआधी कोणी नव्हता आणि तुझ्यानंतर दुसरा कोणी असणार नाही. स्त्रियांसाठी तुला वाटणारी अनुकंपा ही तुझ्या पुरुषी क्रोमोझोम्समध्ये झालेल्या बदलामुळे नसून तुझ्या बिचाऱ्या बहिणीच्या प्रेमकथेच्या दु:खद अंतामुळे होती, असं दिसतं. मला सांगायला वाईट वाटतं की, आमच्यातल्या कोणाही स्त्रीला तिचा स्वत:चा निझार तिनं त्याच्या बहिणीपैकी एखादीला संपविल्याशिवाय मिळणार नाही. त्यामुळे त्या सुंदर प्रेमकथेला 'वाऱ्यावर वाहत गेली'पेक्षा 'तुरुंगात गेली' असं शीर्षक

गर्ल्स ऑफ रियाध । २३

द्यावं लागेल.

माझ्या हृदया, दु:ख करू नकोस.

मधुचंद्र संपला तेव्हा गाम्राह आणि तिचा नवरा शिकागोला जायला निघाले. तिथं तो इलेक्ट्रिकल इंजिनिअरिंगमध्ये पीएच.डी. करत होता. त्या आधी त्यानं बी.ए. ही पदवी लॉस एंजलसमध्ये आणि मास्टर्स ही इंडियाना पोलीसमध्ये घेतली होती.

गाम्राहनं आपल्या नव्या जीवनाची सुरुवात अगदी भयानक भीतीनं आणि धास्तीनं केली. ज्या प्रेसिडेन्शिअल टॉवर्समध्ये ते राहत होते, त्याच्या चाळिसाव्या मजल्यावरच्या घरी जाण्यासाठी ती जेव्हा लिफ्टमध्ये शिरायची तेव्हा भीतीनं 'आपण मरू' असं तिला वाटायचं. त्या गगनचुंबी इमारतीच्या मजल्यांवरून ती लिफ्ट जेव्हा वर जायची त्या वेळी तणावाखाली आपल्या डोक्याचे तुकडे झाल्यासारखं आणि कानात दडे बसल्यासारखं तिला जाणवायचं. आपल्या घरातल्या खिडकीतून जेव्हा ती बाहेर बघण्याचा प्रयत्न करायची तेव्हा तिला चक्कर आल्यासारखं वाटायचं. अगदी खाली, तळाशी प्रत्येक गोष्ट छोटी आणि नाजूक वाटायची. जेव्हा ती शहरातल्या रस्त्यांकडे पाहायची, तेव्हा तिला ते रस्ते ती लहान असताना प्लॅस्टिकचा खेळ घेऊन खेळायची त्या खेळातल्या रस्त्यांसारखे वाटायचे. त्या खेळातल्या गाड्या काडेपेटीपेक्षाही आकारानं लहान असायच्या. इतक्या उंचीवरून रस्त्यानं जाणाऱ्या गाड्या रांगेनं जाणाऱ्या मुंग्यांसारख्या दिसायच्या. त्या वरून खूप छोट्या दिसायच्या आणि त्या शिस्तीत आणि शांतपणे लांब रांगेत हळूहळू सरकायच्या.

गाम्राहला रस्त्यात असणाऱ्या, दारू पिऊन तर्र झालेल्या आणि तिच्या तोंडाशी आपले कागदी कप हलवून पैसे मागणाऱ्या भिकाऱ्यांची भीती वाटायची. नेहमी कानावर पडणाऱ्या चोऱ्या आणि खुनांच्या बातम्या तिला घाबरवत असत. तिनं ऐकलेल्या प्रत्येक बातमीचा संबंध त्या धोकादायक शहराशी असायचा. त्यांच्या इमारतीत असणाऱ्या धिप्पाड काळ्या सुरक्षा अधिकाऱ्याचीही तिला भीती वाटायची. ती जेव्हा आपल्या मोडक्या-तोडक्या इंग्लिशमध्ये त्याचं लक्ष वेधून घ्यायचा प्रयत्न करायची आणि आशा करायची की, तो तिला टॅक्सी मिळवून द्यायला मदत करील, तेव्हा तो तिच्याकडे दुर्लक्षच करायचा.

घरी आलेल्या क्षणापासून रशीद पूर्णपणे आपल्या युनिव्हर्सिटीत आणि संशोधनात बुडालेला होता. तो सकाळी सात वाजता घरातून बाहेर पडायचा आणि रात्री आठ किंवा नऊ किंवा कधीकधी दहा वाजता उशिरा परत यायचा. आठवड्याच्या सुट्टीमध्ये तिच्यापासून दूर राहता यावं, स्वत:ला गुंतवून ठेवण्यासाठी म्हणून काहीतरी शोधून काढण्याचा निश्चय केल्यासारखा दिसायचा. तो कॉम्प्युटरकडे टक लावून पाहत किंवा टी.व्ही. बघण्यात तासन्‌तास घालवायचा. बऱ्याचदा कंटाळवाणा बेसबॉलचा

खेळ पाहत किंवा सीएनएनवरच्या बातम्या पाहत तो सोफ्यावर झोपी जायचा. तो जरी त्यांच्या बेडरूममध्ये झोपायला गेला तरी सौदी पुरुष जी लांबलचक पांढरी चड्डी थोब्सच्या आत घालतात ती घालून ठेवायचा – त्यांना आम्ही 'सुन्नी चड्ड्या' असं म्हणतो *(का त्याची मला कल्पना नाही)* आणि टी-शर्टही. सर्व शक्ती नाहिशी झालेल्या एखाद्या म्हाताऱ्यागत तो पलंगावर कोसळायचा. एखाद्या 'ताज्यातवान्या' नवऱ्यासारखा नव्हे.

गाम्राहनं बऱ्याच गोष्टींची स्वप्नं रंगवली होती – प्रेमानं कुरवाळणे, लाडिकपणे जवळ घेणे, हळुवारपणा. जेव्हा ती प्रणयकथा वाचायची किंवा प्रणयानं भरलेले सिनेमे पाहायची तेव्हा तिचं हृदय उत्तेजित व्हायचं. मात्र आता ती अशा नवऱ्यासमोर होती ज्याला तिच्याबद्दल आकर्षणच वाटत नव्हतं आणि त्या रोममधल्या दुर्दैवी रात्रीनंतर त्यानं तिला स्पर्शही केला नव्हता.

त्या वेळी त्या छानशा रेस्टॉरंटमध्ये जेवण झाल्यावर गाम्राहनं पक्का निश्चय केला होता की, तिची ही खरोखरची *(ज्याच्यासाठी तिनं इतका वेळ वाट पाहिली होती ती)* लग्नाची रात्र असेल. तिचा नवरा जर इतक्या लाजाळूपणे वागत होता, तर तिला त्याला मदत करायला हवी होती. आईनं सांगितल्याप्रमाणे त्याच्यासाठी वाट सहज मोकळी करून द्यायला हवी होती. ती आपल्या खोलीकडे गेली आणि तिनं लाजत त्याच्याशी प्रेमाचे चाळे सुरू केले. काही क्षणांच्या भोळसट प्रलोभनानंतर त्यानं परिस्थिती आपल्या हातात घेतली. काहीशी भीती आणि गोंधळ असताना तिनं त्याच्या ताब्यात स्वत:ला सुपूर्त केलं. काय घडणार ह्या अपेक्षेनं तिनं आपले डोळे बंद केले आणि त्याला तिच्या लैंगिक अपेक्षांच्या यादीत कधीच नसलेल्या एका कृतीनं तिला आश्चर्यचकित केलं. तिची प्रतिक्रिया दोघांनाही धक्कादायक होती – ती म्हणजे तिथं आणि तेव्हाच तिनं त्याच्या मुस्कुटात जोरात ठेवून दिली होती. त्या निश्चल क्षणी त्यांची नजर परस्परांना भिडली. तिच्या डोळ्यांत भीती आणि गोंधळ होता आणि त्याच्या नजरेत राग. त्यासारखा राग तिनं कधीच पाहिलेला नव्हता. तो तिच्यापासून झटकन दूर झाला. त्यानं घाईनं कपडे केले आणि तिची क्षमायाचना आणि रडणं चालू असताना त्यानं खोली सोडली.

गाम्राहनं दुसऱ्या दिवशी संध्याकाळपर्यंत आपल्या नवऱ्याला पाहिलं नाही. तो वॉशिंग्टनला जाणारं विमान पकडण्यासाठी दुर्मुखल्या तोंडानं तिच्याबरोबर निघाला. त्यानंतर त्यांनी शिकागोसाठी दुसरं विमान पकडलं.

५

To : seerehwenfadha7et@yahoogroups.com
From : 'seerehfadha7et'
Date : March 12, 2004
Subject : **Waleed and Sadeem: A Typical Love Story from the Contemporary Saudi Life**

पुरुषांनी मला असं विचारलंय, 'नाज्दी मुलींच्या वतीनं बोलायला तुला कोणी अधिकारपत्र दिलंय? तू दुसऱ्याचं वाईट व्हावं अशी इच्छा करणारी आणि दीर्घद्वेष्टी स्त्री आहेस. जाणूनबुजून तू सौदी समाजातल्या स्त्रियांची प्रतिमा डागाळण्याचा प्रयत्न करत आहेस.'

आणि त्यांना मी म्हणते : माझ्या लाडक्यांनो! आता कुठे आपली सुरुवात झाली आहे. जर तुम्ही माझ्याविरुद्ध पाचव्या ई-मेलमध्येच युद्ध पुकारलं आहे, तर मग भविष्यात येणाऱ्या ई-मेल्स वाचल्यावर काय म्हणाल ह्याची कल्पना करा! तुम्ही चांगलेच अडकणार आहात. तुम्हाला चांगुलपणा आणि भरभराट लाभो!

सादीम आणि तिचे वडील त्यांच्या घरातल्या स्वागतकक्षात वालीद अल्-शारीला भेटण्यासाठी गेले. तो शौफाचा प्रसंग होता. शौफा म्हणजे इस्लामिक कायद्याप्रमाणे संभाव्य वधूला 'बघण्याचा' कायदेशीर कार्यक्रम. सादीमला इतकी भीती वाटत होती की, चालत असताना तिचे पाय जवळजवळ लटपटत होते. गाम्राहनं आपल्या आईनं दिलेली ताकीद तिला सांगितली होती. ती म्हणजे ह्या अशा कार्यक्रमाच्या वेळी कोणत्याही परिस्थितीत वराबरोबर हस्तांदोलन करण्यासाठी हात पुढे करायचा नाही. त्यामुळे सादीमनं हात पुढे करण्याचं टाळलं.

वालीद त्यांना भेटण्यासाठी नम्रपणे उभा राहिला आणि ती अन् तिचे वडील बसल्यावर पुन्हा खाली बसला. तिच्या वडलांनी ताबडतोब इकडच्या-तिकडच्या विषयांवर प्रश्न विचारायला सुरुवात केली आणि काही मिनिटांनंतर त्या दोघांनी

मोकळेपणे बोलावं म्हणून मग ते खोलीतून बाहेर पडले.

सादीमनं हे ताबडतोब ओळखलं की, वालीद तिच्या सुंदर रूपावर मोहित झाला आहे. ज्या तऱ्हेनं तो तिच्याकडे टक लावून पाहत होता त्यावरून हे अगदी उघड होतं. जेव्हा ती खोलीत शिरली तेव्हा तिनं जरासंच डोकं वर करून त्याच्याकडे पाहिलं होतं आणि तिच्या लक्षात आलं होतं की, तो तिचा बांधा निरखून पाहत होता, त्यामुळे ती अडखळून पडणारच होती; परंतु जसजसे ते बोलत राहिले, तशी सादीमची भीती कमी झाली आणि त्याच्या मदतीनं तिनं आपल्या बुजरेपणावरही ताबा मिळवला. त्यानं तिला तिच्या अभ्यासाबद्दल, तिच्या विद्यापीठातल्या अभ्यासक्रमाबद्दल, तिच्या भविष्यकाळातल्या बेतांबद्दल आणि फावल्या वेळात तिला काय करायला आवडतं ह्याबद्दल विचारलं. ह्या शौफाच्या कार्यक्रमाच्या वेळी प्रश्न विचारताना ज्या एका प्रश्नाकडे ते वळतात, त्या प्रश्नाची आम्हा मुलींना भीती वाटते आणि शौफामध्ये असा प्रश्न विचारणं, हे उद्धटपणाचं वाटतं : तुला स्वयंपाक करता येतो का?

"तुझं काय?" तो म्हणाला, "तुला मला काही विचारावंसं वाटत नाही का? जे मला सांगावंसं वाटेल असं तुझ्याकडे काही आहे का?"

तिनं काही मिनिटं विचार केला आणि शेवटी ती म्हणाली, "हं. मला तुला सांगायचंय की, माझी दृष्टी कमजोर आहे."

तो तिच्या ह्या कबुलीजबाबावर हसला आणि तीही हसली. जरा वेळानं तो तिला काहीसं चिडवण्यासाठी म्हणाला, "सादीम, असं बघ, मला कामानिमित्त परदेशात बराच प्रवास करावा लागतो."

त्यावर वेळ न दवडता आपली एक भुवई उंचावत, चित्तविभ्रम करत ती म्हणाली, "काही अडचण नाही. मला प्रवास करायला आवडतं!"

त्यानं तिला सांगितलं की, तिचा खोडकरपणा आणि हजरजबाबीपणा त्याला आवडला आणि तिनं आपलं डोकं खाली झुकवलं. तिला खूप लाज वाटत होती. आपल्या वाचाळ तोंडावर नियंत्रण न ठेवता आल्याबद्दल तिनं स्वतःलाच दोष दिला. हे असं वाचाळ तोंड वरांना पळवून लावण्याचं कारणही ठरलं असतं. काही क्षणानंतर तिचे वडील अहेतुकपणे तिच्या मदतीसाठीच आल्यासारखे दरवाजातून आत आले. तिनं घाईनं निरोप घेतला आणि तडक दरवाजा गाठला. जाताना वालीदकडे बघून ती तोंडभरून हसली आणि त्याचं प्रत्युत्तर त्यानं अधिक दिलखुलास हास्यानं दिलं. तिनं ती खोली सोडली तेव्हा तिच्या पोटात भीतीनं गोळा उठला होता.

तिला वालीद देखणा वाटला होता. अर्थात तो काही तिच्या आवडीच्या तऱ्हेचा नव्हता. तिला सावळा रंग आवडायचा, पण त्याचा रंग तर गुलाबी छटा असलेला गोरा होता. त्याची छोटीशी मिशी आणि त्यानं ठेवलेली दाढीची गोटी आणि त्याच्या

डोळ्यांवरच्या बारीक, रुपेरी फ्रेमच्या चष्म्यामुळे त्याच्या चेहऱ्याला आणखीनच सौंदर्य आलं होतं, असं तिला वाटलं.

ती खोलीबाहेर पडताच वालीदनं तिच्या वडिलांकडे तिला फोन करण्याची परवानगी मागितली. त्यामुळे अधिकृतरीत्या वाङ्निश्चय जाहीर करण्याआधी त्याची तिच्याशी चांगली ओळख होणार होती. तिच्या वडिलांनी ह्याला होकार दिला आणि त्याला सादीमचा मोबाइल नंबर दिला.

वालीदनं त्या रात्री उशिरा फोन केला आणि बराच वेळ फोनची घंटी वाजल्यावर तिनं उत्तर दिलं. त्याला ती किती आवडली, हे त्यानं तिला सांगितलं. तो थोडा वेळ बोलायचा आणि मग गप्प राहायचा. जणूकाही तो जे काही बोलत होता त्यावर तिच्या टिप्पणीची तो अपेक्षा करत होता. त्याला भेटल्यावर तिला आनंद झाला, हे तिनं त्याला सांगितलं; परंतु त्यानंतर ती अधिक काही बोलली नाही. त्यानं तिला सांगितलं की, त्याला ती फारच आवडली होती आणि खरं सांगायचं, तर तिच्या जादूनं तो भारल्यागत झाला होता. इद अल्-फित्तरपर्यंत वाट पाहणं त्याला असह्य वाटत होतं. कारण त्यानंतरच ते लग्नाच्या करारनाम्यावर सही करू शकणार होते.

त्यानंतर वालीद तिला दिवसातून अनेक वेळा फोन करायचा. सकाळी तो जागा होताच, त्याच मिनिटाला, कामाला जाण्याआधी, कामावर असताना, काम संपल्यावर आणि झोपायला जाण्याआधी लांबलचक संभाषण चालायचं आणि हे संभाषण कधीकधी इतका वेळ लांबायचं की, सूर्य क्षितिजावर दिसू लागायचा. कधीकधी तो मध्यरात्री तिला उठवायचा आणि त्यानं तिच्यासाठी रेडिओवर फर्माईश केलेलं गाणं ऐकवायचा आणि रोज तिला स्टोअरमधून आपल्यासाठी चष्मा, घड्याळ किंवा कोलन निवडायला सांगायचा. तिनं फर्मान केलेली कोणतीही गोष्ट तो ताबडतोब खरेदी करेल, त्यामुळे जेजे काही तो वापरेल ते सर्व तिच्या संपूर्ण आवडीचं असेल, असं तो म्हणायचा.

इतर मुली सादीमचा हेवा करू लागल्या. विशेषकरून गाम्राह. तिला वालीद किती आवडतो आणि बदल्यात तो तिच्यावर किती प्रेम करतो, हे फोनवर सादीमकडून ऐकल्यावर स्वत:बद्दल वाटणाऱ्या करुणेनं गाम्राह विव्हल व्हायची. गाम्राह रशीदबरोबरच्या सुखी जीवनाबद्दल खोट्या कथा रंगवून सांगायची. तो तिच्यावर किती प्रेम करतो आणि तिच्यासाठी किती भेटवस्तू आणतो, वगैरे.

वालीद आणि सादीमनं एका छोट्या समारंभात आपल्या विवाहाच्या करारनाम्यावर सह्या केल्या. सादीमच्या मावशीचं रडणं थांबत नव्हतं. तिला आपल्या बहिणीची – सादीमच्या आईची आठवण येत होती. तिला आपल्या मुलीचं लग्न झालेलं बघायचं भाग्य लाभलं नव्हतं. मनातून तिला आपल्या मुलाबद्दलही – तारिकबद्दल – वाईट वाटत होतं. तारिकचं सादीमशी लग्न होईल, अशी आशा तिला नेहमीच वाटली होती.

विवाहाची अधिकृत नोंदणी चालू असताना तिला आपल्या नावाची सही करण्याची परवानगी न मिळाल्यामुळे तिने केलेली तक्रार फेटाळली गेली. त्यामुळे सादीमनं आपल्या बोटांचा ठसा त्या भल्यामोठ्या रजिस्टरच्या पानावर उमटवला. ''मुली'' तिची मावशी म्हणाली, ''तुझ्या बोटांचा ठसा ह्यावर उमटव आणि मोकळी हो. शेख बोटांचा ठसा म्हणतोय; सही नव्हे. फक्त पुरुषच त्यांच्या नावाची सही करतात.''

हा सह्या करण्याचा समारंभ आटोपल्यावर तिच्या वडिलांनी दोन्ही कुटुंबांना भली मोठी मेजवानी दिली. दुसऱ्या दिवशी संध्याकाळी वालीद आपल्या वधूला भेटण्यासाठी आला. त्या बघण्याच्या समारंभानंतर तो तिला प्रत्यक्षात भेटलेला नव्हता. ह्या भेटीच्या वेळी हल्लीच्या काळातल्या वाङ्‌निश्चयाच्या प्रथेप्रमाणे तो तिच्यासाठी रीतसर भेटवस्तू घेऊन आला. आताच्या प्रथेप्रमाणे, बाजारात आलेला एक अत्यंत आधुनिक असा मोबाइल फोन त्याने तिला दिला.

पुढे येणाऱ्या महिन्यात, मिल्काह काळात – मिल्काह काळ म्हणजे करारनाम्यावर सह्या झाल्यावर प्रत्यक्ष लग्न होईपर्यंतचा काळ– वालीदच्या आणि सादीमच्या भेटीगाठी वारंवार होऊ लागल्या. त्या बहुतेक सर्व तिच्या वडिलांना माहीत होत्या; परंतु काही छोट्या भेटी त्यांच्या लक्षात आल्या नव्हत्या. आठवड्याच्या मध्ये वालीद बहुतेकदा संध्याकाळची प्रार्थना झाल्यावर यायचा आणि पहाटे दोन वाजेपर्यंत थांबायचा. सुट्टीच्या दिवशी तो पहाट होण्याच्या आधी क्वचितच निघून जायचा.

प्रत्येक आठवड्यात वालीद तिला काही आधुनिक रेस्टॉरंट्‌समध्ये जेवायला न्यायचा आणि काही संध्याकाळी तो तिला आवडणारे पदार्थ आणि मिठाई घेऊन यायचा. ते त्यांचा वेळ गप्पा मारण्यात आणि हसण्यात, त्यांच्यापैकी मित्रमैत्रिणींकडून आणलेली एखादी फिल्म बघण्यात घालवायचे. मग प्रगती होऊ लागली आणि ती इतकी झाली की, तिनं पहिल्या चुंबनाचा अनुभव घेतला.

वालीदला ती भेटल्यावर किंवा निरोप घेताना तिच्या गालांचं चुंबन घ्यायची सवय झाली होती; परंतु एका संध्याकाळी त्याचं निरोपाचं चुंबन हे नेहमीपेक्षा जास्त कामुक होतं. कदाचित दोघांनी पाहिलेल्या *(आर्मा गेडॉन)* चित्रपटाच्या दुःखद शेवटामुळे त्याच्या मनाची 'योग्य' अवस्था होऊन त्यानं एक दीर्घ आणि त्या वेळेला आवश्यक वाटलेलं चुंबन तिच्या अनाघ्रात ओठांना दिलं असावं.

सादीम लग्नाची तयारी करू लागली. उम नुवाय्यिरबरोबर किंवा मिचैल्ली किंवा लामीसबरोबर जाऊन ती दुकानं धुंडाळू लागली. विशेषत: जेव्हा ती नाईट गाऊन्स घ्यायचा विचार करायची, तेव्हा कधीमधी वालीद तिच्याबरोबर जायचा.

लग्नसमारंभ उन्हाळ्याच्या सुट्टीत ठेवलेला होता– सादीमची शेवटची परीक्षा संपल्यावर, तिनं विनंती केल्याप्रमाणे एकदोन आठवड्यानंतर. ईद अल्‌-अधाच्या

सुट्टीत लग्न करायला ती घाबरत होती. तिच्या परीक्षेच्या अभ्यासात त्यामुळे व्यत्यय यायची तिला काळजी वाटत होती. सादीम पहिल्यापासूनच हुशार विद्यार्थिनी होती आणि परीक्षेत चांगले गुण मिळावे ह्याबद्दल जागरूक होती; परंतु तिच्या निर्णयानं वालीद वैतागला आणि त्याला दु:खही झालं. शक्य असेल तेवढ्या लवकर त्याला लग्न करायचं होतं. सादीमनं त्याची भरपाई करायचं ठरवलं. एका संध्याकाळी त्यानं तिच्यासाठी विकत घेतलेला आणि त्या वेळी त्याच्यासमोर घालण्याचं नाकारलं होतं तो काळा, लेसवाला नाईट गाऊन तिनं घातला. तिच्या वडलांना न सांगता तिनं त्याला त्या संध्याकाळी बोलावलं. तिचे वडील त्या वेळी वाळवंटात मित्रांबरोबर तात्पुरत्या मुक्कामासाठी गेले होते.

सोफ्यावर पसरलेल्या लाल पाकळ्या, इकडे-तिकडे ठेवलेल्या मेणबत्त्या, व्यवस्थित झाकून ठेवलेल्या म्युझिक सिस्टिममधून हवेतून तरंगत येणारे संगीत – ह्यांपैकी कशाचाच त्याच्यावर एवढा परिणाम झाला नाही, जेवढा तिचा देह लपवण्याऐवजी जास्तच उघड करणाऱ्या त्या काळ्या गाऊनमुळे झाला. त्याची वालीदवर जास्तच छाप पडली. सादीमनं आपल्या प्रिय वालीदला त्या रात्री खूप सुखी करण्याची शपथ घेतली होती. लग्नाला तिच्या आग्रहामुळे थोडा उशीर झाल्यामुळे त्याची झालेली निराशा तिला पुसून काढायची होती. त्यामुळे तिनं त्याला नेहमीपेक्षा जरा जास्तच मोकळीक दिली आणि त्याला थांबविण्याचा प्रयत्न केला नाही. सुरुवातीच्या काळात तिनं आखलेल्या मर्यादा ओलांडण्याचा त्यानं प्रयत्न केल्यावर ती त्याला अडवत असे.

आपल्या स्त्रीत्वाचा आणखी काही 'लाभ' त्याला दिल्याशिवाय तो समाधानी होणार नाही, ह्याची तिला खात्री होती आणि त्याला सुख देण्यासाठी ती काहीही करायला तयार होती – तिच्या प्रेमाच्या 'ठेव्या'साठी अगदी आयुष्यभर पाळलेल्या आणि जन्मभर जपलेल्या मर्यादा जरी ओलांडाव्या लागल्या तरीही!

नेहमीप्रमाणे वालीद पहाटेची प्रार्थनेची साद ऐकल्यावर तिथून बाहेर पडला; परंतु ह्या वेळी सादीमला असं वाटलं की, तो दु:खी आणि त्रासलेला दिसत होता. जे काही घडलं त्यानंतर तिच्याइतकीच त्यालाही भीती वाटत असावी. तो घरी पोहोचल्यावर नेहमीप्रमाणे येणाऱ्या त्याच्या फोनची ती आतुरतेनं वाट बघत होती. अशा रात्रीनंतर त्याचा मृदू आवाज ऐकण्याची तिला विशेषकरून गरज वाटत होती, परंतु त्यानं फोन केला नाही. सादीमनं त्याला फोन करण्याची तसदी घेतली नाही आणि दुसऱ्या दिवसाची तिनं वाट पाहिली. त्या दिवशीही त्यानं फोन केला नाही. तिला जरी हे सर्व त्रासदायक वाटत होतं तरी त्याला फोन करून 'काय चुकलं' हे विचारण्याआधी त्यानं शांत व्हावं म्हणून तिनं काही दिवस जाऊ दिले.

वालीदकडून काही न कळता तीन दिवस गेले. सादीमनं आपला निश्चय बाजूला

सारला आणि फोन केला, पण त्याचा फोन बंद होता, एवढंच तिच्या लक्षात आलं. रात्री आणि दिवसांच्या निरनिराळ्या वेळी आठवडाभर ती फोन करत राहिली. तो फोनवर भेटावा म्हणून ती घायकुतीला आली होती, परंतु त्याचा मोबाइल हा नेहमीच बंद असायचा आणि त्याच्या खोलीतला खासगी फोन नेहमी व्यस्त असायचा. काय चाललं होतं? त्याच्या बाबतीत काही विशेष तर घडलं नव्हतं ना? का तो तिच्यावर अजूनही रागावलेला होता? आणि हा राग त्याला खूश करण्यासाठी तिनं केलेल्या त्या सर्व प्रयत्नानंतर? तिनं त्या रात्री त्याला जे सर्वस्व दिलं होतं त्याचं काय? तो काय वेडा झाला होता का?

लग्न-समारंभ होण्याआधीच स्वत:ला समर्पित करण्यात तिनं चूक तर केली नव्हती ना? तिला टाळण्यामागे हे कारण असावं, अशा मानण्याला काही अर्थ होता का? पण का? त्यानं करारनाम्यावर सही केल्यापासून तो तिचा कायदेशीर नवरा नव्हता का? का लग्न म्हणजे बॉलरूम, पाहुणे, गाणारी गायिका आणि रात्रीचं जेवण होतं? आणि तिनं काय केलं होतं? त्यासाठी त्याच्याकडून होणारी शिक्षा योग्य होती का? त्यानंच त्याची प्रथम सुरुवात केली नव्हती का? त्यानं तिला चुकीचं वागायला प्रवृत्त केलं होतं आणि नंतर तिला टाकलं होतं. आणि मुळात हे चुकीचं होतं का? हे पाप होतं का? तो तिची परीक्षा घेत होता का? आणि जर ती ह्या परीक्षेत नापास झाली असली, तर ह्याचा अर्थ ती त्याला योग्य नव्हती का? त्याला बहुधा असं वाटलं असावं की, ती त्या 'ढिल्याढाल्या' मुलींपैकी एक होती! हा कसला मूर्खपणा होता? ती त्याची पत्नी, कायदेशीर पत्नी नव्हती का? तिनं त्या दिवशी त्या मोठ्या रजिस्टरमध्ये आपला ठसा त्याच्या सहीच्या बाजूला उमटवला नव्हता का? त्या तिथं स्वीकार, होकार आणि वचन, साक्षीदार आणि सर्व जगाला जाहीर केलं नव्हतं का? ह्याबाबत कुणीही तिला सावध केलं नव्हतं! तिला जे काही माहीत नव्हतं त्याबद्दल वालीद तिला प्रायश्चित्त करायला लावील का? जर तिची आई जिवंत असती तर तिनं तिला सावध केलं असतं, मार्गदर्शन केलं असतं आणि मग हे काहीच घडलं नसतं! शिवाय तिनं जे काही केलं तसंच अनेक मुलींनी केल्याबद्दलच्या गोष्टी तिनं ऐकलेल्या होत्या. करारनाम्यावर सही केल्यावर आणि लग्नाआधी ह्यापेक्षाही जास्त. नवरीनं पूर्ण दिवसांच्या मुलांना लग्न झाल्यावर सात महिन्यांनी जन्म दिल्याच्या गोष्टीही तिला माहीत होत्या. त्यापैकी फारच थोड्यांना त्याची पर्वा होती, तर मग चूक कुठे होती? पाप कुठे होतं?

योग्य आणि अयोग्य वागणूक ह्यांमध्ये तिच्यासाठी लक्ष्मणरेषा कोण काढणार होतं? आणि जी रेषा, ज्याची त्यांच्या धर्मानेही व्याख्या केलेली होती, ती आणि तरुण सनातनी नाज्दी तरुणांच्या मनात असलेली रेषा एकच होती का? ज्याज्या वेळी तिनं कशालाही अटकाव केला होता त्या प्रत्येक वेळी वालीदनं तिच्यावर टीका

केली होती. तो असं म्हणायचा की, देवधर्माप्रमाणे आणि प्रेषिताप्रमाणे ती त्याची बायको होती. त्या तरुण सौदी माणसाच्या मानसिक तयारीबद्दल सांगायला तिथं कोण होतं, ज्यामुळे त्याच्या मनात काय चाललंय हे तिला समजलं असतं? वालीदला असं तर वाटलं नसेल ना की ती 'अनुभवी' तरुण स्त्री आहे? जेव्हा तिनं त्याला थांबायला सांगितलं होतं तेच प्रत्यक्षात त्याला जास्त पसंत होतं का? टीव्हीवर ज्या तऱ्हेच्या गोष्टी तिनं पाहिल्या होत्या आणि तिच्या लग्न झालेल्या मैत्रिणींकडून तिनं जे काही ऐकलं होतं, त्याव्यतिरिक्त त्याच्याबरोबर फिरण्यापलीकडे तिनं वेगळं असं काही केलं नव्हतं. उरलेलं त्यानंच केलं होतं! त्यानं घेतलेल्या पुढाकाराला अनुसरल्यावर आणि आतून आपण कसं वागायला हवं होतं हे माहीत असताना तिचा ह्यात दोष कसा होता? हे काही असं नव्हतं, जे घडायला फिजिक्स-केमिस्ट्रीचं ज्ञान असायला हवं होतं! अशा कोणत्या गोष्टींचा पगडा वालीदवर बसला होता, ज्यामुळे तो आता असा असमंजसपणे वागत होता?

तिनं त्याच्या आईला फोन करण्याचा प्रयत्न केला, पण ती झोपलीये असं तिला सांगण्यात आलं. तिनं मोलकरणीजवळ आपलं नाव दिलं आणि आपण फोन केला असल्याचं तिच्या मालकिणीला सांगण्याविषयी सूचना दिली. मग उम वालीदकडून फोन येईल म्हणून ती आशेनं वाट पाहत राहिली, पण तो आलाच नाही. त्या 'कडवट' रात्री काय घडलं हे तिच्या वडिलांना सांगावं का? ती त्यांना कसं सांगणार होती? ती काय बोलणार होती? की काहीच न बोलता ती लग्नाच्या दिवसापर्यंत ती गप्प राहणार होती? त्या दिवशी लोक काय म्हटले असते? की नवरदेवानं तिला नाकारलं होतं? 'नाही, नाही! वालीद असं काही भयंकर वागू शकणार नाही. तो बहुधा बेशुद्ध अवस्थेत कुठेतरी हॉस्पिटलमध्ये पडलेला असेल.' तिच्या मनात आलं तसा विचार करणं, हे त्यानं तिला अशा तऱ्हेनं टाकलं ह्या विचारापेक्षा हजारपटीने सुसह्य होतं!

सादीम गोंधळात तरंगत होती. वालीदकडून फोन येईल किंवा भेट होईल म्हणून वाट पाहत होती. तो शरण येऊन तिची माफी मागेल, अशी स्वप्नं रंगवत होती; परंतु तो भेटायलाही आला नाही की त्याचा फोनही आला नाही. काय घडलंय म्हणून तिच्या वडिलांनी तिच्याकडे चौकशी केली, परंतु तिच्याकडे उत्तर नव्हतं. तीन आठवड्यांनंतर वालीदचं उत्तर म्हणून आले घटस्फोटाचे कागद! ह्या भयंकर घटनेमागे काय आहे, हे तिच्याकडून जाणण्याचा तिच्या वडिलांनी बराच प्रयत्न केला; परंतु ती त्यांच्या बाहूत कोसळली आणि काही कबुली न देता रडू लागली. रागानं तिचे वडील वालीदच्या वडिलांकडे गेले. त्यांनी काही माहिती असल्याचं नाकारलं आणि आपल्यालाही त्यांच्यासारखा आश्चर्याचा धक्का बसल्याचं सांगितलं. वालीद त्याच्या वडलांना एवढंच म्हणाला होता की, त्याला आपल्या वधूची संगत सुखदायक वाटत

नव्हती आणि लग्न पूर्ण होण्याआधी करारनाम्याचा भंग करणं त्याला योग्य वाटत होतं.

सादीमनं आपलं गुपित सर्वांपासून दडवून ठेवलं. दुसरा धक्का बसेपर्यंत ती आपली जखम शांतपणे कुरवाळत बसली : विद्यापीठाच्या पहिल्या वर्षात ती आपल्या अर्ध्यापेक्षा अधिक विषयांत नापास झाली होती.

६

To : seerehwenfadha7et@yahoogroups.com
From : 'seerehwenfadha 7et'
Date : March 19, 2004
Subject : **Lamees, the One and Only**

त्या वहीच्या पानांवर मी माझं तारुण्य खुडून ठेवल्यासारखं मागे ठेवलं
आणि प्रकरणामागून प्रकरणात माझ्या हृदयाचे तुकडे विखुरले गेले.

माझी खरी ओळख उघड व्हावी म्हणून अनेक ई-मेल्स माझ्याकडे आल्या आहेत. मी लिहीत असलेल्या चार मुलींपैकी मी एक आहे का? आतापर्यंत मी गाम्राह आणि सादीम ह्यांच्यापैकी एक असण्याचा आलटून-पालटून अंदाज केला जातोय. फक्त एका माणसाला मी मिचैल्ली असेन, असं वाटतं; पण तो म्हणाला की ह्याची त्याला खात्री वाटत नाही, कारण मिचैल्लीचं इंग्लिश माझ्यापेक्षा चांगलं आहे.

अल् मदिना ह्या ज्ञानाच्या शहरातून आलेल्या हैथमच्या ई-मेलमुळे माझ्यावर गळा काढून रडण्याची वेळ आली. त्यात त्यानं माझ्यावर आरोप केलाय की, मी रियाधमधील 'बेदाऊनी' मुलींबाबत पक्षपात केलाय आणि त्याच्या 'लाडक्या' लामीसबाबत हेळसांड केलीये. तुम्ही लोक अशा तऱ्हेनं वागताय, जणू तुम्हाला माझ्या चार मैत्रिणी माझ्यापेक्षा जास्त चांगल्या माहीत आहेत. प्रिय हैथम, एवढा त्रास घेऊ नकोस. माझी आजची ई-मेल ही लामीसबाबतच आहे. फक्त लामीसबाबत!

जरी लामीस आणि तमादूर अगदी सारख्या दिसत असल्या तरी त्यांच्या स्वभावात, विचारात आणि कल्पनांत असलेल्या फरकामुळे त्या दोघी निराळ्या आहेत. हे खरं आहे की, त्यांनी प्राथमिक आणि माध्यमिक शाळेतले दिवस एकाच

वर्गात काढले. इतकेच नव्हे, तर उच्च माध्यमिक शाळा आणि विद्यापीठ ह्या ठिकाणीही त्या दोघी वैद्यकीय कॉलेजमध्ये शिकल्या; परंतु आपल्या अभ्यासातल्या गांभीर्यानं आणि कडक शिस्तीमुळे फक्त तमादूरच्या वाटणीला प्रोफेसरांचं कौतुक आलं. लामीस मात्र फक्त ए+ विद्यार्थिनी होती. तिची विनोदबुद्धी आणि सर्वांशी असलेल्या मैत्रीमुळे ती वर्गातल्या मुलींची आवडती होती. त्याबरोबरच ती अभ्यासातही चांगली श्रेणी सांभाळून होती. लामीसकडे जास्त धीटपणा होता आणि तमादूरपेक्षा प्रसंगावधान! तमादूर मात्र आपल्या बहिणीचं वर्णन करताना म्हणायची की, ती निष्काळजी, भयानक धीट, अविचारी आणि काहीशी भांडकुदळ आणि रंगेलपणा करणारी आहे.

त्यांचे वडील डॉक्टर असीम हिजाझी हे पूर्वी विद्यापीठातल्या फार्मसी कॉलेजचे डीन होते आणि त्यांची आई डॉ. फातिम खलील त्याच विभागात दुय्यम प्रशासक म्हणून काम बघत होती. डॉ. असीम आणि डॉ. फातिम ही दोघं त्यांच्या मुलींच्या यशाच्या आणि त्यांच्या विशेष विद्यालयीन प्रगतीच्या मागची गुरुकिल्ली होती. त्या जुळ्यांचा जन्म झाल्यापासून जेवढी शक्य होती तेवढी आईवडील म्हणून त्यांनी आपापली भूमिका वाटून घेतली होती आणि त्यांच्याकडे लक्ष पुरवण्याची ते काळजी घ्यायचे. त्यामुळे त्या दोन छोट्यांचा सर्व बाबतीत विचार केला जायचा आणि लागणारी दक्षताही घेतली जायची. तमादूर आणि लामीस नर्सरी, मग लहान मुलांची शाळा आणि मग वरच्या शाळेत जाऊ लागल्या, तसं त्यांच्या आईवडिलांचं लक्ष कमी होण्याऐवजी वाढलंच. त्याचप्रमाणे त्यांच्या मुलींच्या विद्यालयीन प्रगतीबद्दल त्यांच्या महत्त्वाकांक्षा पुढे वाढतच गेल्या.

त्या जोडप्याला फक्त या जुळ्या मुलीच होत्या आणि त्याही त्यांना पुष्कळ त्रास सोसल्यावर आणि वैद्यकीय मदत घेतल्यावर प्राप्त झाल्या होत्या. चौदा वर्षांच्या अवधीनंतर देवाच्या दयेनं त्यांना या सुंदर मुली प्राप्त झाल्या होत्या. त्यांनी मग आणखी मुलांसाठी प्रयत्न केला नाही, कारण ह्या वेळेपर्यंत आईचं वय वाढलं होतं आणि दुसऱ्या मुलाचा प्रयत्न करणं हे कदाचित तिच्या आणि भावी मुलाच्या प्रकृतीलाही वाईट ठरलं असतं.

सर्वांत वाईट असा प्रसंग लामीसच्या वरच्या वर्गाच्या अभ्यासक्रमात पहिल्या वर्षी घडला. ती, मिचैल्ली आणि तिच्या दोन मैत्रिणी ह्यांनी प्रचंड नियोजनबद्ध अशी व्हिडिओ फिल्म्सची अदलाबदल करण्याची योजना आखली. ठरल्या दिवशी प्रत्येकीनं चार फिल्म्स शाळेत आणल्या. कल्पना अशी होती की, शाळा संपली की सोळा फिल्म्स त्या आपापसात वाटून घेणार होत्या; परंतु दुर्दैवानं त्यांना गाठलं. त्या मुली शाळेत येतात तोच व्यवस्थापनानं सर्व वर्ग आणि प्रत्येकीची बॅग त्या दिवशी तपासायची ठरवल्याचं त्यांनी ऐकलं. काही मनाई केलेलं सामान त्यात नाही ना, हे

त्यांना बघायचं होतं. तशा सामानाची यादी मोठी होती आणि त्यात फोटो अल्बम्स, डायरीज, परफ्युम्सच्या बाटल्या, प्रणयकथांची पुस्तकं, गाण्याच्या कॅसेट आणि व्हिडीओ टेप्स होत्या.

कुणीतरी त्यांची चहाडी केली होती की, त्यांचा नेहमी पाठलाग करणारं ते दुर्दैव होतं, हे लामीसला कळेना! जेव्हा ही बातमी पसरली तेव्हा ह्या चार मुलींचा पार गोंधळ उडाला. ह्या अनपेक्षित घडामोडीमुळे त्या पार हादरून गेल्या. तो खरा अनर्थ होता. कारण हा प्रश्न काही एक-दोन टेप्सचा नव्हता, तर ही बाब सोळा टेप्सची होती! आणि तीसुद्धा शाळेच्या चार चमकदार विद्यार्थिनींकडे सापडल्याची होती! काय लज्जास्पद गोष्ट – आणि ह्या शक्यतेचा विचार एकीच्याही मनात आला नव्हता!

लामीसनं आपल्या वर्गमैत्रिणींकडून त्या टेप्स गोळा केल्या. त्या एका कागदाच्या मोठ्या बॅगमध्ये भरल्या आणि त्यांना तिनं नेहमीसारखं सहज वागायला सांगितलं. तिनं आत्मविश्वासानं सांगितलं की सर्व काही ठीक होईल; ती तो सर्व प्रकार व्यवस्थितपणे हाताळेल आणि प्रत्येक गोष्टीची काळजी घेईल.

मधल्या सुट्टीत तिने ती फुगलेली पेपर बॅग मुलींच्या प्रसाधनगृहात लपवण्याची जागा शोधण्यासाठी नेली; परंतु बॅग मोठी होती आणि ती बेमालूम लपविण्यासाठी तिला जागा सापडली नाही. तिला भीती वाटत होती की, शाळेतल्या कुणाही कर्मचाऱ्याला ती अकस्मात सापडेल आणि तो ती चोरेल किंवा ती घेऊन व्यवस्थापनाकडे जाईल. जर असं घडलं असतं, तर तिचा प्रश्न हा निव्वळ शाळेतला घोटाळा म्हणून मर्यादित राहिला नसता, आणि हे दसपट वाईट होतं. वर्गमैत्रिणींबरोबर तिच्यासाठी एक नवीच समस्या उभी राहणार होती. कारण त्यांच्यापैकी कोणालाच त्यांच्या टेप्स जप्त झालेल्या आवडणार नव्हत्या.

त्यानंतर लामीसने वर्गातल्या कपाटावर त्या दडवून ठेवण्याचा विचार केला, परंतु ती जागा सर्वांच्या दृष्टीसमोर होती आणि शोधाशोध करण्यासाठी ती अगदी समोरच होती. लामीस घायकुतीला आली होती. ही सर्व बाब लपाछपीच्या डोकेबाज खेळासारखी होती आणि तो अशा जागी खेळला जात होता की, ती जागा खेळ खेळण्यासाठी मुळीच योग्य नव्हती.

त्यानंतर मात्र त्यावरचं योग्य उत्तर तिच्या डोक्यात आलं. तिनं शिक्षकांच्या खोलीच्या दरवाजावर ठोकलं आणि आपल्या आवडत्या मिस हाना – ज्या केमिस्ट्री शिकवायच्या – त्यांना भेटण्याची इच्छा व्यक्त केली. मिस हाना दरवाजात आल्या. ह्या अचानक भेटीचं त्यांनी स्वागत केलं आणि लामीसनं धीटपणे आपल्या कठीण परिस्थितीची त्यांना कल्पना दिली. त्या शिक्षिकेच्या तोंडावरचं स्वागताचं हास्य मावळलं.

"शु बडीक?" मिस हाना खेदानं म्हणाली. "मग मी काय करावं असं तुला वाटतं लामीस? मला माझी इभ्रत सांभाळायची आहे. हे अशक्य आहे. मी ह्याबाबत तुला मदत करू शकत नाही!"

"जर का हे कार्यालयातल्या लोकांना समजलं, तर मी संपलेच!" लामीस विव्हळली.

"तुला काय वेड लागलंय? शाळेत फिल्म आणतेस, त्याही एकदम सोळा! तुला लाज वाटायला हवी."

मग आणखी काही वेळ हो-नाही केल्यावर शिक्षिकेनं ती भलीमोठी बॅग लामीसकडून घेतली. तोपर्यंत तिला वाचवावं ह्यासाठी ती क्षणभरही न थांबता सारख्या विनवण्या करत होती. बाईंनी ह्या संकट काळात लामीसचं चांगलं नाव डागाळणार नाही, ह्यासाठी शक्य असेल ते करण्याचं वचन दिलं.

दिवसाच्या जवळजवळ मध्यानंतर काही व्यवस्थापक स्त्री-अधिकाऱ्यांनी लामीसच्या वर्गावर धाड टाकली आणि सर्व विद्यार्थ्यांच्या शाळेच्या बॅग्ज तपासायला सुरुवात केली. त्यांनी मेजाचे खण आणि कपाटं पाहिली. त्या वरपासून खालपर्यंत मनाई केलेलं सामान धुंडाळत होत्या. काही मुलींनी आणलेल्या संगीताच्या कॅसेट्स किंवा परफ्यूमची बाटली, एखादा छोटा फोटो अल्बम किंवा पेजर *(हे १९९६मध्ये घडलं. त्या वेळेपर्यंत मोबाइल्स इतके लोकप्रिय झालेले नव्हते.)* हे आपल्या शाळेच्या गणवेषाच्या मोठ्या खिशात लपवले आणि त्या वर्गाच्या भिंतीला चिकटून उभ्या राहिल्या. लामीसच्या मैत्रिणींचे डोळे त्या तपासणाऱ्या स्त्रियांवर भीतीने खिळले होते. लामीसच्या बॅगमध्ये त्यांच्या फिल्म्स सापडतील, ह्याची त्यांना भीती वाटत होती.

शेवटच्या तासाला ऑफिसमधली एक मुलगी शाळेच्या माध्यमिक कक्षाच्या मुख्याध्यापिकेनं लामीसला भेटायला बोलावल्याचं सांगायला आली. लामीसनं आपलं डोकं खाली घातलं. अच्छा, 'मिस हाना!' तिनं विचार केला. 'म्हणजे ह्या सर्वांचा शेवट असा झाला तर? म्हणजे तू गेलीस आणि माझ्याबद्दल अशा रीतीनं सांगितलंस तर? तू घाबरलीस अशा तऱ्हेनं. तू वयानं एक मोठी शिक्षिका आणि असं दिसतं की, माझ्यापेक्षा तुलाच मुख्याध्यापिकेची जास्त भीती वाटते.'

लामीस न घाबरता मुख्याध्यापिकेच्या खोलीत ढांगा टाकत गेली. व्हायचं ते नुकसान झालं होतं आणि घाबरून काहीच फायदा होणार नव्हता; पण तिला अपमान झाल्यासारखं वाटत होतं. वाईट वर्तणुकीसाठी आज काही पहिल्यांदाच तिला मुख्याध्यापिकेच्या खोलीत बोलावलं गेलं नव्हतं.

"मग, लामीस, आम्ही तुझं काय करावं असं तुला वाटतं? गेल्या आठवड्यात तू केलंस ते पुरेसं नाही का? त्या वेळी वर्गात कोणत्या मुलीनं शिक्षिकेच्या खुर्चीवर लाल शाई टाकली होती, हे तू मला सांगितलं नव्हतंस."

लामीसनं मान खाली घातली. तिची वर्गमैत्रीण अवराद हिने दोन तासांच्या मधल्या वेळात आपल्या लाल फाउन्टनपेनच्या रिफीलमधून काही थेंब शिक्षिकेच्या खुर्चीवर टाकले होते. ते आठवून लामीस न राहवून हसली. शिक्षिका आत आली आणि जेव्हा तिनं ते लाल ठिपके आपल्या खुर्चीच्या चामड्याच्या बैठकीवर पाहिले तेव्हा ती पार घाबरली होती. ती काही क्षण थिजल्यागत उभी राहिली होती आणि विद्यार्थिनी हसू दाबण्याचा प्रयत्न करत होत्या. ''ह्या आधी कोणाचा तास होता मुलींनो?'' तिनं धाडस करून शेवटी विचारलं होतं.

त्या सर्वांनी एकाच सुरात उत्तर दिलं होतं, ''मिस निमत, मॅडम.''

ती वर्गातून घाईघाईनं आपली मैत्रीण मिस निमतला शोधण्यासाठी बाहेर पडली होती. सर्व मुलींना मिस निमत अजिबात आवडत नसे. ही शिक्षिका मिस निमतला तिच्या फिक्कट तपकिरी स्कर्टवरच्या 'रक्ताच्या' डागांबद्दल सांगण्यासाठी धावली होती. ही नक्कीच तिची महिन्याची 'ती वेळ' असावी, असं त्या शिक्षिकेला वाटलं. आपल्या मैत्रिणीला शाळेत तो लज्जास्पद डाग आपल्या स्कर्टवर असताना फिरण्याच्या अवस्थेतून आपण वाचवून तिच्यावर कृपा केली म्हणून काहीशा अभिमानानं ती जेव्हा परत फिरली, तेव्हा मुलींची पोटं हसून-हसून दुखू लागली होती.

त्या दिवशी मुख्याध्यापिकेसमोर आणल्यावर लामीसनं तिला रागानं उत्तर दिलं होतं, ''मिस इल्हाम, मी तुम्हाला सांगितलं की, माझ्या मैत्रिणींबद्दल मी चहाडी करणार नाही.''

''ही नकारात्मक भूमिका झाली लामीस. जर तुला आपली उत्तम श्रेणी टिकवायची असेल, तर तुला आमच्याशी सहकार्य करायला हवं. तू तुझी बहीण तमादूरसारखी का नाहीस?''

ह्या 'क्रूर' धमकीनंतर आणि नेहमीप्रमाणे तिच्या बहिणीशी तुलना करून राग आणणारे उद्‌गार काढल्यावर लामीसला त्या प्रसंगाबद्दल आईला सांगावं लागलं. डॉ. फातिम शाळेत मुख्याध्यापिकेला भेटायला आली. लामीसच्या आईनं तिच्या मुलीशी अशा तऱ्हेनं पुन्हा कधीही न बोलण्याबद्दल जरा जोरात सुनावलंच. जोपर्यंत ह्या माकडचेष्टेमागे लामीस स्वतः नव्हती, तोपर्यंत त्यांना तिच्या मैत्रिणींबद्दलची गुपितं सांगायला लावायचा कोणताही अधिकार नव्हता. लामीसला त्यांचा हेर म्हणून काम करायला लावण्याऐवजी खऱ्या गुन्हेगाराला त्यांनी स्वतः शोधणे हेच जास्त योग्य ठरलं असतं. त्यांचा हेर म्हणून काम करण्यामुळे लामीस स्वतःचा आत्मसन्मान आणि तिच्या वर्गमैत्रिणींचे प्रेम गमावणार होती.

हे खरं होतं की, तिच्या शिक्षिका ती तिची बहीण तमादूरसारखी का नाही, असं नेहमीच विचारायच्या; पण त्याची भरपाई म्हणून तिच्या मैत्रिणी तमादूरही तिच्यासारखी का नाही, असं विचारायच्या.

लामीसची खात्री होती की, ह्या वेळी तिची मुख्याध्यापिका जरा शांतपणे घेईल, कारण तिच्या आईच्या शेवटच्या भेटीला काही फार दिवस झालेले नव्हते. डॉ. फातिमकडे त्या शाळेवर दबाव पाडण्यासाठी काही प्रतिष्ठा आणि वजन होतं, कारण ती पाच वर्षांपासून मदर्स असोसिएशनची *(पीटीएचं सौदी रूप)* अध्यक्षा होती. तिनं शाळेच्या मदतीच्या कार्यक्रमासाठी बरीच मदत केली होती. त्याशिवाय ही वस्तुस्थिती होती की, तिच्या मुली शाळेतल्या उच्च श्रेणीच्या विद्यार्थिनींमध्ये मोडत होत्या आणि बऱ्याच वेळा स्थानिक विद्यालयीन स्पर्धांमध्ये भाग घेण्यासाठी त्यांची निवड व्हायची.

"तुला कळलंच असेल की, एक कागदी बॅग माझ्याकडे आलेली आहे" मुख्याध्यापिका ऑफिसमध्ये लामीसला म्हणाली. "तरीही मी तुला शिक्षा करणार नाही, असं मी मिस हानाला वचन दिलं आहे आणि मी माझं वचन पाळणार आहे. मी एवढंच करणार आहे की, ह्या सर्व फिल्म्स आज मी माझ्याबरोबर नेणार आहे आणि सर्व पाहून झाल्यावर मी तुला परत करणार आहे."

"त्या सर्व पाहणार? का? "

"तशा प्रकारच्या फिल्म्स त्यात नाहीत, ह्याची मी खात्री करणार आहे." तिनं लामीसला डोळा घातला.

किती हा तिचा आगाऊपणा! ती कोणत्या प्रकारच्या फिल्म्सबद्दल आरोप करत होती? प्रत्येक टेपवर त्या चित्रपटाचं नाव लिहिलेलं होतं. ते अगदी अलीकडचे अमेरिकन चित्रपट होते आणि तिला खात्री होती की, मिस इव्हान्सनं त्या प्रत्येकाबद्दल ऐकलं असणार. त्यात ब्रेव्ह हार्ट, द नटी प्रोफेसर आणि काही अशाच फिल्म्स होत्या. मुलींच्या भावांनी त्या दुबई, बहारिन किंवा रियाधमधल्या अमेरिकन वस्तीमधून, जिथं सेन्सॉर न झालेल्या फिल्म्स विकल्या जातात, तिथून आणल्या होत्या. ती काही लैंगिक टेप घेऊन आलेली नव्हती! 'कदाचित मिस इल्हामला त्या फिल्म्स गंमत म्हणून बघायच्या असतील; परंतु त्याऐवजी ती सरळसरळ त्या फिल्म्स उसन्या का मागत नव्हती?' लामीसच्या मनात आलं. परंतु काही झालं तरी जिनं लामीसला रोज हाल भोगायला लावले होते, त्या भयानक मुख्याध्यापिकेला त्या तिच्या फिल्म्स बघू देण्याचं सुख ती लाभू देणार नव्हती.

"मला माफ करा. त्या फिल्म्स माझ्या नाहीत. जर माझ्या मैत्रिणींना कळलं की, त्या जप्त झाल्यात तर त्या मला उभ्या सोलून काढतील, कारण त्यातल्या काही त्यांच्या भावांच्या आहेत."

"मग ह्या तुझ्या मैत्रिणी कोण आहेत? "

'अरे देवा!' लामीसच्या मनात आलं. 'ही बाई ह्या अशा तऱ्हेचे प्रश्न विचारण्याचं कधी थांबवणारच नाही का?'

"तुम्हाला माहीतच आहे, मॅडम की, मी ते तुम्हाला सांगू शकत नाही."

"तुझी समस्या अशी आहे लामीस की, तुला वाटतं, तुझ्या त्या छोट्या गुन्हेगार टोळीची तू पुढारी आहेस. त्यांनी काहीही चुकीचं कृत्य केलं तरी तू त्याचा दोष आपल्यावर घ्यायला तयार असतेस. तू तुझ्याबरोबर असलेल्या त्या मुलींची नावं मला सांग, नाहीतर मी त्या फिल्म्स जप्त करीन."

लामीसनं मुख्याध्यापिकेच्या बोलण्याचा काळजीपूर्वक विचार केला. "जर मी तुम्हाला त्यांची नावं सांगितली तर माझ्या मैत्रिणींना ते कळणार नाही, ह्याची खात्री तुम्ही देऊ शकाल का? मी त्यांच्याबद्दल सांगितलं हे त्यांना कधीही कळणार नाही आणि त्यांना शिक्षा होणार नाही, ह्याची ग्वाही तुम्ही द्याल का?"

"हो लामीस, मी ग्वाही देते."

लामीसनं आपल्या गुन्ह्यातल्या भागीदारांची नावं उघड केली, त्या फिल्म्स परत घेतल्या आणि शाळा सुटल्यावर त्या आठवड्याच्या सुट्टीमध्ये पाहण्यासाठी चौघीत वाटल्या. तिनं त्या कोणत्या ठिकाणी लपवल्या होत्या आणि ही एवढी मोठी बॅग तिनं कशी काय लपवली होती, हे त्यांना माहीत करून घ्यायचं होतं; पण लामीसनं नि:शंकपणे हसून तिचं नेहमीचं उत्तर दिलं : "अहो, मी लामीस आहे! एकमेवाद्वितीय!"

७

To : seerehwenfadha7et@yahoogroups.com
From : 'seerehwenfadha7et'
Date : March 26, 2004
Subject : **The Legends of Street No.5**

काही लेखकांच्या लेखनाची मी नक्कल करते, असा आरोप केलेला आहे. ते म्हणतात की, मी सर्वांच्या लिखाणातील कल्पना एकत्र करते आणि मग त्यांच्या निरनिराळ्या कल्पना घेऊन माझं एकत्रित असं विचित्र लिखाण तयार होतं. मला विचाराल, तर जर त्यांना तसं खरोखरच वाटत असेल की, मी त्यांनी उल्लेखलेल्या लेखनांची नक्कल करते, तर हा खरोखरच माझा फार मोठा सन्मान आहे. मी मात्र शपथेवर सांगते की, त्यांची नक्कल करायला मी अगदीच क्षुद्र आहे.

आमचा सौदी समाज निरनिराळ्या फळांचा रस एकत्र करावा तसे वेगवेगळे सामाजिक स्तर एकत्र आल्यासारखा वाटतो. त्यात एक स्तर दुसऱ्या स्तराशी अगदी निकडीची गरज असल्याशिवाय मिसळत नाही आणि मिसळतो तेसुद्धा घुसळण्याच्या प्रक्रियेनं! रियाधमधल्या 'मखमली'तले वरच्या वर्गातले लोक, हे त्या चार मुलींच्या दृष्टीने सर्व जग होतं; परंतु ते जग म्हणजे विद्यापीठाच्या जगाच्या विविधतेतला एक छोटा अंश होता.

जेव्हा त्या मुलींनी विद्यापीठात प्रवेश केला त्या वेळी पहिल्यांदा त्यांची ओळख दूरवरच्या प्रदेशातून आलेल्या मुलींशी झाली. त्या प्रदेशाबद्दल त्यांनी फारसं ऐकलेलं नव्हतं. अशा जर बृहन्-रियाधच्या बाहेरून आलेल्या मुलींची संख्या मोजली तर वर्गात प्रवेश घेणाऱ्या साठ मुलींमध्ये त्या निम्म्यापेक्षाही जास्त होत्या. जसजशी त्या मुलींशी तिची जास्त ओळख झाली, तसं लामीसला त्यांच्याबद्दल जास्तच कौतुक वाटू लागलं. त्या उत्साही, स्वतंत्र आणि खंबीर होत्या. राज्याच्या अंतर्भागातून

गर्ल्स ऑफ रियाध । ४१

आलेल्या आणि सार्वजनिक सरकारी शाळेतून पदवी घेतलेल्या ह्या मुलींना लामीस आणि तिच्या तीन मैत्रिणींना उत्तम सुखसोयींनी युक्त अशा शाळेतून मिळालेला आधार आणि साधनं ह्यांपैकी एक चतुर्थांश गोष्टीही मिळालेल्या नव्हत्या. तरीही त्या सरस ठरल्या होत्या आणि त्यांनी परीक्षेत सर्वांत जास्त मार्क्स मिळवलेले होते. त्यांचं इंग्रजी बव्हंशी कच्चं होतं, ही वस्तुस्थिती नसती तर तिच्या मैत्रिणींपेक्षा त्या वेगळ्या आहेत, असं कोणीही सांगू शकलं नसतं. फक्त त्यांचे कपडे साधेसुधे असायचे आणि त्यांच्यापैकी एकीनंही त्या चौघी जणी विकत घेत असलेल्या खास शिलाहच्या प्रसिद्ध ब्रँडबद्दल कधीच ऐकलेलं नव्हतं.

एक दिवस मिचैल्ली आणि लामीस चालल्या असताना त्यांच्या पाठीमागून येत असलेल्या मुलीनं लामीसच्या तोंडून त्या संध्याकाळी आपल्या दूरच्या बहिणीच्या लग्नात ती वापरणार असलेल्या, अंगप्रत्यंग दाखवणाऱ्या ड्रेसचं वर्णन ऐकलं मात्र, ती जोरजोरात देवाची क्षमायाचना करू लागली! सादीमनं तिला सांगितलं की, तिच्या वर्गातली एक मुलगी नेहमी म्हणायची की, ती आपल्या नवऱ्यासाठी बायको शोधतेय. विशेष म्हणजे तिनं त्याच्याशी फक्त एक वर्षापूर्वी लग्न केलं होतं. त्यामुळे प्रत्यक्ष नवरी भेटवस्तू म्हणून ती स्वत: त्याला देऊ शकेल. ह्यासाठी तिनं दिलेलं कारण होतं की, तिला घर स्वच्छ करायला थोडा वेळ हवा होता आणि जास्त फिक्कट झालेल्या आपल्या केसांच्या मुळांनाही तिला रंग देता आला असता. इतकंच नव्हे, तर मेहंदीनं छान कलाकृती काढून तिला हात सुंदर करता आले असते आणि त्याच्यासाठी सजूनधजून बसता आलं असतं आणि त्याच्या मुलाची आणि पुढे जन्माला येणाऱ्या मुलांची काळजी घेता आली असती. जेव्हा तिचा नवरा त्या दुसऱ्या बायकोबरोबर असेल तेव्हाच ती हे सर्व करू शकणार होती, असं ती म्हणाली होती.

त्या चार मुलींपैकी मिचैल्ली ही एकटीच अशी होती की, तिला ह्या अशा प्रकारच्या मुली आवडत नसत. त्यांच्याबरोबर खोल चर्चा आणि वादविवाद घालत बसण्यात तिला स्वारस्य नव्हतं आणि लामीस उघडउघड उत्साहानं त्यांच्याशी संबंध ठेवायची, हे तिला जराही पसंत नव्हतं. लामीस क्लूलेस ह्या सिनेमामधलं सर्वांचं आवडतं पात्र 'अलिसिया सिल्व्हर-स्टोनची' भूमिका रंगवतेय असा तिनं खासगीत आरोपही केला होता. त्या आडवयाच्या असताना ही त्या सर्वांची आवडती फिल्म होती. ती म्हणायची की, लामीस ही अगदी गावंढळ असलेल्या मुलींना सौंदर्याच्या आणि सुधारणेच्या मार्गाकडे घेऊन जात होती. त्यांच्यात आमूलाग्र बदल घडवून त्यांना लामीस किती श्रेष्ठ आहे ह्याचीच फक्त तिला जाणीव करून द्यायची होती.

मिचैल्ली जास्त नाखूश होती, कारण सादीमपण लामीसच्या ह्या आवडीत सहभागी व्हायची आणि त्या मुलींशी तिचं चांगलं जुळायचं. त्यांच्या त्या साधेपणासह त्या मुली अगदी नम्र होत्या, नाजूक होत्या आणि एक तऱ्हेनं सुसंस्कृतही होत्या.

त्यांच्या अकृत्रिम चांगुलपणामुळे सर्व जण त्यांच्याकडे आकर्षित व्हायचे. त्याचबरोबर त्यांच्याकडे असलेली 'विनोदबुद्धी' हे वैशिष्ट्य वरच्या स्तरातल्या समाजात पार नाहीसं झालेलं होतं.

एका बाजूला एखाद्याचा सामाजिक आणि आर्थिक दर्जा आणि दुसऱ्या बाजूला चांगला विनोद आणि मजेशीर व्यक्तिमत्त्व अशी अवस्था होती. ह्या दोन्ही बाजूंचं नातं व्यस्त होतं का? माणूस जाडा असेल तर गमतीदार असतोच, असं लोक नाही का गृहीत धरत! व्यक्तिश: मी ह्या असल्या गोष्टींवर विश्वास ठेवते. अप्रिय असणं, नीरस असणं, लोकांत अप्रिय असणं आणि खरोखर किळसवाणं असणं हे रोग श्रीमंतांत फार खोलवर पसरलेले आहेत. सुंदर स्त्रियांच्यात किती नीरसपणा असतो, विशेषत: वरच्या वर्गाच्या सुंदर स्त्रिया बघा, म्हणजे मी काय म्हणते ते तुमच्या लक्षात येईल.

विद्यापीठात लामीस आपण दुसऱ्या कोणत्या मुलीशी जवळीक करू लागली की, मिचैल्लीला ताबडतोब वाटणारा मत्सर तिला जाणवायचा. त्यांच्या पहिल्या वर्षाच्या पहिल्या टर्ममध्ये लामीस आणि सादीम ह्या पाच नंबरच्या पदपथावर *(किंवा ज्याला त्या 'चॅम्प्स' असं म्हणायच्या तिथं)* भेटायच्या. हे नाव त्यांनी 'चॅम्प्स एल्सीज' ह्या पॅरिसमधल्या रस्त्यावरून ठेवलं होतं, कारण त्या रस्त्यावरून चालत जात विद्यापीठातल्या मुली वर्गानंतरचा मधला रिकामा वेळ घालवायच्या. चॅम्प्स ओलैशाबद्दल एवढं सर्व ऐकल्यावर तो बघण्याचं त्या दोन मुलींचं स्वप्न होतं आणि तो तर आता इथं होता, पण पाच नंबरच्या गेटपुढे ठेवलेली जुनी लाकडी बाकं ह्यापेक्षा तिथं विशेष काही नव्हतं. ओलैशा कॅम्पस हे किंग सौद विद्यापीठातल्या कॅम्पसपैकी एक होतं. ह्या कॅम्पसमध्ये थोड्या कोलमडायच्या अवस्थेत असलेल्या जुन्या इमारती होत्या. हे प्रारंभी १९५७ मध्ये बांधलं गेलं होतं आणि त्या वेळी हे फक्त मुलांसाठीच होतं. त्यानंतर मुलांना एका नवीन भव्य, कॅम्पसमध्ये हलवण्यात आलं होतं आणि ओलैशा मुलींसाठी ठेवण्यात आलं. ओलैशा कॅम्पसमध्ये रस्त्यांवर सुकलेल्या खजुरांच्या अवशेषांचा थर असायचा. ह्या रस्त्याच्या दोन्ही बाजूला खजुराची झाडं होती, त्यावरून तो पडायचा. त्या जागेकडं एवढं दुर्लक्ष झालेलं होतं की, झुबक्यांनी लोंबत असलेल्या खजुरांनी कोणी आपल्याला गोळा करायला येईल, ह्याबद्दलची आशा सोडून दिली होती. जमिनीवर पडल्यावरही वर्षानुवर्षं त्यांच्याकडे दुर्लक्ष झालं होतं आणि कोणी त्यांना उचलायला येत नसे.

मिचैल्ली मालाझ कॅम्पसमधल्या आपल्या कॉलेजमधून एकदा खास 'चॅम्प्स ऑफ ओलैशा' बघायला आली असताना तिची पूर्ण निराशा झाली. ज्या नशिबामुळे तिला अमेरिकेतील विद्यापीठात राहायला न मिळता सौदीमधल्या विद्यापीठात जावं लागलं, त्या नशिबाला तिनं रडून दोष दिला. हा सर्व दोष खरंतर तिच्या आत्यांचा होता. तिच्या वडिलांच्या भोचक बहिणींनी या बाबतीत अगदी टोकाला जाऊन तिच्या

मोकळ्या मनाच्या वडिलांचं डोकं विपरीत कल्पनांनी भरवलं होतं. तिला एकटीने अभ्यासासाठी परदेशात जाऊ देण्याचे काय परिणाम होतील, ह्याबद्दल धोक्याची सूचना दिली होती. ज्या मुली अभ्यासासाठी बाहेर जातात, त्या परत आल्यावर त्यांच्याबद्दल वाईटसाईट बोललं जातं आणि त्यांना लग्नासाठी कोणीही मुलगा मिळत नाही, असं तिच्या आत्यांनी सांगितलं होतं. सर्वांत दुःखद गोष्ट म्हणजे तिचे अत्यंत सुशिक्षित असलेले वडील ह्या हास्यास्पद आणि मूर्ख बोलण्याला बळी पडले होते!

पाच नंबरच्या रस्त्याच्या बाजूला असलेल्या पदपथाची अनेक गुपितं होती. त्यांचा संबंध आख्यायिका असलेल्या विद्यार्थ्यांशी जोडलेला होता. त्याबद्दल अनेक गोष्टी सांगितल्या जायच्या. त्यातल्या काही खऱ्या तर काही फारच मीठमसाला लावलेल्या होत्या. त्यातली एक प्रसिद्ध गोष्ट एखाद्या वणव्यासारखी ओलैशा कॅम्पसमधल्या विद्यापीठात पसरलेली होती. ती गोष्ट होती अरवाची. ती विद्यार्थिनी आपल्या सुंदर नाकडोळ्यांबद्दल प्रसिद्ध होती. तिच्या छोट्या केसांमुळे आणि पुरुषी चालीमुळे ती इतरांपेक्षा वेगळी वाटायची. प्रत्येकीचं अरवावर लक्ष असायचं, कारण सगळ्या तिला घाबरून राहायच्या. एका मुलीनं शपथेवर सांगितलं की, एक दिवस तिनं अरवाला पाच नंबरच्या बाजूच्या पदपथावर बसलेलं पाहिलं होतं. पुरुषांच्या आत घालायच्या लांब विजारीचं टोक तिच्या काळ्या स्कर्टमधून बाहेर दिसत होतं. दुसऱ्या एका विद्यार्थिनीला खात्री होती की, तिच्या मैत्रिणीनं अरवाला दुसऱ्या एका मुलीच्या कमरेभोवती संशयास्पद रीतीनं हात घातलेल्या अवस्थेत पाहिलं होतं. सादीम म्हणाली की, जेव्हा ती अरवाबद्दल गप्पा मारत होती, त्या वेळी अरवाला तिच्या जवळून चालत असताना पाहून ती भीतीनं अर्धमेली झाली होती. त्या आधी कधी ती अरवाला भेटलेली नव्हती. जेव्हा दुसरी मुलगी तिला म्हणाली की, भिंतीला टेकून उभी असलेली आणि सादीमवर दृष्टी खिळवून असलेली, चेहऱ्यावर गूढ हास्य असलेली ती मुलगी अरवाशिवाय दुसरी कोणीच नव्हती; तेव्हा आपण कोणत्या अडचणीत स्वतःला अडकवलं हे तिच्या तत्काळ लक्षात आलं.

"मुलींनो, तुम्हाला असं वाटतं का की तिनं माझं बोलणं ऐकलं असेल? जर ऐकलं असेल तर आता ती मला काय करील?" सादीमनं आपल्या मैत्रिणींना विचारलं. तिच्या कपाळावर घामाचे बिंदू जमले. तिच्या मैत्रिणींनी ह्यापुढे तिनं कॅम्पसच्या आवारात एकटीनं फिरू नये, अशी ताकीद दिली. कारण ह्याबद्दल खात्रीच होती की, अरवाच्या खास यादीत तिचं नाव गेलं होतं. खात्रीनं गेलं होतं.

"देव तुझं रक्षण करो सादुमाह! चार नंबरच्या इमारतीपासून दूर राहा, कारण ती सर्वांत जुनी आणि फार दूर आहे. असं म्हणतात की, तिथं जाणाऱ्या मुलींना, अगदी प्रत्येकाला अरवा दबा धरून पकडते. कारण ती जागा इतकी दूर आणि एकाकी आहे

की, जरी कुणी मुलगी किंचाळली किंवा तिचे तुकडेतुकडे झाले तरी कुणालाही ऐकू येणार नाही किंवा कळणार नाही.''

अरवा समलिंगी! अरे देवा! तिनं खरोखर ओलैशामधून पदवी घेतली होती का? मी तिच्याबद्दल बराच काळ काही ऐकलेलं नाही. अरवा ही आता कथा झाली आहे, ह्या प्राचीन आणि आदरणीय कॅम्पसमधील इतर कपोलकल्पित कथांसारखी!

पहिल्या टर्मनंतर लामीस आणि तमादूर मालाझमध्ये असलेल्या स्त्रियांच्या कॅम्पसमधल्या सायन्स शाखेकडे गेल्या. तिथं मिचैल्ली आधीपासूनच कॉम्प्युटर शाखेमध्ये शिकत होती. ही व्यवस्था फक्त एका टर्मपुरती होती. त्यानंतर त्या स्त्रियांसाठी असलेल्या वैद्यकीय कॉलेजमध्ये जाणार होत्या. तेसुद्धा मालाझमध्ये होतं. तिथं त्या दोन वर्षांसाठी असणार होत्या. त्यानंतर त्यांना पुन्हा हलावं लागणार होतं. ते किंग खलीद युनिव्हर्सिटी हॉस्पिटलला ट्रेनिंग पुरं करण्यासाठी हे त्यांचं शेवटचं ठिकाण होतं. त्यांच्या ह्या शैक्षणिक प्रणालीच्या मार्गातल्या या शेवटच्या स्थानकाबद्दल इतर मुलींना त्यांचा हेवा वाटायचा, कारण त्याच हॉस्पिटलमध्ये अभ्यास करण्यासाठी आपापल्या कॉलेज ऑफ मेडिसिनमधून, तसंच कॉलेज ऑफ डेन्टिस्ट्री, फार्मसी आणि अप्लाईड मेडिकल सायन्समधून पुरुष-विद्यार्थी यायचे.

सरतेशेवटी मुलांमुलींनी मिसळायचे हा विचारच काहींच्या दृष्टीने एक सुंदर स्वप्न होतं. ह्यात मुलगे आणि मुली दोघंही होते. काही जणी ह्या कॉलेजमध्ये आल्या होत्या, ते मुख्यत: त्याच कारणास्तव! जरी ह्या मिसळण्याची त्या उत्सुकतेने अपेक्षा करत होत्या तरी त्यावर अगदी कडक बंधन असायचं. पुरुष डॉक्टर्स वैद्यकीय विद्यार्थिनींना शिकवायचे आणि पुरुष विद्यार्थ्यांना स्त्री रोग्यांना तपासायची परवानगी दिली जायची; परंतु पुरुष आणि स्त्री विद्यार्थ्यांना एकाच वर्गात किंवा एकाच विश्रांतीकक्षात सहभागी व्हायची परवानगी नसायची. स्त्री-पुरुषातल्या भेटी ह्या काहीशा योगायोगाच्या आणि क्षणिक असायच्या आणि तेही दोन तासांच्या मधल्या सुट्टीत किंवा प्रार्थनेच्या वेळी. *(हे खरं होतं की, पुरुष-विद्यार्थ्यांचं प्रार्थनास्थळ हे रूढीनुसार स्त्री-विद्यार्थिनींच्या प्रार्थनास्थळाजवळ असायचं.)* झटकन नजर टाकणं किंवा चोरून कटाक्ष टाकणं हे हॉस्पिटलमध्ये चालताना किंवा लिफ्टमधून जाताना चालायचं. तरीही काहीच नसण्यापेक्षा हे बरं होतं.

८

To : seerehwenfadha7et@yahoogroups.com
From : 'seerehwenfadha7et'
Date : April 3, 2004
Subject : **On Those Who Do Not Marvel at theMarvellous**

ही ई-मेल अकारण उशिरा पाठवल्याबद्दल अगदी सुरुवातीलाच मी तुम्हा
सर्वांची क्षमा मागते. मला अगदी जोरदार फ्ल्यू झाला होता. त्यामुळे काल– शुक्रवारी
मला लिहिणं शक्य झालं नाही. त्यामुळे तुम्हाला माझी ई-मेल शनिवारी मिळतीये.
अब्दुल्ला, माझ्यावर रागवू नकोस, कारण मी तुझी शुक्रवारची दुपार¹³ उदासवाणी
केली. माझ्या ई-मेल्सनं शुक्रवारचा तुझा कंटाळा हलका करण्याची तुला सवय
झालेली आहे. मला क्षमा कर. (आणि बरं का, मी तुझे आभार मानते, कारण ही सर्व
लफडी– कुलंगड्यांची शृंखला सुरू केल्यापासून मला ई-मेल करणारी तू पहिली
मुलगी आहेस.) कारण मी तुला सबंध दिवस बँकेत गप्पा मारण्यासाठी ह्या शनिवारी
काही विषय दिला नाही. मला माफ कर रैद, हे मजेशीर माणसा, कारण मी तुझ्या
आठवड्याच्या कामात गोंधळ केला. आज कोणता दिवस असावा ह्याबद्दल तुला
साशंक केलं आणि कोणती तारीख आहे ह्याबद्दलही. त्यामुळे शनिवारी सकाळी
बहुतेक तू कामावरच गेला नाहीस आणि तुझ्या दिनक्रमात घोटाळा झाला आणि हे
सर्व का घडलं, तर माझ्या उशिराच्या ई-मेलमुळे!

मी माझ्या गालावर लावलेल्या लालीवरून ब्रश फिरवलाय आणि माझ्याजवळ
काकडीच्या लोणच्यानं भरलेली ताटली आहे. ह्या वेळी मला काहीतरी खायला हवं
असतं, त्यामुळे मी जे काही ह्या ई-मेलमध्ये लिहिणार आहे, त्याची तीक्ष्ण चव मला
आठवत राहील.

---

१३. सौदी अरेबियामध्ये आठवड्याची सुट्टी ही गुरुवार आणि शुक्रवारी असते.

गाम्राहनं आपल्या नव्या आयुष्याशी जुळवून घेतलं. तिला हे नक्की कळलं होतं की, रशीदचं तिच्याशी वागणं हे अचानक त्याच्या जीवनात आलेल्या पत्नीची लाज वाटणं किंवा तिच्यासमोर शरम वाटल्यामुळे नव्हतं. त्यापेक्षाही ते काहीसं जास्त होतं. त्याच्या वागणुकीला काही नाव देण्याची तिची इच्छा नव्हती. तथापि काही शब्द मनात घुमत होते. त्यामुळे तिला वेदनाही होत होत्या. माझा नवरा, ज्याच्यावर मी प्रेम करते, तो माझा तिरस्कार करतो. त्याला मला घालवून द्यायची इच्छा आहे.

ते शिकागोला आल्यावर काही आठवड्यांनंतर आणि रशीदची तिचा आळशीपणा आणि ती फ्लॅटमधून कधी बाहेर पडत नाही ह्याबद्दलची कुरकुर जरा जास्त बोलकी झाल्यावर गाम्राह घरच्या वस्तू खरेदी करण्यासाठी दर आठवड्याच्या शेवटी एकटीच बाहेर जाऊ लागली. रशीद स्वत: तिला मोटार चालवायला शिकवण्यास तयार नव्हता; परंतु परकी भाषा बोलणाऱ्या शिक्षकाचं बोलणं तिला समजू शकेल आणि तो शिक्षक तिचं मोडकंतोडकं इंग्रजी समजू शकेल, ह्याबद्दल त्याला विश्वास नव्हता. त्यामुळे त्यानं त्याच्या एका अरब मित्राच्या बायकोकडे मदतीची याचना केली. तिनं गाम्राहला शुल्क घेऊन मोटार कशी चालवायची ते शिकवण्याचं ठरवलं. गाम्राह ओळीनं तीनदा 'ड्रायव्हिंग टेस्ट'मध्ये नापास झाल्यावर रशीदनं ती शिकवणी थांबवली. तिला जे काम करायचं असेल त्यासाठी सार्वजनिक वाहनातून जाण्याबद्दल त्याने तिला निक्षून सांगितलं.

ती बाहेर जाताना एक लांब ओव्हरकोट घालायची आणि केस झाकण्यासाठी हिजाब[१४] वापरायची. तिचे कपडे हाही काही दिवसांनंतर नवऱ्याच्या त्राग्याचा विषय झाला : "तू इथल्या इतर स्त्रियांप्रमाणे साधे कपडे का वापरत नाहीस? तू ज्या गोष्टी वापरतेस त्यांनी तू मला माझ्या मित्रांसमोर लाज आणतेस आणि तरीही मी तुला माझ्याबरोबर बाहेर का नेत नाही म्हणून तू आश्चर्य करत्येस!"

गाम्राह काय किंवा तिची आई काय, दोघींनाही तो इतका का वैतागतो हे तिला नीटपणे समजू शकत नसे. ही नेहमीची चिडचिड आणि त्याला वाटणारा ताणतणाव ह्यामागचं कारण काय होतं? तिला दु:ख होत होतं आणि तिची कुचंबणाही होत होती! तरीही हे लग्न टिकावं, निदान आहे तसं चालू राहावं, ह्यासाठी काहीही करायला गाम्राह तयार होती.

क्वचित उगवणाऱ्या त्या दिवसांपैकी एकदा जेव्हा ती दोघं घरी होती त्या वेळी गाम्राहनं नवऱ्याजवळ सिनेमाला जाण्याचा लकडा लावला आणि सरतेशेवटी तो कबूल झाला. सिनेमाला गेल्यावर आणि त्याला दोन 'सीट' मिळाल्यावर तिनं बसण्याआधी आपला कोट आणि हिजाब काढून त्याला आश्चर्याचा धक्का दिला. तिनं

---

१४. इस्लाममध्ये हिजाब हे एक तऱ्हेचं डोकं झाकण्याचं कापड असतं. त्यानं स्त्रीचे केस आणि मान झाकली जाते.

लाजत हसून त्याच्याकडे पाहिलं आणि त्या 'निर्णायक' क्षणी त्याचे काय विचार चालले असावेत, हे जाणण्याचा प्रयत्न केला. त्याने तिरक्या नजरेने टक लावून तिच्याकडे पाहिलं आणि काही सेकंदानंतरच तो म्हणाला, "ते सर्व काढून टाकल्यामुळे तू काही सुंदर दिसणार नाहीस. तेव्हा ते पुन्हा घाल."

लग्नाच्या आधी वाङ्निश्चयाबद्दल आणि आपल्या नवरदेवाबद्दल तिला खूप आनंद झाला होता. त्यात वधूसाठी लेबनॉनमधून आलेल्या सुंदर वस्तू आणि घरात कोणत्याही मुलीला मिळाला नव्हता एवढा मेहरही तिला मिळाला होता. तसा नवरदेवही छानच होता. एकूण काय, तर एक चांगला मासा तिच्या गळाला लागला होता. हे सर्व इतकं होतं की, त्यामुळे गाम्राहच्या मनात शंकेला वावच नव्हता; परंतु आता अनेक शंका निर्माण झाल्या होत्या आणि त्याहूनही अनेक प्रश्न होते.

'जर मी त्याला नको होते, तर त्यानं माझ्याशी का लग्न केलं?' गाम्राहनं वेळोवेळी स्वत:ला हा प्रश्न विचारला. तिने आपल्या आईला विचारलं की, रशीदच्या कुटुंबीयाकडून त्याला तिच्याशी लग्न करण्याची सक्ती केली गेली असं सुचविणारं काही कानावर आलं होतं का? पण ह्याला काही अर्थ होता का की एखादा पुरुष तो बाकी कसाही असला तरी पूर्णत: पुरुष असलेल्या अगदी कितीही भाग पाडणारी कारणं असली तरी त्याला स्त्रीशी लग्न करण्याची जबरदस्ती होऊ शकेल?

लग्नाआधी गाम्राहनं रशीदला एकदाच पाहिलं होतं आणि तेही शौफ्याच्या दिवशी. तो दिवस भावी वधूला पाहण्याचा कायदेशीर दिवस होता. तिच्या घराण्याच्या रीतिरिवाजाप्रमाणे वाङ्निश्चय झाल्यावर करारनाम्यावर सही होण्याआधी वधूला बघण्याची परवानगी नव्हती. तसंच सह्या करणे आणि प्रत्यक्ष लग्न समारंभ ह्यात दोन आठवड्यांपेक्षा जास्त अवधी नव्हता. तेव्हा गाम्राह आणि रशीदच्या आईनं आपसात असं ठरवलं की, रशीद ह्या मधल्या काळात नवरीला भेटणार नाही. त्यामुळे तिची लग्नासाठीची तयारी चालू असताना त्यात अडथळे येणार नाहीत. हे सर्व गाम्राहच्या दृष्टीनं तर्कशुद्ध होतं. फक्त तिला हे जरा विचित्र वाटलं होतं की, रशीदने तिच्याजवळ फोनवर बोलण्यासाठी तिच्या वडिलांची परवानगी मागितली नव्हती. त्याद्वारे हल्लीच्या दिवसांत जसे इतर तरुण करतात तशी त्याचीही तिच्याशी नीट ओळख झाली असती.

गाम्राहनं ऐकलं होतं की, बहुतेक सर्व तरुण हल्लीच्या दिवसांत आपल्या वाग्दत्त वधूशी करारनाम्यावर सह्या होण्याआधी फोनवर ओळख करून घेण्याचा आग्रह धरतात; परंतु तिच्या सनातनी घराण्याच्या रूढीत हे बसत नव्हतं. त्यांच्या दृष्टीनं लग्न म्हणजे – ते नेहमी जसं म्हणायचे – सुरीवर ठेवलेल्या कलिंगडासारखं आहे. तुमच्या पदरात काय पडेल हे तुम्हाला कधीच माहीत नसतं. तिच्या मोठ्या बहिणीचं, नफ्लाहचं कलिंगड जरा जास्तच गोड निघालं होतं आणि तिचं आणि

तिची बहीण हिस्साहचं कलिंगड हे सुकलेलं आणि रिकाम्या भोपळ्यासारखं होतं.

गाम्राह रशीदच्या कठीण व्यक्तिमत्त्वाच्या पैलूंची यादी करू लागली आणि ती वाढतच गेली. एखाद्या बर्फाच्या पर्वतावरून गडगडत येणाऱ्या मोठ्या गोळ्यांप्रमाणे वाढतवाढत तिचं प्रमाण राक्षसी झालं. गाम्राहचा शोध चालूच होता. ती प्रत्येक तपशील मनात तपासत होती आणि तो तिच्यावर असा रागराग का करत होता, ह्याची खरी कारणं शोधत राहिली. हे अगदी उघड होतं की, त्याला तिचा तिरस्कार वाटत होता. त्याच्या ह्या तिरस्कारामागचं कारण काय, ह्याबाबत गाम्राह गोंधळून गेली होती. ह्या सर्व महिन्यांत तिनं संतती-नियमनाच्या गोळ्या घ्याव्यात, ह्यावर त्यानं भर दिला होता आणि तिला मात्र त्याच्यापासून मूल व्हावं अशी फार इच्छा होती. मग ह्यामागचं कारण काय होतं?

तिच्या लग्नाला काही महिने झाल्यावर खरे आणि गंभीर संशय तिच्या हृदयाला आणि आत्म्याला जाणवू लागले. रशीद तिला जसं वागवत होता ते काही तिचे वडील तिच्या आईला वागवायचे त्याहून जास्त वेगळं नव्हतं; परंतु महम्मद तिच्या बहिणीला नफ्लाहला वागवायचा त्याहून वेगळं होतं आणि खलिद- तिची बहीण हिस्साहला निदान लग्नाच्या सुरुवातीला वागवायचा त्याहून वेगळं होतं. त्याचा अमिराती शेजारी आपल्या बायकोला वागवायचा त्याहून तर संपूर्णतः वेगळं होतं. त्यांचं लग्न रशीद आणि गाम्राहच्या लग्नाच्या सहा महिनेच आधी झालेलं होतं.

जरी तिचा नवरा तिच्याशी आडदांडपणे आणि उद्धटपणे वागायचा, तरी गाम्राह त्याच्यावर प्रेम करायची. ती त्याच्यावर आसक्त होती, कारण तिचे भाऊ, वडील आणि काका सोडले तर तो पहिला पुरुष होता ज्याच्या संगतीत तिनं वेळ घालवला होता. तो पहिला पुरुष होता ज्यानं पुढे होऊन तिचा हात मागितला होता आणि त्याद्वारे जणू त्यानं तिला असं वाटायला लावलं होतं की, ह्या जगात एक कोणी होतं ज्याला माहीत होतं, कदाचित ज्याला कौतुक वाटत होतं की, ती ह्या जगात आहे. गाम्राहला हे कळत नव्हतं की, ती रशीदवर प्रेम करत होती ते तो प्रेम करायच्या लायकीचा होता म्हणून की ती त्याची बायको होती, त्यामुळे त्याच्यावर प्रेम करणं तिचं कर्तव्य होतं म्हणून? आता ह्या संशयानं तिला ग्रासून टाकलं होतं. त्यामुळे तिला झोपेचा त्रास होऊ लागला होता आणि त्यामुळे दिवसाही त्याचा तिच्यावर परिणाम होत होता.

एक दिवस ती 'अल् खय्याम' ह्या केडझी ॲव्हेन्यूवरील अरब सामानाच्या दुकानात खरेदी करत असताना तिनं त्या दुकानाच्या मालकाला प्रसिद्ध इजिप्शियन गायक उम कुल्थमबरोबर गाताना ऐकलं. तो त्यात अगदी आनंद घेत होता, हे अगदी उघड होतं आणि त्या संगीतानं आलेल्या कैफात तो पार बुडाला होता. गाम्राहनं ते दुःखी स्वर ऐकले आणि ते शब्द तिच्या हृदयात खोल असलेल्या जखमेला भिडले.

अचानक मनात आलेल्या कल्पनेनं तिचे डोळे पाण्यानं भरले. 'रशीद दुसऱ्या कोणाच्या प्रेमात पडलेला नसेल ना?'

जेव्हा गाम्राह नवीन वर्षाच्या सुट्टीत रियाधला गेली तेव्हा रशीद तिच्याबरोबर गेला नाही. तिनं जवळजवळ दोन महिने आपल्या कुटुंबाबरोबर काढले. मनातून ती आशा करत होती की, रशीद त्याला एकटं राहण्याचा कंटाळा आल्यावर तिला परत येण्याबद्दल सांगेल; परंतु त्यानं तिला बोलावलंच नाही. खरं सांगायचं, तर तिच्या मनानं घेतलं होतं की, तो अशी आशा करत असणार की, ती रियाधमध्येच राहील आणि पुन्हा कधीही परत येणार नाही. प्रत्येक दिवशी त्याच्या बर्फासारख्या थंडपणामुळे त्यानं तिला आधीच शेकडो वेळा भोसकून ठार केलं होतं! त्याला जिंकण्यासाठी तिनं सर्व प्रयत्न करून पाहिले होते; पण त्याचा उपयोग झाला नव्हता. सिंह राशीच्या माणसाचा हट्टीपणा आणि चुकारपणा, ह्याचा रशीद हा एक उत्तम नमुना होता.

लामीस ही नेहमीच त्यांच्या छोट्या शिल्लाहसाठी ज्योतिषशास्त्रातली सल्लागार होती. बैरूतवरून ती सौर राशीचक्रातल्या चिन्हांप्रमाणे पुस्तकं आणायची. मग प्रत्येक मुलीला लामीस त्यांच्या राशीप्रमाणे तिच्या व्यक्तिमत्त्वातले गुणदोष आणि त्यांचं कोणकोणत्या चिन्हांशी कितपत जुळेल आणि इतर गोष्टी ती सांगायची. असं ठरलेलं होतं की, कोणत्याही आणि कशाही प्रकारच्या नातेसंबंधांची सुरुवात करण्याआधी लामीसचा सल्ला घ्यायचा. म्हणूनच वाङ्‌निश्चयाच्या काळात गाम्राहनं तिची रास मिथुन आणि रशीदची सिंह असल्याने त्यांच्यात कितपत जुळेल याबाबत तिचा सल्ला घेतला होता. सादीमही जेव्हा मेष राशीच्या वालीदने तिला लग्नासाठी मागणी घातली तेव्हा लामीसकडे सल्ल्यासाठी गेली होती. अगदी मिचैल्ली, जिनं ह्या अशा बाबतीत फारसा उत्साह कधीच दाखवला नव्हता; तिला जेव्हा कळलं की, फैझलची रास कर्क आहे तेव्हा तिनंही ताबडतोब लामीसशी संपर्क साधला होता. त्यांच्यातलं नातं किती यशस्वी ठरेल याबद्दल तिला त्या क्षेत्रांतल्या तज्ज्ञ लोकांकडून ऐकायचं होतं.

गाम्राहचं लग्न होण्याआधी आणि ती शिकागोला जाण्याआधी लामीसनं तिला तिच्या अमूल्य अशा राशीचक्राच्या पुस्तिकेची प्रत काढून दिली. गाम्राह ती पुन:पुन्हा वाचायची आणि जे तिला लागू पडतं असं वाटायचं, त्याखाली खूण करायची.

मिथुन राशीची स्त्री ही आकर्षक आणि मोहक असते आणि तिच्या सौंदर्याने लोक पागल होतात. ती उत्साही आणि आनंदी असते आणि प्रेमाच्या बाबतीतही ती आपल्या सहनशीलतेचे छोटे खजिने वापरून राज्य करते. ती अगदी छांदिष्ट, लहरी आणि कल्पनाशक्तीचा अभाव असलेली स्त्री असते. ती कोणत्याही एका जागी किंवा एका व्यक्तीशी स्थिर राहत नाही. ती भावनाप्रधान असते. खरंतर तिला योग्य माणूस

भेटला की त्या उफाळतात. असा योग्य माणूस जो तिच्या हृदयाचे, मनाचे आणि शरीराचे समाधान करू शकेल. असे असले तरी मिथुन राशीची स्त्री ही गुंतागुतीच्या स्वभावाची असते. ती पटकन रागावणारी असते आणि तिला अनेक चिंता असतात; परंतु ती नेहमीच उत्साह देणारी आणि मनोरंजन करणारी असते आणि जे तिला ओळखतात त्यांना कंटाळा म्हणजे काय ते माहीतच नसते.

सिंह राशीचा पुरुष हा व्यवहारी, हुशार आणि पैशाबाबत काळजीपूर्वक वागणारा असतो. ज्यात काही फायदा नाही असे खेळ खेळून वेळ वाया घालवणे त्याला आवडत नाही. तो काहीसा भित्रा आणि पटकन प्रतिक्रिया देणारा असतो आणि काहीसा अहंमन्य आणि हट्टी असतो. जेव्हा तो रागावतो तेव्हा गर्जना करतो. सिंह राशीचे प्रेम काहीसे मत्सरी आणि आपल्या प्रिय व्यक्तीबाबत मालकी हक्क सांगणारे असते; परंतु ही व्यक्ती काहीशी उदार आणि उतावळी असते. एखाद्या ज्वालामुखीसारखा तो प्रेमाचा लाव्हा पुढे ओतत असतो. ज्या स्त्रीवर तो प्रेम करतो तिने डोळे बंदच करायला हवेत. तिच्या वैयक्तिक व्यवहारात त्याने लुडबुड केली तरी तिने दु:खी होऊ नये आणि तिने प्रमाणाबाहेर जाऊन गोष्टी वाढवू नयेत. जर त्याला तिचा आज्ञाधारकपणा आणि निष्ठेबद्दल थोडाही संशय आला तर सिंह राशीचा माणूस आपली खुनशी बाजू दाखवायला कमी करत नाही.

त्यातलं सगळ्यांत वाईट वाक्य लग्न होण्याआधी तिनं वाचलं होतं. ते म्हणजे, मिथुन राशीची स्त्री आणि सिंह राशीच्या पुरुषात अनुरूपता ही 'पंधरा टक्क्यांपेक्षा' जास्त नसते.

मिथुन राशीची स्त्री आणि सिंह राशीचा पुरुष ह्यांच्यात एकवाक्यता आणि मिलाफ सापडणं अगदी कठीण आहे. ते ठरावीक काळापर्यंत एकत्र काम करू शकतात, तेसुद्धा व्यावहारिक यश मिळावे ह्यासाठी! भावनिक संबंधाबद्दल म्हणाल, तर सर्वांत उत्तम काळातही ते बेताचेच असतात. ते संबंध कोंडलेलेच राहतात. त्यामुळे एकमेकांबद्दल नावड उत्पन्न होते आणि ह्या सर्वांचा शेवट नि:संशय अपयशात होतो.

तिच्या लग्नाआधी ह्या ओळी वाचताना गाम्राह पुटपुटायची : ''जरी त्यातल्या काही गोष्टी खऱ्या ठरल्या तरी बऱ्याच गोष्टी पार खोट्या आहेत.'' परंतु आता ती त्या ओळी जास्त विश्वासानं वाचायची. त्या वेळी तिला रियाधमधली आपली नॉर्थ आफ्रिकन आचारी आठवायची. ती तिच्यासाठी कॉफीच्या कपातल्या आतल्या बाजूवरून भविष्य वाचायची. काळ्या टर्कीश कॉफीच्या झालेल्या निरनिराळ्या

आकारांवरून ती अर्थ शोधायची. त्या आचारीण बाईने तिचा तळहात बघितला आणि ती म्हणाली होती की, तिचं रशीदशी लग्न हे कुटुंबातल्या माहीत असलेल्या लग्नांपैकी सर्वांत यशस्वी ठरेल, हे दिवसाइतके उघड सत्य आहे आणि तिला बरीच मुलं होतील. ती त्या मुलांचे वर्णनही तिच्याजवळ करायची. जणूकाही तिला त्यांचे नाक-डोळे त्या कपाच्या आत कॉफीच्या डागांत किंवा तिच्या तळहाताच्या घडीत दिसायचे.

तिच्या मनात औजा बोर्डचा विचार आला. ह्या बोर्डवर किशोरवयात आपल्या तीन मैत्रिणींबरोबर ती खेळली होती. मिचैल्लीनं तो बोर्ड तिच्या एका अमेरिकेच्या ट्रीपवरून परत येताना आणला होता. त्या बोर्डनं तिला सांगितलं होतं की, ती एका तरुण माणसाशी लग्न करेल. त्याच्या नावाचं आद्याक्षर 'र' असेल आणि ती त्याच्याबरोबर प्रवास करून परदेशात जाईल. तिला तीन मुलगे आणि दोन मुली होतील. तिनं हाताच्या हलक्या बोटानं स्पर्श केलेला तो छोटा काचेचा तुकडा त्या अक्षरं लिहिलेल्या खेळाच्या बोर्डावर त्या रात्री अंधारात फिरला आणि तिला एकापाठोपाठ एक आपल्या मुलांची नावं त्यानं दाखवली.

गाम्राहनं आपल्या डोक्यात ट्युमरसारखे वाढणारे दुष्ट विचार काढून टाकण्याचा प्रयत्न केला. स्वत:ला शांत करण्यासाठी तिनं रियाधमध्ये आपल्या आईला फोन लावला आणि तिला जिरीश कसं करायचं ते विचारलं. तो एक परंपरागत चालत आलेला सौदी अन्नप्रकार होता. ती तो पदार्थ शिजेपर्यंत फोनवर बोलत राहिली. त्यात तिला आपल्या नातेवाइकांच्या आणि शेजाऱ्यांच्या ताज्या बातम्या मिळाल्या. तसंच नाफ्लाहच्या लहान खोडकर मुलांबद्दल काही गोष्टी आणि हेस्साहची तिचा नवरा खलिदबद्दलची सहनशक्ती हा नेहमीचा चर्चेचा विषय होता.

९

To : seerehwenfadha7et@yahoogroups.com
From : 'seerehwenfadha7et'
Date : April 9, 2004
Subject : **Treasure in a Poem**

माझ्याकडे गेल्या आठवड्यात रागारागाने अनेक ई-मेल्स आल्या. काही जण रशीदच्या क्रूरपणाबद्दल रागावले होते. अन्य गाम्राहच्या दुर्बलतेवर रागावले होते आणि उरलेले बरेच माझ्यावर रागावले होते. ते सौर राशींबद्दल, औजा बोर्डबद्दल आणि कॉफीच्या कपात भविष्य वाचण्याबद्दल रागावले होते. बऱ्याच जणांचा त्यावर विश्वास नव्हता.

ठीक आहे, मी तुमचा राग मान्य करते आणि मान्य करतही नाही. जसं तुम्ही बघता आणि पुढे पाहाल, मी एक साधी मुलगी आहे. ठीक आहे, थोडीशी वेडपट, पण अगदी थोडी! मी केलेल्या प्रत्येक कृतीचं मी विश्लेषण करत नाही आणि ती निषिद्ध गोष्ट असेल किंवा सामाजिक आणि धार्मिक कायद्यांच्या विरुद्ध असेल तरी त्याची काळजी करत नाही. मी एवढंच म्हणते की, मी अगदी परिपूर्ण असल्याचा दावा कधीच करत नाही. (जसा काही लोक करतात.)

माझ्या मैत्रिणी ह्या आदर्श उदाहरणं आहेत आणि ती उदाहरणं खरोखरच चांगली आहेत, कारण ती आपण सर्व काय आहोत ते सांगतात. काही जण हेतुपुरस्सर त्यांच्या कथा आपल्याला काय सांगतात, ह्याकडे दुर्लक्ष करतात; तर काही त्यांच्याकडे दुर्लक्ष करतात. मला लोक नेहमी सांगतात, 'तू जग सुधारू शकत नाहीस आणि तू माणसांनाही बदलू शकत नाहीस.' त्यांच्या म्हणण्यात तथ्य आहे; परंतु मी इतरांप्रमाणे प्रयत्न सोडणार नाही माझ्यात आणि इतरांच्यात फरक आहे. ज्याप्रमाणे हादिथ[१५] प्रेषित महम्मदचे शब्द (त्याला शांती लाभो) सांगतात, 'कृत्यं

१५. हादिथ हा प्रेषित महम्मदच्या म्हणींचा संग्रह आहे.

ही त्याच्या मागच्या हेतूनं मोजली जातात.' परमेश्वर माझं लिखाण चांगलं कृत्य म्हणून ठरवू दे, कारण त्यामागे माझा हेतू चांगला आहे. जर का हे कुणाला आधी समजलं नसेल तर मला पुन्हा सांगू दे. 'मी काही पूर्णत्वाचा दावा करत नाही!' मी माझं अज्ञान आणि दोष कबूल करते, परंतु 'ॲडमचं प्रत्येक मूल चुका करतं आणि जे चुका करतात त्यांच्यापैकी जे सर्वोत्तम असतात त्यांनाच पश्चात्ताप होतो.' मी माझ्या चुका सुधाराव्या आणि मला सुधारावं ह्यासाठी खूप प्रयत्न करते. ज्यांना माझ्यात दोष दिसत असेल त्यांनी मागे वळून पाहावं आणि मला सरळ करण्यासाठी धडपड करण्याआधी त्यांनी स्वत:ला सरळ करावं.

आपल्या पापांबद्दल इंटरनेटवर वाचल्यावर सर्वांना पश्चात्ताप व्हावा. त्यांना दडलेली एखादी जीवघेणी गाठ सापडावी आणि काही घाणेरडे नमुने मायक्रोस्कोपखाली दाखवल्यावर ती त्यांनी काढून टाकावी. माझ्या मैत्रिणींच्या समस्या ई-मेलमधून मांडण्यात मला काही गैर वाटत नाही. त्यामुळे इतरांचा फायदा होईल – ज्यांना जीवनाच्या शाळेत शिकण्याची संधी मिळाली नाही. ती शाळा, ज्यात माझ्या मैत्रिणी अगदी विशाल दरवाजातून आत शिरल्या होत्या, तो प्रेमाचा दरवाजा! जरी आपण सर्व आपलं ध्येय एकच असल्याचं मान्य करतो – हे ध्येय म्हणजे आपला समाज सुधारायचा आणि प्रत्येकाला चांगला माणूस बनवायचं – तरी मला वाटतं त्यानुसार दुसऱ्याच्या मार्गात अडथळा आणणं आणि एकमेकांना कमी लेखणं ही खरी आणि लाजिरवाणी कृत्यं आहेत.

'व्हॅलेंटाईन डे'च्या दिवशी मिचैल्लीनं लाल शर्ट घातला आणि त्याला शोभणारी हँडबॅग बरोबर घेतली. इतर बऱ्याच विद्यार्थिनींनी तसंच केलं होतं. इतक्या प्रमाणात की, त्यामुळे तो सबंध कॅम्पस कपडे, फुलं आणि भरलेल्या प्राण्यांमुळे लालभडक दिसत होता. त्या काळात तो सण म्हणजे एक नवीन खूळ होतं आणि पुरुषांना तो सण आवडायचा. ते रस्त्यात फेऱ्या घालून दिसेल त्या प्रत्येक मुलीला त्यांचे फोन नंबर्स लाल गुलाबांच्या देठाभोवती गुंडाळून देण्यासाठी थांबवत होते. मुलींनाही ते आवडलं होतं, कारण त्यांनी नेहमी सिनेमात जसं पाहिलं होतं त्याप्रमाणे अखेर कोणीतरी त्यांना लाल गुलाब द्यायला सापडलं होतं. धार्मिक पोलिसांनी अशा 'प्रेमाच्या' सणांवर बंदी घालण्यापूर्वी हे सर्व घडलं होतं. तो दिवस म्हणजे सेंट व्हॅलेंटाईन डे. इस्लाम धर्माप्रमाणे इथं फक्त दोनच सुट्ट्या किंवा ईद आहेत. एक रमझानच्या महिन्यानंतर येणारा ईद– अल् फित्र आणि दुसरी मक्केच्या यात्रेच्या दिवसानंतर येणारी ईद– अल् अधा. सौदी लोकांनी 'व्हॅलेंटाईन डे' साजरा करायला सुरुवात केली ती १९९०सालच्या पुढील दशकात– त्याबद्दल लेबनॉन आणि इजिप्तच्या सॅटेलाईट टीव्ही-वाहिन्यांवरून प्रसिद्धी मिळाल्यानंतर. जे कोणी फुलं विकणारे दुकानदार आपल्या गिऱ्हाइकांना बाहेरच्या

देशातून चोरून आणलेल्या मालाप्रमाणे लाल गुलाब अत्यंत गुंतागुंतीची गुंडाळी करून देतील त्यांना शिक्षा आणि दंड करण्याची सुरुवात होण्यापूर्वी हे सर्व घडलं होतं. जरी या उत्सवाला सौदी अरेबियात बंदी होती तरी 'मदर्स डे' किंवा 'फादर्स डे' ह्यावर बंदी घातलेली नव्हती. जरी त्या दोन्ही कल्पनांमागचं तत्त्वज्ञान हे एकच असलं तरी आमच्या प्रदेशात प्रेमाला नको असलेल्या पाहुण्यासारखं वागवलं जायचं.

फैझलचा शोफर विद्यापीठाच्या प्रवेशद्वाराजवळ फैझलची 'व्हॅलेंटाईन डे'ची भेटवस्तू देण्यासाठी मिचैल्लीची वाट पाहत होता. ही भेटवस्तू म्हणजे एक सुकलेल्या लाल गुलाबांनी आणि हृदयाच्या आकाराच्या लाल मेणबत्त्यांनी भरलेली करंडी होती. त्यात मध्यभागी एक छोटं, काळं अस्वल गुलाबी रंगाचं हृदय घेऊन बसलेलं होतं. त्या हृदयावर दाब दिला की, बॅरी मॅनिलोच्या गाण्याचे स्वर 'तुझ्याशिवाय हसू शकणार नाही' तरंगत बाहेर येत.

मिचैल्ली रमतगमत आपल्या 'लेक्चर हॉल'कडे गेली. आपण कुणीतरी खास असल्यागत तिला वाटत होतं. तिनं अगदी प्रेमानं आपल्या मैत्रिणींकडे पाहिलं. जेव्हा तिनं त्या भेटवस्तूंबरोबर फैझलने पाठवलेल्या कार्डावरची कविता वाचली, तेव्हा त्यांची हृदयं मत्सरानं विदीर्ण झाली. त्यांना खरोखर इतका हेवा वाटला होता की, त्यांच्यापैकी काहींनी दुसऱ्या दिवशी बाहुल्या, भरलेली अस्वलं आणि फुलं आणली. त्यांना हे सिद्ध करायचं होतं की, घरी परतल्यावर त्यांनाही तिच्यासारख्या आश्चर्यचकित करणाऱ्या भेटवस्तू मिळाल्या होत्या.

त्या दिवशी बऱ्याच मुलींनी हरवलेल्या प्रेमाबद्दल अश्रू ढाळले किंवा त्यांच्या जुन्या प्रेमाबद्दल दुखवटा व्यक्त केला. अनेक भेटवस्तू जप्त करण्यात आल्या आणि ज्या मुलींनी लाल रंगाचे कपडे किंवा त्याबरोबरीच्या वस्तू वापरल्या होत्या त्यांना शपथ घ्यायला लावली गेली की, त्या पुढच्या वर्षी अशा तऱ्हेनं वागणार नाहीत. त्या नंतरच्या येणाऱ्या वर्षांत मुली कॅम्पसच्या दरवाजातून आत येण्याआधी जिथं आपले बुरखे काढू शकतील, अशा ठिकाणी त्यांच्या कपड्यांची तपासणी केली जायची. अशा तऱ्हेनं एखादी मुलगी दोषी आढळल्यास तपासणी-अधिकारी-स्त्री त्या मुलीला तिच्या कारच्या शोफरच्या ताब्यात द्यायची. त्या मुलीने अंगावर काहीही लाल घातल्याचा गुन्हा सापडला – मग अगदी तो केसांचा बँड असला – तरी तिला ताबडतोब घरी पाठवलं जायचं.

परंतु फैझलनं मिचैल्लीला पाठवलेल्या भेटी त्या रोमांचकारी प्रणय-कवितेबरोबर संपल्या नव्हत्या. घरी परत जाताना जेव्हा ती ते मऊ, काळं अस्वल एका हातातून दुसऱ्या हातात फिरवत होती आणि फैझलचा 'बुल्गारी' हा छान सुगंध – जो त्यानं त्या अस्वलावर शिंपडला होता – त्याचा वास घेत असताना तिला अचानक त्या

अस्वलाच्या छोट्या कानात घातलेली हृदयाच्या आकाराची हिऱ्याची कर्णभूषणं नजरेस पडली. ती त्यानं त्याच्या सुंदर, छोट्या मिचैल्लीच्या कानासाठी अस्वलाच्या कानात घातली होती.

१०

To : seerehwenfadha7et@yahoogroups.com
From : 'seerehwenfadha7et'
Date : April 16, 2004
Subject : **When Grief Becomes Pleasure**

तो तिला एक दिवस म्हणाला, तिनं त्याला समजून घ्यावं एवढीच पुरुषाची स्त्रीकडून अपेक्षा असते आणि त्यावर स्त्रीनं त्याच्या कानात जोरात उत्तर दिलं की, पुरुषानं तिच्यावर प्रेम करावं एवढंच स्त्रीला हवं असतं.

सॉक्रेटिस

ज्या अनेक टीका-टिप्पणी माझ्या ई-मेलच्या पेटीत गर्दी करत आहेत त्यांपैकी बऱ्याच मी मृत कवी निझा क्वाब्बानीच्या कवितेच्या ओळी वापरल्याबद्दल माझ्यावर भयंकर टीका करत आहेत. मी त्याच्या कवितेचा उल्लेख माझ्या पहिल्या ई-मेलमध्ये केला होता. देवाला त्याच्यावर दया करण्याबद्दल सांगितलं होतं. मी क्वाब्बानीचा उल्लेख अगदी साध्या कारणानं केला होता : मी ज्याच्याशी तुलना करू शकेन असं दुसरं काहीही समर्पक नाहीये. ज्यात त्याच्याइतका साधेपणा आणि स्पष्ट वक्तृत्वशक्ती आहे अशी एकही आधुनिक कविता मी वाचलेली नाही. जे तीस ओळींची 'क्वासीडा' लिहितात आणि ज्यात ते कशाविषयीही बोलत नाहीत, अशा आधुनिक कवींबद्दल मला कधीच काही वाटलं नाही किंवा माझ्यावर त्यांची काही छापही पडलेली नाही. अविरत दुःखाच्या पार्श्वभागावरील त्या चिघळलेल्या जखमेतून निघणाऱ्या घाणीबद्दल वाचण्यात मला काही सुख वाटत नाही. मी निझारच्या फक्त आवश्यक असलेल्या ओळींशी सहमत आहे. अशा ओळी की, ज्या आधुनिक कवींपैकी, त्यांच्यात साधेपणा असूनही (त्यांचा योग्य तो मान राखून मी म्हणते की) त्या कोणी रचू शकलेला नाही.

गर्ल्स ऑफ रियाध । ५७

सादीम शाळेत नापास झाल्यावर – अर्थात त्याचं प्रत्येकाला फारच मोठं आश्चर्य होतं, कारण शिक्षणात ती अगदी हुशार होती – तिच्या वडलांनी सुचवलं की, मजा करण्यासाठी दोघांनी लंडनला जावं; परंतु सादीमनं त्यांच्या साऊथ केन्सिंग्टनमधल्या फ्लॅटमध्ये एकटं जाऊन राहण्याबद्दल त्यांना विचारलं. ती म्हणाली की, काही काळ तिला एकटीलाच घालवायचा होता. थोडंसं कां कू केल्यावर तिचे वडील तयार झाले आणि त्यांनी तिला आपल्या काही मित्रांचे पत्ते आणि फोन नंबर्स दिले. त्यांचे हे मित्र कुटुंबीयांसह इंग्लंडमध्ये उन्हाळा घालवत होते. जर तिला काही बदल हवासा वाटला, तर तिनं त्यांच्याशी संपर्क साधावा, रिकाम्या वेळात स्वत:ला गुंतवण्यासाठी एखादा कॉम्प्युटरचा किंवा इकॉनॉमिक्सचा कोर्स करावा अशी त्यांनी तिला आग्रहानं सूचना केली. त्यामुळे रियाधमधल्या कॉलेजमध्ये परत आल्यावर तिच्या दूर जाण्याचा तिला असा फायदा होईल.

सादीमनं आपली 'जखम' आपल्या कपड्यांबरोबर बांधून घेतली आणि ती जगातल्या त्या धुळीच्या राजधानीतून निघून धुक्याच्या राजधानीकडे रवाना झाली. लंडन हे काही तिला नवं नव्हतं. उन्हाळ्याचा शेवटचा महिना तिथं घालवायचा, हा त्या कुटुंबाचा नेहमीचा वार्षिक प्रघात होता. लंडन ह्या वेळी मात्र वेगळं होतं. आता ते भलंमोठं चांगल्या हवेचं ठिकाण होतं, जिथं सादीमनं वालीदबरोबरच्या अनुभवानंतर उद्भवलेल्या आणि तिला त्रास देणाऱ्या मानसिक आजारापासून सुटका करण्यासाठी आश्रय घेतला होता.

हीथ्रो विमानतळावर विमान उतरण्याआधी सादीम बाथरूममध्ये गेली. तिनं आपला अबाया आणि डोक्यावरचा रुमालही काढला. त्यामुळे तिचं टाईट जीन्स आणि टी-शर्टमध्ये असलेलं प्रमाणबद्ध शरीर दिसू लागलं. तिच्या मुलायम चेहऱ्यावर हलका गुलाबी रंग होता. थोडासा मस्कारा आणि ओठांवर थोडासा लिप ग्लॉस लावलेला होता.

रियाधमधल्या उष्णतेतून आल्यावर लंडनमधल्या उन्हाळी पावसात चालणं सादीमला नेहमीच भावत होतं; पण ह्या वेळी तिच्या अंगावर कोसळलं होतं ते दु:खच! लंडन म्हणजे फक्त अंधार आणि विमनस्कता, असं तिला वाटलं; ते तर तिच्या मनाच्या स्थितीप्रमाणे अगदी उदास आणि ढगाळ होतं. ते निस्तब्ध अपार्टमेंट आणि तिची ती रिती उशी, ह्यामुळे तिच्या दु:खात भरच पडली. तिच्या कल्पनेपेक्षाही जास्त अश्रू निर्माण होऊन तिनं त्यांना वाट मोकळी करून दिली.

सादीमनं बराच काळ रडण्यात घालवला. इतके अश्रू ढाळले की, तिचे डोळे चुरचुरायला लागले. ते अश्रू होते तिच्यावर जो अन्याय झाला होता त्याचे! ज्या अंधारात ती गुरफटली होती त्या अंधारानं तिच्या स्त्रीत्वावर लागलेल्या कलंकाचं कफन चढवलं होतं. ती रड रड रडली. आपलं पहिलं प्रेम, ज्यात काही सुख

सापडण्याआधीच, सुरुवातीलाच जे जिवंत गाडलं गेलं होतं, त्याच्याबद्दल दुखवटा करत राहिली. ती रडली आणि प्रार्थना करत राहिली; करतच राहिली; ती प्रार्थना करत होती ती अशा आशेनं की, तिच्या ह्या परिस्थितीत देव तिला काही मार्ग दाखवेल. कारण तिची समजूत घालायला किंवा पुन्हा आश्वासन द्यायला तिला आई नव्हती. तिच्या ह्या कठीण दिवसांत तिच्या बाजूला मदतीसाठी उभी राहायला बहीण नव्हती. तिच्यात आणि वालीदमध्ये त्या शेवटच्या रात्री ते एकत्र असताना काय घडलं, हे वडिलांना सांगावं की नाही हे अजूनही तिला कळत नव्हतं. का हे गौप्य मरणापर्यंत तिला तसंच ठेवायला हवं होतं?

देवाची क्षमा मागायची एवढंच आता तिच्या हातात उरलं होतं. एका पाठोपाठ एक अशा प्रार्थना ती मोठ्याने म्हणत होती. देवाला विनंती करत होती की, त्या हलकट वालीदने आपण तिच्याशी तलाक का घेतला हे जगात सांगून तिची बदनामी करू नये. तिला असं टाकल्यावर तिच्या नावाला काळिमा फासला जाईल, असं काही त्याने म्हणू नये. "अल्ला! माझं रक्षण कर. त्याच्या दुष्टपणापासून मला वाचव! अल्ला, मला तुझ्याशिवाय शरण जायला दुसरं कोणी नाही आणि माझ्या परिस्थितीबाबत तू पूर्ण ज्ञानी आहेस."

ह्या अशा कठीण घडीला सादीमला दु:खी, क्लेशदायी आणि विरही गाण्यांचं वेड लागलं. सर्व आयुष्यात जेवढी दु:खद गाणी ऐकली नव्हती तेवढी लंडनमधल्या त्या आठवड्यात तिनं ऐकली. कधी ती अरबी गवयांचं शास्त्रीय प्रेमगीत ऐकायची. ती प्रणय आणि विषादानं भरलेली असायची. त्यामुळे तिचं हृदय भरून यायचं आणि तिला बरंही वाटायचं.

ती गाणी तिला दु:खात बुडवून टाकायची आणि एखाद्या उबदार, स्वच्छ बिछान्यात गुंडाळून टाकल्यासारखी करायची. जसेजसे दिवस जाऊ लागले तशी ही गाणी आराम वाटावा, बरं वाटावं म्हणून ती ऐकत राहिली नाही, तर तिच्या पहिल्या प्रेमाच्या अपयशामुळे आलेल्या दु:खाच्या गुंगीत स्वत:ला बुडवून टाकण्यासाठी ऐकत राहिली. तिला आलेला हा अनुभव ज्यांनी प्रेमात काही गमावलंय किंवा ज्यांची प्रतारणा झालीये अशा अनेक प्रेमिकांसारखा होता. जिथं वेदनेत सुख मिळतं अशी एक तऱ्हेची दु:खातून सुख मिळवण्याची कसोटी होती. दु:खद धक्का आपल्याला सुविचारांचा एक तंबू तयार करायला लावतो, ज्यात आपण बसतो आणि बाहेरून जाणाऱ्या आयुष्याची तात्त्विक चर्चा करतो. आपलं रूपांतर एखाद्या मृदू आणि अति संवेदनशील व्यक्तीत होतं आणि अगदी छोट्या विचारानंही आपल्याला रडू फुटतं. आपली दुखावलेली हृदयं दुसऱ्या भावनिक धक्क्याच्या भीतीनं शहाणपणाच्या एकाकी तंबूत राहतात आणि पुन्हा दुसऱ्या कुणाच्या प्रेमात पडण्याचं टाळतात. एक दिवस दुसरा बदाऊनी येतो. तो त्या तंबूच्या दोऱ्या नीट कशा करायच्या दाखवतो.

जेव्हा हा दुसरा मनुष्य जवळून जात असतो, आपण त्याला थोडी कॉफी घ्यायला बोलवतो आणि त्याला तिथं बसवून ठेवतो. अगदी थोड्या वेळासाठी! त्यामुळे आपल्या दु:खी एकान्तवासात थोडी ऊब मिळेल असं वाटतं; परंतु दुर्दैवानं हा दुसरा माणूस शेवटी तिथं राहायला लागतो; बऱ्याच काळासाठी आणि आपल्याला कळण्याआधीच आपला शहाणपणाचा तंबू दोघांभोवती खाली कोसळतो! आणि मग आपली अक्कल मूळ पदाला येते.

दोन आठवडे त्या अपार्टमेंटमध्ये एकान्तवासात काढल्यावर सादीमनं दुपारचं जेवण बाहेर घ्यायचं ठरवलं. गल्फमधून आलेल्या घोळक्यानं गजबजलेलं नाही, असं रेस्टॉरंट ती शोधून काढू शकली. ह्या स्थितीत असताना तिच्या मनावरचा ताण हलका करू शकेल, असा सौदी तरुण तिला तिथे भेटेल, अशी तिची अपेक्षाच नव्हती.

त्या रेस्टॉरंटमध्ये तिला तिच्या अपार्टमेंटच्या चार भिंतीत असल्यापेक्षा फारसं काही चांगलं वाटलं नाही. त्या 'हश' रेस्टॉरंटमधलं वातावरण त्याच्या नावात सुचवल्याप्रमाणे ते अगदी शांत आणि रसिलं होतं. सादीमच्या मनात विचार आला की, एखाद्या संसर्गजन्य रोगानं पछाडल्यामुळे तिच्या कुटुंबानं तिचा त्याग केलाय आणि अशा स्थितीत ती इथं आलीये. तिथं ती मुकाट्याने आपलं जेवण करत होती, त्या वेळी तिच्या बाजूला असलेली जोडपी मेणबत्तीच्या प्रकाशात बोलत आणि कुजबुजत होती. सादीमला वालीदबरोबरच्या त्या काव्यमय जेवणांची आणि ज्या तऱ्हेने त्यांनी मधुचंद्राचे बेत केले होते त्याची आठवण झाल्याशिवाय राहिली नाही. त्याने तिला बाली बेटांवर न्यायचं वचन दिलं होतं आणि मधुचंद्र संपल्यावर रियाधला परत येण्याआधी त्यांनी लंडनमध्ये बरेच दिवस घालवावे, असं तिनं सुचवलं होतं. कारण कित्येक वर्षं ती ज्या ठिकाणी एकटी जात होती त्या जागांना जो कुणी भावी नवरा असेल त्याच्याबरोबर जाण्याची स्वप्नं तिनं रंगवली होती.

तिनं ह्याबाबत सर्व योजना आखली होती. ती त्याला व्हिक्टोरिया आणि अल्बर्ट, टेट आणि तूसाँ संग्रहालयात घेऊन जाणार होती. जरी वालीदला कलेमध्ये तिच्याइतकं स्वारस्य नव्हतं तरीही लग्न झाल्यावर ती त्याच्या स्वभावात बदल घडवून आणेल असा हिशेब तिनं मनाशी केला होता. जसं ती त्याला सिगारेट ओढण्यापासून परावृत्त करणार होती अगदी तसंच! त्याच्या ह्या सवयीचा तिला फार राग यायचा. ते ड्रेकॉट अव्हेन्यूवरच्या इत्सूमध्ये सफरचंदापासून बनवलेली शोगा पिणार होते, सुशी खाणार होते आणि तिच्या फ्लॅटजवळच्या दुकानातल्या बेल्जियन चॉकलेट क्रेप्समध्ये ते स्वत:ला हळूहळू बुडवून टाकणार होते वगैरे. ती त्याला लेबानीज रेस्टॉरंट, इशबिलीयाला प्रयोगांना घेऊन जाणार होती आणि अर्थात, ब्रायटनमधल्या बोटीच्या सहलीवर न्यायला विसरणार नव्हती. त्यांच्या लंडनच्या वास्तव्याच्या शेवटी ती

त्याला 'स्लोन स्ट्रीट'वर खरेदीसाठी घेऊन जाणार होती. ती त्याला तिच्यासाठी अगदी आधुनिक फॅशनचे कपडे आणि त्याला मॅच होणाऱ्या इतर वस्तू घ्यायला लावणार होती. लग्नाआधी तिला मिळणाऱ्या मेहरमधील आगाऊ रकमेतून तिच्यासाठी आधुनिक फॅशनचे कपडे आणि त्याला मॅच होणाऱ्या इतर वस्तूंची खरेदी रियाधमध्ये न करता ती खरेदी ती त्याला लंडनमध्ये करायला लावणार होती. गाम्राहच्या आईने तिला असंच करण्याचा सल्ला दिला होता. असं सगळं ठरवलेलं होतं.

ह्या आठवणी आता किती त्रासदायक होत्या! तिचा लग्नाचा आधुनिक पोशाख आणि लग्नासाठीचा सुंदर बुरखा (जो पॅरिसहून तिच्यासाठी खास बनवलेला होता) हे सर्व आताही तिच्या रियाधमधल्या कपड्यांच्या कपाटातून डोकावत होतं आणि जेव्हाजेव्हा ती कपाट उघडायची, तेव्हातेव्हा ते वाकुल्या दाखवून तिची चेष्टा करायचे. जणूकाही तिच्यातला काही भाग अजूनही वालीदच्या परत येण्याची वाट पाहत होता; परंतु तो परत येणार नव्हता. तिच्या लग्नाचे हे कपडे तिच्या प्रियकराच्या नीच मानसिक पातळीचे आणि तिरस्करणीय स्वभावाचे कुरूप आणि सदैव हजर असलेले साक्षीदार होते.

दुसऱ्या दिवशी सकाळी तिने एका अरबी पुस्तकांच्या दुकानाला भेट दिली. तिनं तुर्की अल्-हामदच्या दोन कादंबऱ्या विकत घेतल्या – अल्-अदमा आणि अल्-शेमैसी. ही दोन्ही पुस्तकं एक चाळिशीतला माणूस विकत घेताना तिनं पाहिलं होतं. तिने त्याचबरोबर गाझी अल्-हुसैबीचं शिक्वात अल् होरैया किंवा फ्रीडम्स नेस्ट विकत घेतलं. तिनं एका उपग्रह-वाहिनीवर काही वर्षांपूर्वी त्यावरची टी.व्ही.-मालिका पाहिली होती आणि तिला ती फार आवडली होती. ती घरी बसनं परतली तेव्हा तिच्या वडिलांच्या आवाजातला निरोप तिला मिळाला. त्यांनी सांगितलं की, तिची लंडनच्या एका बँकेत, जिच्याबरोबर ते नेहमी व्यवहार करायचे तिथं उन्हाळ्याच्या सुट्टीत प्रशिक्षणार्थी म्हणून व्यवस्था केलेली होती. एका आठवड्यात त्याची सुरुवात होणार होती.

तिला ही कल्पना आवडली. उन्हाळ्याच्या सुट्टीत काम केल्यामुळे स्वातंत्र्यात आणि स्वतःमध्ये काही सुधारणा करण्यात भर पडणार होती. आता विकत आणलेली ती पुस्तकं आणि बँकेतलं काम ह्यापलीकडे उन्हाळ्यासाठी तिच्याकडे काही बेत नव्हते. होय, एक गोष्ट होती : तिनं बरोबर आणलेल्या सिग्मंड फ्रॉईडच्या मार्गदर्शक तत्त्वांच्या मानसशास्त्राच्या पुस्तकांच्या मदतीने अभ्यास करायचा. त्यामुळे वालीदच्या व्यक्तिमत्त्वाचं ती चांगलं पृथक्करण करू शकणार होती आणि ज्या काही कारणांमुळे तिचा दोष नसताना त्याला घटस्फोटाकडे वळावंस वाटलं ती कारणं ती स्पष्टपणे समजू शकणार होती.

तिनं आता आणलेली पुस्तकं वाचणं हा आनंदाचा भाग होताच; परंतु त्यानंतर

काय वाचावं ह्याची तिला कल्पना नसल्यामुळे ती काहीशी निराश झाली. तिला असं वाटलं की, सुसंस्कृत आणि बुद्धिमान व्यक्तीनं वाचावीच अशा पुस्तकांची यादी आपल्याकडे असायला हवी होती.

अल्-क्वसैबी आणि अल्-हमाद ह्या कादंबऱ्यांत तिला अनेक राजकीय उल्लेख आढळले. त्यामुळे ती १५-२० वर्षांची असताना ज्या इजिप्शियन लेखकांच्या कादंबऱ्यांची तिला गोडी वाटली होती, त्याची तिला आठवण झाली. ज्या प्रात्यक्षिकांत ती आणि तिच्या वर्गमैत्रिणींना भाग घेण्यास मनाई करण्यात आली होती, त्याची तिला अचानक आठवण झाली. त्या दिवसांत सर्व अरब देश हे पॅलेस्टाईन इन्टीफाडा आणि अल्-अक्सा मशिदीतल्या उठावाला पाठिंबा देण्यासाठी आंदोलन करत होते. सौदी सरकार कोणत्याही प्रकारच्या निदर्शनांना परवानगी देत नाही. काही वर्षांपूर्वी अमेरिकन आणि इंग्रजी मालावर अनेक देशांनी घातलेला बहिष्कार तिला आठवला. परंतु सौदीमधील तिच्या अगदी मोजक्याच मैत्रिणींनी त्यात भाग घेतला होता आणि त्या काही आठवड्यांपुरत्याही त्याला चिकटून राहिल्या नव्हत्या. राजकारण एके काळी प्रत्येकाच्या आवाक्यात होतं ते आता फक्त सेनापती आणि राज्यकर्ते ह्यांच्याच अधिकारात आलं होतं का?

गाझी आणि तुर्की तरुण असताना घडले होते, तशा तिच्या कोणत्याही नातेवाइकांनी, मग ती स्त्री असो वा पुरुष त्यांनी राजकारणात स्वत:ला का झोकून दिलं नव्हतं? बिल क्लिंटन आणि मोनिका लेविन्स्की ह्यांच्या निंद्य वागणुकीव्यतिरिक्त आताच्या दिवसांत तरुण माणसांना परकीय राजकारणात स्वारस्य का नव्हतं? किंवा देशाच्या राजकारणातही फक्त सौदी टेलिकॉम कंपनीच्या बभ्रा झालेल्या लाचखाऊपणापुरतंच ते मर्यादित का होतं? हा काही फक्त सादीमचा प्रश्न नव्हता, तर तिच्या सर्व वर्गमैत्रिणी आणि त्यांचे समवयस्क हे राजकीय जीवनाबद्दल अगदी उदासीन होते. त्यांचा त्यात भाग नव्हता, तसंच त्यांना त्याचं महत्त्व नव्हतं. जर का तिला राजकारण कळलं असतं तर! जर तिच्याकडे पाठिंबा देण्यासारखं किंवा विरोध करण्यासाठी एखादं कारण असतं तर! मग तिला गुंतवून ठेवण्यासाठी काहीतरी सापडलं असतं आणि त्या हरामी वालीदबद्दल विचार करण्यापासून ती परावृत्त झाली असती.

११

To : seerehwenfadha7et@yahoogroups.com
From : 'seerehwenfadha7et'
Date : April 23, 2004
Subject : **Um Nuwayyir's Classification of Human Populations**

> अल्लाशिवाय बलवान आणि क्षमाशील दुसरा देव नाही. अल्लाशिवाय त्या भव्य सिंहासनावर बसणारा दुसरा देव नाही. अल्लाशिवाय दुसरा कोणी स्वर्गाचा, पृथ्वीचा आणि त्या सिंहासनावर विराजमान होऊ शकेल असा अत्यंत दयाळू असा दुसरा राजा नाही. अमर असणारा, सदैव टिकणारा असा दुसरा कोणी देव तुझ्याशिवाय नाही आणि तुझ्या दयेमध्ये आम्ही सामावून जावं, अशी अपेक्षा!
>
> *ही प्रार्थना चिंता, त्रास आणि दुःखापासून मुक्त होण्यासाठी आहे.*

गेल्या दोन आठवड्यांत माझ्याबद्दल इंटरनेटवरच्या सौदीच्या प्रसिद्ध व्यासपीठावर जे काही म्हटलं गेलं ते मी वाचलंय. त्यातला काही भाग हा माझ्या रोजच्या चेहऱ्यासाठी वापरल्या जाणाऱ्या साबणातल्या फेसासारखा मृदू होता; पण काही भाग मी बारा मास माझ्या गुडघ्याच्या समस्येवर वापरत असलेल्या काळ्या दगडासारखा खडबडीत होता. एखादं वाळूचं वादळ भोवती फिरावं तसा ह्या चर्चेचा मी माग काढत असताना मला वाटत होतं की, मी बैलांची झुंज पाहत होते. म्हणजे दोन बैलांची टक्कर! समोर असलेल्या तुमच्यापैकी कोणी विश्वास ठेवील का, की कुणी माझ्यावर सूड घेईल? ठीक आहे, एक वेळ ते हाताळायला ठीक आहे. परंतु तिथं एक अशी आहे, जी माझी बहीण असल्याचा दावा करते. ही गोष्ट अगदीच निराळी आहे. ती म्हणते, खोलीत एकटी राहून तिची बहीण प्रत्येक शुक्रवारी सकाळी लवकर उठून आपल्या कॉम्प्युटरसमोर बसते, असं तिनं बघितलं. एकदा तिच्या

बहिणीचा अडथळा येणार नाही, असं पाहिल्यावर पत्र लिहिणारी ही 'बहीण' म्हणते की, तिने तिला येत असणाऱ्या संशयाचा पुरावा शोधण्यासाठी बहिणीच्या फाइल्स धुंडाळल्या. तेव्हा तिला त्या सर्व तीस ई-मेल्स सापडल्या आणि जो कोणी जास्त किंमत देईल, त्याला त्या विकायला ती तयार आहे!

इन्ट्रोडक्टरी लेक्चर्स ऑन सायको ॲनॅलिसिस आणि एसेन्शियल्स ऑफ सायकोॲनॅलिसिस, थ्री एसेज ऑन थिअरी ऑफ सेक्शुॲलिटी, ऑन नॅर्सिसीझम ॲन्ड टोटेम ॲण्ड टॅबू हे वाचल्यावर सादीमच्या हळूहळू लक्षात आलं की, फ्रॉईडची ती कुलचिन्हं, टोमॅटो, काकड्या आणि कोशिंबिरीसाठी लागणाऱ्या हिरव्या भाज्या ह्यांची तिची समस्या सोडवायला फारशी मदत होणार नव्हती. वालीदनं तिला का सोडलं, ह्याबद्दल सिग्मंडकडे देण्यासारखं काहीच स्पष्टीकरण नव्हतं.

सादीमला फ्रॉईडची दोन भाषांतरित पुस्तकं रियाधमधल्या जारीर पुस्तकांच्या दुकानात सापडली होती आणि बाकीची तिनं विद्यापीठातल्या आपल्या मैत्रिणीकडून लेबनॉनमधून ती लंडनला येण्याआधी मागवली होती.

निदान वालीदच्या वागणुकीचं स्पष्टीकरण देण्यात तरी तिला काही सिग्मंड फ्रॉईडचे विचार समाधानकारक वाटले नव्हते, जसे ते तिला उम नुवाय्यिरच्या 'माणसांच्या गटांच्या वर्गीकरणा'त सापडले होते. आनंदात असताना आणि एकदा सादीम तिचा श्रोता असताना उम नुवाय्यिरने गल्फ राज्यांतल्या पुरुष आणि स्त्रियांच्या तिने केलेल्या वर्गीकरणाबद्दल सादीमला समजावून सांगितलं होतं. ती गट आणि उपगटाची गुंतागुंतीची प्रणाली होती. त्यात जवळजवळ प्रत्येक व्यक्तिमत्त्वाचा समावेश केलेला होता आणि सादीमनं लक्षात ठेवण्यासाठी ते लिहून घेतलं होतं.

उम नुवाय्यिरनं गल्फमधले लोक आणि सामान्यत: अरब ह्यांचं वर्गीकरण निरनिराळ्या गोष्टी अध्याहृत धरून केलेलं होतं. त्यात माणसाच्या व्यक्तिमत्त्वाची ताकद, आत्मविश्वास, देखणेपणा आणि इतर गोष्टी होत्या. वर्गीकरण साधारणपणे हे पुरुष आणि स्त्रिया ह्या दोघांना लागू होतं आणि त्याचे आणखी उपभाग पाडले होते.

उदाहरणार्थ, 'व्यक्तिमत्त्वाची ताकद' ह्याची दोन भागांत मांडणी केलेली होती : सबळ आणि दुर्बळ. साधारणपणे सबळ असतात ते स्वत:ची आर्थिक उन्नती व्हावी म्हणून खूप प्रवृत्त असतात. ते आजूबाजूला असणारी यशस्वी लोकांची उदाहरणं लक्षपूर्वक पाहतात आणि त्यांना संधी मिळताच ती आपल्या फायद्यासाठी उपयोगात आणतात. दुबळे, ज्यांना नाकात वेसण घालून ओढलं जातं, त्यांच्याकडे पुढाकार घेण्याची ताकद नसते आणि जेव्हा त्यांचं कुटुंब किंवा आजूबाजूची परिस्थिती वर उचलली जाते तेव्हा ते धडपडत उभे राहतात. ह्या कंपूंची खालीलप्रमाणे आणखी

विभागणी केलेली आहे :

१ सबळ

अ. तर्कशुद्ध प्रकारचे लोक (तो किंवा ती), जे आपली विचारसरणी वेगळी असली तरी भेटणाऱ्या प्रत्येकाच्या दृष्टिकोनाचा मान ठेवतात.

ब. असा माणूस ज्याला स्वत:चा दृष्टिकोन महत्त्वाचा वाटतो आणि तो दुसऱ्याच्या विचारांची पर्वा करत नाही.

२. दुर्बळ

अ. एखादी व्यक्ती जिचे कुटुंब त्याला (तिला) ह्या किंवा त्या बाजूला पाहिजे तसे वाकवू शकते. ती व्यक्ती स्वतंत्रपणे वागण्यास असमर्थ ठरते, कारण उम नुवाय्यिरच्या म्हणण्याप्रमाणे 'त्याच्या कुटुंबीयांशिवाय त्याची किंमत शून्य असते.'

ब. एखादी व्यक्ती जी आपल्या मित्रांबरोबर वाहवत जाते आणि ते वाहवणे थांबवू शकत नाही. हे उदाहरण पहिल्यापेक्षा जास्त वाईट ठरते, कारण या व्यक्तीची खात्री असते की, तिचे कुटुंबीय त्याच्याविरुद्ध आहेत आणि तो फक्त आपल्या मित्रांवर विश्वास ठेवतो. सामान्यपणे ते मित्र त्याच्यापेक्षाही जास्त वाईट अवस्थेत असतात.

उम नुवाय्यिरनं अशाच तऱ्हेचं वर्गीकरण 'आत्मविश्वास' ह्या मथळ्याखाली केलंय. तेही दोन मुख्य विभाग आहेत. एक सुरक्षित आणि दुसरा असुरक्षित. अर्थात प्रत्येक भागाची छोट्या विभागात उम नुवाय्यिरनं ह्याप्रमाणे विभागणी केलेली आहे :

१. सुरक्षित

अ. *शहाणे लोक* – हे लोक स्वत:बाबत समाधानी असतात. ते उच्च आत्मविश्वास दाखवतात. त्यामुळे प्रत्येक जण त्यांना मान देतो आणि त्यांच्याबद्दल थोडा दराराही वाटतो; परंतु त्याबरोबरच ते दुसऱ्याचे प्रेम आणि स्नेह त्यांच्या नम्रपणामुळे आणि खरोखरीच्या यशामुळे जोडतात.

ब. *फाजील आत्मविश्वास असलेले* –
ज्याबद्दल त्यांना अभिमान वाटावा असे ज्यांच्याकडे काहीही नाही त्या लोकांचा ह्यात समावेश होतो. त्यांच्याकडे फाजील आत्मविश्वास असतो. त्यासाठी त्यांच्याकडे काही कारण नसते, काही मोठे यश नसते. त्यांचे

व्यक्तिमत्त्वही उठावदार नसते किंवा ते दिसायलाही देखणे नसतात. ह्या प्रकारचे लोक तिरस्करणीय असतात आणि पहिल्या प्रकारापेक्षा ते जास्त आढळतात; परंतु अ आणि ब मिळून ते दुसऱ्या मुख्य गटापेक्षा तसे कमी आहेत.

२.   **असुरक्षित**

अ.   हे लोक आपण सुरक्षित असल्याचा दावा करतात. ते असा काही आत्मविश्वासाचा मुखवटा धारण करतात, जो त्यांच्याकडे असलेल्या खऱ्याखुऱ्या विश्वासाच्या बरोबरीचा नसतो. त्यांना बोललेला प्रत्येक शब्द ते अगदी विलक्षण संवेदनशीलतेने घेतात आणि आक्रमकतेने उत्तर देतात. आपलं अपयश आपल्या भडक व्यक्तिमत्त्वाने झाकून टाकतात. ते वारुळाचा पर्वत करतात किंवा आपण जसे म्हणतो 'बीमधून झाडाचा शेंडा तयार करतात.'

ब.   जे खरोखरच असुरक्षित आहेत ते – ह्या गटातील लोक ते जे नाहीत ते दाखवण्याचा प्रयत्न करत नाहीत किंवा दावाही करत नाहीत. पहिल्यापासून हे उघड आहे की, ते अगदी दयनीय असतात आणि त्यांच्याबद्दल ते आपल्याला वाईट वाटायला लावतात. काही वेळा त्यांना काहीतरी उघड दिसणारी शारीरिक व्यथा असते. त्यामुळे त्यांचा आत्मविश्वास कमी होतो. उदा. स्थूलपणा, कमी उंची किंवा अगदी मोठं नाकही किंवा ती गरिबीसारखी सामाजिक समस्याही असू शकते किंवा मूर्खपणासारखी मानसिक समस्याही असू शकते किंवा कधीकधी एखादी समस्या आत दडलेली असते आणि त्याची कुणालाच कल्पना नसते. उदा. प्रेमभंगामुळे झालेला हृदयभंग, जो कधीच भरून येत नाही.

सादीमचं आवडतं वर्गीकरण होतं ते 'लग्न होण्याआधी आणि नंतरचे धार्मिक प्रवृत्तीचे लोक' आणि हा एकच प्रकार असा होता जो पुरुष आणि स्त्री ह्यांना पूर्णपणे वेगळं करायचा. ह्यातही तीन प्रकार होते : अगदी टोकाचे धर्मवेडे लोक, शहाणपणानं नेमस्त धार्मिक असलेले लोक आणि जे त्यांच्या धर्मावरच्या प्रतिकूल टीकेकडे बहुतेक दुर्लक्ष करतात असे बेफाम प्रवृत्तीचे लोक. आता प्रथम पुरुषांकडे वळू या.

१. अगदी आत्यंतिक धर्मवेड्या लोकांचा प्रकार
अ. पूर्वी तो बेफाम प्रवृत्तीचा होता; परंतु आता तो धार्मिक झालाय.
ब. तो बेफाम प्रवृत्तीला घाबरतो म्हणून तो धार्मिक बनला आहे. दोघांनाही

लग्न झाल्यावर आपल्या नीतिमत्तेचा ऱ्हास होईल, अशी भीती वाटते, म्हणून बऱ्याचदा ते अनेक लग्नं करतात आणि त्यांच्याप्रमाणे धार्मिक असलेल्या बायकांना पसंती देतात.

२. नेमस्त धार्मिक लोक

अ. धार्मिक माणूस – तो ज्या तऱ्हेनं प्रेमानं आणि काहीही लुडबुड न करता स्त्रियांना वागवतो त्यामुळे तो वेगळा वाटतो. ह्या प्रकारचा माणूस काहीशा उदार प्रवृत्तीच्या स्त्रीशी, त्याला तिच्या प्रेमाची आणि नीतिमत्तेची खात्री असेल तर लग्न करू शकतो.

ब. धर्मातीत – हा माणूस इस्लाम हा पाच आणि पाचापेक्षा जास्त नसलेल्या मूलतत्त्वांवर आणि अनिवार्य विश्वासावर उभा आहे असा विश्वास ठेवतो. तो फक्त सांगितलेल्या पाच प्रार्थनांना हजर राहतो आणि रमझानमध्येच उपवास करतो. मक्केच्या यात्रेला गेल्यानंतर आणि जोपर्यंत तो धर्माच्या फतव्याला चिकटून आहे आणि गरिबांना भिक्षा देतोय तोपर्यंत आपण आपलं कर्तव्य केलं असं त्याला वाटतं. असा माणूस एखाद्या स्त्रीशी ती त्याच्याइतकी उदार असल्याशिवाय लग्न करत नाही. उदाहरणार्थ, तो कोणत्याही हिजाब वापरणाऱ्या स्त्रीशी लग्न करणार नाही आणि आपली पत्नी सुंदर, मोकळ्या मनाची आणि ऐटदार असावी ह्यावर त्याचा भर असेल. त्यामुळे जे त्याच्या दृष्टिकोनाशी सहमत आहेत अशा आपल्या मित्रांना तो तिला अभिमानाने दाखवू शकेल.

३. रानटी किंवा चुकार लोक

अ. हळूहळू पळपुटे बनणारे लोक – ह्या गटातील एखादा अत्यंत कडक धार्मिक वातावरणात वाढलेला असेल आणि धार्मिक आणि नीतिमत्तेच्या दृष्टीनं 'त्यातून बाहेर पडलेला' असेल त्याचा हा पळपुटेपणा हळूहळू येतो. जेव्हा त्याला त्याच्या जमातीच्या शिस्तीतून दूर जायची संधी मिळते तेव्हा हा असा गट आपण पहिल्या गटातील आहोत असं नाटक सामाजिक कुचंबणा होऊ नये ह्यासाठी करतो.

ब. स्वतंत्र वातावरणात संगोपन – ह्या तऱ्हेचे लोक अगदी मोकळ्या वातावरणात वाढलेले असतात. इतके की, त्यांच्या धार्मिक विश्वासांवर नास्तिकतेचा पगडा बसतो आणि त्यांना 'वाईट वागणुकी'बद्दल काहीही प्रतिबंध नसतो. जसे आपण ह्या प्रदेशात म्हणतो : 'जो कुणी काहीतरी करत वाढतो, तो ते करत म्हातारा होतो.' ह्या प्रकारच्या माणसांत दिसणारी समस्या म्हणजे

रोगशास्त्राबद्दल संशय. दुर्दैवानं आणि काही फालतू मुलींच्या त्याला आलेल्या अनुभवामुळे, ज्यांच्याबद्दल आपण नंतर चर्चा करू, तो असा विश्वास ठेवतो की, प्रत्येक मुलगी जोपर्यंत निरपराधी म्हणून सिद्ध होत नाही, तोपर्यंत ती गुन्हेगार असते. त्यामुळेच ह्या 'रानटी' गटातील माणूस एखाद्या अननुभवी मुलीशी लग्न करण्यास पसंती देतो. कारण त्यामुळे ती नेहमी त्याच्या भ्रष्ट दृष्टिकोनातून गोष्टींकडे पाहील. काही वेळा ह्या प्रकारचा माणूस एखाद्या उनाड मुलीशी, जिला हा खेळ कसा खेळावा हे माहीत आहे अशा मुलीशी लग्न करेल. तिला आपला नवरा खरा कसा आहे, हे पक्के माहीत असते आणि लबाडी कशी करायची आणि ती उघड होणार नाही, ह्यासाठी कसे नाटक करायचे, हेही माहीत असते. सादीमच्या बाबतीत हेच घडले. वालीद कसा आहे, हे अगदी उशीर होईपर्यंत तिला कळले नव्हते आणि तीच 'वाईट' आहे असे त्याच्या मनाने घेईपर्यंत तिच्या लक्षात आले नव्हते.

आता स्त्रियांच्या जुळणाऱ्या वर्गवारीकडे आपण वळू या.

१. अत्यंत धार्मिक प्रवृत्तीच्या (धर्मापुढे झुकणाऱ्या) स्त्रिया

अ. *ज्यांचं आयुष्य सुरक्षित गेलंय अशा* – ज्या अगदी कर्मठ धार्मिक कुटुंबात वाढल्या आहेत. अशा प्रकारची स्त्री बाहेरच्या कोणत्याही विरोधी प्रवाहाला कधीही सामोरी गेलेली नसते. जर ती सुदैवी असेल तर तिच्याइतक्याच धार्मिक माणसाशी तिचे लग्न होईल. जोपर्यंत दोघांनाही नशिबाने जे काही प्राप्त झाले आहे, ते स्वीकारून सुखी राहतात, ते 'शेवटपर्यंत' अगदी शांतपणे आणि अगदी सुरक्षित जीवन जगू शकतात. परंतु जर त्या स्त्रीचे तिच्याहून उदारमतवादी असलेल्या माणसाशी लग्न झाले तर ती दुःखी होईल, कारण त्याला कसे खूश करावे हे तिला कळणार नाही. त्याच्या जीवनपद्धतीची तिला काहीच माहिती नसते.

ब. *सुरक्षित; परंतु कल्पनेत रमणारी* – अशी स्त्री सुरक्षित वातावरणात वाढलेली असते. सतत काहीतरी नवीन, वेगळे घडेल अशी मनोराज्ये ती करत असते. तिच्यात स्वतंत्र वृत्ती असते. ती अगदी पवित्र असते, ती 'बाहेरच्या' जगाविषयी अज्ञात असते म्हणून नव्हे, परंतु तिच्या स्वतःच्या इच्छेने किंवा तिच्या स्वयंशिस्तीने किंवा तिच्या कुटुंबानं तिच्यावर ठेवलेल्या देखरेखीमुळे.

२. माफक धार्मिक असलेली स्त्री

अ. *आधुनिकतेची बळी* – अशी स्त्री आपली वागणूक चालू असलेल्या फॅशनप्रमाणे बदलते. जर एखाद्या वेळी धार्मिक प्रवृत्तीनं वागण्याची प्रथा असेल, तर ती धार्मिक मेळाव्यात भाग घेईल आणि राज्याबाहेरही ती हिजाब वापरील. तेव्हा ती असे करील आणि 'प्रवाहपतित' होईल; पण जर का राज्याबाहेर गेल्यावर हिजाब टाकण्याची प्रथा असेल आणि मॉलमध्ये बराच वेळ खर्च करत असताना अगदी घट्ट बसणारा, जो स्त्रीच्या शरीराचे अवयव दाखवतो असा अबाया वापरण्याची पद्धत असेल, तर मग ती त्याप्रमाणे वागेल. ह्या प्रथा नेहमी पुरुषांच्या आवडीनुसार, त्यांना योग्य असणाऱ्या स्त्रियांचा शोध घेत असताना किंवा आया आपल्या भावी सुनांना शोधत असताना प्रचलित होतात.

ब. *ज्या धार्मिक नाहीत आणि मुक्तही नाहीत* – अशी स्त्री अत्यंत कर्मठ, धार्मिक असलेल्या स्त्रीपेक्षा कमी कर्मठ असते. परंतु मुक्त स्त्रीपेक्षा ती जास्त डोळस असते. तिच्या प्रत्यक्ष धार्मिक विश्वासापेक्षा आपल्या नीतिमत्तेमुळे आणि तत्त्वांमुळे ती पाप करायला धजत नाही. तिचे व्यक्तिमत्त्व बहुधा जबर असते. त्यामुळे चुकून ती मुक्त आहे असे वाटते. कारण ती उत्साही गटांच्या सर्व नियमांना मान तुकवत नाही.

३. रानटी (किंवा पळपुट्या)

अ. *लग्नाआधी बेफाम* – अशी स्त्री लग्न झाल्यावर साधारणत: सुधारते. बरेचदा ती अगदी तत्त्वनिष्ठपणे वागते. (किंवा माफक तत्त्वनिष्ठपणे वागते.) हे तिच्या नवऱ्यावर अवलंबून असते. जर का तिचे लग्न तिला योग्य असलेल्या पुरुषाशी झाले नाही, तर ती लग्न झाल्यावरही बेफामपणे वागणाऱ्यांत मोडते.

ब. *लग्न झाल्यावरही बेफाम* – ही स्त्री नेहमी त्या संरक्षित गटांपैकी एक असते; परंतु लग्न झाल्यावर ती 'वाईट' होते. कारण ती उदारमतवादी नवऱ्याच्या मागण्यांत रुळत नाही किंवा तिचे लग्न स्थिर नसते किंवा नवरा अप्रामाणिक असतो.

हे काही गुंतागुंतीच्या प्रकारांचे गट होते. ते उम नुवाय्यिरनं सांगितले आणि सादीमनं ते लिहून घेतले. त्यानंतर काही महिन्यांनी सादीमचा ते सर्व समजून घेण्याचा प्रयत्न चालूच होता. त्या सर्व गुंतागुंतीच्या योजनेचा भक्कम पाया जाणाऱ्या

दिवसागणिक सादीमच्या 'जीवनाच्या शाळेत' स्पष्ट होत गेला. काही झालं तरी त्याच शाळेत उम नुवाय्यिरला माहिती मिळालेली होती आणि त्यावरून तिनं तिचा सिद्धान्त तयार केला होता.

उम नुवाय्यिरचे विचार मनात आले आणि सादीमला आपल्या तीन मैत्रिणींची, संध्याकाळी त्यांच्याशी घरी होणाऱ्या भेटीगाठींची आठवण झाली. ती त्या वेळच्या कुवेती मिष्टान्नांची जणूकाही आता चव घेऊ शकत होती. झालाबियाच्या पाकाची गोडी आणि ते गुलगुलीत पावडर केलेले दाराबिल, जे उम नुवाय्यिर त्यांना द्यायची. आणि त्याचबरोबर गरम चहाही असायचा. तिच्या आठवणी तिला रियाधमधल्या आपल्या घरी घेऊन गेल्या. अगदी त्या धातूच्या सोनेरी कडा असलेल्या गजांच्या दरवाजाशी, जिथं ती बऱ्याचदा संध्याकाळच्या प्रार्थनेच्या वेळी वालीद येईल म्हणून त्याची वाट पाहत असायची. तिच्या मनःचक्षूंपुढे पोहण्याच्या तलावाजवळ असलेला झोपाळा उभा राहिला, जिथं तिनं त्याच्या बाहूंच्या विळख्यात संध्याकाळी घालवल्या होत्या. जिथं पाहुण्यांचं स्वागत केलं जायचं त्या बाहेरच्या स्वागतकक्षात तिनं त्याला पहिल्यांदा पाहिलं होतं. कुटुंबाच्या दिवाणखान्यात असलेल्या टेलिव्हिजनवर त्या दोघांनी सर्व फिल्म्स पाहिल्या होत्या आणि ती खोली, जिथं त्यांच्या प्रेमाचा पहिला बहर आणि त्याचा घोटलेला गळाही तिनं पाहिला होता.

ती कॅसेट प्लेअरचं बटण दाबण्यासाठी उठली. तिनं जमिनीवर अस्ताव्यस्त पडलेल्या अनेक टेप्सपैकी एक टेप उचलली, ती प्लेअरमध्ये घातली आणि पुन्हा पलंगावर पडली. आईच्या पोटात असलेल्या भ्रूणासारखं तिनं स्वतःला गुंडाळून घेतलं. ती मग अब्दुल हालीम[१६]चा दर्दभरा आवाज दुःखी मनानं ऐकू लागली :

वर्षानुवर्ष रडत बसण्यापेक्षा
स्वतःला दुःख आणि अश्रूंपासून तुम्ही मुक्त करा.
अहो, त्या दगाबाजांसाठी अश्रू ढाळलेत,
त्या तुम्ही आज रडा, तेही तुम्हाला जमले तर
परंतु अश्रू पडताना कोणी पाहणार नाही ह्याची काळजी घ्या.
कारण त्यामुळे सर्व दगाबाजांना आनंद होईल

सादीम रडरड रडली. त्या लंडनच्या फ्लॅटमध्ये ती एकटी होती. वर्षानुवर्षं असं रडत राहण्याऐवजी आणि वसंत ऋतू आणि हिवाळ्यात रडत राहून त्या सर्व दगाबाजांना आनंद देण्याऐवजी स्वतःला दुःख आणि अश्रूंपासून मुक्त करायचे, अशी तिची इच्छा आणि आशा होती.

---

१६. १९६० नंतरचा प्रसिद्ध इजिप्शियन गायक

१२

To : seerehwenfadha7et@yahoogroups.com
From : 'seerehwenfadha7et'
Date : April 30,2004
Subject : **A Life That . . . 'Could Be Worse'**

> मी 'प्रेषित महंमदची पत्नी' आयेशा हिला विचारलं की तो प्रेषित – त्याला शांती लाभो – घरी काय करत असे? ती म्हणाली की, तो आपल्या घराण्याच्या धंद्यात आणि कुटुंबाची सेवा करण्यात गुंतलेला असायचा आणि जेव्हा प्रार्थनेची वेळ व्हायची तेव्हा तो मशिदीत प्रार्थनेसाठी जायचा.
>
> **द हादिथ कलेक्शन ऑफ अल्–बुखारी,**
>
> – *ओळ ६७६*

खरं सांगायचं, तर माझ्या छोट्या, साध्या ई-मेल्समुळे जिकडेतिकडे निर्माण होणाऱ्या गडबडीची मी अपेक्षा केली नव्हती!

तुमच्यापैकी बरेच जण विचारतात की, मला ह्या उद्योगाची कल्पना कशी सुचली.

ह्या सगळ्याची सुरुवात १९९९ मध्ये, पाच वर्षांपूर्वी माझ्या मनात झाली. त्या वेळी माझ्या मैत्रिणींची गोष्ट (जशी मी आता तुमच्यासाठी लिहीत आहे.) त्याची सुरुवात झाली. अगदी आतापर्यंत मी ही कल्पना प्रत्यक्षात उतरवण्यासाठी काहीही केलं नाही. मला हे करायला भाग पडलं, जेव्हा माझ्या मेंदूची डिस्क फुल होईपर्यंत सारे साठवून ठेवण्याची ताकद मला दिसली तेव्हा. माझ्या मनाचा आणि हृदयाचा स्पंज पिळून काढण्याची वेळ आलेली आहे. खरंच तो स्पंज इतका पिळायला हवा, कारण त्यामुळे त्यात नवं काहीतरी जिरवता येईल.

रशीद आणि गाम्राहमधले वैवाहिक संबंध हे काही सिनेमासारखे आदर्श नव्हते,

तरीही ते अगदी पूर्णपणे दु:खी नव्हते. आपल्या अभ्यासात बुडालेल्या रशीदनं घरातल्या गोष्टींची जबाबदारी गाम्राहवर सोपवली होती. ती विद्यापीठात नाव घालण्यासंबंधी अगदी निरुत्साही होती, हे लक्षात आल्यावर त्यानं असं ठरवलं होतं. सुरुवातीला घरासंबंधीची सर्व कामं खांद्यावर घेणं हे गाम्राहला कठीण वाटलं होतं; परंतु हळूहळू ती स्वावलंबन शिकली. मग धाडस करून रस्त्यावरच्या लोकांना एखादा पत्ता किंवा दुकानातल्या विक्रेत्यांना अमुकतमुक वस्तूची किंमत किती, हेही ती विचारू लागली.

तिची रशीदशी प्रत्यक्ष भेट फारशी होत नसे; परंतु गरज पडेल तेव्हा लागणारे पैसे मागितल्यावर ते तिला मिळायचे आणि बऱ्याच वेळा न मागताही मिळायचे. अगदी तिच्या खासगी गरजांसाठी तो तिला वेळोवेळी पुरेसे पैसे काही झालं तरी द्यायचा.

जे काही रशीद देत होता, त्याची तुलना इतर नवरे आपल्या बायकांना देत होते त्याच्याशी गाम्राह करू शकत नव्हती. जे काही तिला मिळत होतं ते समाधानकारक होतं. तिच्या ज्या गरजा भागवल्या जात नव्हत्या, त्या फक्त भावनिक होत्या आणि त्या सोडून दिल्या तर ती आपल्या वयाच्या आणि परिस्थितीतल्या अनेक स्त्रियांपेक्षा सुदैवी असल्याची तिची खात्री होती.

रशीदबरोबर काही काळ काढल्यावर त्याची चांगली बाजू गाम्राहला दिसून आली. जरी हा चांगुलपणा प्रत्यक्ष तिच्याबरोबरच्या वागण्यात दिसत नव्हता, तरी तिला तो दुसऱ्यांशी वागण्यात दिसायचा. त्याची आई, त्याच्या बहिणी, रस्त्यावरचे लोक आणि मुलं. मुलांच्या सान्निध्यात रशीद स्वत:च एक आनंदी मूल व्हायचा. तो त्यांच्याशी प्रेमानं आणि हळुवारपणे खेळायचा.

तिची मग खात्री पटली की, काही काळ गेल्यावर रशीदला तिच्याबद्दल प्रेम वाटू लागेल. त्यांच्या वैवाहिक जीवनाच्या अगदी सुरुवातीला तो अगदी अंतर ठेवून आणि जरा रुक्षपणे वागायचा; परंतु हळूहळू त्यानं तिला स्वीकारलंय असं दिसत होतं आणि आता तो कमी कडकपणे वागायचा. तसा अजूनही गाम्राहच्या दृष्टीनं क्षुल्लक वाटणाऱ्या गोष्टींवरून तो चिडायचा; परंतु नाज्दीवरून आलेले सर्व पुरुष असेच नव्हते का? जेव्हा तिच्या मनात बापाचा, भावांचा किंवा चुलत्यांचा आणि त्यांच्या मुलांचा विचार यायचा, तेव्हा आपला नवरा त्यापेक्षा काही वेगळा आहे असं तिला वाटलं नव्हतं. तो त्यांचा स्वभाव होता आणि त्यामुळेच त्याच्याशी ती सर्व सबुरीनं घ्यायची.

त्यांच्या घरासंबंधीच्या विषयात तो कधीही तिचा विचार घ्यायचा नाही किंवा तिच्याशी सल्लामसलत करायचा नाही. ह्याचा तिला खूप त्रास व्हायचा. जेव्हा त्यानं केबल टी.व्ही. घ्यायचं ठरवलं तेव्हा त्यानं आपल्या आवडत्या वाहिन्या निवडल्या.

तिची आवडती सेक्स अॅन्ड सिटी ही मालिका दाखवणारी एचबीओ वाहिनी त्यात नव्हती. ही वस्तुस्थिती त्याने लक्षातच घेतली नाही. गाम्राह ती मालिका उत्साहाने पाहायची. जरी त्यातली पात्रं एकमेकांशी काय बोलतात हे तिला थोडंफारच समजत होतं, तरी ती मालिका गाम्राह आवडीनं पाहायची. तिला काही अस्तित्वच नसल्याप्रमाणे, तिला विचारात न घेता जे काही रशीदनं केलं त्याचा तिला खरोखर राग आला. विशेषत: जेव्हा त्याने हे स्पष्ट केलं की, तिची चिडचिड त्याला एक क्षणही स्वस्थपणे जगू देत नव्हती. त्याने जवळजवळ असंच म्हटल्यागत होतं की, तिचा घरातल्या महत्त्वाच्या आणि आवश्यक निर्णयांशी काहीच संबंध नव्हता. जणूकाही ते त्याचं एकट्याचं घर होतं!

हे असंच चालू होतं. प्रत्येक दिवशी या अशाच तऱ्हेच्या गोष्टीनं तिला तो राग आणायचा. तरीही, जर ती संध्याकाळी त्याचे कपडे तयार करून ठेवायला किंवा सकाळी तो उठण्याआधी प्रथम त्यांना इस्त्री करायला ती विसरली, तर तिची अवस्था भयानक व्हायची. शिवाय जरी तो अमेरिकेत शिक्षणासाठी एकटा राहत असल्यामुळे त्याला हाताने सर्व गोष्टी करण्याची सवय होती तरीही घर आवरायला, जेवण तयार करायला किंवा भांडी विसळायला त्याला मदत करायला सांगायचा तिला अधिकार नव्हता. तिच्या बाबतीत म्हणाल, तर तिच्या कुटुंबाच्या रियाधमधल्या घरात नेहमी ती सांगेल ते ऐकायला किंवा ती आणि तिची धाकटी भावंडं जे क्षणोक्षणी मागतील ते पुरवायला नोकर होते.

रशीद बराच काळ विद्यापीठात घालवायचा. जेव्हा गाम्राह त्याला घरी यायला एवढा उशीर का होतो, असं विचारायची तेव्हा तो तिला सांगायचा की, तो इंटरनेटवरून संशोधन करत होता. कारण विद्यापीठाच्या लायब्ररीतील कॉम्प्युटर्स अगदी सहज उपलब्ध होते.

शिकागोच्या त्यांच्या सुरुवातीच्या महिन्यात गाम्राहनं आपला वेळ टेलिव्हिजनसमोर किंवा प्रणयाच्या कादंबऱ्या वाचण्यात घालवला. ह्या कादंबऱ्या तिनं रियाधवरून आणल्या होत्या. सादीम आणि ती माध्यमिक शाळेत असताना सादीमनं त्या कादंबऱ्यांशी तिची ओळख करून दिली होती.

रशीदच्या अपार्टमेंटमध्ये एक कॉम्प्युटर होता, ज्याचा तो वापर करत नसे. तिला हवं तर तिनं त्याचा उपयोग करण्याची परवानगी त्याने दिली होती; परंतु तो इंटरनेटला जोडलेला नव्हता. गाम्राहनं तो कसा वापरायचा, हे शिकण्यात महिने घालवले. रशीद कधीकधी तिला मदत करायचा; परंतु जेवढं शक्य असेल तेवढं स्वत:वरच अवलंबून राहण्याचा प्रयत्न तिनं केला. तिच्या हे लक्षात आलं होतं की, जेव्हाजेव्हा तिने स्वत:हून शिकायचा निश्चय केल्याचं त्याला जाणवलं होतं, तेव्हा रशीद तिला पटकन मदत करण्याबाबत आग्रहच धरायचा. लग्नाच्या सुरुवातीच्या

काळाप्रमाणे प्रत्येक बारीकसारीक गोष्टीसाठी किंवा एखाद्या मोठ्या गोष्टीसाठीही ती त्याच्याकडे येत नव्हती. ह्या वस्तुस्थितीमुळेच आता तो तिला मदत करायला जरा जास्तच उत्सुक झालेला दिसला. तिला हे समजत नव्हतं की, जेव्हा स्त्री खरंच काही बाबतीत कसब दाखवते हे पुरुषांच्या लक्षात येतं तेव्हा त्यांच्या अधिकाराला धोका आहे, असं त्यांना जाणवतं का? बायकोने काही स्वतंत्र कृती केली, तर पुरुषांना भीती वाटते का? आणि स्त्री जर स्वतंत्र झाली आणि आपल्या स्वत:च्या ध्येयासाठी काम करू लागली, तर तो देवानं पुरुषांना दिलेल्या नेतृत्वाच्या धार्मिक हक्काच्या विरोधी असा बेकायदेशीर गुन्हा त्यांना वाटतो का? म्हणून गाम्राहनं पुरुषांशी वागण्याचं एक महत्त्वाचं तत्त्व ओळखलं. पुरुषाला स्त्रीच्या कर्तबगारीची आणि तिच्या स्वातंत्र्याची जाणीव असणं भाग आहे आणि स्त्रीनं हे ओळखायला हवं की, तिचं पुरुषाशी असलेलं नातं हे केवळ तिला त्याच्या पैशाची लागणारी गरज, घरगुती जबाबदाऱ्यातील त्याचा सहभाग, तिला आणि तिच्या मुलांना तो देत असलेला आधार आणि ह्या जगातलं तिचं स्वत:चं महत्त्व जाणण्याची गरज ह्या गरजांच्या पायावर आधारित नसावं. हे अगदी दुर्दैवी नाही का की, स्त्रीला हे स्वत:चं महत्त्व जाणवायला पुरुष सोबत लागतो? कॉम्प्युटरशी बसलेली असताना काही स्क्रीनसेव्हर्स असलेल्या फाइल्स गाम्राह पाहत होती. त्या वेळी तिची नजर एका फाइलवर पडली. त्यात एका एशियन स्त्रीचे बरेच फोटो होते. ती जपानी होती, हे गाम्राहला नंतर कळलं. तिचं नाव कारी होतं.

कारी अगदी लहान बांध्याची आणि सडपातळ होती. ती रशीदच्या वयाची किंवा कदाचित थोडी मोठी असावी, असं गाम्राहला वाटलं. काही फोटोत ते एकमेकांच्या शेजारी होते. एका फोटोत तर ते ह्या अपार्टमेंटमध्ये, जिथं गाम्राह राहत होती तिथं सोफ्यावर एकमेकांना चिकटून बसले होते.

जे दिसत होतं त्यासाठी काही सखोल स्पष्टीकरणाची गरज नव्हती. हे फोटो म्हणजे रशीदचा तिच्याबरोबरच्या न समजणाऱ्या वर्तणुकीचा निखळलेला दुवा होता. तिच्याशी लग्न करण्याआधी रशीदचं ह्या मुलीवर प्रेम होतं आणि गाम्राहला कळून आलं की, त्याचे अजूनही तिच्याशी संबंध असणार आणि त्यासाठी विचार जास्त ताणायची गरज नव्हती.

त्यानंतर पुरावे वाढतच गेले. तो कारीबरोबर दर दिवशी इंटरनेटवर किंवा विद्यापीठात असताना फोनवर वेळ तर घालवायचाच. त्यात आणखी भर म्हणजे प्रत्येक महिन्यात दोन दिवस घरापासून दूर, आपल्या 'मित्रां'बरोबर सहल काढायची रशीदला सवय होती. तिनं ह्या सहलींचं स्वागतच केलं होतं, कारण रशीदवर त्याचा जादूभरा परिणाम झालेला दिसायचा. तो तिच्याकडे परत यायचा तो आनंदाच्या नशेत, अगदी छान मन:स्थितीत आणि आपलं प्रेम दाखवण्याबाबत तो स्वत:

अधिकच प्रयत्न करायचा. त्यामुळे एका अर्थी तिला त्या 'मित्रां'बद्दल खरी कृतज्ञता वाटली होती आणि ती पुढच्या महिन्याच्या सहलीची अधीरपणे वाट पाहत असायची.

हे सर्व महिने त्या स्त्रीशी त्याचे असलेले संबंध तो कसा काय लपवून ठेवू शकला होता? आणि दुसऱ्या स्त्रीशी चाललेल्या आपल्या नवऱ्याच्या प्रेमप्रकरणाबद्दल तिच्या कसं लक्षात आलं नव्हतं? त्याचं लग्न झाल्यानंतर पहिला महिना खरोखरच कठीण गेला होता हे नक्कीच; परंतु नंतर तो हळूहळू बदलत गेला आणि त्याचं रूपांतर पारंपरिक नाज्दी नवऱ्यात, बरंचसं तिची बहीण हेस्साहच्या नवऱ्यासारखं झालं होतं. हे अशा तऱ्हेचं नाटक तिच्यासमोर सर्व वेळ तो कसं काय करू शकला होता? तो त्या स्त्रीला नियमित भेटत होता का? ती ह्याच राज्यात राहत होती का? प्रत्येक महिन्यात तो तिला भेटायला प्रवास करून कुठेतरी जात होता का? त्याचं तिच्यावर प्रेम होतं का? तो तिच्याबरोबर झोपत होता का आणि जसं आपल्या बायकोला तो संततिनियमनाच्या गोळ्या घ्यायला लावायचा तसं तिलाही लावत होता का?

जर कोणी मला सांगितलं असतं की, 'दैवावर हवाला ठेवणारी आणि आत्मविश्वास नसलेली स्त्री गाम्राह, ती असं करील' तर मी त्यावर विश्वास ठेवला नसता. काही झालं तरी मी स्वत:च्या डोळ्यांनी पाहिल्याशिवाय नक्कीच नाही. 'ती' स्त्री लढ्यासाठी तयार झाली आणि तिनं तिचं लग्न वाचवण्यासाठी आणि स्वत:ला टिकवून ठेवण्यासाठी लढा द्यायचा निश्चय केला. तिनं आपल्या ह्या दु:खद शोधाबद्दल तिची मैत्रीण सादीम सोडली तर कोणालाच सांगितलं नव्हतं. सादीमनं वालीदनं तिला टाकल्याचं कळवलं होतं. तिची ही मैत्रीण लंडनमध्ये पळून गेली होती. गाम्राहला वाटलं की, तिच्या ह्या वेळच्या भावना जाणण्यास खरोखर ती एकच स्त्री समर्थ होती. वालीद आणि सादीम ह्यांचा बेबनाव का झाला, हे तिला एक वर्ष होईपर्यंत कळलं नव्हतं.

त्यांच्या रोजच्या फोनवरच्या संभाषणात सादीमनं तिला लागलेल्या शोधाबद्दल रशीदशी काहीही न बोलण्याची खबरदारी घ्यायला सांगितलं. 'हल्ला करण्याची योजना न आखता बचावाची भूमिका घे' असा सल्ला सादीमनं तिला दिला, कारण ह्या हल्ल्यासाठी तिनं पुष्कळ तऱ्हेच्या अस्त्रांचा साठा केला होता.

"तुझ्याकडे दुसरा पर्याय नाही. तुला तिला भेटायला हवं आणि समेट करायला हवा."

"मी तिला काय सांगू? हे पुरुषांना पळवून नेणाऱ्या बये, तू माझ्या नवऱ्यापासून दूर राहा?"

"अर्थातच नाही! तिच्याबरोबर बस आणि तिचे तुझ्या नवऱ्याशी कशा प्रकारचे संबंध आहेत, हे शोधून काढ आणि हे किती काळ चाललंय तेही. तुला कदाचित

हे माहीतही नसेल, ही एक शक्यता आहे की, त्याचं लग्न झालंय ही वस्तुस्थिती तो तिच्यापासून लपवून ठेवत असेल.''

''बारीक डोळ्यांची बया! त्यानं तिच्यात एवढं काय पाहिलं हे जाणायला मी अगदी तडफडतेय! ''

''तिच्या रूपापेक्षा तिच्या व्यक्तिमत्त्वात त्यानं काय पाहिलं, हे जाणणं जास्त महत्त्वाचं आहे. असं म्हणत नाहीत का की, तुमच्या शत्रूला जाणा.''

जेव्हा गाम्राहनं आपलं लग्न टिकवण्यासाठी लढा द्यायचा ठरवलं तेव्हा तीच बरोबर होती का? का यशस्वी लग्न हे आधारभूत नातं असतं आणि त्याला टिकवण्याची हमी देण्यासाठी युद्धाची गरज नसते? जे लग्न अयशस्वी होणार, हे आधीच माहीत असतं, अशासाठी झगडण्याची गरज असते का?

गाम्राहला कारीचा फोन नंबर आणि पत्ता सापडला तो रशीदच्या खिशातल्या डायरीत. तिचा जपानमधला नंबर होता आणि बाजूच्या इंडियाना प्रांतातलाही. इंडियानामध्ये रशीदने एमएचा अभ्यास केला होता. गाम्राहनं कारीला दुसऱ्या नंबरवर फोन केला आणि तिला भेटायला बोलावलं. तिनं प्रथम स्वत:ची ओळख करून दिली. कारीनं शांतपणे सांगितलं की, संधी मिळताच ती शिकागोला येऊन तिला भेटायला तयार होती.

गाम्राहनं आपला नवरा आणि त्या स्त्रीबद्दलच्या अनैतिक संबंधांचा शोध लावल्यानंतर दोन महिन्यांनंतरची गोष्ट आहे. मधल्या काळात गाम्राहनं आपल्या जोरदार भावभावनांवर ताबा मिळवण्यासाठी बराच प्रयत्न केला होता. तिला रशीदला त्याच्या प्रियतमेची आणि तिची भेट होण्याआधी तिच्यात कोणताही बदल झालेला जाणवायला नको होता.

त्या दोन महिन्यांत आईचा सल्ला न घेताच तिनं गोळ्या घेण्याचं थांबवलं. आईचं मत काय होतं ते तिला माहीत होतं : ''जे काही तुझ्याकडे असतं ते म्हणजे तुझी मुलं, माझ्या राणी. मुलांमुळेच पुरुष बांधला जातो.'' गाम्राहला मात्र मुलं हेच फक्त त्यांच्यातलं बंधन नको होतं किंवा स्पष्टपणे सांगायचं, तर फक्त त्याच एका गोष्टीमुळे रशीदने तिच्याबरोबर राहणं तिला नको होतं. पण त्यानंच तर तिला असं करायला भाग पाडलं होतं. त्यामुळे त्याला त्याच्या कृत्यांचे परिणाम सोसायलाच हवे होते आणि त्यांच्या मुलांनाही त्या दोघांच्या कृत्याचे परिणाम भोगणं भाग होतं.

सकाळी येणारी चक्कर, बेचैनी आणि कधीकधी होणारी वांती हे फारच वैताग आणणारं होतं : ह्या गरोदर राहिल्याच्या ओळखीच्या खुणा होत्या. त्यासाठी गाम्राह उतावीळपणे वाट बघत होती. कारीला भेटण्याआधी ही लक्षणे तिला दिसायला हवी होती. त्याच्या इमारतीच्या तळमजल्यावर असलेल्या सुपर मार्केटमध्ये तिला येणाऱ्या संशयाची खात्री पटावी, ह्यासाठी काहीतरी घेण्यासाठी ती गेली. ती काय शोधत

होती ह्याची तिला पक्की माहिती नव्हती. त्यामुळे ती मग तिथं काम करणाऱ्या एका मुलीकडे वळली. तिनं आपल्या पोटाकडे दोन्ही हातांनी दाखवलं आणि मोठ्या गोल पोटाचं हवेत चित्र काढलं.

''मी– मी– मी ब्रेग्नंट! ''

''ओ, अभिनंदन मॅडम.''

गाम्राहला इंग्रजी भाषा कधीच आवडली नव्हती आणि आपल्या मैत्रिणींप्रमाणे ती त्यात पारंगत नव्हती. प्रत्येक वर्षी त्या विषयात ती कशीबशी पास व्हायची. एका वर्षी तर तिला पुन्हा परीक्षा द्यावी लागली होती आणि त्यात ती पास झाली होती, कारण शिक्षिकेला तिची दया आली होती आणि तिनं तिची लायकी होती त्यापेक्षा जास्त गुण दिले होते.

''नू! नू! मी ---ब्रेग्नंट---कसं?'' तिनं आपल्या दोन्ही तळहातांचे अशा तऱ्हेचे हावभाव केले, जणूकाही तिला विचारायचं होतं, 'कसं?'

त्या दुकानातल्या स्त्रीविक्रेतीच्या सावळ्या चेहऱ्यावर आश्चर्य होतं. ''सॉरी मॅडम, परंतु तुम्हाला काय म्हणायचंय ते मला समजत नाही!''

गाम्राह आपल्या तर्जनीने स्वतःकडे बोट दाखवत होती. ''मी--मी--- ब्रेग्नंट– कसं? बेबी कशी? कशी? ''

त्या दुकानातल्या मुलीनं आपल्या दोन सहकाऱ्यांना बोलवलं आणि जोडीला एक गिऱ्हाईक – जिने ही शब्दांची देवाणघेवाण ऐकली होती, त्या गाम्राह काय सांगण्याचा प्रयत्न करत होती, ते कोडं सोडवण्यासाठी धडपडू लागल्या. दहा मिनिटांच्या प्रयत्नांनंतर गाम्राहला शेवटी ती जे काही सांगत होती ते मिळालं : घरी करण्याची गरोदरपणाची चाचणी!

१३

To : seerehwenfadha7et@yahoogroups.com
From : 'seerehwenfadha7et'
Date : May 7, 2004
Subject : **The Face-off: Between She Who is Worthy and Who is Not.**

प्रेषित– त्याला देवाचे आशीर्वाद आणि शांती मिळो– त्यानं कधीही त्याच्या एकाही नोकराला मारलं नाही किंवा स्त्रीलाही. त्यानं कुणावरही कधीही हात उगारला नाही.

– दि हादिथ कलेक्शन ऑफ आयबीएन माजा, ओवी २०६०

मी ऐकलं की किंग अब्द अल्-अझीझ सीटी[१७] ही माझ्या साईटवर बंदी घालण्याच्या प्रयत्नात आहे. वाहिनीवरून ती मत्सरी कृत्यं, घोटाळे आणि अनाचाराची किंवा दुष्टपणाची सर्व कारणं यांना मज्जाव करू इच्छिते. मला माहीत आहे की, तुमच्यातील बहुतेक सर्वांना अशा बंद केलेल्या साईटवर कसं जायचं ह्याचे हजारो मार्ग माहीत आहेत; परंतु ही बंदी मला माझ्या छातीतील ऋण आणि धनभारातून रिकामं होण्याआधी आणि ते ओझं तुमच्यावर टाकण्याआधी आली तर विजेचा धक्का लागून मी मरेन.

ते एकमेकांच्या प्रक्रियेनं नष्ट व्हायला तयार नाहीत आणि मला ह्या वर्ल्ड वाईड वेबवर एक छोटी जागा माझ्या गोष्टी सांगण्यासाठी हवीये. हे काही जास्त मागणं आहे का?

---

१७. इंटरनेट सुविधा पुरवणारी सौदी अरेबियातील कंपनी

केस कापण्याच्या पार्लरमध्ये बराच वेळ काढल्यावर आणि मग रियाध सोडल्यापासून तिनं जे एकदाही घातलेले नव्हते, ते आपले महागडे जडजवाहीर अंगावर घातल्यावर गाम्राहनं जिथं कारी राहत होती त्या हॉटेलकडे आपला मोर्चा वळवला. तिथं जात असताना तिनं त्या अनैतिक स्त्रीचा ती दिसताक्षणी गळा दाबण्यापासून स्वत:ला परावृत्त करण्याची ताकीद आपल्या डोक्यातल्या त्या लहानग्या दुष्ट राक्षसाला दिली.

कारी – गाम्राहने नंतर मला चिनी नटी ल्युसी ल्यूचं चित्र दाखवलं आणि कारी ही ल्युसीची हुबेहूब प्रतिमा असल्याचं सांगितले – लॉबीत आली. अशी वाट पाहण्यामुळे गाम्राह वैतागली होती. त्या स्त्रीने हात पुढे केला; परंतु गाम्राहने तो हातात घेतला नाही. गाम्राह अजूनही डोक्यातल्या त्या लहान राक्षसाशी लढत होती. सादीमने ज्या तऱ्हेची अपेक्षा केली होती त्या दिशेने ती भेट गेली नाही. कारीने संभाषणाची सुरुवात केली. तिच्या सुरुवातीच्या आणि शेवटच्या शब्दांतही निग्रह आणि आत्मविश्वास होता. त्यात जराही गोंधळ नव्हता आणि ती इंग्लिश बोलताना तिच्या प्रतिस्पर्ध्यासारखी जराही अडखळत नव्हती.

''तुला भेटून मला आनंद वाटला. मी रशीदकडून तुझ्याविषयी बरंच काही ऐकलंय. मला वाटतं की, तुला मला भेटावंसं वाटलं ह्यात तुझा शहाणपणाच दिसतो.''

'किती बदमाश बाई! तिची हिंमतच कशी होते!'

''तू भेटलीस याचा अर्थातच मला आनंद झाला. त्यामुळे तुझा नवरा कशावर प्रेम करतो, ह्याची तू कल्पना करू शकशील. रशीदनं फारच सहन केलंय आणि तुझ्यात आतून-बाहेरून सुधारणा व्हायला हवी ह्यासाठी तू प्रयत्न करायला हवेस. त्यामुळे तो जे काही आदर्श मानतो आणि ज्याची त्याला गरज वाटते, तिथपर्यंत तू येऊ शकशील. त्यामुळे तू माझ्या दर्जापर्यंतही येऊन पोहोचशील.''

गाम्राहनं असल्या हल्ल्याची अपेक्षा केली नव्हती. तिला हे कळून आलं की, त्या मांजरीला असल्या भाषेत सफाईनं बोलता येत होतं. कारीचं बोलणं तिला संपूर्णपणे समजलं नव्हतं; परंतु जे काही गाम्राहला कळलं होतं, ते कारीच्या तोंडावर रागानं जळफळायला आणि मोडक्यातोडक्या इंग्रजीमध्ये आणि अरेबिकमध्ये शाप द्यायला पुरेसं होतं. कारी त्या रागाच्या, अर्थ न लागणाऱ्या वाक्यांवर निर्लज्जपणे हसली आणि गाम्राहला आपण तिच्यापुढे खुजं आणि दुबळं ठरतोय हे जाणवलं. अत्यंत निर्लज्जपणे कारीनं आपला मोबाइल काढला आणि रशीदची बायको पाहत असताना त्याला फोन केला. तिनं त्याला सांगितलं की, ती शिकागोमध्ये होती आणि ती त्याला भेटण्यासाठी निघाली होती आणि तो जिथं कुठे असेल तिथं ती येणार होती.

सिंह राशीच्या रशीदला समक्ष त्याच्या प्रियतमेकडून तिच्यात आणि त्याच्या

बायकोत काय घडलं, हे कळल्यावर काय तऱ्हेच्या भावभावना निर्माण होतील, हे सांगायला गाम्राहला काही भविष्याच्या पुस्तकाची गरज नव्हती. त्या बेशरम बाईला भेटायला उशीर करण्यामागे आपण गरोदर आहोत की नाही ह्याची खात्री होईपर्यंत थांबणं गरजेचं होतं. तिनं फार पूर्वी तिच्या आईकडून आणि इतर स्त्री-नातेवाइकांकडून मागच्या पिढीच्या शहाणपणाबद्दल पुन:पुन्हा बोललेलं ऐकलं होतं. जर का सर्व इतर उपाय हरले तर गरोदरपणा हा लग्न अबाधित ठेवण्याचा एकच मार्ग होता. (नीट पाहा, मी अबाधित ठेवणं म्हणते, यशस्वी ठेवणं नव्हे.)

गाम्राह कारीला भेटल्यानंतर एक तासाच्या आत रशीद घरी आला. तो आला नसता तरच नवल!

"चल, उभी राहा!"

"आपण कुठे जातोय?"

"तू जे काही तिला केलंस आणि तिला घाणेरडं बोललीस, त्याबद्दल तू कारीची क्षमा मागणार आहेस. तू ज्या अशा मूर्खपणाच्या गोष्टी करतेस त्या माझ्यापाशी चालणार नाहीत, समजलं? जर तुझ्या कुटुंबाला तुला कसं वाढवावं हे माहीत नव्हतं, तर मग ठीक आहे. मलाच स्वत:ला ते करायला हवं! "

"मी काय करावं हे तू मला सांगू नकोस! मी कधीही त्या फिलिपिनाची माफी मागणार नाही! आणि हे कशासाठी? आपल्यापैकी माफी कोणी मागायची? मी का तू आणि तिनं?"

रशीदनं तिचा हात जोरात खेचला. "हे बघ बाई! तूच जाणार आहेस आणि तू क्षमा मागणार आहेस आणि त्यानंतर इथून जाणाऱ्या पहिल्या विमानात बसून तू तुझ्या घरी परत जाणार आहेस. मला पुन्हा तुझं तोंड पाहण्याची इच्छा नाही. तुझ्यासारख्या स्त्रीनं हुकूम सोडावेत असा माणूस मी नाही! "

"हो, बरोबरच आहे! मग मीच ती एक आहे, जिला नीट वाढवलेलं नाही! पण मिस्टर, तुमच्या बाबतीत काय? त्या एशियन मोलकरणीसाठी मला फसवणं!"

तिच्या उजव्या गालावर थप्पड बसली आणि त्याचा आवाज तिच्या डोक्यात भिनला. "ती 'मोलकरीण'ही तुझ्याइतकीच चांगली आहे आणि तुझ्या सर्व कुटुंबीयांच्याही तोडीची आहे. तुला समजलं? ज्याचे अमेरिकेत प्रेमप्रकरण आहे आणि जो तिच्याबरोबर सात वर्ष राहत आला अशा मुलाशी आपल्या मुलीशी लग्न करावे अशी विनवणी करत तिचा बाप माझ्या बापाकडे आला नाही. ह्या मोलकरणीनं माझ्यावर प्रेम केलं आणि जेव्हा मला घरून एक दमडीही मिळत नव्हती तेव्हा ती माझ्याबरोबर राहिली. माझ्या कुटुंबानं आमच्या लग्नाला विरोध केला आणि तीन वर्षं मला पैसे दिले नाहीत, तेव्हा तिनं मला राहायला जागा दिली. ती माझ्या पैशासाठी आणि माझ्या कुटुंबाच्या प्रतिष्ठेसाठी माझ्यामागे धावली नाही! जिचा तू इतका द्वेष करतेस ती

तुझ्यापेक्षा जास्त प्रामाणिक आणि जास्त आदरणीय आहे. तुझ्यापेक्षा आणि तुझ्या कुटुंबापेक्षा खूपच जास्त!''

त्या जोरदार थपडीनंतर गाम्राहला काही समजेनासं झालं. त्यानंतर रशीद जे काही बोलला, ते सर्व अपमान हे सर्व त्या थपडेचा न संपणारा पुढचा भाग होता. ती काय म्हणतेय, हे न समजताच आणि हे बोलण्याची ती वेळही अगदी चुकीची (वैवाहिक युद्धात मुलांचा उपयोग मानवी ढाल म्हणून करणे योग्य आहे का?) असूनही ती रडत आपल्या गालावरच्या दुखऱ्या जागेला एका हातानं स्पर्श करत आणि दुसरा हात पोटावर ठेवत म्हणाली, ''मी गरोदर आहे.''

जसा तो तमाशा जास्त तणावपूर्ण झाला तसा गाम्राहचा आवाज हळू होत गेला आणि रशीदचा आवाज वाढत गेला. रशीद रागाचा लोळ झाला होता. त्याचे डोळे लाल अंगारासारखे झाले होते. तो जोरात ओरडला :

''काय? गरोदर? तू गरोदर आहेस! हे कसं घडलं? तुला गरोदर राहायला कुणी परवानगी दिली? म्हणजे तू असं म्हणत्येस की, तू गोळ्या घेत नव्हतीस? आपण असं ठरवलं नव्हतं का की, माझी पीएच.डी. पुरी होईपर्यंत आणि आपण सौदीला परत जाईपर्यंत गरोदरपण नको? तुला काय वाटतं की, ह्या अशा घाणेरड्या युक्त्यांनी तू मला वाकवशील?''

''मी? मी घाणेरड्या युक्त्या करत्येय? ज्यानं आपल्या साध्यासुध्या बायकोला दोन वर्षं लोंबकळत ठेवलं आणि जी तुझ्यासाठी तुला डिप्लोमा मिळेपर्यंत नोकरासारखी काम करायची आणि मग तिला एखाद्या फालतू वस्तूसारखं फेकून देण्याचे बेत करणारी ती मी आहे? ज्यानं एका चांगल्या घराण्यातल्या चांगल्या मुलीशी – तो एका फालतू रांडेशी धंदे करत असताना – लग्न केलं ती मी आहे का?''

दुसरी थप्पड बसली आणि ती वेदनेनं तळमळत, हुंदके देत जमिनीवर कोसळली. रशीदनं आपल्या 'त्या नालायक स्त्री'च्या बाहूंत विसावण्यासाठी घर सोडलं. गाम्राह शिव्याशाप देत होती, मुस्कटात मारून घेत होती आणि डोकं फिरल्यागत त्याच्या दिशेनं थुंकत होती. ती जवळजवळ वेडीच झाली होती.

१४

To : seerehwenfadha7et@yahoogroups.com
From : 'seerehwenfadha7et'
Date : May 14, 2004
Subject : **Of Michelle and of Faisal I Will Tell You**

प्रेम ही हृदयाची बाब आहे आणि व्यक्तीचं त्यावर नियंत्रण नसतं. मानवी हृदयं दोन बोटांमध्ये राहतात – दयाळू अल्लाच्या बोटांत – आणि त्याला पाहिजे तसा त्यांना तो वाकवतो. जर प्रेम हे अत्यंत मौल्यवान आणि उत्तम नसतं, तर मग इतक्या लोकांनी अगदी प्रेषितांच्या काळापासून ते मिळवण्यासाठी प्रयत्न केले नसते. प्रेषितानं – त्याला देवाचे आशीर्वाद आणि शांती लाभो– समजावलं होतं की, प्रेमाची ज्योत ही लग्नामुळे विझू शकते. शुद्धता आणि धार्मिकतेच्या लगामांनी बांधलेलं प्रेम हे शरमेला काही जागा देत नाही; परंतु जर लग्न झालं नाही, तर निराशेच्या कडवटपणानं ते सहन करणं हाच उपाय उरतो.

आपल्याला प्रेम हे आचरण आहे की वागणूक, हे एका बाजूला आणि प्रेम ही भावना आहे, हे म्हणणं दुसऱ्या बाजूला, असा फरक करायला हवा. ही इस्लामिक पद्धत अगदी बरोबर आहे – म्हणजे हलाल प्रेम जाणण्यासाठी. पण जर प्रेम हे कृतीत उतरलं – जसं स्पर्श, चुंबन किंवा मिठी – तर ते इस्लामिक कायद्याविरुद्ध आहे; म्हणजे हराम. त्यातून अनेक गोष्टींना वाव मिळू शकतो, कारण प्रेमात पडलेल्या व्यक्तीला प्रेमावर नियंत्रण ठेवणं कठीण जातं. त्यामुळे आपल्याला हवंय ते कुठलं प्रेम आहे? आपल्याला असं प्रेम हवंय जे हृदय आणि आत्म्यात बदल करेल? आमचं असं म्हणणं आहे की, प्रेम ज्याच्याकडे आहे त्यांना ते अशा कृती करायला भाग पाडतं की, ज्या इतिहासात सुंदर प्रेमकथा म्हणून पुढे नमूद केल्या जातील.

जस्सेम अल्-मुतावा[१८]

मी तुमची ह्या गोष्टींवरची टीका-टिप्पणी वाचण्यात गुंगून गेले आहे. तुम्ही समोर असलेले सर्व! माझ्या शेवटच्या ई-मेलनंतर मला जवळजवळ शंभर पत्रं आली आणि मी ती सर्व शेवटपर्यंत वाचली. त्याचं कारण म्हणजे मला ह्याची खात्री करून घ्यायचीये की, आपण असे लोक आहोत, जे असहमत होण्यावर सहमत होतात. जो गाम्राहबद्दल सहानुभूती दाखवतो आणि तो एक ज्याला ती दयनीय वाटते आणि रशीदच्या पाठीराख्यांपासून जे त्याच्यावर रागावलेले आहेत आणि त्याला गुद्दा मारण्यासाठी तयार आहेत त्या तुम्हा सर्वांना मी खात्री देते की, तुम्हा सर्वांची वेगवेगळी मतं वाचण्याचा मला मनापासून आनंद घेता आला. अगदी ज्यांच्याशी मी सहमत नाही त्यांचीही मतं वाचून; परंतु तुमच्यापैकी काही मिचैल्लीबद्दल विचारत आहेत आणि म्हणतायत की, मी बराच काळ तिच्याकडे दुर्लक्ष केलंय. मला कबूल करायला हवं की, मी त्यांच्याशी सहमत आहे आणि त्याबद्दल मी क्षमा मागते. मिचैल्लीसाठी सगळ्या गोष्टी छान जमून आल्या आहेत आणि सुखी माणसांकडे दुर्लक्ष करणं किती सोपं आहे!

मिचैल्लीला पुरुषात जे काही हवं होतं, ते सर्व तिला फैझलमध्ये मिळालं. तो सौदी अरेबियात स्थिरस्थावर होणाऱ्या इतर तरुणांपैकी कुणासारखाही नव्हता. ह्या फरकाची सर्वांत मोठी खूण होती की, त्यांचे संबंध जवळजवळ एक वर्षांनंतर चांगलेच दृढ झाले होते. फैझलच्या आधीचे तिचे संबंध हे तीन महिन्यांपेक्षा जास्त टिकले नव्हते.

फैझल हा खरोखरच सुसंस्कृत माणूस होता. स्त्रीला कसं वागवावं, हे त्याला बरोबर माहीत होतं आणि इतर पुरुषांप्रमाणे उडी मारून तो संधीचा फायदा उठवायला तयार नसायचा. त्याच्या काही थोड्या मैत्रिणी होत्या. जसे मिचैल्लीचे मित्र होते तसंच, पण त्या दोघांनीही सगळ्यांना हे स्पष्ट केलं होतं की, त्यांची जोडी अत्यंत अतूट होती.

फैझलचा हळुवारपणा आणि त्याच्या सुसंस्कृत वागणुकीने सुरुवातीच्या काळात आपल्या शहरातल्या तरुणांशी थोडा काळ संबंध आल्यावर मिचैल्लीचं त्याच्याविषयी जे वाईट मत झालं होतं त्याबद्दल तिला पुनर्विचार करावा लागला. एखादा सौदी

---

१८. शेख जस्सेम अल् मुतावा हा प्रसिद्ध कुवेती मुस्लीम टेलिव्हिजनवरील प्रवचनकार आहे. 'अरेबिक हॅपी नेस्ट्स' एक नावाजलेला नावाचा टी.व्ही.-कार्यक्रम तो करतो. तसेच तो अनेक मासिकांचा मुख्य संपादक आहे; अनेक इस्लामिक पुस्तकांचा लेखक आहे. त्या पुस्तकांतून स्त्री-पुरुषांच्या संबंधाबद्दल तसंच लग्न आणि कौटुंबिक गोष्टींबद्दल चर्चा केली आहे.

तरुण इतर सुसंस्कृत जगातल्या तरुणांइतकाच रसिक असेल, हे फैझलची नीट ओळख होण्यापूर्वी तिच्या मनातच आलं नव्हतं. उदाहरणार्थ, प्रत्येक सकाळी जेव्हा तिचा ड्रायव्हर तिला विद्यापीठात घेऊन जायचा, तेव्हा फैझल आपल्या निष्ठेचं प्रतीक म्हणून स्वत:च्या गाडीनं त्यांच्या मागोमाग यायचा. तिला हे स्वत:शी कबूल करायला लागलं होतं की, त्याला सकाळी साडेसात वाजता रियाधमधल्या रस्त्यांवरून गाडी चालवत येताना आणि आपल्या डोळ्यांवरची झोप उडावी म्हणून जोराचा प्रयत्न करताना पाहणं (आणि तेही तिच्या संगतीत असण्यासाठी), यामुळे तिच्या हृदयाला गुदगुल्या व्हायच्या आणि ते आनंदून जायचे आणि मग सर्व सौदी पुरुष हे निर्दय आणि भावनाविरहित आहेत, असं एकाच तऱ्हेनं त्यांना जोखणं ह्याबद्दल तिला फेरविचार करायला लागत होता.

मिचैल्लीला अमेरिकेहून सौदी अरेबियाला परत यावं लागलं, तेव्हा तिला वाटलेल्या 'हरवल्या'च्या भावनेबद्दल ती आपल्या कोणत्याही मैत्रिणीला, अगदी जवळच्या मैत्रिणींनाही स्पष्टीकरण देऊ शकली नव्हती. जरी तिच्या मैत्रिणींना ती सौदी समाज आणि त्यांच्या त्या कडक रूढी ह्यांचा किती तीव्रपणे तिरस्कार करते, हे समजलं होतं आणि जरी त्यांना समाजानं स्त्रियांवर लादलेल्या बंधनांची ती किती चेष्टा करते हे माहीत होतं, तरी दोन संस्कृतींमधल्या लढाईबद्दल तिच्या मनात उफाळून येणारा राग हा इतका विलक्षण आणि गुंतागुंतीचा होता की, एखाद्या अत्यंत बुद्धिवान, ज्ञानी आणि मोकळ्या मनानं विचार करणाऱ्यालाच तो नीटपणे समजला असता. मग मिचैल्ली फैझलच्या संगतीत आली आणि ती कशा मन:स्थितीतून जातेय हे त्याला बरोबर कळल्याचं दिसत होतं. लवकरच ते एकत्र असताना ती आपल्याला जास्तीत जास्त कशाचा त्रास वाटतो, हे त्याला सांगू लागली. जे काही अस्तित्वातच नाही असं वाटत होतं त्यासाठी अनेक वर्षं चाचपडत असताना सरतेशेवटी तिला समजून घेणाऱ्या तरुणाची आणि तिची अकस्मात गाठ पडली होती. त्यामुळे ती खरोखरच कशी आहे, हे एखाद्याला दाखवण्याची संधी ती थोडीच सोडणार होती?

ती त्याला उम नुवाय्यिरच्या घरी भेटायची. उमचा प्रेमावर विश्वास होता आणि त्याची लाज वाटावी असं ते काही आहे, हे तिने एकदाही त्या चार तरुणींना दाखवून देण्याचा प्रयत्न केला नव्हता. तिला हे माहीत होतं की, ह्या देशात खरं प्रेम व्यक्त करायला किंवा बोलून दाखवायला मार्ग नव्हता. कोणतंही प्रेमाचं अंकुर फुटलेलं नातं कितीही निष्कपट आणि शुद्ध असलं तरी त्याकडे संशयानं पाहून ते दाबलं जायचं आणि ते मग उलट त्या प्रेमिकांना टोकाला जाऊन बऱ्याच वाईट गोष्टींची निवड करायला लावायचं. त्यामुळे जेव्हा मिचैल्लीनं उम नुवाय्यिरला सांगितलं की, आपल्या आईवडिलांच्या गैरहजेरीत तिनं फैझलला आपल्या घरी बोलवायचं ठरवलंय,

कारण गुन्हेगार असल्यागत त्यांना कॅफे आणि रेस्टॉरंटच्या संरक्षक पडद्यामागे लपावं लागायचं आणि अशा तऱ्हेनं त्याला भेटायचा तिला आता कंटाळा आला होता, तेव्हा उम नुवाय्यिरनं आपल्या स्वतःच्या घराचा दरवाजा त्या कमनशिबी प्रेमी जिवांसाठी खुला केला. त्यानंतर त्यांच्या मीलनाला अधिकृत मान्यता मिळण्याआधी त्यांच्या निष्कपट आणि आदरणीय नात्याचं रूपांतर 'मोठ्या' प्रकारात होऊ नये ह्यासाठी तिनं हे केलं.

फैझलनं मिचैल्लीचा लाडावलेला छोटा कुत्रा उचलला आणि मिचैल्ली आपल्या अनेक गोष्टींपैकी एक सांगत असताना, तो त्या पांढऱ्या कुत्र्याबरोबर खेळत तिचं म्हणणं ऐकत होता. ती इंग्रजीमध्ये बोलत होती, कारण त्यामुळे तिला भाषेचा अडसर कमी जाणवायचा.

"जेव्हा मी पाच वर्षांची होते आणि आम्ही अमेरिकेत होतो तेव्हा डॉक्टरांना समजलं की, ममाला गर्भाशयाच्या तोंडाचा कॅन्सर आहे. तिला मग केमोथेरपी घ्यावी लागली आणि त्यानंतर तिचं गर्भाशय काढण्यात आलं. त्यामुळे तिला आणखी मुलं होऊ शकली नाहीत."

"तिची रेडिएशनची थेरपी संपल्यावर; पण तिचे केस परत येण्याआधी आम्ही रियाधला परत आलो. परत आल्याबरोबर आम्हाला दिलासा देण्याऐवजी माझ्या आत्यानं माझ्या आणि आईच्या समोरच वडिलांनी जी मुलगा देऊन त्यांचं नाव चालवेल, अशा दुसऱ्या एखाद्या स्त्रीशी पुन्हा लग्न करण्याचं सुचवलं. जणूकाही मी पुरेशी नव्हते! बोलून काय उपयोग? ह्या ढोंगी समाजात घडणाऱ्या प्रत्येक गुन्ह्याबद्दल जर मी बोलायचं ठरवलं, तर माझं बोलणंच संपणार नाही. डॅडी आपल्या मतावर ठाम राहिले आणि त्यांनी दुसऱ्या स्त्रीशी लग्न करण्याचं नाकारलं. त्यांचं ममावर प्रेम होतं आणि त्यांना तिच्याबद्दल पूर्णतः ओढ होती. त्यांनी पहिल्यांदा जेव्हा तिला अमेरिकेत मित्राच्या घरी नववर्षाची पूर्वसंध्या घालवत असताना पाहिलं त्याच वेळेपासून ते तिच्या प्रेमात पडले. ते त्या रात्री तिला भेटले आणि दोन महिन्यांनंतर त्यांनी तिच्याशी लग्न केलं. माझ्या वडलांच्या कुटुंबाला हे लग्न मान्य नव्हतं आणि माझी आजी प्रत्येक वेळी माझी आई भेटायला गेली की, कुरकुरायची आणि ती अजूनही तेच करते.

"अमेरिका सोडल्यानंतर एक महिन्यात माझ्या वडिलांनी आम्हाला तिथं परत नेलं. माझे वडील मी इतर सौदी मुलींसारखी वाढावी म्हणून आपल्या मायदेशाला परत जायची स्वप्नं बघत होते! परंतु त्यांच्या नातेवाइकांनी त्यांच्या खासगी गोष्टीत आणि कामात केलेली लुडबुड ते काही थोपवू शकले नाहीत. त्यामुळे ते पुन्हा परदेशात गेले."

अनेकदा यायची त्याप्रमाणे उम नुवाय्यिर सर्व ठीक आहे ना, हे बघण्यासाठी आली. ती अगदी गोड आणि दयाळू होती. जरी ती रूढींबद्दल फारशी पर्वा करत नव्हती तरीसुद्धा ती त्या चार मुलींबद्दल अगदी स्वत:च्या मुली असल्यागत आणि ती त्यांना बांधली गेल्यागत त्यांची काळजी घ्यायची. उम नुवाय्यिर त्या दोघांबरोबर काही क्षण बसायची. फैझलजवळ त्याच्या आई आणि भावंडांबद्दल, त्यांच्यापैकी तिला कोणीही माहीत नव्हतं, तरी चौकशी करायची. तिला त्याला दाखवून द्यायचं असे की, तिला मिचैल्लीबद्दल काळजी आणि प्रेम वाटतं आणि त्यानं चांगली वर्तणूक ठेवणं गरजेचं आहे. त्यानं मिचैल्लीशी 'जास्त शारीरिक जवळीक' साधू नये असं तिला वाटायचं. ती दोघं घरात एकटी नाहीत आणि ती प्रेमळ मावशी कोणत्याही क्षणी येईल, हे त्याला सतत जाणवायला हवं होतं. उम नुवाय्यिर खोलीतून बाहेर पडल्यावर ती दोघं तिनं कुवेतवरून आणलेला खास सुकामेवा खाऊ लागले आणि मिचैल्ली पुन्हा आपल्या वृत्तान्ताकडे वळली.

''तीन वर्षांनंतर, मी तेरा वर्षांची असताना आम्ही रियाधला परतलो तेव्हा मिशाल आमच्याबरोबर होता. शंभर मुलांतून मी त्याला भाऊ म्हणून निवडला ह्यावर तू विश्वास ठेवू शकशील? त्या वेळी तरी माझ्या मनाची अशी भावना होती की, मी नशिबाला आकार देत होते! त्याचे काळे केस मला आवडले. ते जवळजवळ माझ्या केसांच्या रंगासारखे होते आणि त्याचा तो निष्कपट चेहरा! मला असं जाणवलं की, तो मला जवळचा होता. त्याला आम्ही दत्तक घेतलं तेव्हा तो सात महिन्यांचा होता. तो इतका छान होता की, त्याला पाहताक्षणीच मी आईबाबांना सांगितलं की, हे बाळ माझा भाऊ आहे आणि ज्याला ते शोधत होते तो हाच आहे.

''आम्ही रियाधला परतलो आणि माझ्या वडलांनी त्यांचे आईवडील, भाऊ-बहिणी ह्यांची एक बैठक घेतली. त्यांनी स्पष्ट सांगितलं की, हा छोटा मिशाल त्यांचा मुलगा होता. देवानं त्याला डायनाच्या – माझी आईच्या – पोटी दिलेलं नव्हतं आणि त्या सर्वांनी ह्या निवडीचा आदर करावा आणि त्यांनी ही गुप्त गोष्ट मिशालसमोर कधीही उघड करू नये, असं त्यांनी सांगितलं. अगदी जवळच्या नातेवाइकांनाच माझ्या आईच्या आजाराबद्दल ठाऊक होतं. कारण कुणीही तिला त्या आजारात आणि उपचार चालू असताना इथं पाहिलं नव्हतं आणि माझ्या वडिलांनी ही बातमी पसरू दिली नव्हती.

''माझ्या वडलांनी आपल्या नातलगांना पर्याय सांगितले : जर त्यांना वडलांनी तिथे राहावं असं वाटत असेल तर घरच्यांनी त्यांचा निर्णय आणि कुटुंबाचा स्वीकार करायला हवा. जर त्यांनी स्वीकार केला नाही, तर ते पुन्हा अमेरिकेत राहायला जातील. कुटुंबाच्या आठवडाभर अनेक वेळा चर्चा झाल्यावर त्या कुटुंबानं छोटा मिशाल हा त्यांच्यापैकी एक आहे म्हणून स्वीकार करायला मान्यता दिली. माझ्या

वडलांना तशी खात्री होती. हे घडलं ते त्यांच्यावर खास प्रेम होतं म्हणून नव्हे, परंतु घराण्याच्या व्यवसायात त्या वेळी माझ्या वडलांच्या वाकबगारीची ताबडतोब जरुरी होती म्हणून. आम्ही सगळे अमेरिकेला आवराआवरीसाठी परत गेलो आणि एक वर्षानंतर चौघं जण रियाधमध्ये आमच्या जीवनाची नवीन सुरुवात करण्यासाठी परतलो.''

जेव्हा ती बोलायची तेव्हा फैझल गप्प असायचा. ह्याची तिला आता सवय झाली होती. विशेषत: जर ते असं काही हृदयद्रावक आणि दु:खपूर्ण असले तर. परंतु ह्या वेळी मात्र त्याच्या मौनाची तिला जरा भीती वाटत होती. ती त्याच्या नजरेत काही प्रतिक्रिया आहे का, हे शोधू लागली; असा काही प्रतिसाद ज्यामुळे तिची ती कथा ऐकल्यावर तो काय विचार करतोय ह्याची कल्पना यावी. जेव्हा तिला आश्वस्त करण्यासाठी काहीच सापडलं नाही, तेव्हा ती थोड्या निराशेनं म्हणाली, ''आम्ही काही कुणाला भीत नाही. लाजेपोटी किंवा दुसऱ्या कशासाठी मिशाल कोठून आला हे आम्ही लपवून ठेवलं नाही. माझ्यावर विश्वास ठेव, माझे वडील हे सत्य, देशाच्या वर्तमानपत्रात आणि मासिकात जाहीर करायला तयार होते; परंतु त्यांच्या मनाची एवढी खात्री नव्हती की, सौदी समाज त्यांच्या दत्तक मुलाचं स्वागत जसं त्यांच्या पत्नीच्या समाजानं अमेरिकेत केलं होतं तसं करायला तयार होईल. हे असं सत्य मिशालपासून आणि माझ्या मैत्रिणींपासून दडवून ठेवावं लागणं हे दु:खदायी नाही का? मला असं वाटतं की, मी ते त्यांना सांगावं, पण ते त्यांना समजणार नाही. त्याला ते त्याच्या पाठीमागे वाईटसाईट नावं ठेवतील आणि वाईट वागवतील आणि ते मी स्वीकारू शकणार नाही! ते माझ्या आईवडलांचं जीवन आहे. त्यांनी जर अशा तऱ्हेनं जगायचं ठरवलं, तर त्यांच्या विषयात प्रत्येकानं का नाक खुपसायचं? मला इतरांसमोर नाटक का करावं लागतं? हा समाज माझं कुटुंब आणि इतर सौदी कुटुंबं यांच्यातल्या फरकाबद्दल आदर का दाखवत नाही? प्रत्येक जण मला वाईट मुलगी समजतो. कारण काय, तर माझी आई अमेरिकन आहे! ह्या अशा अन्यायी समाजात मी कशी राहणार? कसं ते मला सांग फैझल!''

ती रडू लागली. त्याच्याबरोबर असताना अश्रू ढाळण्यातही तिला आनंद वाटायचा, हे तिच्या लक्षात आलं होतं. तिनं एकंदरीत किती अश्रू ढाळावेत हे त्याला चांगलं माहीत होतं. मग तिचं रडणं थांबावं ह्यासाठी हळुवारपणे तो तिला चिडवत असे. तो तिचा एकमेव साथी होता, ज्याला माहीत होतं की, जर त्यानं ताकापासून बनवलेली, तिला लहानपणापासून आवडणारी मऊ मिठाई आणली किंवा तिच्या आवडीचा स्ट्रॉबेरी पेयाचा डबा जवळच्या किराणा दुकानातून आणला, तर ती न राहवून हसते.

ह्या वेळी फैझल आपले विचार मनातच ठेवून होता. घरी परत जाताच त्याच्या

आईशी होणाऱ्या बोलण्याची तो कल्पना करत असताना त्यानं हळुवारपणे तिला समजावलं. आईशी बोलणं पुढे ढकलण्याचा त्यानं अनेकदा प्रयत्न केला होता; परंतु ह्या वेळी त्याने हा विषय त्याच्या आईशी कधी नव्हे तो काढायचा (किंवा संपवायचा) मनाशी निश्चय केला होता.

'देव आम्हाला मदत करो!' तो स्वत:शी म्हणाला आणि तिथून निघाला.

१५

To : seerehwenfadha7et@yahoogroups.com
From : 'seerehwenfadha7et'
Date : May 21, 2004
Subject : **My Heart! My Heart!**

फैझल आणि त्याच्या आईमध्ये काय घडलं हे जाणण्यासाठी तुम्ही फार उत्सुक आहात, हे मी जाणते आणि त्यामुळे आज आपण फैझल आणि मिचैल्लीच्या प्रकरणाकडे वळू या. प्रिय मिचैल्ली, जी अफवांचं उगमस्थान आहे; कारण लोकांची खात्री आहे की मी ती आहे; *जर मी सादीम नसेन तर!* असं वाटतं की, मी इंग्रजी शब्दसमूह वापरले, तर मी मिचैल्ली होते; परंतु नंतर पुढच्याच आठवड्यात जेव्हा मी निझार क्वाब्बानीची अरेबिक कविता टाईप करते, तेव्हा मी सादीम होते. किती द्विधा, भग्न आयुष्य मी जगतेय!

ज्या क्षणाला उम फैझलनं मिचैल्ली हे इंग्रजी नाव ऐकलं, तेव्हा शेकडो राक्षस तिच्या डोक्यात गोंधळ घालू लागले. फैझल घाईनं आपली चूक दुरुस्त करू लागला. जरी लोक तिला मिचैल्ली म्हणत असले, तरी तिचं खरं नाव हे शुद्ध सौदी होतं – माशैल – त्यानं आईला खात्री दिली.

"ती माशैल अल् अब्दुल रहमान आहे."

त्याच्या आईच्या डोळ्यांतल्या जळफळाटाची त्याला भीती वाटली आणि त्याचं बोलणं थांबलं. त्याला अचानक काळजी वाटू लागली की, त्या दोन घराण्यांत काही जुनं भांडण असावं; पण लवकरच त्याच्या लक्षात आलं की, त्याच्या आईनं पूर्वी त्या घराण्याचं नावच ऐकलं नव्हतं. ही समस्या होती.

"तू काय म्हणतोयस, अल्-अब्दुल रहमान? अब्दुल हा नोकर आहे आणि रहमान हा तो दयाळू आहे, अल्लाच्या अनेक नावांपैकी एक. म्हणजे मग ती देवांच्या

नोकरांच्या घराण्यातली आहे; जसे अनेक अब्दुल्लाह किंवा अब्दुल लतीफ किंवा अब्दुल्ल अझीझ. ही सर्व देवांची नावं आहेत; परंतु देवांचे किती नोकर आहेत, हे तुला माहीत आहे का? आपण सर्वच आहोत! तर मग ह्या अब्दुल रहमानमध्ये खास काय आहे?''

मिचैल्लीच्या घराण्याचं नाव – 'त्या दयाळूचे नोकर.' ते जे गुणविशेषण सुचवत होतं, ते अगदी सर्वसामान्य होतं. हे उघड होतं की, ते नाव त्या घराण्यांच्या दर्जापर्यंत पोहोचलेलं नव्हतं. त्यांचे संबंध किंवा ते अल्-बात्रन घराण्याशी मिसळलेले नव्हते. मिचैल्लीचे वडील ह्या देशात अगदी थोड्या वर्षांपूर्वीच स्थायिक झाल्याचा आणि त्यामुळं त्यांचं नाव रियाधमधल्या बऱ्याच लोकांना अजूनपर्यंत माहीत नसल्याचा फैझलनं खुलासा केला.

त्याच्या आईला ते समजलं नाही. "मिचैल्लीच्या बापाचे भाऊ कोण आहेत?'' माहीत करून घेण्यासाठी तिनं विचारलं. फैझल उत्साहात म्हणाला की, मिचैल्लीचे वडील हे सर्व अल्-अब्दुल रहमानांत सगळ्यांत जास्त यशस्वी होते. अमेरिकेतून – जिथं ते अनेक वर्षं राहिले होते तिथून – परत आल्यापासून अल्-अब्दुल-रहमान रिवाजाप्रमाणे ज्यांचे सांस्कृतिक दृष्टिकोन आणि कल्पना सारख्या आहेत त्यांच्यातच मिसळले होते.

त्यामुळे त्याची आई जास्तच रागावली.

त्या मुलीचं घराणं त्यांच्यासारखं नव्हतं आणि ह्याबाबत फैझलच्या वडिलांना विचारायलाच हवं होतं; कारण त्यांना वंशशास्त्र आणि घराण्यांबद्दल जास्त प्रमाणात माहिती होती; परंतु प्रथमपासूनच, त्याच्या आईनं सुचवल्याप्रमाणे ह्या बोलण्याची सुरुवात ही काही चांगल्या भविष्याची नांदी नव्हती. त्या मुलीनं त्याला बनवलं होतं! अरेरे! ह्या पिढीतल्या मुली किती भयानक होत्या आणि तिचा तरुण आणि अननुभवी मुलगा ह्या अशा तऱ्हेच्या मुलीच्या सापळ्यात अडकेल अशी तिनं अपेक्षा केली नव्हती. त्या मुलीचे मामा कोण होते, हे तिनं विचारलं आणि त्या मुलीची आई अमेरिकन आहे, हे ऐकताच तिनं त्या निष्फळ संभाषणावर आणि मूर्खपणाच्या विषयावर दरवाजा कायमचा बंद करण्याचा निश्चय केला. म्हणून मग तिच्या आधीच्या अगणित आयांसारखा तिनं पुस्तकातल्या सर्वांत जुन्या युक्तीचा वापर केला:

"पटकन मुला! उठ, त्वरा कर, मला माझं रक्तदाबावरचं औषध आणून दे! माझं हृदय, ओ, माझं हृदय! मला वाटतं मी मरणार आहे–''

फैझलनं जोरदार प्रयत्न केला होता. त्यानं तिला पटवण्यासाठी मिचैल्लीचे अनेक असाधारण गुण दाखवण्याचा जोरदार प्रयत्न केला किंवा असं म्हणा की, त्या कावेबाज आणि कडक सौदा करणाऱ्या आईला मिचैल्लीचे 'सर्वोत्तम गुण' दाखवले.

तो पुन:पुन्हा ज्या गोष्टींबद्दल सांगत राहिला त्याचं तिला काहीच नव्हतं. माशैल ही सुसंस्कृत आणि सुशिक्षित मुलगी होती. ती विद्यापीठाची विद्यार्थिनी होती. तिच्या पौर्वात्य आणि पाश्चिमात्य विचारसरणीचं मिश्रण त्याला खरोखर आवडलं होतं आणि त्याचं कौतुक वाटलं होतं. त्या मुलीलाही त्याचा स्वभाव पटला होता. ती मुलगी सुधारलेली होती आणि त्याला भेटलेल्या किंवा त्याच्या आईनं लग्न करण्यासाठी सुचवलेल्या मुलींसारखी ती काही थेट खेड्यातून आलेली नव्हती. ह्यातलं सत्य हे होतं की, एक गोष्ट तो स्पष्टपणे आईला सांगू शकत नव्हता : त्या मुलीचं त्याच्यावर प्रेम होतं आणि त्याचं तिच्यावर प्रेम होतं. त्याला खात्री होती की, ती त्याच्यावर जेवढं प्रेम करत होती त्यापेक्षाही त्याचं तिच्यावर जास्त प्रेम होतं.

फैझलच्या आईनं गोळ्या गिळल्या *(त्यांची जरी मदत झाली नव्हती तरी त्रासही झाला नव्हता.)* ती अश्रू ढाळत राहिली आणि त्याच्या केसांवर हळुवारपणे थोपटत असताना आपल्या मनातल्या त्याच्या लग्नासंबधीच्या आशांबद्दल ती बोलत राहिली. तिच्या ह्या सर्वांत धाकट्या मुलाचं लग्न एका अत्युत्तम मुलीशी व्हायला हवं होतं. अशी मुलगी जी त्याला सगळ्यात उत्तम घर देईल, कार देईल आणि त्यांच्या मधुचंद्रासाठीचा अगदी तिकिटांचासुद्धा खर्च देईल

गरीब बिचारा फैझल! तोही रडला. बिचारा छोटा फैझल आपल्या आवडत्या आईच्या पायांशी बसून रडला. ह्या जगात त्याचं आईशिवाय दुसऱ्या कोणावरही जास्त प्रेम नव्हतं आणि त्यानं तिला कधीकधीही विरोध केला नव्हता. त्या सुसंस्कृत मुलीसाठीही तो रडला. जगात कोणतीही दोन माणसं एकमेकांना समजू शकतील, त्याहूनही जास्त ती त्याला समजू शकली होती आणि त्याला ती समजली होती. नाज्दी सौंदर्य आणि अमेरिकन व्यक्तित्व असलेली माशैल त्याची होणार नव्हती.

१६

To : seerehwenfadha7et@ yahoogroups.com
From : 'seerehwenfadha 7et'
Date : May 28, 2004
Subject : **Is This Emotional Stability?**

तुम्ही तिथं समोर असलेल्या लोकांनी फैझलनं काय केलं किंवा जास्त अचूकपणे सांगायचं, तर त्याने काय केलं नाही ह्यावर विश्वासच ठेवला नाही. मला तुमची खात्री पटवून द्यायची आहे की, जे काही घडलं ते अगदी तसंच आहे. त्यानं मिचैल्लीला आपल्या आईबरोबर झालेल्या वादविवादाचा वृत्तान्त – जो मी माझ्याकडून तुम्हाला कळवलाय – तो भयानक वृत्तान्त सांगितला; परंतु तोही बऱ्याच आठवड्यांची गोंधळलेली मानसिक वळणं घेतल्यावर, अनेक आठवडे स्वत:ला शिक्षा करून घेतल्यावर, एक विकारवश हृदय आणि डोकं ह्यांच्यात कित्येक आठवड्यांच्या चाललेल्या द्वंद्वानंतर! आपल्याला काय मर्यादा होत्या, हे त्याला बरोबर माहीत होतं. ह्या मर्यादा त्याच्या कुटुंबानं फार पूर्वी घातलेल्या होत्या. त्याच्या आयुष्यातल्या निवडीला त्या बंधनकारक होत्या.

तुम्ही सर्व आश्चर्यचकित का झाला आहात ते मला समजू शकत नाही. अशा गोष्टी आपल्याकडे प्रत्येक दिवशी घडतात आणि तरीही कुणालाच त्याची कल्पना नसते. फक्त त्या दोघांशिवाय, जे त्या आगीच्या ठिकाणी होरपळले जातात. तुम्हाला काय वाटतं की, ह्या सर्व करुण कविता आणि रडारडीची, दु:खी, दर्दभरी कहाणी हा आपला वारसा आहे? तो कुठून आला? आणि हल्ली वर्तमानपत्रातल्या कवितांची पानं, रेडिओ आणि टी.व्ही.-कार्यक्रम आणि वाङ्मयीन चर्चा करणाऱ्या इंटरनेटवरच्या जागा ह्या सर्व आपला पौष्टिक आहार ह्या अशा गोष्टींतून आणि हृदयभंगातून मिळवतात.

मी तुम्हाला आपल्या घराघरांतून घडणाऱ्या गोष्टी आणि आपल्याला जखडून

टाकणाऱ्या भावनांबद्दल सांगेन. आम्ही रियाधच्या मुली, तिथं बाहेर असलेल्या नक्राश्रू ढाळणाऱ्या पुरुषांच्या मनात काय आहे हे माहिती करून घेण्याचा प्रयत्न करणार नाही. कारण सरळ सांगायचं तर मला मगरींचा स्वभाव पुरेसा माहीत नाही. मगरी ह्या माझ्या जाणकारीच्या किंवा स्वास्थ्याच्या परिघात येत नाहीत. मी फक्त माझ्या मैत्रिणींविषयी बोलते; बाकी विषयाबद्दल बोलायचं, तर ज्या कोणाला आपल्या ढोंगी मित्राबद्दल काहीतरी सांगावंसं वाटतंय त्यानं ते सांगावं. मला वाटतं की, मगरींनी नक्कीच मला लिहावं आणि ज्या दलदलीच्या जागेत त्या राहतात तिथं काय घडतंय, ते मला सांगावं. कारण आम्ही – पाली – ह्यांना त्याची अगदी फार फारच गरज आहे! कारण खरोखरच त्यांचे विचार जाणण्याची आणि आमच्यापासून नेहमीच खोलवर दडवलेले आणि आमच्यापासून दूर असलेले त्यांचे हेतू समजण्याची आम्हाला फार इच्छा आहे.

माझ्या शेवटच्या फैझल आणि रशीदसंबंधी ई-मेलनंतर अगदी आगडोंबच उसळला. दुर्दैवानं इतर सर्वांपेक्षा काही लोकांचं बोलणं, हे नेहमीच ऐकू जाऊ शकतं; कारण सर्वांत मोठा आवाज हा इतरांना मागे टाकतो, या विवाद्य तत्त्वज्ञानाचे ते अभिमानी पुरस्कर्ते असतात. जर ते सूडबुद्धीचे लोक गोष्टी उकरून काढण्यात इतके उत्सुक असतात, तर मग ते आपल्या जिभा तिरस्करणीय कल्पना आणि वंशीय पूर्वग्रहां[१९]सारख्या जुनाट रीतिरिवाजांविरुद्ध वापरून त्यांचा चांगला उपयोग का करत नाहीत? ते आता आपली टीका फक्त अशा लोकांवर करत आहेत, जे त्या वाईट प्रथांवर फक्त चर्चा करू पाहत आहेत.

प्रत्येक जण माझ्या धीटपणाच्या लिखाणाचा आणि कदाचित मी लिखाण करते, याच धीटपणाचाही धिक्कार करत आहे. मी 'मनाई' असलेल्या विषयामुळे जो राग ओढवून घेतलाय, त्याबद्दल प्रत्येक जण मला दोष देत आहे. आमच्या समाजात ह्या अशा 'मनाई' केलेल्या विषयांच्या उघडउघड चर्चेची आणि तीही माझ्यासारख्या एखाद्या तरुण मुलीकडून त्या चर्चेची सुरुवातीची सलामी व्हावी, ह्याची आम्हाला सवय नाही; परंतु प्रत्येक आमूलाग्र सामाजिक बदलाला सुरुवात करण्याची पहिली वेळ कधी येत नसते का?

माझ्या हेतूवर ह्या घडीला विश्वास ठेवणारी काही मोजकी माणसं मला सापडतील किंवा सापडणारही नाहीत; परंतु जर मी भविष्य काळात अर्ध शतक पुढे पाहिलं, तर मला अनेक लोक त्याला विरोध करताना सापडतील असं वाटत नाही.

---

१९. सौदी समाज हा जुन्या प्रथेप्रमाणे दोन विभागांत मोडतो. ज्यांच्यात लग्न होत नाहीत, त्यातील एका भागाला टोळीवाली जमात म्हणतात. कारण त्यांची वंशपरंपरा पुरातन काळापर्यंत जाते आणि दुसरी वर्गविरहित नसलेली जमात, ज्यांच्या वाडवडिलांचा तपास लागत नाही.

गाम्राहचं आपल्या कुटुंबाच्या घरी कायमचं परत येणं ह्यावर 'नेहमीची भेट' असं शिक्कामोर्तब झालं. तिची आई, जिला काय घडलं हे सर्व माहीत होतं, तिनं असा विचार केला की, सगळ्यांपासून खरी गोष्ट लपवून ठेवणं शहाणपणाचं होतं. 'वळवाचा ढग' असं आपल्या मुलीच्या रशीदबरोबरच्या भांडणाचं आणि त्यानं काडीमोड देण्याच्या धमकीचं तिनं वर्णन केलं होतं. तिच्या आईनं गाम्राहच्या वडलांनाही हे न सांगण्याचं ठरवलं. ते उत्तर आफ्रिकेत सुट्टीवर गेलेले होते. काही झालं तरी त्या माणसानं घरातल्या कोणाच्याही वैयक्तिक आयुष्याबद्दल कधीही स्वारस्य दाखवलं नव्हतं आणि पुढेही त्यांनी दाखवलं नसतं. गाम्राहची आई ही नेहमीच सर्व व्यवस्थितपणाची मुख्य सूत्रधार होती; ह्या घराची कर्तीसवरती स्त्री होती आणि ती नेहमीच तशी राहणार होती.

जेव्हा अनेक स्त्रिया तिला भेटायला आणि गरोदरपणाबद्दल अभिनंदन करायला आल्या, तेव्हा गाम्राहनं आपल्या आईबरोबर केलेल्या रंगीत तालमीची उजळणी केली. "रशीद, बिचारा दिवसरात्र विद्यापीठात असतो. तो सुट्टीतही रिकामा वेळ घालवत नाही. ज्या क्षणी त्याच्या लक्षात आलं की, मी गरोदर आहे तेव्हा त्याने आग्रहच धरला की, माझ्या घरी ही बातमी मी स्वतःच द्यावी. एखादा महिना काढून मी परत जाईन. मला माहीत आहे, ह्यापेक्षा जास्त वेळ माझी वाट पाहत दिवस काढणं त्याला जमणार नाही! "

खासगीत मात्र तिची आई म्हणायची, "आपल्या घराण्यात घटस्फोट होणार नाही. तुझ्या भावानं त्याच्या बायकोशी घटस्फोट घेतला तरी मला त्याची पर्वा नाही. अल्-उस्मानजी मुली ह्यांना कधीही घटस्फोट दिला जात नाही! "

परंतु रशीदनं, त्या चक्रम माणसानं, गोष्टी घडायला आणि गाम्राहच्या आईला मार्ग काढण्यासाठी विचार करायला फार वेळही दिला नाही. सादीमच्या दुःखान्तिकेची जवळजवळ पुन्हा उजळणी करत गाम्राहच्या वडलांना घटस्फोटाचे कागद गाम्राह रियाधमध्ये आल्यावर दोन आठवड्यांतच आले. त्यामुळे शक्य असलेल्या मातृत्वाच्या सर्व निरनिराळ्या क्लृप्त्यांना पार खीळ बसली. असं दिसत होतं की, जी पत्नी त्याच्या कुटुंबानं त्याच्यावर लादली होती तिच्यापासून योग्य तऱ्हेने त्याला सुटका मिळेल ह्या क्षणाची जणू रशीद वाट पाहत होता.

तो घटस्फोटाचा कागद हा काही विशेषकरून भयानक दिसत नव्हता; परंतु त्यातील मजकूर मात्र फारच भयानक होता. जेव्हा तिच्या भावानं तो तिच्या हातात दिला, तेव्हा गाम्राहनं त्याच्या तपशिलाच्या ओळी वाचल्या आणि जवळच्या खुर्चीत कोसळली. ती जोरात किंचाळली :

"यम्मा, यम्मा![20] मम्मा, मला त्यानं घटस्फोट दिला! यम्मा, रशीदनं मला घटस्फोट दिला! सर्व संपलं, त्यानं मला घटस्फोट दिला!" तिच्या आईनं गाम्राहला आपल्या कवेत घेतलं. तिनं रडतरडत त्या चुकीच्या वागणाऱ्या माणसाला वाईट आणि निवडक शिव्याशाप दिले. "जसं तू माझ्या मुलीसाठी माझं हृदय जाळलंस, तसं रशीद, देव तुझ्या हृदयाची राख करील आणि तुझ्या आईच्याही!"

गाम्राहची बहीण हेस्साह, जिचं लग्न गाम्राहच्या लग्नाआधी वर्षभर झालं होतं, ती गाम्राहच्या लग्नात आठ महिन्यांची गरोदर होती. तीही आपली बहीण आणि आई ह्यांच्याबरोबर शिव्याशाप देऊ लागली; परंतु तिच्या बाबतीत हे शिव्याशाप सर्व पुरुषांसाठी होतं. तिचंही लग्न झाल्यापासून तिलाही भोगावं लागलं होतं. तिचा नवरा खालिद हा वाङ्निश्चयाच्या सर्व काळात अगदी सौम्य आणि प्रेमळ होता. पण त्यांचं जेव्हा लग्न झालं तेव्हा तो पूर्णत: अलग आणि तिच्यात स्वारस्य नसल्यासारखं वागू लागला होता. त्याचं असं दुसऱ्याच माणसात रूपांतर झालं होतं. हेस्साह त्याच्या ह्या दुर्लक्षाबद्दल सतत आईकडे तक्रार करायची. जेव्हा ती आजारी पडायची तेव्हा तो तिला डॉक्टरकडेही घेऊन जायचा नाही आणि जेव्हा ती गरोदर राहिली तेव्हा तिची आई नेहमीच्या गरोदरपणीच्या तपासणींसाठी तिच्याबरोबर जायची. जेव्हा मुलगी झाली तेव्हा तिच्या मोठ्या बहिणीला, नाफ्लाहला, लहान बाळासाठी लागणाऱ्या वस्तू घेण्यासाठी तिच्याबरोबर जावं लागलं होतं. हेस्साहला खालिदचा सगळ्यांत राग यायचा तो म्हणजे खालिदचा तिच्याबाबत असलेला उदारपणाचा अभाव. तिला माहीत होतं की, त्याच्याकडे बराच पैसा होता आणि तो स्वत:च्या खर्चाबाबत कंजूष नव्हता. तिच्या बहिणीचा – नाफ्लाहचा नवरा जसा द्यायचा आणि तिचे वडील ज्या तऱ्हेनं तिच्या आईला महिन्याच्या खर्चासाठी पैसे द्यायचे तसे पैसे द्यायला तो नाकारायचा. त्याऐवजी तो तिला विकत घ्यावीशी वाटेल अशा प्रत्येक गोष्टीसाठी पैसे द्यायचा, पण तेही तिला स्वत:लाच लाज वाटावी इतकं त्याला सतावल्यावर.

जर तिला आपल्या दूरच्या बहिणीच्या लग्नासाठी नव्या ड्रेसची गरज असली आणि तिनं त्याच्याकडे तीन हजार रियाल्स मागितले, तर मग वाट्टेल ती सबब सांगून तो तिला पैसे द्यायचं टाळायचा. 'त्या ड्रेसची काही गरज नाही. तुझ्याकडे अनेक ड्रेसेस आहेत.' किंवा 'मी तुला सहा महिन्यांपूर्वी ड्रेस नाही का घेतला?' किंवा 'माझ्याकडे बेताचे पैसे आहेत. जा आणि तुझ्या वडिलांकडून मागून घे. ते तर नेहमीच तुझ्या भावांपैकी कुणाला नवीन कार घेत असतात.' किंवा 'त्यांनी तुला

---

२०. सौदीमध्ये यम्मा म्हणजे मम्मी आणि हा शब्द आश्चर्य किंवा भीती दाखवण्यासाठी वापरला जातो (अरे देवा!)

माझ्यावर लादलं ते तुझ्या मूर्खासारख्या मागण्यांतून त्यांची सुटका व्हावी ह्यासाठीच का?' किंवा असेच काहीतरी लागण्यासारखे शेरे तो मारायचा. त्यामुळे जे काही होतं त्यापासून किंवा जे काही तिला गरजेचं असायचं किंवा हवं असायचं त्यापासून तिचा विचार हटवण्यात तो यशस्वी व्हायचा. क्वचित एखाद्या प्रसंगी तो तिला पैसे द्यायचा. तिनं मागितलेल्या तीन हजारांऐवजी तो तिला फक्त पाचशेच द्यायचा किंवा त्याच्या अपमानास्पद उत्तरापासून स्वत:ला वाचविण्यासाठी तिनं पहिल्यांदाच पाचशे मागितलेले असले, तर फक्त पन्नासच द्यायचा. जर काही कारणानं ते त्याच्या लक्षात आलं नाही, तर त्याची आई त्याला प्रोत्साहन द्यायची. खरं सांगायचं तर, तो इतक्या कंजूषपणे बायकोशी वागतो, याबद्दल ती इंगळी *(तिनं आपल्या सासूला हे नाव दिलं होतं.)* अगदी खात्रीनं आपल्या आवडत्या मुलाची – खालिदची – प्रशंसाच करायची. ह्या अशाच तऱ्हेनं नाज्दी माणसानं वागायला हवं. तिच्या नवऱ्यानं – खालिदच्या बापानं – तिला इतकी वर्षं असंच वागवलं होतं.

रशीदच्या घटस्फोटानंतर गाम्राह बरीच दु:खी झाली. जरी सादीमनं वालिदपासून झालेली अधिकृत काडीमोड किती यातनामय होती ते सांगितलं होतं, तरी त्यासाठी सादीमने तिला तयार केलं नव्हतं. तरी गाम्राह एका तऱ्हेने अगदी विव्हल झाली होती. आपल्या घरी परत आल्यावर रात्री तीन तासांपेक्षा जास्त ती झोपू शकली नव्हती. जिला लग्नाआधी कधीही दहा किंवा वीस तास एकाच वेळी झोपणं कठीण जात नसे, ती आता दु:खानं विव्हळ होऊन जागी व्हायची. तिच्या लग्न न झालेल्या मैत्रिणींत संभाषणाचा हा तसा आवडता विषय होता, ती ही 'भावनिक अस्थिरता' होती का? रशीदच्या तिच्या जीवनातल्या अस्तित्वाबद्दलचं महत्त्व तो तिला सोडेपर्यंत तिला कधीही जाणवलं नव्हतं.

पलंगावर कुशीवर पडलेली असताना ती आपला उजवा पाय लांब करायची आणि जेव्हा तिचा पाय रशीदच्या पायाला लागायचा नाही, तेव्हा ती तळमळून वळायची. मग ती ते दोन तोडगे आणि कुराणातल्या त्या श्रोन संरक्षक ओळी आणि झोपेच्या वेळच्या सर्व पाठ केलेल्या प्रार्थना पुटपुटायची. मग ती आपली उशी पकडायची आणि पोटावर झोपायची. तिचं डोकं गादीच्या वरच्या उजव्या कोपऱ्यात आणि तिचे पाय डाव्या कोपऱ्यात खाली लांब केलेले असायचे आणि शेवटी ती झोपायची. जेव्हा ती अशी कर्णरिषेत पडायची तेव्हाच तिला रशीदने तिच्या पलंगावर निर्माण केलेलं मोठं रितेपण काहीसं भरून निघाल्यासारखं वाटायचं; पण त्याने तिच्या आयुष्यात निर्माण केलेल्या रितेपणातला भरून निघालेला हा छोटा हिस्सा होता.

१७

To : seerehwenfadha7et@yahoogroups.com
From : 'seerehwenfadha 7et'
Date : June 4, 2004
Subject : **All I Need is Another Saudi!**

> आम्ही तुमच्यासाठी तुमचं हृदय मोकळं केलं नाही का? आणि तुमचं ते जड ओझं जे तुम्ही पाठीवर वाहताय ते दूर केलं नाही का? ह्या ओझ्याचा उल्लेखच तुम्हाला जनमनात उच्च स्थानावर नेत होता. कारण कष्टातून स्वास्थ्य मिळतं, खरोखरच कष्टातून स्वास्थ साध्य होतं.
> कुराण, सुरत अल् -शारह
> *(स्वास्थ्यावरील प्रकरण), ओळी १-८*

गेल्या काही आठवड्यांत मी माझ्याबद्दल बोलल्या जाणाऱ्या नवीननवीन गोष्टी किंवा असं म्हणू या की, माझ्या ई-मेल्सबद्दल वाचत आले आहे. देशातील प्रसिद्ध वर्तमानपत्रं त्यावर लिहीत आहेत...

> इथं बरीच गडबड चाललेय आणि त्या मागे आहे एक निनावी तरुण मुलगी! ती प्रत्येक शुक्रवारी सौदी अरेबियातल्या बऱ्याच इंटरनेट वापरणाऱ्यांना ई-मेल पाठवते. या ई-मेल्समधून ती आपल्या चार मैत्रिणींच्या कथा सांगते– गाम्राह अल्-उस्मानजी, सादीम अल्-होरैम्ली, लामीस जेड्डावी आणि मिचैल्ली अल् अब्दुल रहमान. ह्या मुली समाजातल्या 'वरच्या वर्गातल्या' आहेत. अशा उच्चभ्रू लोकांपैकी, ज्यांची वागणूक त्यांना सोडलं तर बहुधा सर्वांपासून लपवली जाते.

प्रत्येक आठवड्याला लेखिका नवीन आणि रोमांचकारी घटना उघड करते. तिच्या उत्सुक, सदैव वाढत जाणाऱ्या वाचकांच्या वर्तुळाला ती शुक्रवार दुपारच्या प्रार्थनेची श्वास रोखून वाट बघायला लावते. प्रत्येक शनिवारी सकाळी सरकारी दप्तरं, सभागृहं, हॉस्पिटलचे कॉरिडॉर्स आणि शाळेचे वर्ग ह्यांचं रूपांतर ताज्या ई-मेलची चर्चा करणाऱ्या आखाड्यात होतं. प्रत्येक जण त्यात शिरतो. तिथं असे काही लोक आहेत जे ह्या तरुण स्त्रीला पाठिंबा देतात आणि काही तिच्याबद्दल आक्षेप घेतात. तिथं असे काही लोक आहेत जे 'ह्या मुली करतात ते अगदी नैसर्गिक आहे' असा विश्वास ठेवतात *(आणि ही काही गुप्त गोष्ट नाही).* आणि तिथं इतरही आहेत, जे आपल्या ह्या सनातन समाजात त्यांच्याभोवती त्यांना वाटणारे अतिरेक लिखाणातून उघडकीला येतायत म्हणून ते रागाने जळफळतायंत.

ह्याचा काहीही परिणाम असो. याबद्दल काहीही संशय नाही की, असल्या विचित्र आणि वेगळ्या ई-मेल्समुळे आमच्या समाजात राग आणि आवेशही वाढलाय. ह्या समाजानं यापूर्वी असं काही अनुभवलेलं नाही. हे अगदी स्पष्ट आहे की, या ई-मेल्स विचारविनिमय करण्यासाठी आणि चर्चा करण्यासाठी आणि येणाऱ्या बऱ्याच काळासाठी अत्यंत कसदार असं खाद्य पुरवत राहतील. अगदी त्या ई-मेल्स येण्याचं थांबलं तरी!

सादीमला तिच्या एचएसबीसी बँकेतल्या कामात आता रस वाटू लागला होता. प्रत्येक जण तिला प्रेमानं आणि सभ्यपणे वागवत होतं. ती तिथे वयानं सर्वांत लहान असलेली कर्मचारी होती आणि लोक तिला मदत आणि सल्ला अगदी आपणहून द्यायचे. विशेषत: तिला ताहिरबरोबर मोकळेपणा वाटायचा. तो तिचा मुस्लीम पाकिस्तानी सहकारी होता. तो सर्वांत आनंदी आणि प्रत्येकाची फिरकी घेणारा होता.

तिथलं कामही तसं जास्त नव्हतं. बँकेत माहिती विचारायला येणाऱ्यांचं स्वागत करायचं आणि त्यांना फॉर्म्स भरायला मदत करायची, पेपरांची वर्गवारी करायची आणि फाईल्स तयार करायच्या, हे तिचं काम होतं.

ती आपल्याबरोबर काम करणाऱ्या कोणत्याही सहकाऱ्याकडे आकर्षित झालेली नव्हती. त्यामुळे ती सर्वांशी मोकळेपणी वागायची. त्यात चांगलं म्हणजे त्यांच्यात दुसरा कोणी अरब नव्हता. त्यामुळे ती जणू त्यांच्यातलीच एक असल्यासारखी वागायची. म्हणजे एखाद्या कुणाची चेष्टा करायची आणि दुसऱ्या कोणाबरोबर हसायचं आणि जशी अरबांच्या कंपूत, खासकरून गल्फमधले लोक किंवा विशेषत: सौदी ह्यांच्याबरोबर असताना नेहमी ती घालायची तशी कोणतीही बंधनं तिनं स्वत:वर घातलेली नव्हती.

एक दिवस बँक बंद होण्याची वेळ झाली असताना एडवर्डनं, एका निळ्या डोळ्यांच्या, काळे केस असलेल्या आणि छानसे आयरिश उच्चार करणाऱ्या सहकाऱ्यानं सुचवलं की, त्या सर्वांनी केन्सिंग्टन हाय स्ट्रीटवरच्या पियानो बारमध्ये जावं. सादीमनं जायचं कबूल केलं, कारण लोकांचा ताहिर धरून सबंध कंपू जात होता आणि ज्या बारकडे ते जाणार होते, तो तिच्या अपार्टमेंटपासून फारसा दूर नव्हता. ताहिरनं आपल्या एका दोस्ताला तिथं भेटायचं ठरवलं होतं आणि तिथून तो सिनेमाला जाणार होता. सादीमनं जाहीर केलं की, जेव्हा ताहिर निघेल तेव्हा तीही निघेल. तो तिला एखाद्या मोठ्या भावासारखा वाटत होता. त्याच्या सान्निध्यात तिला मोकळं आणि सुरक्षित वाटायचं.

त्या बारमध्ये सादीमची नजर पियानोकडे वळत होती. पियानोच्या पारदर्शी काचेच्या कव्हरवर एक पेल्यांची रांग होती. तो पियानो तिला तिच्या मावशीच्या– बद्रियाहच्या – रियाधमधल्या जुन्या घरातल्या पांढऱ्या पियानोची आठवण करून देत होता. तिच्या मावशीचा मुलगा तारिक ह्यानं पियानोचे धडे घेतलेले होते आणि तो जे सर्व काही शिकला होता ते त्यानं तिला शिकवलं होतं.

सादीमनं मग एक धीट निर्णय घेतला : जरी पियानो वाजवल्याला तिला सात वर्षं झाली होती, तरी तो वाजवण्याचा प्रयत्न करायचा, असं तिनं ठरवलं. तिनं आधीच सर्वांची क्षमा मागितली आणि मग त्या पट्ट्यांवर जवळजवळ चुकत-माकत बरोबर स्वर मिळेपर्यंत ती वाजवत राहिली. नंतर पहिल्यापासून सुरू करून ह्या वेळी तिनं ओळखीची धून वाजवली ती उम्मर खैरतची – तिच्या आवडत्या संगीतकाराची.

ताहिरला घेण्यासाठी फिरास त्या पबमध्ये शिरणार होता, तेव्हा तो त्या आतून येणाऱ्या ओळखीच्या अरेबिक सुरांनी खिळला गेला. जिन्यावरच्या त्याच्या जागेवरून त्यानं काचेच्या खिडकीतून वाकून बघितलं आणि त्याची नजर पियानोजवळ बसलेल्या एका अत्यंत आकर्षक तरुणीवर पडली. टाळ्यांचा कडकडाट झाला आणि ती मुलगी आपल्या जागेकडे वळेपर्यंत तो जिथं होता तिथंच थांबला.

फिरास उरलेल्या पायऱ्या संपवून आपल्या मित्राच्या टेबलाकडे चालत गेला. त्यानं त्या कंपूला पटकन अभिवादन केलं आणि ताहिरला त्वरा करायला सांगितलं. त्यांना चित्रपट बघायला वेळेवर जायचं होतं. त्यानं त्याची ओळख सर्व कंपूशी करून देण्याएवढा ताहिरला वेळ दिला नाही.

ताहिर सादीमकडे वळला आणि त्यानं तिला त्यांच्याबरोबर जवळच्या ओडियन सिनेमागृहात येण्याबद्दल विचारलं. तिनं नकार दिला आणि त्यांचा वेळ मजेत जावा, अशी इच्छा करत आपल्या वस्तू गोळा करून ती त्यांच्याबरोबर जाण्यासाठी निघाली; कारण ताहिरशिवाय तिला तिथं बारमध्ये थांबायचं नव्हतं. बाहेर आल्यावर ते दोघं सिनेमासाठी डावीकडे वळले आणि ती उजवीकडे चालत आपल्या फ्लॅटकडे निघाली.

एक आठवड्यानंतर ताहिरनं आपल्या तिसाव्या वाढदिवसाच्या निमित्तानं साऊथ केन्सिंग्टन इथल्या कल्केशन बारमध्ये पार्टी दिली. तिथं फिरासनं सादीमला दुसऱ्यांदा पाहिलं आणि ती तिथल्या खुर्चीवर स्थिरस्थावर झाल्याबरोबर तो तिच्याकडं चालत गेला.

"माझी ही बहीण अरब आहे का?"

सादीमचे डोळे विस्फारले. "तू अरब आहेस का?"

"खरं तर सौदी. माझं नाव आहे फिरास अल्-शार्क्वावी."

"मी सादीम अल्-होरैम्ली. मला क्षमा कर. मला वाटलं की, तू ताहिरसारखा पाकिस्तानी आहेस."

तो तिला वाटणाऱ्या संकोचाबद्दल हसला. "तुझ्याबद्दल काय? जो कुणी तुला पाहील त्याला तू स्पॅनिश वाटशील! अगदी तुझं इंग्लिशही! माशा अल्ला! ते अगदी पक्कं आहे!"

"मीपण सौदी आहे."

तो हसला. "तुझी भेट झाली हा फारच मोठा सन्मान आहे."

सादीम मात्र त्याची भेट झाली म्हणून फारशी उत्तेजित झाली नव्हती, कारण आता तिला माहीत होतं की, तो एक सौदी माणूस होता.

"हो, ठीक आहे. हॅलो, तुला भेटून बरं वाटलं."

"मी काल तुला पियानो वाजवताना ऐकलं आणि मला तेव्हाच वाटलं की, तू अरब असली पाहिजेस आणि मग मी ताहिरला विचारल्यावर कळलं की, तू सौदी आहेस."

"खरंच? मी वाजवत असताना तिथं तू असल्याचं मला तर नाही आठवत."

"मी जिन्यावर बाजूला बसून काचेतून तुला पाहिलं. पियानो बारमध्ये पौर्वात्य संगीत ऐकण्याची माझी पहिली वेळ होती. मला वाटलं की, तू फार विलक्षण वाजवत होतीस!"

"आभारी आहे. हा तुझा चांगुलपणा झाला." सादीमनं तिच्या बाजूच्या खुर्चीवर ठेवलेली आपली हँडबॅग उचलली. "हं, आता मला निघायला हवं. माफ कर."

"इतक्या लवकर?"

"मला कोणालातरी भेटायचंय."

"ठीक आहे, पण तू आणखी थोडा वेळ का थांबत नाहीस? निदान तुला ताहिरचा निरोप घेता येईल तोपर्यंत? तो बहुतेक खाली बारमध्ये आहे."

"मला शक्य नाही. तू त्याला भेटलास, तर माझ्या वतीनं त्याला शुभेच्छा दे आणि त्याला मला माफ करायला सांग; कारण मला जायलाच हवं."

"गुडबाय आणि मी आशा करतो की, मी तुला उगाचंच त्रास दिला नाही. काही

असो, तुला पुन्हा भेटण्याची संधी मिळाली म्हणून बरं वाटलं.''

'मला त्रास देणं? तू हे म्हणू शकशील! तुझ्याकडून आणखी काही शब्द निघाले तर माझ्यात असलेला तो जुना कडवटपणा एखाद्या ज्वालामुखीसारखा उफाळून बाहेर येईल. तू अपेक्षा तरी काय करतोस? तू सौदी आहेस!'

''हो. मलाही बरं वाटलं. बाय.''

सादीम घरी परतली. ताहिरचा मित्र सौदी निघाला म्हणून ती आपल्या नशिबाला शिव्याशाप देत होती. गेल्या आठवड्यात पियानो बारमध्ये त्या रात्री काय घडलं ती प्रत्येक बारीकसारीक गोष्ट ती मनात आठवू लागली. सौदी पुरुषानं त्याच्या मायदेशातल्या एका मुलीकडून पाहू नये असं काही झालेलं उल्लंघन तर पाहिलं नव्हतं ना? काही अयोग्य असं दुराग्रहीपणे ती बोलली नव्हती ना? तिनं जे काही कपडे घातले होते, ते पुरेसे सभ्य होते का?

'देवा, त्याला ह्या पृथ्वीवरून ओढून ने! कोण जाणे तो इथं कशासाठी आलाय! म्हणजे ह्या जागीही मी आरामात राहून नैसर्गिकपणे वागू शकणार नाही का? हे सर्व सौदी नेहमी माझा पाठलाग करतात. नेहमी माझ्या तोंडासमोर! हे शक्तिमान देवा, मी पैजेवर सांगते की त्यानं जे काही पाहिलं आहे, त्याची तो कंडी पेटवेल आणि उद्या माझा प्रत्येक श्वास रियाधमध्ये जाहीर केला जाईल! देवानं ताहिर तुला आणि तुझ्या मित्राला सोडू नये. तो काय म्हणाला होता बरं... आमची ही बहीण अरब आहे? आहा, काय पण सुरुवात!'

पुढच्या आठवड्याच्या सुरुवातीला सादीमनं ताहिरला फिरासबद्दल विचारलं आणि तो कोठून आला हे न सांगितल्याबद्दल ती त्याच्यावर रागावली. ताहिरनं हे आपण जाणूनबुजून केल्याला ठाम नकार दिला. तिनं काळजी करावी अशा तऱ्हेची फिरास ही व्यक्ती नव्हती, असं त्यानं खात्रीपूर्वक सांगितलं. तो फिरासला बराच काळ ओळखत होता. वेस्टमिन्स्टर विद्यापीठात ते बरोबरच गेले होते. फिरास हा पोलिटिकल सायन्समध्ये डॉक्टरेट घेण्यासाठी अभ्यास करत होता आणि ताहिर हा अकाऊंटन्सी मास्टरचा प्रबंध पुरा करत होता. विद्यापीठाच्या घरांपैकी मेरीलेबोन हॉलमध्ये गेले सहा महिने ते एका खोलीत राहत होते. त्या हॉलमधल्या वास्तव्याबद्दल त्यांना सर्वांत जास्त आवडलेली गोष्ट म्हणजे रिजेंट पार्कमध्ये असलेल्या मशिदीची जवळीक. तिथं ते शुक्रवारच्या प्रार्थनेला नेहमी जायचे. ताहिरला डिग्री मिळाल्यावर तो आपल्या 'मायदा व्हेल'मधल्या फ्लॅटमध्ये गेला होता. काही काळानंतर फिराससुद्धा त्याच्या सेंट जॉन्स वुड इथल्या खोल्यांत राहायला गेला होता. फिरास हा त्याचा प्रिय मित्र होता आणि ताहिरला तो आपला मित्र असल्याने आपण नशीबवान आहोत, असं वाटत होतं.

त्यानंतर ताहिरनं फिरासबद्दल आपणहून काहीही माहिती दिली नाही आणि

सादीमनं विचारलंही नाही. वाढदिवसाच्या पार्टीच्या दिवशी तिला वाटणाऱ्या अस्वस्थतेबद्दल ताहिरनं फिरासला सांगितलं तर नसेल, अशी भीती तिला वाटत होती. हे तिला किती अपमानास्पद होतं! थोडक्यात प्रत्येक जण हे जाणून होता की, सौदी मुली ह्या सौदी नसलेल्या पुरुषांबरोबर सहजपणे एकत्रित यायच्या. ज्याला त्याच्या देशातली मुलगी ही त्याच्यापेक्षा पाकिस्तानी मित्राबरोबर फिरणं पसंत करते, हे समजल्यावर धक्का बसेल असा फिरास हा काही पहिला किंवा शेवटचा माणूस नव्हता.

बहुतांशी सौदी मुलींप्रमाणे काही अशा तऱ्हेचे निर्बंध न मानता सादीम त्या मानानं मोकळेपणे बोलत होती, कारण तिला काहीसे उदारमतवादी वडील लाभले होते आणि जरी सहसा दुसरे काय म्हणतात किंवा विचार करतात ह्याबद्दल ती फारशी विचार करत नसली, तरी ह्या एका वेळी तिची अशी इच्छा होती की, तिला त्या विशिष्ट माणसाला पुन्हा भेटायची संधी मिळावी; त्यामुळे त्याचं तिच्याबद्दल झालेलं मत तिला कळेल. त्याचं तिच्याबद्दल वाईट मत झालंय, हा विचारच तिला त्रासदायक वाटू लागला. जरी ती त्याला ओळखत नव्हती, तरी तो सौदी होता आणि काही झालं तरी त्याने तिच्याबद्दल प्रवादांचं वादळ उठवण्याची शक्यता होती आणि ते लंडनहून रियाधपर्यंत वाहत जाण्याचीही शक्यता नाकारता येण्यासारखी नव्हती.

सादीमला प्रत्येक शनिवारी सकाळी ऑक्सफर्ड स्ट्रीटवरच्या दुकानांतून खरेदी करण्यात वेळ घालवण्याची सवय होती आणि मग तिथं आत असलेल्या 'स्टारबक्स'मध्ये हलका नाश्ता घेऊन ती काही तास बॉर्डर्समध्ये घालवायची. तिला सर्व पुस्तकं आणि त्या पाच मजली ग्रंथालयाचे कानेकोपरे चाळणं, मासिकं वाचणं आणि अगदी ताज्या सीडी ऐकणं आवडायचं.

तो कुठे सापडला असेल, तर तिथं! अगदी ओळीनं तिसऱ्या वेळी योगायोगानं ती 'योग्य आणि सन्माननीय' अशी अचानक भेट त्या तिऱ्हाईताशी घडवून आणली होती. त्याचा अर्थ काहीतरी असायलाच पाहिजे, असं सादीमच्या मनात आलं आणि उम नुवाय्यिरच्या आवडत्या शब्दप्रयोगांपैकी एक तिच्या डोक्यात आला. तिसरी वेळ ही नेहमीच सर्वांत सुरक्षित असते.

फिरास पेपर वाचण्यात दंग होता. त्याच्या उजव्या हातात कॉफीचा कप होता. त्याच्या समोरच्या टेबलावर कागदपत्रं आणि लॅपटॉप अव्यवस्थितपणे पसरलेले होते.

'मी पुढे होऊन त्याला ओळख द्यावी का? पण जर त्यानं उद्धटपणा दाखवून तो मला ओळखत नसल्याचं नाटक केलं तर? या अल्ला, काहीही असो, माझं काही नुकसान होणार नाही...' ती त्याच्याकडे वळली आणि तिनं त्याला छान अभिवादन केलं. तो उठला आणि त्यानं तिचे हात सन्मानानं पकडून हस्तांदोलन केलं. नंतर

त्याच्या 'तू कशी आहेस सादीम? तुला बघून किती छान वाटतंय!' ह्या शब्दांनी त्याच्याबद्दल जे काही वेडेवाकडे विचार तिच्या मनात होते ते ताबडतोब पुसले गेले. ते त्याच्या टेबलाशेजारी गप्पा मारत उभे राहिले. काही मिनिटांनंतर त्यानं तिची कॉफी आणि चीझ घातलेला चंद्राकृती ब्रेड तिच्या टेबलावरून त्याच्या टेबलावर आणण्यासाठी मदत केली. त्यामुळे तिला एकटीला खावं लागणार नव्हतं.

त्यांचं संभाषण अगदी सहजपणे आणि छान चाललं होतं. काही असो, त्या वेळी ती हे विसरली की, हाच तो सौदी होता, ज्याची जीभ तो तिच्याबद्दल काही वावड्या उठवण्याआधी कापून टाकावी, असं तिला वाटलं होतं. तिनं त्याला त्याच्या विद्यापीठाबद्दल आणि त्याच्या प्रबंधाच्या विषयाबद्दल विचारलं आणि त्यानं तिला तिच्या अभ्यासाबद्दल आणि उन्हाळी कामाबद्दल विचारलं. जेव्हा तिनं त्याच्यासमोर पसरलेले ते कागद काय आहेत, असं विचारलं तेव्हा त्यानं सांगितलं की, त्याचा दोनशेहून जास्त पानं त्या सकाळी वाचण्याचा बेत होता; परंतु नेहमीप्रमाणे त्या सकाळच्या ताज्या, चुरचुरीत बातम्या देणाऱ्या वर्तमानपत्रांचा मोह तो आवरू शकला नव्हता आणि एखाद्या बालिश वृत्तीच्या खोडकरपणानं त्याच्या बाजूच्या खुर्चीवर असलेली वर्तमानपत्रांची दुसरी थप्पी त्यानं तिच्यापासून लपवली. ती त्यावर हसली. त्यावर त्यानं असा दावा केला की, त्या सकाळी त्यानं 'अल्-हयात', 'अर्शाक अल्वासत' आणि 'द टाइम्स' एवढेच पेपर विकत घेतले होते आणि त्याच्या डोंगरभर शैक्षणिक कागदांऐवजी त्यानं त्या वर्तमानपत्रांचं पानन्पान वाचलं होतं.

त्यांचं संभाषण चालू असताना त्यानं दाखवलेली संगीत आणि कलेविषयीची जाण आणि जवळीक पाहून सादीम थक्कच झाली. मोझार्टच्या 'द मॅजिक फ्लूट' ह्या दीर्घ, एकट्याच्या गाण्याचं सोपरॅनो ल्युसा केनडीनं 'क्वीन ऑफ दी नाईट' म्हणून केलेलं रूपांतर ऐकण्याबद्दल त्याने तिच्याकडून वचन घेतलं तेव्हा तिला वाटलं की, तिला भेटलेल्या माणसांपेक्षा तो सर्वांत जास्त सुसंस्कृत माणूस होता.

त्यांचं संभाषण मग दर वर्षी त्या हंगामात लंडनमध्ये येणाऱ्या गल्फ प्रवाशांच्या संख्येकडे वळलं. कन्या राशीचं उत्तम उदाहरण असलेल्या सादीमनं आपल्या भोचक टीकात्मक विनोदाला बंधन घातलं नाही. असं दिसून आलं की, फिरासला एखाद्या छानशा विनोदापेक्षा जास्त काही आवडत नव्हतं. दोघांनी मिळून त्या कॅफेतलं वातावरण आपल्या उबदार हास्यांनी भरून टाकलं.

(त्या दोघांची मैत्री इतकी छान जुळली की, त्याबद्दलचे विचार कार्टूनमधील चिमण्यांसारखे त्यांच्या डोक्यांत घिरट्या घालू लागले.) सादीमच्या लक्षात आलं की, जरी काही वेळापूर्वी सूर्य अगदी चमकत होता तरी आता जोराचा पाऊस त्या फरसबंदीवर कोसळू लागला होता. फिरासनं तिला तिच्या फ्लॅटवर किंवा तिला कुठे जायचं असेल तिथं आपल्या कारनं पोहोचवण्यासंबंधी विचारलं तेव्हा तिनं विनयानं

नकार दिला आणि त्यानं देऊ केलेल्या त्या छान मदतीबद्दल त्याचे आभारही मानले. तिनं सांगितलं की, ती तिची खरेदी जवळपास जाऊन पुरी करेल आणि मग टॅक्सी किंवा बसने घरी जाईल. त्यानं आग्रह धरला नाही; परंतु त्याच्या कारमधून तो काहीतरी आणेपर्यंत तिला थांबायला सांगितलं.

तो परत आला, ते एक छत्री आणि रेनकोट घेऊनच आणि दोन्ही गोष्टी त्यानं तिला दिल्या. तिनं त्याला त्यातली एक ठेवण्याबद्दल सांगण्याचा प्रयत्न केला; परंतु तो हट्टालाच पेटला. मग तिनं त्या दोन्ही गोष्टी आभार मानत आणि त्याला शुभेच्छा देत स्वीकारल्या.

तो निरोप घेण्याआधी धाडस करून तिचा टेलिफोन नंबर मागेल अशी ती आशा करत होती, त्यामुळे त्यांना पुढची भेट दैवावर सोडावी लागली नसती; कारण तिचे लंडनमधील वास्तव्याचे अगदी थोडेच दिवस उरले होते. तिला तिचा अभ्यास सुरू करण्यासाठी रियाधला परत जायचं होतं. त्यानं निरोप घेण्यासाठी जरी हस्तांदोलनासाठी हात पुढे केला आणि तिच्या संगतीबद्दल त्यानं तिचे आनंदानं आभार मानले तरी त्यानं तिची निराशाच केली. ती आपल्या फ्लॅटवर परतली. जिला सुरुवात होण्याची संधीच मिळाली नव्हती, अशा त्या कथेच्या सुखान्तापासून तिचं प्रत्येक पाऊल तिला दूर नेत होतं.

१८

To : seerehwenfadha7et@yahoogroups.com
From : 'seerehwenfadha7et'
Date : June 11, 2004
Subject : **A Society Riddled With Cotradictions**

> तो थोर मनाचा प्रेषित– त्याला देवाचे आशीर्वाद आणि शांती लाभो– त्यानं अरब स्त्रियांशी आणि अरब नसलेल्या स्त्रियांशीही लग्न केली. त्याच्या कुरैश जमातीतील स्त्रिया, कुरैश नसलेल्या स्त्रिया; मुस्लीम आणि मुस्लिमेतर स्त्रिया; आणि ज्यांनी लग्न करण्याआधी आणि धर्मांतर केलं अशा खिश्चन आणि ज्यू स्त्रिया; विवाहित आणि कुमारिका स्त्रियाही.
> **अम्र खालेद**[२१]

माझ्या असं लक्षात आलंय की, हल्ली माझ्या ई-मेल्सना *(सरतेशेवटी)* माझ्यासारख्या स्त्रीवर्गाकडून मान्यता मिळू लागली आहे. प्रोत्साहन देणारी बरीचशी पत्रं मला पुरुषांकडूनच येतात. देव त्यांचं भलं करो! मी त्या दृश्याची कल्पना करू शकते : तुमची सामान्य मुलगी आठवडेच्या आठवडे दर शुक्रवारी प्रार्थना संपल्यावर तिच्या कॉम्प्युटरवर माझ्या येणाऱ्या ई-मेल्सची वाट पाहत वाकून बसलेली असते आणि ज्या मिनिटाला ती ई-मेल येते, ती घाईघाईनं त्यातल्या मजकुराचं स्वत:शी काही साम्य नाही ना, हे तपासते. जेव्हा तिला काही साम्य सापडत नाही, तेव्हा ती सुटकेचा नि:श्वास सोडते आणि मग आपल्या मैत्रिणींना फोन करून त्याही अडकलेल्या

---

२१. अम्र खालेद हा एक चळवळ्या धर्मोपदेशक होता. त्याची लोकप्रियता आता सर्वत्र वाढली आहे. तो अरब टेलिव्हिजनवर प्रवचन करणाऱ्या आणि वजनदार लोकांपैकी आणि लेखकांपैकी एक आहे.

नाहीत, ह्याची खात्री करते आणि निदान एक आठवड्यापुरती का होईना, त्या सर्व भानगड टळली म्हणून परस्परांचं अभिनंदन करतात. परंतु जर का तिला असं काही सापडलं ज्याचा दूरचा संबंध, ती अशा एखाद्या प्रसंगातून काही वर्षांपूर्वी गेलेल्या प्रसंगाशी मिळताजुळता असेल किंवा एखादा रस्ता, ज्यावरून माझ्या पात्रांपैकी एक पात्र चाललं असेल किंवा तिच्या काकांच्या उपनगरातील घराजवळच्या रस्त्यासारखा वाटला असेल, तर मग मात्र माझ्यावर आगीचा लोळ कोसळेल, हे ठरलेलं!

मला अनेक धमक्या देणाऱ्या आणि दम देणाऱ्या ई-मेल्स येतात वल्लाह! तू जसं आम्हाला उघडं पाडलंस तसं आम्हीही तुला उघडं पाडू. तू कोण आहेस ते आम्हाला माहीत आहे. तू आहेस माझ्या वहिनीच्या काकांच्या पुतणीची मुलगी! तुला माझा मत्सर वाटतो, कारण तुझ्या काकाच्या मुलानं मला मागणी घातली आणि तुला घातली नाही किंवा तू आमच्या मॅनफुहा[२२] मधल्या जुन्या शेजाऱ्यांची वाचाळ मुलगी आहेस. तुला इतका मत्सर वाटतोय, कारण आम्ही ओलाय्याला राहायला गेलो आणि तू मात्र त्या भयानक जागी चिकटून आहेस.

फैझलनं मिचैल्लीला अर्धसत्य सांगितलं. त्यांच्या आवडत्या रेस्टॉरंटमध्ये ती दोघं समोरासमोर बसलेली असताना त्यानं तिला सांगितलं की, त्याच्या आईनं तिच्याशी लग्न करण्याच्या कल्पनेला पाठिंबा दिलेला नव्हता आणि ह्या बोलण्याच्या वेळी झालेल्या नाट्याच्या स्वरूपाबद्दलही त्यानं तिला सांगितलं; परंतु त्याच्या आईच्या रागामागे असलेली उघड कारणं मात्र त्यानं मिचैल्लीला शोधून काढण्यासाठी ठेवली. मिचैल्लीचा आपल्या कानांवर विश्वासच बसेना. हाच तो फैझल होता का, ज्यानं आपल्या मोकळ्या मनानं तिला दिपवलं होतं? तो खरंच इतक्या सहजपणे तिला सोडून देणार होता का? कारण त्याच्या आईला त्याचं लग्न त्यांच्या सामाजिक स्तरातल्या मुलीशी करण्याची इच्छा होती? एका मूर्ख, गावंढळ मुलीशी ? जी इतर लाखो मुलींपेक्षा वेगळी नसणार? अशा तऱ्हेनं फैझल ह्या प्रकरणाचा शेवट करणार होता का? तो खरोखरच इतर फालतू तरुण पोरं, ज्यांचा तिला तिरस्कार वाटायचा त्यांच्यापेक्षा वेगळा नव्हता का?

मिचैल्लीला फारच धक्का बसल्यासारखं झाला. फैझलनं स्वत:साठी काही सबबी देण्याचाही यत्न केला नाही, कारण त्याला माहीत होतं की, काहीही बोललं तरी तो परिस्थिती बदलू शकणार नव्हता. त्यामुळे त्याची अवस्था तशी दुर्बळच दिसली आणि त्याची प्रतिक्रिया थंड! तो एवढंच म्हणाला की, जर त्यानं त्याच्या

---

२२. मॅनफुहा हा रियाधच्या दक्षिणेकडे असलेला जुना शहरी भाग आहे आणि ओलय्याहा हा रियाधमधील गजबजलेला भाग आहे. इथे जागांच्या किंमती जास्त आहेत.

कुटुंबाला आव्हान देण्याचा प्रयत्न केला, तर त्याचे काय परिणाम होतील, ह्याचा मिचैल्लीनं विचार करावा. जर त्यानं तिच्याशी लग्न करण्याचा आग्रहच धरला तर त्यांची अडवणूक करायला किंवा त्यांच्या बाबतीत भयानक गोष्टी करायला, त्या दोघांना – त्याला आणि तिला दुखवायला पृथ्वीवरच्या कोणत्याही शक्ती त्यांना अडवू शकणार नव्हत्या. तिला त्याच्या कुटुंबानं स्वीकारलं नसतं आणि त्यांच्या मुलांना ह्यासाठी खूप सहन करावं लागल असतं. त्यानं आपल्या आईच्या म्हणण्यावर आक्षेप घेण्याचाही प्रयत्न केला नव्हता, कारण त्याला त्यातली निष्फळता माहीत होती. असं मुळीच नव्हतं की, त्याचं तिच्यावर प्रेम नव्हतं. त्याच्या घरी त्या प्रेमावर विश्वास नव्हता! ते त्यांच्या परंपरागत आलेल्या धर्मपंथावर आणि पिढ्यान्‌पिढ्या चालत आलेल्या रूढींवर विश्वास ठेवत होते आणि त्यामुळेच त्यांनी कोण आणि वेगळ्या तऱ्हेनं कसा विचार करण्यास प्रवृत्त करील?

मिचैल्ली अगदी शांत आणि स्तब्ध राहिली. टेबलाच्या पलीकडच्या बाजूला असलेल्या चेहऱ्याकडे टक लावून पाहत राहिली. तिला तो आता ओळखू येत नव्हता आणि त्यानं तिचा निरोप घेण्याआधी तिचे हात आपल्या चेहऱ्यावर ठेवले. त्यामुळे तिचे तळहात त्याच्या अश्रूंनी ओले झाले. मग तो जाण्यासाठी उभा राहिला. तिला सोडून जाण्याआधी अखेर तो तिला म्हणाला की, ती नशीबवान होती, कारण तो ज्या कुटुंबातून आला होता तशा प्रकारच्या कुटुंबातून ती आलेली नव्हती. तिचं जीवन हे साधं आणि सरळ होतं आणि तिचे निर्णय हे तिचे स्वतःचे होते, तिच्या 'जमातीचे' नव्हते. तो आणि त्याचे कुटुंबीय ह्यांच्याशिवाय तिचं भलंच होणार होतं. तिचा सुंदर, स्वतंत्र आत्मा हा त्यांच्या नियमामुळे बिघडणार नव्हता. त्यांचे विषारी विचार आणि कावेबाज पद्धती ह्यामुळे तिच्या भलेपणाचा नाश होणार नव्हता.

फैझल आपल्या लाडक्या मिचैल्लीपासून दूर झाला. त्यानं तिच्यासमोर ते विद्रूप सत्य मांडलं आणि मग तो तिच्या प्रतिक्रियेला तोंड देण्याच्या आपल्या जबाबदारीपासूनही दूर पळाला. तिला रेस्टॉरंटमध्ये गुपचूप आणि एकटं बसवून तो निघून गेला. त्यामुळे तिच्या डोळ्यांत त्याची वेडीवाकडी प्रतिबिंबं तो पाहू शकणार नव्हता. बिचारा फैझल! त्याच्या अभिमानानं काही त्याला तिला टाकून जाण्यास भाग पाडलं नव्हतं. काही झालं असलं, तरी त्याला तिच्या त्याच्यावरच्या प्रेमाची एक सुंदर आठवण जपून ठेवायची होती.

अगदी फार मोठ्या सहनशीलतेनं, इच्छेनं आणि त्या दुःखावर मात करण्याच्या मनापासूनच्या जाणिवेनं आणि परमेश्वराच्या मदतीनं – ज्याला तिचं दुःख किती तीव्र होतं हे माहीत होतं – मिचैल्लीनं त्या वेदनेला दूर करण्याची प्रक्रिया सुरू केली. तिच्या मनापासून वाटणाऱ्या तिरस्काराच्या आणि तिच्या खंबीरपणाच्या मदतीनं तिनं त्यांच्या त्या सुंदर भूतकाळाच्या आठवणी आपल्या हातातून निसटू देण्याचा निश्चय केला.

तिला आशा होती की, कालांतरानं तिची जखम बरी होईल आणि तिच्या जीवनात पुन्हा एकदा साध्यासाध्या गोष्टींत वाटणारा आनंद परतेल. जेव्हा हे घडलं नाही तेव्हा तिनं एक असाधारण पाऊल उचललं. तिनं एका मनोविकारतज्ज्ञाची भेट घेतली. उम नुवाय्यिरनं सांगितलेल्या एका इजिप्शियन मनोविकारतज्ज्ञाकडे ती गेली. उम नुवाय्यिरनं आपल्या घटस्फोटाच्या पहिल्या अवस्थेतून जाताना त्याची भेट घेतली होती.

तिथे काही पाय लांब पसरवण्यासाठी सोफा नव्हता. 'विचारांची देवाणघेवाण' करायला परवानगी नव्हती. तिच्याजवळ वागताना तो मनोविकारतज्ज्ञ अगदी सनातनीपणे वागत होता आणि तिचे दु:खाने भरलेले प्रश्न, ज्यांची उत्तरं ती जिवंत असेल तोपर्यंत लपून राहणार होती, त्यांना हाताळण्यात तो समर्थ असल्याचं दिसत नव्हतं. तिचा प्रश्न होता, 'फैझलनं राहावं ह्यासाठी मी आणखी काय करायला किंवा बोलायला हवं होतं?'

चार सत्रांनंतर मिचैल्लीला जे कळलं ते असं की, ह्या गावठी मनोविकारतज्ज्ञाकडून तिनं जे शब्द ऐकले होते, त्यापेक्षा जास्त सखोल ज्ञान असलेला मनोविकारतज्ज्ञ तिला हवा होता. फैझलच्या फसवण्याबद्दल चर्चा करताना तो डॉक्टर म्हणाला की, हे सर्व म्हणजे एखाद्या लांडग्यानं मेंढीला भुरळ घालून आपल्या गुहेत तिला खाण्याआधी न्यावं. असो! ती काही बँ बँ करणारी मेंढी नव्हती आणि तिचा आवडता फैझल हा लांडगा नव्हता. हीच का ती काहीशी तेजस्वी आणि धारदार अंतर्दृष्टी, जी मानसशास्त्राच्या शाखेनं अरबांमध्ये निर्माण केली होती? एखाद्या सौदी स्त्रीच्या दु:ख देणाऱ्या समस्येची खोली एखादा इजिप्शियन पुरुष मनोविकारतज्ज्ञ त्यांच्या राष्ट्रीयत्वातल्या फरकामुळे आणि त्यांच्या सामाजिक पार्श्वभूमीमधल्या मोठ्या दरीमुळे कशी काय समजू शकणार होता? कारण सौदी अरेबियाची एक वेगळीच सामाजिक घडण आहे आणि त्यामुळे तिथले लोक इतरांपेक्षा निराळे असतात. जरी फैझलनं तिला दुखावलं होतं, तरी मिचैल्लीला खात्री होती की, त्यानं तिच्यावर खरं आणि खूप प्रेम केलं होतं आणि जसं ती करत होती तसं तो अजूनही तिच्यावर प्रेम करत होता; परंतु तो दुर्बल, निष्क्रिय आणि समाजाच्या इच्छेला – जी त्यांच्या सदस्यांना लुळंपांगळं करतं – शरण जाणारा होता. तो समाज ढोंगी होता. त्यात विरोधाभास होते. त्यामुळे तिच्यापुढे एकच मार्ग होता. एकतर ते विरोधाभास स्वीकारायचे आणि त्यांना शरण जायचं किंवा देश सोडून स्वतंत्रपणे जगायला लागायचं.

ह्या वेळी जेव्हा तिनं परदेशात अभ्यासासाठी जाण्याची कल्पना आपल्या वडलांसमोर मांडली, तेव्हा वर्षापूर्वी मिळाला होता तसा तिला ताबडतोब नकार मिळाला नाही, कारण तिचं घटलेलं वजन आणि तिच्या चेहऱ्यावरचा फिक्कटपणा ह्याचा कदाचित त्यांच्या निर्णयावर परिणाम झाला होता. त्यांच्या घरातलं वातावरण

तिच्या निराशेमुळे आणि तिचा भाऊ मिशालच्या स्वित्झर्लंडच्या उन्हाळी वसतिगृहात जाण्यामुळं अगदी उदास झालं होतं. तिच्या आईवडलांनी मिचैल्लीला सॅनफ्रान्सिस्कोला जायची परवानगी दिली. तिथं तिचे मामा राहत होते. अगदी त्याच दिवशी तिनं सॅनफ्रान्सिस्कोमधली सर्व महाविद्यालयं आणि विद्यापीठांना लिहिलं. नवीन वर्षाच्या शालेय जीवनाची सुरुवात होण्याआधी नाव नोंदण्याची संधी सोडायची नाही, असा तिनं निश्चय केला होता.

मिचैल्लीला एवढंच ऐकण्याची इच्छा होती की, तिथल्या शाळांमधल्या एखाद्या शाळेत तिला प्रवेश मिळालाय. मग आपल्या सर्व चीजवस्तू घेऊन ती त्या देशाकडे – जिथे लोकांना ताब्यात ठेवलं जात होतं किंवा कळपात असलेल्या प्राण्यांसारखं ठेवलं जात होतं – पाठ फिरवणार होती, असं ती स्वत:शी पुन:पुन्हा म्हणाली. तिनं काय करावं आणि काय करू नये, हे तिला सांगण्याची परवानगी ती कोणालाही देणार नव्हती. नाहीतर मग जगण्यात काय अर्थ होता? ते तिचं आयुष्य होतं. फक्त तिचं! आणि तिला जसं हवं होतं त्याप्रमाणं ती जगणार होती. स्वत:साठी आणि अगदी स्वत:साठी!

१९

To : seerehwenfadha7et@yahoogroups.com
From : 'seerehwenfadha7et'
Date : June 18, 2004
Subject : **Among the Stars . . . Above the Clouds**

माझ्या कॉम्प्युटरच्या इनबॉक्सला ई-मेल्सच्या माऱ्यांमुळे 'आग' लागलीये! काहींनी मला ताकीद दिलीये की, मी 'लाल' रेषेच्या अगदी जवळ गेलेय. काही मला सांगतायत की, मी ती आधीच ओलांडलीये आणि दुसऱ्यांच्या भानगडीत नाक खुपसण्याबद्दल मला नक्कीच शिक्षा होईल. आणि *(सर्वांत वाईट)* मी लोकांसाठी एक आदर्श भूमिका बनवतेय. त्यामुळे त्या लोकांना आमच्या समाजातल्या रूढींना आव्हान देण्याची भुरळ पडेल. तीही भयंकर रूढींना धिटाईने, कोडग्या उद्धटपणे आणि आत्मविश्वासानं आव्हान देण्याची त्यांना भुरळ पडेल. रूढी

ठीक आहे, या दूताला ठार मारू नका.

सादीम विमानातील आत जाण्याच्या मार्गात रडली. जणूकाही रियाधला परत जाण्यापूर्वी जे काही अश्रू तिच्या आत होते, ते ती काढून टाकण्याच्या प्रयत्नात होती. तिला पुन्हा आपल्या तिथल्या आयुष्याकडं जायचं होतं. वालीद आयुष्यात येण्यापूर्वीचं तिचं आयुष्य. तिला पुन्हा आपल्या विद्यापीठात, आपल्या अभ्यासाकडे आणि तिच्या परिश्रमांकडे, तिच्या जिवलग मैत्रिणींकडे आणि उम नुवाय्यिर मावशीच्या घरामध्ये चांगला वेळ घालवण्यासाठी जायचं होतं.

तिनं पहिल्या वर्गाच्या जागेमधली आपली सीट पकडली. आपल्या वॉकमनला इअर फोन लावले आणि डोळे मिटले. तिच्या आवडत्या सौदी गायकांपैकी एक गायक अब्दुल मजिद अब्दुल्लाच्या संगीतात ती पार बुडून गेली.

इथं वर असलेल्या चांदण्यांमध्ये
त्या शांत प्रसन्न ढगांवर
मी माझं दुःख आनंदाच्या रंगाने धुते
आणि सर्व काळज्या मी नाहिशा करते.

विमानानं घरी जात असताना आपला वेळ घालवण्यासाठी सादीमने गाण्यांचा एक संच निवडला होता. तो काही तिनं लंडनला जाताना निवडलेल्या संचापेक्षा फार वेगळा नव्हता. जेव्हा तिचं आणि वालीदचं फाटलं तेव्हा तिला ज्या दुःखानं अचानक गाठलं होतं त्या दुःखाला निरोप द्यायचा तिचा बेत होता. तिनं आपलं दुःख लंडनच्या घाणीत पुरायचं आणि तिच्या वयाच्या मुली ज्या उत्साहात जगत असतात, तसं रियाधला परत यायचं ठरवलं होतं.

खुर्चीच्या पट्ट्यांबद्दल सूचना देणारे दिवे बंद झाले, तशी सादीम – अगदी नेहमीप्रमाणे, कोणत्याही आंतरराष्ट्रीय प्रवासात जशी जायची तशी टॉयलेटकडे आपला अबाया घालण्यासाठी निघाली. ते विमान राज्यात यायच्या वेळेपर्यंत हे काम अगदी शेवटपर्यंत ढकलायला ती तयार नसे. कारण त्या वेळी सर्व स्त्रिया रांगेत उभ्या असायच्या, तसेच पुरुषही खुर्च्यांच्या दोन रांगेतल्या जागेत उभे असायचे. ते त्यांचे अधिकृत पोशाख चढवण्यासाठी टॉयलेटमध्ये जाण्याची वाट पाहत असायचे. स्त्रिया आपले लांब अबाया, डोक्यावर रुमाल आणि त्यांच्या चेहऱ्यावरचे बुरखे घालायच्या. त्या वेळी पुरुषमंडळी त्यांचे सूट आणि टाय काढायचे, अगदी पट्टेसुद्धा! जे त्यांनी आपल्या पोटाखाली घट्ट बांधलेले असायचे. त्यांचं पोट भयंकर थुलथुलीत, मांसल आणि त्यात तेल, तूप, दही आणि दह्याचं पाणी भरलेलं आहे, हे एखाद्याला दिसायचं. मग तसं केल्यावर ते आपल्या पांढऱ्या थोब्सकडे वळायचे. ते थोब्स त्यांच्या जेवणातला अतिरेक आणि लाल शिमाग्ज त्यांचं पडलेलं टक्कल लपवायचे.

ती वाट काढत आपल्या सीटकडे परतली, तेव्हा तिला असं दिसलं की, दुरून एक माणूस तिच्याकडं पाहून हसत होता. त्याचा चेहरा नीट पाहण्यासाठी तिनं आपले डोळे बारीक केले आणि कपाळावर आठ्या घातल्या. जर तिला आपली दृष्टी नीट करण्यासाठी वापरावी लागणारी कॉन्टॅक्ट लेन्स त्या दुकानातल्या तज्ज्ञावर अवलंबून न राहता स्वतःच घालता आली असती, तर किती सोपं झालं असतं! जेव्हा ती आपल्या जागेवर जाऊन बसली तेव्हा ती फक्त त्या तरुण माणसाच्या रांगेपासून चारच पावलं दूर होती. तो कोण होता हे तिनं पाहिलं. तिच्या तोंडून जो उद्गार बाहेर पडला, तो फारच जोरदार होता! इतका जोरदार की, तिला संकोच वाटला. त्या उद्गारानं तिचा उत्साह उघड केला. अर्थात, सार्वजनिक ठिकाणी त्याचा खुलासा करणं कठीण होतं.

“फिरास!”

ती मग उरलेलं अंतर कापून त्याच्याकडं गेली. तो उठला आणि त्यानं आनंदानं तिचं स्वागत केलं. मग तिला त्याच्या बाजूच्या सीटवर बसायला सांगितलं. ती सीट दैवानेच जणूकाही रिकामी ठेवली होती.

“तू कशी आहेस सादीम? काय आश्चर्यकारक योगायोग!”

“देव तुझे दिवस चांगले करो! वा अल्ला, खरंच एक सुंदर योगायोग! त्या पुस्तकांच्या दुकानातल्या दिवसांनंतर मला तू भेटशील अशी मी कधीच कल्पना केली नव्हती.”

“आणि तुला हे माहीत आहे का? मी ह्या उड्डाणासाठी वेटिंग लिस्टवर होतो. आज रात्री मी प्रवास करीन, ह्याबद्दल मला खात्री नव्हती! देवाची दया! परंतु त्याचे आभारच मानायला हवेत की, तू अबाया घालण्यासाठी उठलीस. नाहीतर मी तुला पाहिलंही नसतं!”

“हे विचित्रच आहे, नाही का? आणि तुझ्याकडे पाहा, तू तर विमानात बसण्याआधीच तुझा थोब घातलायस.”

“हो, बरोबर. मला विमानात माझे कपडे बदलायला आवडत नाहीत. त्यामुळे मला मी दुभंगी वेडा असल्यासारखं वाटतं. जणूकाही मी डॉ. जॅकेल आहे आणि मि. हाईडमध्ये बदलण्याच्या तयारीत आहे.”

“हा, हाऽऽ! हे विनोदी आहे. मी अबाया आणि डोक्यावर रूमाल टाकला असताना तू मला ओळखलंस, हे खरंच विशेष आहे.”

“खरं सांगायचं, तर तू त्या अबायात एकदम छान दिसत्येस.”

हा माणूस खरंच मनापासून बोलत होता? खरंच त्याची आवड इतकी भयानक होती, का त्याला वाटत होतं की, ती दिसायला इतकी घाणेरडी होती की, त्या दृश्यांपासून बचावण्यासाठी ती संपूर्ण झाकलेली आणि अबायात असलेली त्याला जास्त पसंत होती?

“ओ, आभारी आहे. मला वाटतं, सौंदर्य हे बघणाऱ्याच्या दृष्टीवर अवलंबून असतं. तुला सांगायचं तर अजूनही माझ्याकडे तुझी छत्री आणि रेनकोट आहे, तुला माहीत आहे ना!”

“अर्थात! मी ते तुला कायमचं ठेवण्यासाठी दिलं होतं.”

“मी आशा करते की, त्या दिवशी तू माझ्यामुळे आजारी पडला नाहीस आणि माझा राग केला नाहीस.”

“नाही, इलल्लाह, देवाचे आभार! तुम्ही लंडनमध्ये राहता तेव्हा तुम्हाला तुमचा रेनकोट आणि छत्री कारमध्ये ठेवायची सवय होते. कारण तिथं हवा सदैव बदलत राहते. त्या दिवशी मी माझ्या कारमध्ये बसलो आणि सरळ घरी गेलो. तू मात्र त्या

घाणेरड्या हवेत चालून आजारी पडशील म्हणून मी जास्त काळजीत होतो.''

''नाही, काही झालं नाही, अल्लाम्डू इल्लाह! आणि हे सर्व तुझ्या छत्रीमुळे आणि रेनकोटमुळे! आता मी त्यांच्याशिवाय कुठेच जात नाही!''

''त्यांचा वापर कर.''

''आभार! असं बघ'' सादीमनं जरा हिय्या करून विचारलं. ''तू रियाधला ह्या वेळी राहायचं ठरवलंयस की लंडनला परत जाणार?''

''वल्लाह, मी अजून काही निश्चित ठरवलेलं नाही; परंतु काही गोष्टी स्पष्ट होईपर्यंत माझा वेळ रियाध, जेद्दाह आणि खोबारमध्ये जाईल. हे नक्कीच काहीसं अर्थपूर्ण आहे, कारण रियाध ही अधिकृत राजधानी आहे आणि जेद्दाह ही अनधिकृत आणि खोबार ही कुटुंबाची राजधानी आहे.''

''तू खोबारमधला का?''

''हो. म्हणजे मला म्हणायचंय की, आम्ही मूळचे नाज्दीचे; परंतु आम्ही पूर्वेकडच्या प्रदेशात फार पूर्वी स्थायिक झालो. तुला माहीतच आहे की, असं म्हणतात की, पूर्वेकडच्या प्रदेशात काही स्थानिक लोक नाहीत. आमच्यापैकी बरेच मूळचे नाज्दीवरून आलेले आहेत.''

''हे असं इतकं भटकायचं म्हणजे दमछाक करणारं नाही का? प्रत्येक आठवड्यात इतकं सारं जाणं-येणं करायचं, हा प्रकार तू कसा काय निभावतोस?''

फिरास हसला. ''हे काहीच नाही. माझा शोफर माझी विमानाची तिकिटं माझ्यासाठी विकत आणतो, माझे कपडे दोन्ही जागी आहेत आणि अगदी टूथ ब्रशसारख्या छोट्या गोष्टीही प्रत्येक घरात आहेत. निदान ह्या अशा कृतीनंतर मला दोन बायकांना फसवताना प्रश्न पडणार नाही.''

''हाऽ, हाऽ, किती विनोदी! तर मग तू काही झालं तरी दुष्ट आहेस, नाही? तुझी जन्मतारीख काय?''

''का? तू मला भेटवस्तू द्यायचं ठरवते आहेस का? काळजी करू नकोस. तू त्या कोणत्याही वेळी आणू शकत्येस.''

''आता मला सांग, मी तुला भेटवस्तू का आणावी? तू ह्या अशा गोष्टींसाठी वयानं चांगलाच मोठा आहेस. हे तू माझ्यासारख्या लहानग्यांवर सोड!''

''पस्तीस म्हणजे काही जास्त वय नव्हे.''

''तू जर असं म्हणत असशील, तर मग मला सांग तुझी सौर राशी कोणती?''

''तुला त्यातलं काही कळतं?''

''नाही, जास्त काही नाही; परंतु माझी एक मैत्रीण ह्यात पारंगत आहे आणि तिच्यामुळे भेटणाऱ्या प्रत्येकाला विचारायची मला सवय जडलीये.''

''मी मकर राशीचा आहे; परंतु माझा ह्या अशा गोष्टींवर विश्वास नाही. जसं तू

म्हणालीस, मी ह्यासाठी फार वयस्क आहे, बरोबर?''

त्या उड्डाणात सादीमच्या लक्षात आलं की, विमानातला नोकरवर्ग चुकूनही अल्कोहोल किंवा डुकराचं मांस असलेलं अन्न तिला न देण्याची खबरदारी घेत होता. त्यानंही त्यातलं काही घेतलं नाही; परंतु ती जे काय करतेय त्याबद्दल त्याला काळजी वाटत होती. हे पाहून तिला आश्चर्य वाटलं आणि तो काळजीपूर्वक लक्ष देत असलेला पाहून तिला अगदी आनंद झाला आणि ती कन्या राशीची *(जसा लामीसनं खुलासा केला होता)* असल्यामुळे ती जसे छोटेछोटे तपशील लक्षात ठेवायची आणि काळजी करायची, तसा करणारा कोणी भेटल्यावर तिला कौतुक वाटणं अगदी साहजिकच होतं.

''मला खात्री आहे की, तुझी आई तू घरी येणार म्हणून आनंदानं नाचू लागेल'' सादीम प्रेमळपणे म्हणाली.

''होय, तिला आनंद होईल; पण सध्या ती पॅरिसमध्ये माझ्या बहिणींबरोबर आहे. बिचारी! मी अभ्यासासाठी दूर गेलो असताना ती सर्व वेळ दु:खी होती. ती मला रोज फोन करायची आणि तेच प्रश्न विचारायची : 'तू सुखी आहेस ना? तुला घरी यावंसं वाटत नाही का? झालं तेवढं पुरेसं नाही का? तुला लग्न करावंसं वाटत नाही का?' ''

''ठीक, तिचा मुद्दा बरोबरच आहे. तुला लग्न करायचं नाही का?'' सादीमनं काहीसं उतावळेपणानं विचारलं. तिचे डोळे त्याच्या पुढच्या दोन दातांच्या मध्ये असलेल्या फटींवर स्थिरावले होते.

''ए, हा 'तू अगदी म्हातारा आहेस' ह्या शेऱ्यानंतरचा दुसरा फटका आहे आणि तोही एका मिनिटाच्या अवधीत! एखाद्या माणसाला संधी नको का? मी खरोखरच एवढा म्हातारा आहे का? ''

''नाही, नाही, मला तसं म्हणायचं नव्हतं. मेहेरबानी करून माझ्याबद्दल गैरसमज करून घेऊ नकोस. त्याचं असं आहे, मला म्हणायचंय की, एखादा तिशीच्या पुढचा, लग्न न झालेला सौदी माणूस बघण्याची मला सवय नाही. बहुतेक करून मुलगे त्यांच्या आयांना, तिनं त्यांच्या लग्नासाठी मुली शोधाव्या म्हणून सतावायला लागतात. मम्मा, कृपा कर, मला लग्न करायचंय! प्लीज, कोणीतरी मुलगी पाहा. आणि हे केव्हा, तर त्यांना मिसरूड फुटायच्या आधीच!''

''मला वाटतं, मी जरा जास्त चिकित्सक आहे. मला काही खास गुणविशेष हवे आहेत, जे हल्लीच्या दिवसांत बऱ्याच मुलींत सापडणं कठीण आहे. अगदी स्पष्टच सांगायचं, तर मी माझ्या कुटुंबाला मला कोणत्या मुलीबरोबर लग्न करायला आवडेल, त्याचं वर्णन दिल्याला अनेक वर्षं झाली आहेत. मी त्यांना वेळ काढून शोधायलाही सांगितलंय, परंतु अजूनही त्यांना मला हवी असलेली योग्य मुलगी

मिळालेली नाही. काही असो, मी आहे तसा छान आहे. अगदी पूर्ण समाधानी, आणि मला काही कमी आहे, अशी भावनाही जाणवत नाही.''

"तर मग ती अशक्य गुणवैशिष्ट्यं, जी कोणालाही कुणाच्यात सापडली नाहीत, ती कोणती आहेत ते मी ऐकू शकते का?''

"जशी तुझी आज्ञा; परंतु मी विसरण्याआधी एक छोटी विनंती करू शकतो का?''

ती त्याचे पांढरेशुभ्र दात निरखत होती आणि गंभीर विचारात खोल बुडाली होती. त्या दातांमधली ती फट अगदी छानच होती. तिची गुलाबी करंगळी त्यात बसली असती का?

"नक्कीच!''

"मी तुला नंतर फोन करू शकतो का? मला आज रात्री झोपी जाण्यापूर्वी तुझा आवाज ऐकायला आवडेल. ''

२०

To : seerehwenfadha7etayahoogroups.com
From : 'seerehwenfadha7et'
Date : June 25, 2004
Subject : **Return to Um Nuwayyir**

एक वाचक सांगते की, तिनं सुरुवातीपासून माझ्या ई-मेल्स वाचल्या आहेत. ती माझ्या आधीच्या ई-मेल्सच्या शेवटामुळे फारच उत्तेजित झाली होती आणि तिनं मला हा निरोप पाठवला : YAAA... AY!! सरतेशेवटी आपण कशाची इच्छा करतो! फिरासनं काहीतरी हालचाल करावी ह्याची वाट पाहून आमच्या सहनशीलतेची मर्यादा संपली! अल्फ माब्रूक, सादीमचं अनेकवार अभिनंदन!

हे असं देणं-घेणं किती विलोभनीय आहे! त्यामुळे ह्या भानगडी पसरवणारी, कामाला जरा जास्तच वाहून घेतलेली आणि गंभीरपणे सुधारणा घडवून आणणारी माझी ही मालिका नेटानं मला पुढे जायला भाग पाडते. ज्या पत्रांत मी किती उदारमतवादी आहे आणि मी किती अवनतीला पोहोचलेय असं सांगितले जातं, ह्यांसारखी येणारी पत्रं त्या रोज येणाऱ्या इतर पत्रांपेक्षा हजारो पटीनं छान आहेत.

काही म्हणतात, मी दुसऱ्यांच्या दोषाबद्दल बोलते आणि माझ्यात काही दोष नाहीत, असा दावा करते; आणि तेही मी सांगितलेल्या प्रसंगापासून दूर राहून! नाही, मी असा काही दावा करत नाही. मी कोणी पूर्णत्वाचा नमुना आहे, असं ढोंग करत नाही; कारण मी माझ्या मैत्रिणींच्या कृती ह्या चुकीच्या आणि पापी आहेत, असं मुळातच मानत नाही.

माझी प्रत्येक मैत्रीण मीच आहे आणि माझी कथा ही त्यांची कथा आहे आणि माझी ओळख करून देण्यापासून मी जर स्वत:ला आवरलं असलं, तर ते माझ्या खासगी कारणांसाठी. जेव्हा ती कारणं उरणार नाहीत, तेव्हा ती मी एखाद दिवस उघडी करीन. मग मी तुम्हाला माझी सर्व कथा सांगेन, जशी तुम्हाला ऐकायला

हवीये. तीही अगदी खरीखुरी आणि पारदर्शकता असलेली अशी! आता आपण आपल्या आवडत्या गाम्राहकडे वळू या.

हा सर्व वेळ गाम्राह आपल्या अज्ञात भविष्याबद्दल चिंतेनं विचार करत होती. जसं सादीमनं वालीदशी केलं होतं, तसं कित्येक आठवडे गाम्राह रशीद आपल्याकडे परतेल, अशी स्वप्नं पाहत होती किंवा निदान तो तिच्याशी संपर्क साधण्याचा काही प्रयत्न करेल आणि तो किती भयानक वागला होता आणि तिच्यावर त्याने किती भयानक अन्याय केला होता, ह्याबद्दल पश्चात्ताप करेल. पण जेव्हा हे घडलं नाही, तेव्हा ती आपल्या भविष्याबद्दल चिंता करू लागली. मागच्या अडगळीच्या खोलीत असलेल्या एखाद्या जुन्या फर्निचरप्रमाणे ती आपल्या वडिलांच्या घरी पडून राहणार होती का? ती विद्यापीठात परत जाऊन आपला अभ्यास पुरा करणार होती का? विद्यापीठाचे व्यवस्थापन ह्यासाठी परवानगी देणार होते? कारण आता ती आपल्या वर्गातल्या मुलींच्या जवळजवळ एक वर्ष मागे पडली होती. का तिनं खासगी संस्थांनी आणि स्त्रियांच्या संस्थांनी काढलेल्या एखाद्या कोर्ससाठी नाव नोंदवायला हवं होतं, ज्यामुळं तिला रिकामा वेळ मिळाला नसता आणि तिला एखादं प्रमाणपत्रही मिळालं असतं? ते कसलं मिळणार होतं ते महत्त्वाचं नव्हतं.

"ममा, मला मीठ लावलेलं आणखी लिंबू हवंय."

"हे बघ, जास्त लिंबू तुझ्यासाठी चांगलं नाही राणी. तुझं पोट दुखायला लागेल."

"उफ्! मी फक्त लिंबू आणि मीठ मागतेय, देवाशप्पथ! जर मिळायला अवघड असलेल्या कुठल्या वस्तूसाठी मी आस लावून बसले असते तर? तर मग तू काय केलं असतंस?"

"तुझ्या जिभेपासून देवानं माझं रक्षण करावं!" गाम्राहची आई मोलकरणीकडे वळली. "तिच्यासाठी लिंबू घेऊन ये. त्यामुळे तिच्या पोटात ॲसिड तयार होईल आणि मग तरी तिला निदान आपला राग कसा आवरायचा ते कळेल!"

गाम्राहचे लहान भाऊ नाइफ आणि नव्वाफ हे ती घरी आल्यामुळे आनंदित झाले होते. ते नेहमी तिचं मन दुसरीकडं वळवायचा आणि तिला आनंदित ठेवायचा प्रयत्न करायचे. ते तिला निन्टेंडो किंवा प्ले स्टेशन वगैरे खेळ त्यांच्याबरोबर खेळायला बोलवायचे; परंतु तिची मन:स्थिती सारखी बदलायची! हे घडलं होतं रशीद आणि रशीदच्या बाळामुळे; आणि ते बाळ तर जन्माला येण्याआधीच तिच्या जीवनावर सत्ता गाजवायला लागलं होतं. त्यामुळे ती ताणतणावाखाली असायची आणि तिला वादविवादासाठी क्षुल्लक कारण पुरायचं.

'ह्या अशाच तऱ्हेनं मी राहणार आहे का? आणि किती दिवस? ते देवालाच

माहीत! रशीद, तू कुठेही जा आणि काहीही कर, पण देवानं तुला मन:शांती देऊ नये! देवानं तुला मुक्त करू नये तू कुठेही जा आणि काहीही कर, पण जे तू मला केलंस ते तुझ्या बहिणींच्या आणि मुलींच्या वाटणीला येवो. हे देवा, माझ्या मनाला शांती दे आणि त्याचे हृदय जळो! तू माझ्याकडून दु:ख काढून घे आणि ते सर्व त्याच्यावर आणि त्याच्या त्या फालतू रखेलीवर लाद.'

सादीमनं रियाधला घरी येताच, त्याच मिनिटाला आपल्या मैत्रिणींशी संपर्क साधला आणि त्या चार मुलींनी दुसऱ्या दिवशी उम नुवाय्यिरच्या घरी भेटण्याचं ठरवलं. त्या बराच काळ एकत्र आल्या नव्हत्या. काही झालं, तरी प्रत्येक जण संपूर्णपणे आपल्या परिस्थितीत अडकलेली होती.

उम नुवाय्यिरनं त्यांना चाई चहाचे कप दिले. हा चहा दूध, वेलची आणि साखर घालून भारतीय–कुवेती पद्धतीप्रमाणे खूप गोड केलेला होता. त्यांनी तिला भेटायला येण्याचं टाळल्यामुळे उम नुवाय्यिर त्यांच्यावर रागावली होती. सादीम ही फक्त एकच होती, जिला प्रवासात उम नुवाय्यिरची आठवण झाली होती. तिनं तिच्यासाठी काश्मिरी शाल आणली होती. त्यामुळे उम नुवाय्यिरला अगदी आनंद झाला होता. उम नुवाय्यिरचा मुलगा नुरी अमेरिकेहून आल्याबद्दल सादीमनं तिचं अभिनंदन केलं. तिथं त्याला तिनं दोन-तीन वर्षांपूर्वी बहकलेल्या किशोरवयीन मुलांसाठी असलेल्या एका खास बोर्डिंग स्कूलमध्ये ठेवलं होतं.

तेव्हा तिथल्या सल्लागारानं उम नुवाय्यिरला सांगितलं की, नुरीची स्थिती ही शारीरिक नसून जास्त करून मानसिक आहे. ही अशी अवस्था तात्पुरती – निघून जाईल अशी आहे. विशेषत: ज्या घरात मूल कौटुंबिक समस्या अनुभवत आहे, तिथं असे प्रश्न निर्माण होतात. ते ऐकून उम नुवाय्यिरनं सुटकेचा दीर्घ नि:श्वास सोडला. तिला हे पक्कं माहीत होतं की, जरी समलिंगी असल्याच्या खुणा दिसल्या तरी अमेरिकेत तो आजार मानत नाहीत; परंतु सौदी अरेबियात ते भयंकर अरिष्ट होतं. कॅन्सरपेक्षाही वाईट आजार! अगदी सुरुवातीला जेव्हा डॉक्टर्सनी तिला तिचा मुलगा आपली लैंगिक ओळख शोधतोय असं सांगितलं, तेव्हा ती जवळजवळ बेशुद्धच झाली. ते म्हणाले की, काही काळानंतर तो पुरुषत्व किंवा स्त्रीत्व, ह्यात निवड करेल. जेव्हा उम नुवाय्यिरनं विचारलं की, जर त्यानं स्त्रीत्वाची निवड केली तर काय घडेल? त्यावर त्यांनी सांगितलं की, त्या घडीला वैद्यकीय दृष्टीनं त्याचं एखादं ऑपरेशन करणं किंवा हार्मोन्स ट्रीटमेंट देणं आणि त्याबरोबर मानसिक समुदेशन करणं त्यांना शक्य होतं. त्या वेळी ती फारच हादरली होती.

त्यानं पुरुषत्व स्वीकारण्याचं ठरवण्याआधी नुरी त्या शाळेत दोन वर्षं राहिला. त्यानंतर मात्र त्याला आपल्या आईकडे परत पाठवण्यात आलं. जेव्हा तिनं पाहिलं

की, तिचं एकुलतं एक मूल तिला अभिमान वाटावा असा पुरुष बनलाय तेव्हा तिचं हृदय अभिमानानं भरून आलं. ज्याची सर्वांनी निंदा केली होती आणि तिचा आणि तिच्या मुलाचा तिरस्कार केला होता, विशेषत: ते सर्व स्त्री-नातेवाईक, शेजारी आणि सहकारी त्या सर्वांच्या डोळ्यात खुपावं असता तो आता एक पुरुष झाला होता.

त्या मुली पुन्हा भेटल्या तेव्हा मिचैल्ली सौदी समाजातला भ्रष्टाचार, त्या समाजाचा मागासलेपणा, अज्ञानग्रस्त ताठरपणा आणि साधारणपणे प्रतिगामी असलेला स्वभाव याशिवाय दुसऱ्या कोणत्याही गोष्टींवर बोलू शकत नव्हती. तिच्या म्हणण्याप्रमाणे जी कोणालाही ओकारी आणील अशी अगदी आतापर्यंत सडलेली आणि जिथे वातावरण विषारी होतं अशी जागा सोडून दोन दिवसांच्या अवधीनंतर ती एका चांगल्या जागी जाणार होती आणि त्याबद्दल ती भरभरून बोलत होती. ह्या दरम्यान सादीमनं वालीदला प्रत्येक बोललेल्या वाक्यागणिक शाप दिले. गाम्राहबद्दल म्हणाल तर ती आपल्या आईच्या छळाबद्दल सारख्या तक्रारी करत होती. गाम्राह पूर्वी जशी बाहेर जायची तशा जाण्यावर तिच्या आईनं गाम्राह घटस्फोटित असल्यामुळे बंदी घातली होती. तिचं पाऊल चुकतं कधी, ह्याची वाट पाहत आणि तिच्याबद्दल भयंकर बातम्या पसरविण्याच्या तयारीत सर्वांच्या नजरा तिच्यावर खिळलेल्या होत्या, असा तिच्या आईचा दावा होता.

गाम्राहला खात्री होती की, तिच्या आईचा तिच्यावर विश्वास होता; परंतु इतर लोक काय म्हणतील ह्याची तिला काळजी वाटत होती. 'जो माणूस सर्व लोकांवर सर्व वेळ लक्ष ठेवण्याचा प्रयत्न करतो, तो थकव्यानं मरेल.' ह्या जुन्या म्हणीचा अर्थ तिच्या आईने कधीच समजून घेतला नव्हता. प्रत्येक दिवशी गाम्राहनं अनेक वेळा हे शब्द ऐकले होते : 'काय? तू घटस्फोटित आहेस हे विसरलीस का?' अर्थात, ती ते कधीच विसरली नव्हती, अगदी एक क्षणभरही; परंतु तिच्या स्वातंत्र्यावर अशा भयंकर तऱ्हेनं मर्यादा आणणं हे पुरेसं दु:खदायक नव्हतं का? आणि ते उपद्व्यापी लोक आणि त्यांची मूर्ख बडबड ह्याबद्दल काळजी करण्यात वेळ घालवणं? विश्वास ठेवा नाहीतर ठेवू नका, अमेरिकेतून तीन आठवड्यांपूर्वी परत आल्यापासून हा पहिला दिवस होता की, त्या दिवशी तिला घरातून बाहेर जाण्याची परवानगी मिळाली होती. तिची आई अशा तऱ्हेनं बाहेर पडण्याची पुनरावृत्ती तिला करू देईल, असं तिला वाटत नव्हतं.

नेहमीप्रमाणं उशिरा आल्यावर लामीसनं एका हातात लसाग्नाची बशी आणि दुसऱ्या हातात ब्रुली क्रीमची थाळी सांभाळत आणि ह्या दोन्ही गोष्टी त्यांना नक्की आवडतील, असं शपथेवर सांगत त्या खाली ठेवल्या. जेव्हा उम नुवाय्यिर तिला त्या वस्तू स्वयंपाकघरात नेऊन ठेवण्यासाठी मदत करायला उठली, तेव्हा मुलींनी तिच्याकडं रागानं पाहिलं. लामीसनं मग तिला विचारलं की, प्रत्येक जण एवढ्या

वाईट मन:स्थितीत का आहे?

"राणी, बघ, ह्या मुली – त्यांच्यापैकी प्रत्येक जण अगदी आकंठ त्रासात बुडालेली आहे आणि तू अशा जगात, कसलीही काळजी नसल्यागत त्यांनी तुझी मॅक्रोनी आणि मिठाई खाऊन बघावी म्हणून सांगत धावपळ करत येत्येस? तू कधीही माघार घेत नाहीस, नाही का?"

"एवढ्याशा चांगल्या अन्नानं काय नुकसान होणार आहे? तर मग मीही त्यांच्यासारखंच असावं आणि आत्मघातकीपणे वागावं, असंच ना? देवानं त्यांना काहीतरी अधिक चांगलं द्यावं, अवश्य; परंतु ही काही जगत राहण्याची पद्धत नक्कीच नाही. त्यांच्याकडे पाहा, त्यांच्यापैकी प्रत्येक जण कपाळावर आठ्या घालून बसलीये. पुन्हा त्याच गोष्टी उगाळल्यानं जीवनात जास्त दु:ख येतं!"

"असं म्हणू नको. त्या मुलींपैकी प्रत्येक जण किती दु:खी आहे, हे तुला माहीत नाही. पुरुष नरकात जावोत! हरामी! ते नेहमीच असे वेदना देणारे आणि डोकेदुखी असतात!"

परंतु लामीसनं आपल्या मैत्रिणींना दु:खातून बाहेर काढण्याचा निश्चयच केला होता. तिनं आपल्या हँडबॅगमधून अगदी अद्ययावत पुस्तकांच्या जगातलं अगदी ताजं आणि टोस्टसारखं पातळ असं मॅगी अराहंचं सूर्य राशींवरचं पुस्तक काढलं. ते तिनं लेबनॉनवरून मागवलं होतं. जेव्हा त्या मुलींच्या नजरेला त्यांचं प्रेमावरचं मूळ मार्गदर्शक पुस्तक पडलं तेव्हा त्या जास्तच आनंदी झाल्या आणि नेहमीप्रमाणे त्या बोलू लागल्या.

सादीम : लामीस, मकर राशीच्या माणसाचे गुणदोष जरा माझ्यासाठी पाहा.

लामीस : 'मकर राशीचा माणूस हा स्वभावानं भावनाशील असतो; परंतु त्याच्यात आपल्या जोडीदाराच्या मनातील भावना किंवा मनोविकार जागृत करण्याचं फारच थोडं कसब असतं. तो अगदी व्यवहारी प्राणी असतो. तो पटकन प्रतिसाद देत नाही, पण जेव्हा तो देतो तेव्हा तो आपला सर्व सारासार विचार घालवून बसतो आणि त्याचं आपल्या वागण्यावर नियंत्रण राहत नाही. मकर राशीचा पुरुष हा पिळून काढणारा असतो. तो रूढी आणि चालीरीतींना घट्ट धरून ठेवतो आणि धाडस किंवा धोका पत्करत नाही. तो भावनेच्या आहारी जात नाही आणि त्याच्या भावनेचा पगडा त्याच्यावर सहसा बसत नाही. कौटुंबिक नाती ही त्याच्या दृष्टीनं महत्त्वाची असतात. त्याच्या दोषांत अभिमान, आत्मप्रौढी आणि व्यवसायाबद्दल फाजील ओढ या गोष्टी सामील असतात.'

मिचैल्ली : सिंह राशीची स्त्री आणि कर्क राशीचा पुरुष ह्यांचं प्रेम यशस्वी होण्याचं प्रमाण किती टक्के आहे?

लामीस : ऐंशी टक्के.

सादीम : कन्या ही रास मेष राशीला जुळते की मकर राशीला?

लामीस : अर्थात, मकर राशीला! मला काही हे बघण्यासाठी पुस्तकाकडे धाव घ्यायला नको. बघ इथं काय लिहिलंय ते : 'कन्या राशीच्या स्त्रीचं मेष राशीच्या माणसाशी साठ टक्क्यांहून जास्त पटत नाही. हेच प्रमाण कन्या राशीच्या स्त्रीचं मकर राशीच्या माणसाशी पंचाण्णव टक्क्याहून खाली जात नाही.' हाच योग्य मार्ग आहे मुली! तू थोड्याच अवधीत वालीदला विसरशील! चल, आता सांग, याल्ला, तुला कोणत्या मकर राशीच्या माणसात एवढं स्वारस्य आहे?

गाम्राह : माझा उपदेश ऐका मुलींनो! स्वप्नं बघायची थांबवा. सर्व विसरा आणि ते सर्व देवावर सोपवा. जेव्हा पुरुषांबद्दल बोलायचं असेल तेव्हा आपल्या आशा उंचावू नका; कारण ज्याची तुम्ही आशा कराल त्याच्याविरुद्धच तुमच्या पदरात पडेल. माझ्यावर विश्वास ठेवा.

लामीस : जर मी आशा करत्येय त्याच्याविरुद्ध तो असला, तर मग त्याचा स्वीकार करावा, अशी सक्ती माझ्यावर कोण करील?

गाम्राह : नशीब, मला वाटतं.

मिचैल्ली : आपण इथं एकमेकींशी प्रामाणिकपणे वागू या. जर रशीद तुला आवडला नसता तर तू त्याचा स्वीकार केला नसतास. तुला नकार देण्याचा हक्क होता, पण तू दिला नाहीस. त्यामुळे तू ही 'नशीब' आणि आपल्या आयुष्याच्या मार्गात आपला काही हात नाही ही कल्पना सोडून दे. आपण नेहमीच असहाय आणि परिस्थितीनं गांजलेल्या स्त्रीची भूमिका करतो. जणूकाही आपलं कशाबाबत काही म्हणणं नाही किंवा स्वत:चं मतही नाही, असं वागतो! अगदी सहनशील! आपण किती काळ अशा भित्र्या आणि आपल्याला आपल्या निवडी – मग त्या बरोबर असोत किंवा चुकीच्या असोत – तडीला नेण्याचं धैर्य नसलेल्या राहणार आहोत?

ताबडतोब ते वातावरण उत्साही झालं. जेव्हा मिचैल्ली आपली स्पष्ट मतं मांडायची तेव्हा हे नेहमीच घडायचं. उम नुवाय्यिर नेहमीप्रमाणे त्यांना शांत करण्यासाठी तिचे विनोद आणि टीकाटिप्पणी करत मध्ये पडली. मिचैल्ली अभ्यासासाठी अमेरिकेत जाण्याआधी मिचैल्लीबरोबरची त्या तिघींची ती शेवटची संध्याकाळ असणार होती आणि त्यामुळेच तिच्या बोचर्‍या स्पष्टवक्तेपणाबद्दल कानाडोळा करण्याचा त्यांचा प्रयत्न होता; परंतु सर्वांसमक्ष गाम्राह मिचैल्लीचे ते तिच्याबद्दलचे त्रासदायक उद्गार ऐकून आतल्याआत न बोलता आक्रसली होती.

२१

To : seerehwenfadha7et@yahoogroups.com
From : 'seerehwenfadha7et'
Date : July 2, 2004
Subject : **Fatimah the Shiite**

मी ही माझी ई-मेल शियाईट जाफर आणि हुसैन ह्या वाचकांना अर्पण करते. त्या दोघांनी मला कळवण्यासाठी पत्रं लिहिली की, शियाईट जमात हीसुद्धा माझी कथा अगदी अधाशीपणे प्रत्येक आठवड्याला वाचते. सौदीसारख्या एक संस्कृती, एक जात आणि एक धर्मीय देशात वेगळं असणं हे किती त्रासदायक असेल, ह्याचा मी विचार करू लागले. म्हणून काही वेळा आमच्यातले जे काही लोक कोणत्याही तऱ्हेनं वेगळे आहेत, त्याबद्दल मला वाईट वाटतं.

लामीसच्या मालाझमधल्या वैद्यकीय कॉलेजमध्ये जाण्याने तिच्या मिचैल्लीच्या मैत्रीत एक गंभीर ताणतणाव निर्माण झाला. प्रत्येकीनं ह्या तणावाकडे दुर्लक्ष करायचा प्रयत्न केला; परंतु ते कठीण होतं. एक व्यापक नकारात्मक गोष्ट त्यांच्या संबंधात हळूच शिरकाव करत होती. ह्या सगळ्याचा निर्णायक शेवट झाला लामीसची नवी मैत्रीण फातिमामुळे!

'फातिमा शियाईट'[२३] असं तिला शिल्लाह म्हणायचे; परंतु लामीसला खात्री

---

२३. प्रेषित महंमदाच्या मृत्यूनंतर – त्याला शांती लाभो – त्यांचा पुढारी कोण व्हावा, ह्या बाबतीत मुस्लिमांमध्ये दुफळी निर्माण झाली. खालिफ अबू बकर अल्-सिद्दकी ह्याची नेमणूक झाली. परंतु असेही काही लोक होते, ज्यांनी ही निवड नाकारली, प्रेषित महंमदचा चुलतभाऊ अली बिन अबि तालेब ह्याने प्रेषित महंमदचा वारस व्हावं, असं त्यांना वाटत होतं. असं मत असणारा शियाईट मुस्लिमांचा दुसरा गट आहे. म्हणून त्यांना काही सुन्नी लोक, जे इस्राईलजवळ तह करायला नाकबूल करणारे आहेत, असं मानतात.

होती की, तिच्या कोणत्याही मैत्रिणीला अगदी मनापासून फातिमा शियापंथी होती का सुन्नी होती किंवा सुफी मुस्लीम होती की ख्रिश्चन किंवा अगदी ज्यू होती, ह्याची खरोखरच पर्वा नव्हती. त्यांना फक्त एवढाच वैताग यायचा की, त्या सर्वांपासून ती वेगळी होती – त्यांना प्रथमच भेटलेली शियापंथी, त्यांच्यात वावरणारी एक तिऱ्हाईत, त्यांच्या घट्ट विणलेल्या सुन्नी वर्तुळात आलेली एक आगंतुक! थोडक्यात सांगायचं, तर त्यांच्या समाजातील लोकांच्या दृष्टीने एकत्र हिंडणे-फिरणे हे साध्या मैत्रीच्या नात्यापलीकडे जाणे होते. तो एक फार मोठा व्यवहार होता. एक गंभीर जबाबदारी होती, ज्यामुळे अनेक तऱ्हेच्या संवेदना जाग्या व्हायच्या. वाङ्निश्चय आणि लग्न ह्यांसारखे ते एक सामाजिक पाऊल होते.

लामीसला आपल्या बालमैत्रिणीची, फदवा अल्-आसुदीची आठवण झाली. लामीस नेहमी फदवासारख्या लोकांकडे आकृष्ट होत नसे. आपल्यासारख्या उत्साही आणि हिंमतबाज मुलींशी मैत्री करण्याकडे तिचा कल असे; परंतु एकदा फदवानं एक प्रश्न विचारून तिला आश्चर्यचकित केले.

"लामीस, तू माझी जिवलग मैत्रीण होशील का?"

ही सूचना अचानक आली होती – कोणत्याही सुरुवातीच्या प्रस्तावाशिवाय– पाश्चिमात्य देशातल्या लग्नाच्या मागणीसारखी – आणि लामीसनं पटकन होकार दिला. तिला ह्याची कल्पनाही नव्हती की, फदवा ही जवळपासची सर्वांत मत्सरी मुलगी ठरेल.

लामीस आणि फदवा ह्यांचं 'साहचर्य' बरीच वर्षं होतं. मग तिला मिचैल्ली भेटली. अगदी सुरुवातीला तिच्या मैत्रीचा पाया हा जिची कुणाशीही ओळख नाही अशा नव्या विद्यार्थिनीला सहानुभूती दाखवण्याचा होता; परंतु त्यानंतर त्यांची मैत्री जमली. फदवाला भयानक मत्सर वाटू लागला आणि ती लामीसविरुद्ध शाळेत तिला उघडउघड दोष देत तिच्यावर हल्ले करू लागली. ह्या बातम्या लवकरच तिच्या कानावर आल्या : 'फदवा म्हणते की, तू मुलांशी बोलतेस!' 'फदवा म्हणते की, तुझी बहीण तमादुर ही तुझ्याहून जास्त हुशार आहे आणि चांगले मार्क मिळवण्यासाठी तू तिला बनवतेस.' सगळ्यात लामीसला वाईट वाटलं, ते फदवा ही दुतोंडी असल्याचं! लामीसच्या तोंडावर ती आपण निरपराध असल्याचा दावा करायची. ते माध्यमिक शाळेत पदवी घेऊन बाहेर पडेपर्यंत आणि आपापल्या वेगळ्या मार्गानं जाईपर्यंत जितक्यास तितकं वागायचं एवढंच मग लामीसच्या हातात होतं.

परंतु लामीसचं फातिमाबरोबरचं नातं हे अगदी वेगळं होतं. त्याचा पाया होता परस्परांना वाटलेलं आकर्षण! लामीसला फातिमाची शक्ती आणि चमक ह्याचं कौतुक वाटायचं आणि फातिमाला लामीसचा धीटपणा आणि हजरजबाबीपणा आवडायचा. ह्यामुळे थोड्याच अवधीत त्या दोघी परस्परांच्या जिवलग मैत्रिणी झाल्या

आणि ह्याचं त्यांनाही आश्चर्य वाटलं.

मग आपलं धैर्य एकवटून आणि ते शब्दात कसं व्यक्त करायचं, ह्याचा विचार करत लामीसनं हळुवारपणे फातिमाला काही शियाईटसंबंधी गोष्टी, ज्यांच्याबद्दल तिच्या मनात गोंधळ होता, त्या विचारल्या. रमजान चालू असताना एक दिवस सूर्य मावळल्यावर त्यांना उपवास एकत्र सोडता यावा म्हणून लामीसला फत्तूर[२४] जेवणासाठी फातिमा तिच्या अपार्टमेंटमध्ये घेऊन गेली. लामीसला तिच्या विद्यापीठातील शियाईट मैत्रिणींनी दिलेले काहीही अन्न खायची भीती वाटायची त्या दिवसांची वाटेत तिला आठवण झाली. *(तिच्या चेहऱ्यावर त्या आठवणीने हास्य होतं.)* गाम्राह आणि सादीम तिनं ते अन्न टाळावं ह्यासाठी सारख्या ताकीद द्यायच्या. त्या ठामपणे सांगायच्या की, जर सुन्नी खाणार आहे असं त्यांना माहीत झालं, तर शियाईट्स हे त्यांच्या अन्नावर थुंकतात. इतकंच नव्हे, तर त्यांची मजल त्या अन्नात विष घालण्यापर्यंत जाते; कारण एखाद्या सुन्नीला ठार मारून त्यांना आशीर्वाद मिळवायचे असतात! त्यामुळे लामीस आपल्या शियाईट मैत्रिणींकडून मिष्टान्न आणि केक्स वगैरे नम्रपणे स्वीकारायची आणि त्या नजरेआड झाल्या की, ते सर्व ती कचऱ्याच्या डब्यात टाकायची. वेष्टनात गुंडाळलेल्या कँडी किंवा च्युईंगममध्ये काही घातलेले असेल, अशी तिला भीती वाटायची. फातिमा भेटेपर्यंत लामीस शियाईटकडून आलेल्या अन्नावर विश्वास ठेवत नसे.

उपवास सोडण्यासाठी आता लामीसनं खजुरानं भरलेली एक छोटीशी ताटली फातिमासमोर ठेवली. उपवास संपला हे सांगण्यासाठी झालेल्या संध्याकाळच्या प्रार्थनेनंतर तिच्या लक्षात आलं की, फातिमानं त्या खजुराचा तुकडाही खाल्ला नव्हता. प्रत्यक्षात व्हिम्टो पेय[२५] आणि कोशिंबीर तयार करण्यात ती इतकी दंग झाली होती की, वीस मिनिटं होईपर्यंत तिनं आपला उपवास सोडण्यासाठी एकही तुकडा खाल्ला नव्हता. फातिमाला लामीसला वाटणारं आश्चर्य दिसलं. सुन्नी लोक हे अथान[२६]चा आवाज जवळच्या मशिदीतून कानावर येताच आपला उपवास सोडतात; परंतु फातिमानं आपल्या मैत्रिणीला सांगितलं, की सुन्नी लोक इमाम[२७]चा प्रार्थनेसाठी बोलावण्याचा आवाज कानावर येताच त्या क्षणी उपवास सोडण्याची त्यांची पद्धत नव्हती. रात्र होण्यासाठी काही काळ थांबायचं आणि अशा तऱ्हेनं अचूक वेळ साधायची त्यांची पद्धत होती.

---

२४. रमजानमधील नाश्ता

२५. रमजानमधील एक लोकप्रिय पेय : द्राक्षे, रासबेरी आणि मनुकांचा रस

२६. प्रार्थनेसाठी बोलावणे

२७. धार्मिक शेख, जो मशिदीत प्रार्थनेसाठी बोलावतो.

आता लामीसची शियाईट रूढींबद्दलची उत्सुकता खरोखरच वाढली होती. मग तिनं सुरुवातच केली. तिच्या अपार्टमेंटच्या भिंतीवर असलेल्या बिल्ल्यांबद्दल तिनं विचारलं. त्यावर असलेली वळणदार अरबी लिपी काहीतरी धार्मिक अर्थ सुचवत होती. फातिमानं मग सांगितलं की, ते बिल्ले हे रमजानच्या अगदी आधीच्या महिन्यात - शाबान महिन्याच्या मध्यकाळी जे काही विधी करतात त्यासाठी टांगलेले होते.

मग लामीसनं फातिमाला तिच्या मोठ्या बहिणीच्या लग्नाच्या अल्बममध्ये पाहिलेल्या फोटोंबद्दल विचारलं. काही फोटो तिला विचित्र वाटले होते, परंतु त्या वेळी त्यांच्याबद्दल विचारायचं तिनं टाळलं होतं. तिथं नवरा-नवरी आपले अनवाणी पाय हे एका मोठ्या चांदीच्या पात्रात बुडवत असतानाचे फोटो होते. त्या पात्रात तळाशी नाणी टाकलेली होती. दोन आज्या त्या जोडप्याच्या पायावर पाणी ओतत होत्या. ही त्यांच्या लग्नातली एक प्रथा होती, असं फातिमानं तिला सांगितलं. नवरीच्या हातावर मेहंदीचं डिझाईन काढण्यासारखी किंवा तयार केलेला पडदा उघडण्यासारखीच ही प्रथा होती. ते नवरा-नवरीचे पाय कुराणामधल्या ओळींनी पवित्र केलेल्या पाण्यात चोळत नंतर काही प्रार्थनाही म्हटल्या जायच्या. त्यांच्या पायासमोर त्यांच्या लग्नाला आशीर्वाद देण्यासाठी ही नाणी दान म्हणून टाकली जायची.

फातिमानं आपल्या मैत्रिणींच्या प्रश्नांना साधेपणं आणि सरळ उत्तरं दिली. तिच्या चेहऱ्यावर दिसणाऱ्या आश्चर्याचं आणि नवलाचं तिला हसू येत होतं. जेव्हा हे संभाषण अगदी टोकाला पोहोचलं, तेव्हा त्या दोघींना वातावरणातला ताणतणाव जाणवला. जणू त्यांच्यापैकी कोणीही कोणत्याही क्षणी असं काही बोलेल की, ज्यामुळे दुसरीला धर्माच्या बाबतीत कमीपणा दाखवल्यासारखं होईल. मग त्यांनी प्रश्नोत्तरांचा हा 'तास' संपविला आणि त्या शांतपणे बैठकीच्या खोलीत लोकप्रिय प्रसंगावर आधारित अशी विनोदी 'तश मा तश' ही सौदी टीव्हीवर दर रमजानला फत्तूरच्या वेळेनंतर लागणारी मालिका बघण्यासाठी आल्या. निदान ही एक गोष्ट अशी होती, ज्यावर सौदी अरेबियातल्या सुन्नी आणि शिया पंथीयांचं एकमत होतं!

तमादूरनं पहिल्यांदाच आपल्या बहिणीच्या त्या इस्त्राईलशी तह करून शांती मिळवण्याचं नाकारणाऱ्या अरब मुलीशी मैत्रीला हरकत घेतली. तिनं लामीसला हे स्पष्टपणे सांगितलं की, तिला माहीत असलेल्या कॉलेजमधल्या सर्व मुली त्या मैत्रीची टर उडवत होत्या.

"लामीस, वल्लाह, मी त्या मुलीबद्दल वाईट गोष्टी बोलताना ऐकल्यात! ती एकटीच राहते! तिचं कुटुंब क्वातिफमध्ये आहे. त्यामुळे रियाधमध्ये शाळेसाठी असताना तिला पाहिजे ते ती करू शकते. तिला पाहिजे तेव्हा ती बाहेर जाते आणि जेव्हा वाटेल तेव्हा घरी येते. तिला पाहिजे त्याला ती भेटायला जाते आणि तिला

पाहिजे ते तिला भेटायला येतात.''

"त्या खोटं बोलतायत. मी तिच्या घराकडे गेलेय आणि तिथले सुरक्षा-कर्मचारी किती कडक आहेत ते पाहिलंय. ते कुणालाही आत येऊ देत नाहीत आणि काही झालं तरी एकटीनं ती जागा सोडू शकत नाही. बाहेर पडताना तिच्या भावाला बरोबर असावंच लागतं.''

"लामीस, हे खरं असो वा खोटं, आपण ह्यात कशाला गुंतायला हवं? आज प्रत्येक जण तिच्याबद्दल बोलतोय, उद्या ते तुझ्याबद्दलही बोलतील आणि तिच्यासारखीच तू वाईट मुलगी आहेस असं म्हणतील! तुला झालंय काय? त्या वेड्या फदवापासून राजकन्या सारापर्यंत आणि तिथून फातिमा शियापंथीपर्यंत? आणि तुझी जिवलग मैत्रीण ही अमेरिकन बंडखोर, जी लोक काय म्हणतील ह्याची पर्वा न करणारी आहे!''

शेवटच्या वर्षासाठी त्यांच्या शाळेत आलेल्या सौदी अरेबियाच्या राजघराण्यातल्या आपल्या सारा ह्या मैत्रिणीचा बहिणीनं उल्लेख केला, तेव्हा लामीस चिडलीच. लामीसला खरोखरच साराबद्दल मोठा आदर वाटला होता. त्या राजकन्येनं आपल्या नम्रपणानं आणि उच्च तत्त्वनिष्ठेनं तिला अगदी भारून टाकलं होतं, कारण एखादी राजकन्या उद्धट आणि आपलं घोडं दामटणारी असण्यापेक्षा काही वेगळी असेल असं तिला कधी वाटलंच नव्हतं. बाकीच्या मुली तिच्या साराबद्दलच्या दोस्तीबद्दल काय म्हणतात, ह्याची तिनं पर्वाच केली नव्हती. लामीस त्या राजकन्येला उठवण्यासाठी प्रत्येक सकाळी फोन करायची, त्यावरून त्या मिस्कीलपणे हसायच्या; परंतु त्यासाठी खरोखरच कारण होतं : ती मोठ्या राजवाड्यात राहत होती आणि तिथं असलेले अनेक लोक! त्यामुळे तिचे नोकर तिला वेळेवर उठवायला विसरतील, अशी साराला भीती वाटायची. लामीस काही वेळा साराचं 'होम वर्क' पुरं करायची. अर्थात काही लोक म्हणायचे तसं ते रोजचं नव्हतं. काही महत्त्वाच्या कामात, अधिकृत प्रसंग, कौटुंबिक धार्मिक कार्य आणि सामाजिक कार्य ह्यात सारा अडकलेली आहे, असं जेव्हा दिसायचं तेव्हाच ती हे करायची आणि त्याबद्दल सारानं तिला आधीच सांगितलेलं असायचं. राजवाड्यापेक्षा साराला आपल्या अभ्यासावर एकाग्र होता यावं ह्यासाठी लामीस साराला आपल्या साध्यासुध्या घरात त्यांच्या महिन्याच्या परीक्षेच्या आधी अभ्यासाला बोलवायची. शाळेत मुलींच्या चाललेल्या त्रासदायक कंड्या, ज्याबद्दल तमादूर तिच्याशी रुजवात करायची की, ती राजकन्येची नोकर आहे आणि तिच्यासाठी ती काहीही करेल, याचा तिच्यावर काहीही परिणाम होत नसे! जर काही झालंच, तर त्यामुळे ती आपल्या नव्या मैत्रिणीच्या जास्तच जवळ गेली होती आणि आपली निष्ठा दाखवण्यासाठी ती जास्त काळजीपूर्वक वागायची.

लामीसची प्रथमच फातिमासारख्या मुलीशी दोस्ती झाली होती. ती बरीचशी

तिच्यासारखी होती आणि हे खरोखरच गूढ होतं! ती फातिमाच्या जास्त जवळ गेली, तेव्हा तिच्या हे लक्षात आलं की, ती आपली जिवलग मैत्रीणच बनलेली आहे. नेहमीप्रमाणे, दुसरे तिच्याबद्दल काय बोलतात याची तिला पर्वा वाटत नव्हती. फक्त ह्या वेळी मिचैल्लीला कसं वाटेल म्हणून ती काळजी करत होती. मिचैल्लीनं तिला साराबरोबरच्या दोस्तीबद्दल माफ केलं होतं, कारण एकदा पदवी मिळताच सारानं तिला कशा प्रकारे सोडलं, ते तिनं पाहिलं होतं. सारा अमेरिकेला निघून गेली आणि ती मग कधीही लामीसशी बोलली नव्हती. त्या वेळी लामीसला होणारा पश्चात्ताप आणि तिच्या पुन्हा समेटाबद्दलच्या विनवण्या ऐकल्यावर आणि तिला पुन्हा जुनी मैत्री हवी असण्याची आत्यंतिक जरुरी आहे, हे पाहिल्यावर मिचैल्लीला आपली शक्ती जाणवली होती; परंतु आता पुन्हा एकदा लामीसने मिच्चैलीची मैत्री डावलली आहे, हे मिच्चैलीला कळल्यावर मिच्चैलीची जी प्रतिक्रिया असणार होती, त्याने लामीस त्रस्त होती. त्यामुळे ह्यावर एकच चांगला मार्ग होता. जो लामीसला सुचत होता. तो हा की, मिचैल्लीपासून आणि इतर शिल्लाहपासून ही मैत्री लपवायची; परंतु तिची ही युक्ती पार उलटली! तमादूरला आपल्या बहिणीचं वागणं हेकटपणाचं आहे, असं वाटायचं. त्यामुळे तिला हे सर्व विकोपाला गेल्यासारखं वाटत होतं. म्हणून तिनं सगळ्या मुलींना सर्व सांगायचं काम आपल्यावर घेतलं.

त्यामुळे मिचैल्लीला लामीसच्या गूढपणे गायब होण्यामागचं कारण समजलं होतं. कित्येक आठवड्यांच्या सुट्टीत लामीस अनेक सबबी सांगायची की, वैद्यकीय अभ्यास हा फारच वेळकाढू होता. हे काम फारच कठीण असल्याने त्यासाठी तिला जास्तच अभ्यास करावा लागत होता; परंतु आता हे त्रासदायक सत्य बाहेर पडलं होतं की, लामीसला आपल्या जुन्या शिल्लाहच्या संगतीपेक्षा नव्या मैत्रिणीची संगत आवडली होती.

लामीसनं आपल्या परिस्थितीबद्दल सादीमला सांगण्याचा प्रयत्न केला. जी त्यांच्या कंपूत समजून घेण्याबद्दल सर्वांच्या पुढे होती आणि अशा गोष्टींबद्दल क्षमाशीलही होती.

"हे बघ सदूमाह, माझ्या दृष्टिकोनातून जरा बघ! माझं मिचैल्लीवर प्रेम आहे. सबंध आयुष्यभर आम्ही मैत्रिणी आहोत आणि कायम तशा राहूही; परंतु दुसऱ्या मुलीशी ओळख करून घेण्यापासून मला दूर ठेवण्याचा तिला हक्क नाही. फातिमाकडे अशा काही गोष्टी आहेत ज्या मिचैल्लीजवळ नाहीत. तुला गाम्राह आवडते, परंतु तिच्यातही दोष आहेतच आणि ज्याची तिच्याकडे उणीव आहे, ते दुसऱ्यांकडे आहे हे पाहिल्यावर तुला त्या मुलीबद्दल जवळीक वाटेल, बरोबर?"

"परंतु लामूसाह, हे सर्व इतक्या वर्षांनंतर मैत्रिणीच्या आपली आयुष्यभराच्या व्यक्तिमत्त्वात असलेल्या उणिवा तुला दुसऱ्या एका मुलीत सापडल्यात असं ठरवून

तू तिला सरळ सोडून देणं, हे काही बरोबर नाही. ती मौल्यवान असलेली कोणीही व्यक्ती असो जिचं तुला पूर्वी महत्त्व नव्हतं. तुझी तिच्याशिवाय अनेक वर्षं गेली आणि तुला त्याबाबत कोणतीच समस्या जाणवलेलीही नाही आणि कोणत्याही अडचणीत तुम्ही दोघींनी मिच्चैली आणि तू एकत्र राहायचं हे ठरलेलं आहे. समजा, तू लग्न केलंस आणि तुझ्या नवऱ्यात काही गुण नाहीत हे तुझ्या लक्षात आलं तर तू काय तो गुण इतर पुरुषांत शोधत जाशील का?''

''होय, कदाचित! आणि त्याला जर हे आवडलं नाही, तर त्याला जाऊ दे आणि त्याच्यातल्या उणिवा त्याला समजून घेऊ दे आणि माझा त्रास कमी करू दे!''

''वा, तू एकदम फारच कडक स्त्री आहेस! ठीक आहे. बघ, माझ्याकडे एक गंभीर प्रश्न आहे. तो मला इतका त्रास देतोय की, मी स्वस्थ राहूच शकत नाही. तो ह्या शियाईट्सबद्दल आहे.''

''तो काय आहे?''

तिच्या चेहऱ्यावरचा तो गंभीर नाटकी भाव तिच्या ओठांच्या थरथरण्यानं उघड झाला. सादीमनं विचारलं : ''शियाईट पुरुष ह्याच्या (थोब्स[२८]) खाली ते सुन्नी पॅन्ट्स वापरतात का?''

---

२८. अर्थात ते वापरतात! ते सर्व पुरुष जे थोब्स वापरतात. त्यांना लांब पांढऱ्या आतल्या चड्ड्या - ज्यांना सुन्नी चड्ड्या म्हणतात – त्यांच्या थोब्सचे पातळ कापड फाटू नये म्हणून वापराव्या लागतात. 'सुन्नी' हे नाव आतल्या चड्ड्यांना असणे, हा निव्वळ विनोदी योगायोग आहे.

२२

To : seerehwenfadha7et@yahoogroups.com
From : 'seerehwenfadha7et'
Date : July 9, 2004
Subject : **Michelle Meets Up With Matti**

मी माझ्या ला-झेड-बॉयमध्ये माझे पाय लांब करून बसले आहे. प्रत्येक आठवड्याच्या शेवटी मी जेव्हा त्या ई-मेल्स लिहिते, तेव्हा तसंच करते आणि हो, माझे केस फुलवलेले आहेत आणि माझे ओठ लाल रंगवलेले आहेत.

सॅनफ्रान्सिस्कोच्या विमानतळावर जेव्हा विमान उतरलं तेव्हा सकाळचे जवळजवळ दहा वाजले होते. ही काही मिचैल्लीची ह्या शहराला पहिली भेट नव्हती. फक्त आजची ही भेट आईवडील आणि तिचा भाऊ मिशालबरोबर नसण्याची पहिली वेळ होती.

दमटपणा आणि स्वातंत्र्य ह्यानं संपृक्त हवा तिनं आत ओढून घेतली. जगातल्या प्रत्येक ठिकाणाहून आलेले सर्व आकारांचे आणि रंगांचे लोक हे तिच्या चारही बाजूंनी प्रत्येक दिशेला जात होते. कुणीही तिच्या अरबपणाकडे लक्ष दिलं नाही किंवा तिच्या बाजूला उभा असलेला माणूस आफ्रिकन आहे ह्या वस्तुस्थितीकडेही कुणाचं लक्ष गेलं नाही. प्रत्येक जण आपल्या कामातच व्यग्र होता.

आपला व्हिसा व्यवस्थित आहे, ह्याची तिनं खात्री केली. तो कागद ती सौदी अरेबियातली विद्यार्थिनी आहे आणि ती सॅनफ्रान्सिस्कोमधल्या कॅलिफोर्निया विद्यापीठात अभ्यासासाठी आलेली आहे, ह्याची पुष्टी देत होता. कस्टम्समधल्या स्त्रीनं तिला सांगितलं की, तिच्या विमानतळातल्या कामाच्या इतक्या वर्षांच्या अवधीत तिने पाहिलेली ती सर्वांत सुंदर अरब मुलगी होती.

मिचैल्ली आवश्यक त्या सर्व अधिकृत चाचण्यांतून गेल्यावर तिनं स्वागतकक्षात

वाट पाहणाऱ्या सर्व माणसांचे चेहरे शोधले. तिचं लक्ष घोळक्याच्या टोकाला असलेल्या मामेभाऊ मॅथ्यूकडे गेलं. तो हात हलवत होता आणि ती आनंदानं त्याच्याकडे चालत गेली.

''हाय, मॅटी! ''

''हाय, स्वीटी! तुला पाहिल्याला बराच काळ लोटला!''

मॅटीनं तिला प्रेमानं मिठी घातली आणि तिचे आईवडील आणि भाऊ ह्यांची चौकशी केली. मिचैल्लीच्या लक्षात आलं की, तिच्या मामाच्या छोटेखानी कुटुंबातला तो एकच विमानतळावर तिच्या स्वागतासाठी आला होता.

''बाकी सर्व कुठे आहेत?''

''डॅड आणि मॉम कामावर गेली आहेत आणि जॅमी आणि मॅगी शाळेत.''

''आणि तू? तू मला भेटायला कसा काय आलास? तुला लेक्चर्स नाहीत का?''

''माझी आजची सकाळची लेक्चर्स आज माझ्या आतेबहिणीला विमानतळावर भेटायला येण्याच्या महत्त्वाच्या कारणासाठी रद्द केली गेली. बाकी सगळे घरी येईपर्यंत आपण दोघं एकत्र दिवस काढणार आहोत. मग मला एक लेक्चर देण्यासाठी संध्याकाळी जायचं आहे. जर तुझी इच्छा असेल, तर तू माझ्याबरोबर ये. मग मी तुला तो कॅम्पस दाखवेन आणि तू वसतिगृहातली तुझी खोली झटकन नजरेखालून घालू शकशील. हे बघ, आमच्या घरी न राहता वसतिगृहातच राहायचं असा तुझा अजूनही आग्रह आहे का? ''

''मला वाटतं तेच बरं पडेल. मी खरंच तसं राहण्यासाठी अक्षरशः तडफडतेय – काहीसं स्वतंत्रपणे राहणं!''

''तुला जसं आवडेल तसं; परंतु मला तुझ्या दुःखाबद्दल सहानुभूती आहे. काही असो, मी सर्व तयार ठेवलंय. मी तुझ्यासाठी खोली पसंत केलीये. तू माझ्या एका विद्यार्थिनीबरोबर राहणार आहेस. मला वाटतं ती तुला खूप आवडेल. ती तुझ्या वयाचीच आहे आणि तुझ्यासारखीच बोलण्यात फटाकडी आहे; परंतु तू तिच्यापेक्षा अधिक सुंदर आहेस.''

''मॅटी! तू माझे लाड करणं कधी थांबवणार नाहीस का? मी आता मोठी झालेय आणि माझे व्यवहार मी स्वतः बघू शकते.''

''आपण त्याबद्दल मग पाहू या.''

त्यानं मग तिला 'फिशरमन्स वार्फ'वर फिरायला नेलं. तो सर्व दिवस त्यांनी फिरण्यात आणि दुकानं पाहण्यात घालवला. हवेत भरलेला माशांचा वास सोडला तर मिचैल्लीनं समोर आलेल्या सर्व गोष्टींचा आनंद घेतला. उघड्या स्टॉल्सवर मांडलेलं सामान आणि प्रत्येक वळणावर चित्रकार आणि गायक उभे! जेव्हा त्यांना

भूक लागली, तेव्हा त्यांनी ताज्या माशांचं सूप मागवलं. ते पावाच्या एका मोठ्या भांड्यातून आलं. त्यांनी सगळा आनंद पूर्णत: लुटला.

नंतर मॅटीनं तिला तिच्या खोलीतल्या सर्व वस्तू नीटपणे लावायला मदत केली आणि त्या टर्मला कोणता अभ्यासक्रम निवडावा, ह्याबद्दल सल्ला दिला. आपल्या मामेभावाच्या पावलांवर पाऊल ठेवत सुरुवात करायची, असं तिनं ठरवलं आणि कम्युनिकेशन्स ह्या अभ्यासक्रमाची त्यानं केलेली स्तुती ऐकून त्यात प्रावीण्य मिळवायचं ठरवलं. तिनं जे विषय घ्यायचे ठरवले त्यात तो शिकवत असलेला, 'बोलण्याची गरज नसलेला' कम्युनिकेशन्स हा विषय होता.

मिचैल्लीनं तिला अभ्यासात आणि विद्यापीठाच्या इतर कार्यक्रमांत बुडवून घेतलं. जे घडलं त्याचा विसर पडेल अशी ती आशा करत होती आणि सरतेशेवटी तिची इच्छा पूर्ण झाली. नवीन प्रदेशात इतकं सर्व चाललेलं होतं आणि नवं जीवन तिला सबंध दिवस गुंतवून ठेवत होतं. त्यामुळे तिचे फैझलबद्दलचे विचार हळूहळू कमी होत गेले.

२३

To : seerehwenfadha7et@yahoogroups.com
From : 'seerehwenfadha7et'
Date : July 16, 2004
Subject : **An Adventure Not to Be Forgotten**

कुराणातल्या ओळी आणि प्रेषिताचे हाद्रिथ – त्याला शांती लाभो– आणि धार्मिक उतारे, ज्यांचा मी माझ्या ई-मेलमध्ये समावेश करते ते सर्व मला स्फूर्ती आणि ज्ञान देणारे असतात. त्याचप्रमाणे ज्यांचा मी समावेश करते त्या कविता आणि प्रेमगीतेही ह्या सर्व गोष्टी एकमेकांच्या विरुद्ध आहेत का आणि म्हणून हा विरोधाभास आहे का? कारण मी स्वत:ला धार्मिक पुस्तकं वाचण्यात वाहून घेतलेलं नाही आणि मी माझं काम संगीतासाठी बंद ठेवत नाही. त्यामुळे मी खरी मुस्लीम नाही का? मला नाही असं वाटत. काही रसिकतेची वागणूक असेल, त्याला मी प्रेमाचे चाळे मानत नाही. मी स्वत: धार्मिक आहे; अगदी इतरांसारखीच. तुमच्यातलीच मी एक आहे आणि मी असंही सांगू शकते की, जिथून मी आले तिथं माझ्यासारखे अनेक लोक आहेत. माझ्यात आणि त्यांच्यात एवढाच फरक आहे की, जे इतर विरोधाभास मानतील तो मी लपवत नाही किंवा इतरांसारखं निर्दोषत्वाचं नाटकही करत नाही. आपल्या प्रत्येकातच धार्मिक बाजू तशीच आणि तितकीशी धार्मिक नसलेली बाजूही आहे.

लामीसची मैत्रीण फातिमा हिच्या भावाची ती फातिमाला रेल्वे स्टेशनवर घेऊन गेली तेव्हा एक दिवस भेट झाली; अली हा त्या मुलींपेक्षा चार वर्षांनी मोठा होता आणि त्यांच्यासारखाच एक वैद्यकशास्त्राचा विद्यार्थी होता. त्याची गाडी नादुरुस्त झाल्यामुळं त्यानं बहिणीबरोबर रेल्वेनं जायचं ठरवलं होतं. ते स्टेशनवर भेटले.

फातिमाची आपल्या भावाशी – अलीशी – जरी ते रियाध शहरात होते तरी

फारशी जवळीक नव्हती. ते एकत्र फारच थोडा वेळ घालवायचे असं लामीसला दिसलं. तो आपल्या मित्रांबरोबर अपार्टमेंटमध्ये राहायचा आणि त्याची बहीण आपल्या मैत्रिणींबरोबर दुसऱ्या दूरवरच्या अपार्टमेंटमध्ये राहायची. अली तिला भेटायला फारसा येत नसे आणि प्रत्येक आठवड्याच्या सुट्टीत आपली गाडी घेऊन किंवा क्वातिफला जाणाऱ्या आपल्या वर्गमित्राबरोबर त्याच्या गाडीनं जात असे. फातिमा मात्र आपल्या क्वातिफी वर्गमैत्रिणींबरोबर रेल्वेने जायची.

अलीची लामीसला पहिली गोष्ट आवडली ती म्हणजे त्याची उंची, ती स्वत: पाच फूट सात इंच होती आणि भेटलेल्या सर्व मुलांपेक्षा उंचीनं जास्त होती, परंतु अली हा सहा फूट उंच होता, कदाचित त्यापेक्षाही थोडा जास्त आणि दुसरी गोष्ट म्हणजे त्याचं रूप! त्याची कातडी उन्हानं रापलेली होती आणि त्याच्या भुवया ह्या दाट आणि काळ्या होत्या. त्याच्यातून पुरुषत्व ओसंडून चाललं होतं. तो लामीसला विलक्षण तऱ्हेनं थोडासा जादूमय वाटला.

ते भेटल्याला एक आठवडा झाल्यावर ती आणि फातिमा काही संदर्भग्रंथ घेण्यासाठी हॉस्पिटलला गेल्या असताना त्याच्याशी लामीसची अचानक भेट झाली. नंतर त्यांची त्या हॉस्पिटलमध्ये पाळी लागण्याआधीच हे घडलं. तो कठीण वैद्यकीय अभ्यासक्रम समजण्यासाठी त्यांना शिकवणीची जरुरी आहे, असं नाटक करून! आणि लामीसनं तेच नाटक वरच्या वर्गात असलेल्या अलीशी केलं. ते हॉस्पिटलच्या आवारात सुरुवातीला भेटायचे आणि नंतर बाहेर, जवळच्या एका कॉफी हाऊसमध्ये.

कसंही असो; पण तिच्या कोणत्याही मैत्रिणीला त्यांची ही जवळीक कळली नाही. तिच्या मैत्रिणींसमोर त्या दोघांत काहीच चाललेलं नसल्यासारखं लामीस वागायची. तो फक्त अधूनमधून तिला शिकवतो, एवढंच दाखवायची. फक्त फातिमाला माहीत होतं, कारण तिच्या भावानंच तिला सांगितलं होतं. त्यानंच तिला ती रेल्वे स्टेशनवरची भेट घडवून आणण्यासाठी सांगितलं होतं, असं मागाहून कळलं. क्वातिफमधल्या त्यांच्या घरात लामीसचा फ्रेम केलेला फोटो त्याने आपल्या बहिणीच्या खोलीत पाहिलेला होता आणि तो फारच भाळला होता. त्या फोटोत लामीस, फातिमा आणि इतर काही वर्गमैत्रिणीनी लांब कोट घातलेले होते आणि त्या एका प्रेताच्या बाजूला उभ्या होत्या. मालाझमधल्या मुलींच्या वैद्यकीय कॉलेजमध्ये शवविच्छेदनासाठी त्या प्रेताची त्यांनी चिरफाड केली होती. एक भयानक नैराश्य आणणारी ती खोली! त्या खोलीत फॉरमॅलिन आणि स्वस्त बुखौर[२९] ह्यांचा संमिश्र वास भरलेला असे. तिथले कामगार नासू न दिलेल्या मृतदेहांचा वास कमी व्हावा

---

२९. बुखौर : अरेबिक धूप. भारत आणि कंबोडियातून येणाऱ्या विशिष्ट वृक्षांच्या लाकडी काड्या. जेव्हा त्या जाळल्या जातात, तेव्हा त्या उग्र आणि सुंदर टिकणारा सुवास पसरवितात.

म्हणून सर्व वेळ धूप जाळत ठेवायचे.

अली हा वैद्यकशास्त्राच्या शेवटच्या वर्षाला होता आणि पदवी मिळताच त्याची इंटर्नशिपची सुरू होणार होती. त्याची रवानगी देशाच्या पूर्वेकडच्या भागातल्या एका हॉस्पिटलमध्ये होणार होती. लामीस आणि फातिमा ह्या अजून विद्यापीठातल्या दुसऱ्या वर्षाला होत्या.

अल्-थालाथीन रस्त्यावरच्या एका कॅफेमध्ये लामीस आणि अली एक दिवस बसलेले असताना अल्-हैह[३०] ह्यांनी त्यांच्यावर धाड घातली आणि त्या जोडीला झटकन दोन वेगवेगळ्या मोटरगाड्यांतून त्या संघटनेच्या जवळच्या कार्यालयाकडे ताबडतोब नेलं.

तिथं त्यांनी लामीस आणि अलीला दोन वेगळ्या खोल्यांत ठेवलं आणि प्रश्नोत्तरांची सुरुवात केली. तिला विचारले गेलेले दुखावणारे प्रश्न लामीसला सहन झाले नाहीत. त्यांनी तिला तिच्या आणि अलीच्या संबंधांविषयी तपशीलवार प्रश्न केले. त्यांची भाषा अगदी असभ्य होती आणि त्यांनी तिला असे काही शब्द ऐकायला भाग पाडलं, ज्या शब्दांची तिला अगदी जवळच्या मैत्रिणींसमोरही तिला लाज वाटली असती. मग कित्येक तास आत्मविश्वास दाखवण्याचा प्रयत्न करत आणि तिनं जे काही केलंय ते बरोबर असल्याची खात्री असतानाही ती कोलमडून रडू लागली. तिला काही असं वाटत नव्हतं की, तिनं जे काही केलं ते लज्जास्पद होतं. दुसऱ्या खोलीत एक प्रश्नकर्ता अलीवर दबाव आणत होता. जेव्हा त्या माणसानं खात्रीपूर्वक सांगितलं की, लामीसनं सर्व गोष्टी कबूल केल्या आहेत आणि त्यानंही सर्व खरं सांगावं, त्या वेळी अलीला संताप अनावर झाला.

तिथल्या वरिष्ठ अधिकाऱ्यांनी लामीसच्या वडिलांना कळवलं आणि त्यांना सांगितलं की, ती एका कॅफेत एका तरुण माणसाबरोबर पकडली गेलीये आणि तिला त्यांच्या मुख्यालयात पकडून ठेवलेली आहे. त्यांनी येऊन त्यांची मुलगी अशा अनैतिक गोष्टींत पुन्हा भाग घेणार नाही, असं आश्वासन देणाऱ्या कागदावर सही करावी आणि तिला घेऊन जावं.

तिचे वडील आले. ह्या अचानक आलेल्या बोलावण्यामुळे त्यांचा चेहरा पांढराफट्ट पडलेला होता. त्यांनी त्या गरज असलेल्या कागदांवर सह्या केल्या आणि मग त्यांना तिला नेण्याची परवानगी मिळाली. घरी जाताना त्यांनी आपला राग दाबण्याचा आणि हुंदके देणाऱ्या आपल्या मुलीचं जेवढं शक्य असेल तेवढं सांत्वन करण्याचा प्रयत्न केला. जे काही घडलं त्याबद्दल ते तिच्या आईला किंवा बहिणीला

---

३०. अल्-हैह हे एका कमिशनचं संक्षिप्त नाव आहे. हे कमिशन सर्व सद्‌गुणांचं संवर्धन करण्यासाठी आणि दुर्गुणांचा प्रतिकार करण्यासाठी आहे. म्हणजे ते धार्मिक पोलीस.

सांगणार नाहीत, अशी त्यांनी ग्वाही दिली. फक्त एकच अट होती की, त्या मुलाला ती हॉस्पिटलच्या इमारतीबाहेर पुन्हा कधीही भेटणार नाही. त्यांनी मान्य केलं की, जेद्दाहमध्ये तिनं आपल्या भावांबरोबर आणि वडिलांच्या मित्रांच्या आणि तिच्या आईच्या मैत्रिणींच्या मुलांबरोबर एकटीनं जाण्याला तिला परवानगी होती, परंतु रियाधमध्ये परिस्थिती वेगळी असणारच होती.

लामीसला अलीची काळजी वाटत होती. मुख्यालयात एक पोलीस तिच्या वडिलांच्या कानात कुजबुजताना तिनं ऐकलं होतं की, पोलिसांनी असं शोधून काढलं होतं की, हा मुलगा 'इस्राईलशी तह नाकारणाऱ्यां'पैकी होता. तो क्वातिफमधला शियाईट होता, त्यामुळे त्याला मिळणारी शिक्षा ही तिच्या शिक्षेपेक्षा कठोर असणार होती.

तो दिवस म्हणजे लामीसची फातिमा आणि अली ह्यांच्याबरोबरचे संबंध तुटल्याची खूण होती. त्यानंतर जेव्हा प्रत्येक वेळी त्यांच्या नजरा मिळत, तेव्हा फातिमा तिच्याकडे डोळ्यांतून आग ओकत बघायची. जणूकाही ती लामीसला ह्या सर्व गोष्टींसाठी दोष देतेय. बिचारा अली! तो इतका छान माणूस होता आणि उघड सांगायचं तर लामीसला त्याच्याबरोबरच्या भेटी चालू ठेवण्याची परवानगी मिळाली असती आणि जास्त महत्त्वाचं म्हणजे तो शियाईट नसता, तर ती खरोखरच त्याच्या प्रेमात पडली असती.

२४

To : seerehwenfadha7et@yahoogroups.com
From : 'seerehwenfadha7et'
Date : July 23, 2004
Subject : **Firas: The (Near) Perfect Man!**

या प्रत्येक ई-मेलनंतर माझ्या व्यक्तिमत्त्वाची चिरफाड करायला निघालेल्या कंटाळवाण्या प्रतिक्रियांमुळे मी फार थकले आहे. मी जे सर्व लिहिलंय त्याला तुमच्या दृष्टीनं फक्त तेवढंच महत्त्वाचं आहे का? ते म्हणजे मी गाम्राह आहे, मिचैल्ली आहे, सादीम आहे का लामीस आहे? कृपा करून ह्यातून माझी सुटका करा!

''बाळासाठी खरेदी करणं ही एवढी मजेची गोष्ट असेल, ह्याची मला कल्पना नव्हती!'' सादीम गाम्राहला म्हणाली. तिच्या आवाजात उत्साह होता. ''या बाळांच्या वस्तू इतक्या छान वाटतात! जर पुढच्या अल्ट्रा टेस्टच्या वेळी मुलगा आहे की मुलगी हे डॉक्टरना विचारायचं मान्य केलंस तर मग आपण कुणासाठी खरेदी करतोय ते आपल्याला कळेल!''

गाम्राहच्या दोन्ही मोठ्या बहिणी, नाफ्लाह आणि हेस्साह, ह्या आपल्या नवऱ्यांच्यात इतक्या गर्क होत्या आणि तिची छोटी बहीण शाहला ही आपल्या उच्च माध्यमिक शाळेच्या अभ्यासात इतकी अडकलेली होती की, सादीमनं आपल्या गरोदर मैत्रिणींबरोबर नव्या बाळासाठी काय काय लागेल ते विकत घेण्यासाठी सोबत जाण्याची तयारी दाखवली. जेव्हा गाम्राहच्या आईच्या सांध्यांची सूज मधूनमधून वाढायची, तेव्हा सादीम तिची जागा घेऊन गाम्राहबरोबर डॉक्टरकडे चेकअप असायचा तेव्हा जायची.

''ते बाळ मुलगा असो वा मुलगी, मला त्याचं काही नाही. ज्या अगदी गरजेच्या वस्तू आहेत त्या आता आपण विकत घेऊ. बाकीच्या ते जन्माला आल्यावर

येतीलच.''

''गाम्राह, तुला ह्याबद्दल काही वाटतच नाही का? तू ह्याबाबत इतकी थंड वाटत्येस! जर मी तुझ्या जागी असते तर तो मुलगा की मुलगी हे बघण्यासाठी मी वाट पाहू शकले नसते!''

''सादीम, तुला हे कळणार नाही. मला हे मूल हवंय, असं काही फारसं वाटत नाही! ह्या लहानग्यामुळे माझं सर्व आयुष्य बदलणार आहे आणि मग माझ्याशी लग्न करायला कोण तयार होईल? कुणालाही सवत्स धेनू नको असते! तर मग मला सांग, माझा भविष्यकाळ हा अशाच तऱ्हेचा असणार आहे का? मी माझं आयुष्य अशा बाळाचं ओझं सांभाळत काढायचं जे त्याच्या बापाला नको आहे आणि त्याची आईही नकोय? रशीद तिकडे आपलं स्वतंत्र, विनापाश जीवन जगण्याच्या तयारीत आहे. तो प्रेमात पडू शकतो, लग्नही करू शकतो, तो त्याला पाहिजे ते करू शकतो आणि मी मात्र ह्या जबाबदारीत आणि त्रासाबरोबर पुढचं आयुष्य काढायचं! मला हे मूल नको आहे, सादीम. मला ते नकोय!''

त्या गाडीमध्ये होत्या आणि तिच्या घरी परतत होत्या. गाम्राह निराशेचे अश्रू ढाळत रडू लागली. सादीमला तिची समजूत पटेल आणि ज्यामुळे तिला बरं वाटेल असं काही सांगता येईना. जर गाम्राह तिच्याबरोबर विद्यापीठात अभ्यासासाठी परतली तर! परंतु गाम्राह तिच्यात एवढी ताकद नाही, असं सांगत होती. तिचा छान, सडपातळ आणि गोंडस देह आता सदोदित पडून राहण्यामुळे भलताच मोठा झाला होता. अर्थात, घरात अशा बंदिस्त राहण्यामुळे ती कंटाळलेली असायची. तिच्या धाकट्या बहिणीला शाहलालाही तिच्यापेक्षा जास्त स्वातंत्र्य असायचं. त्याचं कारण म्हणजे ती घटस्फोटित स्त्री नव्हती. मध्यंतरी तिची चुलतबहीण मुडी ही क्वातिमसारख्या जुन्या मतांच्या शहरातून रियाधमधल्या कॉलेजमध्ये जाण्यासाठी त्यांच्याकडे राहायला आलेली होती. ती तिच्यावर टीका करत तिला त्रास देण्याचं कधीही थांबवत नसे. तिला गाम्राहच्या नीट केलेल्या भुवया पसंत नव्हत्या आणि तिचा अबायाही. अबाया डोक्यावरून घेतात आणि त्यामुळे तुमची शरीरयष्टी पुरी झाकली जाते. त्याऐवजी गाम्राह वापरत असलेला खांद्यावरून घेण्याचा अबाया मुडीला पसंत नव्हता. तिचे दोन्ही मोठे भाऊ हे आपल्या मित्रांमध्ये अविरत फोन करून मुलींना सतावण्याच्या धाडसी कृत्यांत पूर्ण दंग होते. तिची करमणूक करायला मग धाकट्या दोन भावांशिवाय कुणीच नव्हतं. एक होता दहा वर्षांचा तर एक बारा वर्षांचा! किती दयनीय!

सादीम गाम्राहला काय सांगू शकली असती? तिचं सांत्वन आणि तिचे विचार बदलावे यासाठी ती काय करू शकली असती? स्वत: आनंदात असताना दुसऱ्याबद्दल सहानुभूती असल्याचं दाखवणं किती वाईट! 'आपल्या डोळ्यांत अगदी स्पष्टपणे

सुखाचे प्रवाह वाहून चमकत आहेत. जर का दु:खी असल्याचं नाटक आपल्याला करता आलं असतं तर?' सादीमच्या मनात विचार आला; परंतु जेव्हा तिच्याकडे फिरास होता, तेव्हा तसं करणं कसं शक्य होतं?

होय, फिरासमध्ये देवानं तिच्या प्रार्थनेचं उत्तर दिलं होतं. तिचा आणि वालीदचा घटस्फोट झाल्यावर देवाने त्याला तिच्याकडं परत पाठवावं ह्यासाठी तिनं देवाकडे अनेक वेळा करुणा भाकली होती; परंतु तिच्या प्रार्थनेचा ताप हळूहळू थंड झाला होता. शेवटी वालीद परत यावा ह्यासाठीच्या प्रार्थनेचं रूपांतर फिरासच्या अस्तित्वात झालं होतं. फिरास ही काही सामान्य व्यक्ती नव्हती. ती एक विलक्षण, अद्भुत आणि परमेश्वरानं खास बनवलेली व्यक्ती होती आणि सादीमला वाटलं की, त्याच्यासाठी तिनं देवाचे आभार रात्रंदिवस मानावेत.

अखेर त्याच्यात काय कमी होतं? काहीतरी कमी असलं पाहिजे, त्याच्यात काहीतरी लपलेला दोष असला पाहिजे – काहीही, जे त्याच्या सर्व भपकेदारपणापासून मन विचलित करू शकेल. कोणताही मनुष्यप्राणी इतका संपूर्ण असू शकत नाही, कारण संपूर्णत्व ही देवाची मक्तेदारी आहे; परंतु सादीम तो महत्त्वाचा दोष काय असेल ते शोधून काढायला असमर्थ होती.

डॉ. फिरास अल्-शार्कवी हा परराष्ट्र विभागातला अधिकारी आणि राजकारणी होता. त्याचे लागेबांधे दूरवर पसरलेले होते आणि त्याच्याबद्दल सगळ्यांना आदरही होता. तो एक यशस्वी पुरुष होता. त्याचा मेंदू तल्लख होता आणि त्याचं व्यक्तिमत्त्व जबर होतं. तो अनुयायी नव्हे, तर पुढारी म्हणून आणि अंकित नव्हे, तर सत्ताधारी म्हणून ओळखला जात होता. लंडनहून परत आल्यावर लवकरच फिरासची कीर्ती पसरली. ह्या राज्याच्या मंत्रिमंडळात राजाचा दिवाण, सल्लागार म्हणून त्याचा चेहरा वर्तमानपत्रांच्या पानावर आणि मासिकांतून झळकायचा. सादीम प्रत्येक वर्तमानपत्राच्या किंवा मासिकाच्या – ज्यात त्याची मुलाखत किंवा त्याच्याबद्दल बातमी असेल त्यांच्या दोन प्रती नियमितपणे विकत घ्यायची. एक प्रत ती स्वत:साठी ठेवायची आणि दुसरी त्याच्यासाठी, कारण तो कामात इतका अविरत गढलेला असायचा की, त्याला त्याच्याबद्दल काय छापून येतंय, हे बघायला वेळ नसायचा. आणखी सादीमला जे जाणवलं ते म्हणजे फिरासच्या आईवडलांना मुलाबद्दलच्या वर्तमानपत्रातील गोष्टी वाचण्यात स्वारस्य नव्हतं. त्याचे वडील अत्यंत वृद्ध होते आणि ते निरनिराळ्या शारीरिक व्याधींनी त्रस्त होते आणि त्याची आई गृहिणी होती आणि ती फारसं वाचू-लिहू शकत नव्हती. त्याच्या बहिणींबद्दल म्हणाल, तर त्यांना राजकारण आणि त्यातल्या मोठ्या व्यक्ती यांबद्दल जराही स्वारस्य नव्हतं.

सादीमच्या दृष्टीनं अशा ह्या कौटुंबिक वातावरणाची पार्श्वभूमी असलेल्या फिरासचा दर्जा त्यामुळे जास्तच उंचावत होता. तो असा माणूस होता जो आपल्या

प्रयत्नानं वर चढला होता, ज्यानं शून्यातून सुरुवात केली होती. ती एक अद्वितीय व्यक्ती होती, जी एक दिवस सर्वांत उच्च पदावर पोहोचणार होती. ज्या कोणी त्याच्याबद्दल लिहिलंय त्यांचा प्रत्येक शब्द फिरासला वाचून दाखवण्यावर तिचा कटाक्ष होता. गुप्तपणे तिनं त्याच्याबद्दलच्या छोट्या लेखांची आणि त्याच्या फोटोंची एक कात्रण-वही तयार केली होती. तिनं मनात बेत केला होता की, त्यांच्या लग्नाच्या दिवशी ती कात्रणवही ती त्याला भेट म्हणून द्यायची.

सादीमनं लग्नाचा विचार करणं हे तिच्या बाबतीत अगदी काही चुकीचं नव्हतं. ती स्वत:हून त्यासाठी धावत सुटलेली आहे, असं तिच्या मैत्रिणींनाही वाटत नव्हतं. हा न चुकणारा दैवी परिणाम होता. त्याचे अप्रत्यक्ष उल्लेख हे अगदी स्पष्ट होते, नाही का? जरी त्यानं कधीही 'लग्न' हा शब्द मोठ्यानं उच्चारला नव्हता, तरी ज्या दिवसापासून तो मक्केमधल्या काबाभोवती फेऱ्या घालत उमराह[३१] करत होता, त्या दिवसापासून ही कल्पना त्याच्या डोक्यात घोळत होती.

मक्केतल्या आतल्या पवित्र दालनातून तिला त्यानं फोन केला होता. तो काही व्हीआयपींच्या चमूबरोबर गेलेला होता. तिच्यावतीनं त्यानं काय प्रार्थना करावी, असं त्यानं तिला विचारलं होतं. "माझ्या मनात जे काही आहे ते देवानं मला द्यावं,"ती म्हणाली आणि मग एका क्षणानंतर, "माझ्या हृदयात कोण आहे, हे तुला माहीत आहे," असं तिनं सांगितलं.

काही दिवसांनंतर त्यानं तिला सांगितलं की, तिच्या ह्या लाजऱ्या कबुलीजबाबामुळे त्याचं हृदय आनंदाच्या सागरात बुडून गेलं होतं. अशी भावना ह्याआधी त्यानं कधीच अनुभवली नव्हती. तिच्या धिटाईमुळे तोही स्वत:च्या विचारात धीट झाला होता. त्या दिवसांनंतर तो वैयक्तिक कल्पनाचित्रात तरंगू लागला. नेहमी प्रेमानं तिच्या जास्त जवळ जात राहिला. एक शांत आणि स्थिर माणूस, जो प्रत्येक पाऊल उचलण्याआधी हजार वेळा विचार करायचा, त्याला भावनातिरेकाने वाहून जाण्याची सवय नव्हती. तो मग तिच्या जीवनात घडणाऱ्या बारीकसारीक गोष्टी जाणून घेण्याबाबत इच्छा दाखवू लागला. त्याने तिला खात्री दिली की, ती फक्त एकमेव स्त्री होती, जी त्याच्या आयुष्यात शिरू शकली होती. त्याच्या रोजच्या निश्चित अशा दैनिक कार्यक्रमात ती कौशल्यानं फेरफार करत होती आणि त्याने उशिरापर्यंत जागं राहण्यासाठी, त्याचं लक्ष कामातून विचलित करण्यासाठी आणि त्याच्या नियोजित भेटीगाठी पुढे ढकलाव्या ह्यासाठी त्याला उद्युक्त *(ज्यासाठी तिला फारसे श्रम करावे लागत नव्हते.)* करत होती, आणि हे सर्व कशासाठी, तर तिच्याबरोबर फोनवर जास्त वेळ खर्च करता यावा म्हणून!

---

३१. मुस्लिमांनी मक्केची केलेली छोटी यात्रा. हजयात्रेसारखी नव्हे. उमराह ही यात्रा वर्षाच्या कोणत्याही वेळी केली जाते.

फिरासमध्ये थोडासा विचित्रपणा होता, तो म्हणजे जरी त्याने एक दशकापेक्षा जास्त वेळ परदेशात घालवला होता, तरी त्याची धर्मावर असलेली अगाध निष्ठा! त्याच्यावर पाश्चिमात्यांच्या प्रभावाची कोणतीही खूण नव्हती. इतर लोक ज्यांना ह्या देशाच्या चालीरीती, व्यवहारांबद्दल पूर्वी कितीही कळकळ वाटत असली तरी त्यांनी काही वर्षं परदेशात घालवल्यावर आणि मग देशात परत आल्यावर त्यांना दिसेल त्या प्रत्येक गोष्टींचा तिटकारा वाटायचा, तसा राज्यात असलेल्या गोष्टींबद्दल त्याला इतरांसारखा तिटकारा नव्हता. सादीमला सदाचरणाच्या मार्गावर ह्या किंवा त्या वाटेने नेण्याच्या फिरासच्या प्रयत्नांचा तिला जराही त्रास वाटला नव्हता. ह्याच्या उलट ती चांगली मुस्लीम होईल आणि त्याच्या चांगल्या मुस्लिमांच्या बाबतीतल्या कल्पना पाळेल ह्याकडेच तिचा कल आहे, हे तिच्या लक्षात आलं, कारण तो कोणत्याही गोष्टीचं फारसं स्तोम माजवत नसे. त्यामुळे तिला खरोखर आनंदच वाटला. सकाळच्या प्रार्थनेची वेळ जवळ आली म्हणून रात्रीच्या निरोप घेतानाच्या संभाषणाला कात्री लावणं किंवा ते विमानात बसलेले असताना त्यानं सांगितलं होतं तशी हिजाब आणि अबाया वापरण्याी साधीशी सूचना किंवा मॉल्समध्ये आपले चेहरे उघडे टाकून फिरणाऱ्या मुली आणि त्यांच्यामागून फिरणारी मुलं ह्याबद्दल मनापासून केलेलं निरीक्षण सांगत होतं की, तोंडावर घेतलेला बुरखा मुलींना बऱ्याचदा अशा त्रासांपासून वाचवतो. त्याची ही अशी पद्धत होती आणि मग सादीमला आपण धार्मिक पूर्णतेकडे हळूहळू वळण्याचा प्रयत्न करतोय, हे लक्षात आलं. त्यामुळे ती फिरासच्या योग्यतेची होणार होती; कारण तो तिच्यापेक्षाही पूर्णत्वाच्या जवळ गेलेला होता.

फिरासबरोबरचे संबंध टिकवण्यासाठी तिला फार परिश्रम घ्यावे लागतील, असं त्यानं तिला कधीही जाणवून दिलं नव्हतं. उलट, तोच तिच्या संपर्कात आणि तिच्या जवळ राहण्याचा प्रयत्न करायचा. तो कुठे जातोय आणि परत कधी येणार, हे सांगितल्याशिवाय तो प्रवास करत नसे आणि त्याच्या संपर्कासाठी तो नेहमी टेलिफोन क्रमांक आणि पत्ते देऊन ठेवायचा. ती ठीक आहे ना, हे पाहण्यासाठी तिला बऱ्याचदा फोन करून तो क्षमा मागायचा. त्यांच्यासाठी आणि ह्या देशांतल्या अनेक प्रेमीजीवांसाठी – त्यांचं प्रेम, आणि ज्यामुळं ते एकत्र आले होते – ते व्यक्त करण्याचा टेलिफोन हाच एक खात्रीचा मार्ग होता. सौदी अरेबियातल्या टेलिफोन लाईन्स ह्या इतर ठिकाणांपेक्षा नक्कीच जास्त जाड आणि जास्त विपुल आहेत; कारण त्यांना कुजबुजणाऱ्या प्रेमिकांचे प्रेमालापांचे भार सहन करावे लागतात. प्रेमिकांचे ते उसासे, कण्हणं आणि चुंबनं जी ते प्रत्यक्षात देऊ शकत नाहीत किंवा आपल्यातले अनेक जे रूढी आणि धर्म ह्यांना मान देतात आणि त्यांची किंमत राखतात, त्यांची ह्या गोष्टी प्रत्यक्षात आणण्याची तयारी नसते.

फक्त एकच गोष्ट सादीमच्या प्रसन्नतेला त्रास द्यायची, ती म्हणजे वालीदशी तिचे पूर्वी असलेले संबंध.

पहिल्यांदा त्यांनी परस्परांची ओळख करून घेतली, तेव्हा फिरासनं तिला तिच्या भूतकाळाबद्दल विचारलं होतं आणि तिनं वालीदबद्दल ताबडतोब सर्व सांगितलं होतं. तिनं उचललेलं एकच चुकीचं पाऊल आणि ती झालेली 'दुखापत' ज्याच्या 'जखमा' तिनं सर्वांपासून लपवल्या होत्या. तिच्या स्पष्टीकरणानं त्याचं समाधान झालेलं दिसलं. तो अगदी समजूतदार आणि दयाशील वाटला. तिनं ह्यापुढे कधीही त्याबद्दल बोलू नये, ह्या त्याच्या विनंतीमुळे ती गोंधळली होती. तिच्या भूतकाळाबद्दल बोलण्यानं त्याला इतका त्रास होत होता का? तिला असं वाटायचं की, तो जर तिच्या हृदयातली पानं स्वत:च्या हातानं उलगडू शकला, तर त्याला हे सहज दिसेल की, ती पानं त्याच्याकडे येईपर्यंत कोरी करकरीत होती. तिला अशी इच्छा व्हायची की तिच्यात असलेली प्रत्येक भावना तिला त्याच्याबरोबर विभागून घेता यावी – अगदी तिचा वालीदबरोबरचा इतिहासही; परंतु तो ह्या बाबतीत जसा इतर वेळी असायचा तसाच ठाम होता. तो हा 'असा' होता.

''तर मग तुझ्याबद्दल काय फिरास? तुला काही भूतकाळ आहे का?''

त्याच्या हृदयातल्या जखमेवरची खपली काढण्यासाठी काही तिनं हे विचारलं नव्हतं की, ज्यामुळे त्यांची बरोबरी होईल आणि तो त्याला तिच्या पातळीवर आणून सोडील. तिचं फिरासवरचं प्रेम इतकं घट्ट होतं की, भूतकाळ, वर्तमानकाळ किंवा भविष्यकाळामुळे त्याच्यावर काही परिणाम झाला नसता आणि काही झालं तरी तिला हे माहीत होतं की, त्या दोघांपैकी पूर्णत्वापासून जास्त दूर नेहमी तीच असणार होती! तिचा प्रश्न हा अगदी साधा आणि कदाचित निर्व्याज होता, जसा फिरासच्या गुडघ्यांवर तिला एखादा ओरखडा सापडावा, ज्यामुळे तो तिच्यासारखाच मानवी आहे, हे सिद्ध होईल.

''जर तुला माझ्याबद्दल प्रेम वाटत असेल, तर हा प्रश्न तू पुन्हा कधी विचारू नकोस.''

'सोडून दे!' तिनं स्वत:ला बजावलं. त्याच्या भूतकाळाची कोणाला चिंता आहे? तो आता माझा आहे आणि झक मारत गेली ती उत्सुकता!

२५

To : seerehwenfadha7et@yahoogroups.com
From : 'seerehwenfadha7et'
Date : July 30, 2004
Subject : **It's a Boy!**

अच्छा! तर मग मी ती आहे, जी दुर्गुण आणि दुर्व्यसनांना निमंत्रण देते! तुम्हाला काय माहीत आहे? मी ती एक आहे, जी दुराचार वाढवते आणि आपल्या उत्कृष्ट समाजात व्यभिचार आणि तिरस्कार पसरवण्याची आशा करत आहे! त्याशिवाय ती मी आहे जिच्या मनात शुद्ध, निर्भेळ आणि पवित्र भावनांचा दुरुपयोग करून त्यांना त्यांच्या अब्रुदार आणि सन्मान्य बेतांपासून दूर नेण्याची इच्छा आहे! मी?

देवानं प्रत्येकावर दया करावी आणि त्यांच्या नजरेतून तो गंभीर विकार निपटून काढावा, ज्यामुळे मी जे काही सांगते ते नीतिभ्रष्ट करणारं आणि अविचारी आहे, असा अर्थ काढणं त्यांना भाग पडतं. माझ्याकडं ह्या दुर्दैवी लोकांसाठी प्रार्थना करण्याशिवाय दुसरा मार्ग नाही. देवानं त्यांचा दृष्टिकोन सुधारावा. त्यामुळे जे काही आजूबाजूला चाललंय ते खरोखर आहे तसं ते पाहू शकतील आणि इतर नास्तिक आहेत असा दावा करून त्यांच्यावर हल्ला न करता, त्यांचा अपमान न करता आणि त्यांना घाणीत न लोटता सभ्यपणाचं भाष्य ते करू शकतील. देवानं त्यासाठी या लोकांना मार्गदर्शन करावं.

तिच्या पलंगाजवळ आळीपाळीनं तिची आई, तिच्या तीन बहिणी आणि सादीम असल्यामुळे गाम्राहला येणाऱ्या प्रसूतिपूर्व कळा ह्या पाच भागांत फिरत राहिल्या. तसं ते काही अवघड बाळंतपण नव्हतं; परंतु तिचं पहिलंच होतं आणि तिची आई म्हणायची तसं पहिलं मूल जन्माला येताना दुसऱ्या किंवा तिसऱ्या मुलापेक्षा जास्त

१४२ । **गर्ल्स ऑफ रियाध**

त्रास होतो.

आपली मुलगी स्वस्थ राहावी आणि तिला सर्व गोष्टी सुलभ व्हाव्यात ह्यासाठी उम गाम्राहनं तिच्या मुलीच्या बाळंतपणाचे शेवटचे कष्टदायक सात तास तिच्याबरोबर खोलीत बसून काढले. दर प्रसूतिवेदनेबरोबर गाम्राह किंचाळत होती.

"अरे देवा, जे मी ह्या घडीला सोसतेय तेवढं किंवा त्यापेक्षा जास्त रशीदला सोसावं लागू दे! "

"मला त्याचा मुलगा नकोय. मला तो नकोय! तो माझ्या आतल्या बाजूला आहे तसाच राहू दे! मला मूल नकोय! "

"ममा, रशीदला बोलाव – ममा, त्याला मला भेटायला सांग – ममा त्याला लाज वाटायला हवी. तो माझ्याशी असं कसं करू शकतो? – वल्लाह, मी त्याला काहीही केलेलं नाही – मी थकलेय, मी फार थकलेय! ममा, मला आता हे सहन होऊ शकत नाही! "

आणि मग गाम्राह हुंदके देऊ लागे, कडवट हुंदके! तिचा आवाज हळूहळू कमी होत गेला, जशा तिच्या कळा वाढल्या आणि तिला भोवळ येऊ लागली.

"मला मरावंसं वाटतंय! मग मी ह्यातून सुटेन! मला मूल नकोय आणि हे माझ्या बाबतीतच का घडायला हवंय? का, ममा? का?"

छत्तीस तास कळा काढल्यावर गाम्राहच्या खोलीतून जन्माला आलेल्या बाळाचा आवाज आला. उत्तेजित होऊन सादीम आणि गाम्राहच्या बहीणीने, शाहलाने उडीच मारली. तो मुलगा होता की मुलगी, हे जाणण्यासाठी त्या उत्सुक होत्या. काही मिनिटांनंतर एका भारतीय नर्सनं त्यांना सांगितलं की, बाळ धडधाकट आहे आणि सुंदर असा मुलगा होता.

गाम्राहनं जेव्हा पहिल्यांदा ते बाळ पाहिलं तेव्हा तिनं आपल्या मुलाला उचलण्याचं नाकारलं, कारण ते बाळ रक्तानं माखलेलं होतं. त्याचं डोकं लांबट होतं आणि त्याची कातडी अगदी भीती वाटावी अशी सुरकुतलेली होती. तिची आई तिला हसली. मग नर्सनं ते बाळ स्वच्छ केल्यावर तिनं ते बाळ उचललं. तिनं त्याच्याकडं पाहून देवाचं नाव पुन:पुन्हा घेतलं. "माशाअल्ला! तो अगदी त्याच्या लाडक्या आईसारखा दिसतो!"

अनेक तासांनंतर सादीमनं जेव्हा आपल्या हातातल्या त्या छोट्या बाळाकडं, त्याच्या बंद, घट्ट मिटलेल्या डोळ्यांकडे हळुवारपणे टक लावून पाहिलं आणि तिनं त्याची नाजूक बोटं आपल्या बोटाभोवती गुंडाळण्यासाठी शोधली, तेव्हा तिनं आपल्या मैत्रिणीला विचारलं, "मग तू त्याचं नाव काय ठेवायचं ठरवलंयस?")

"सालेह! रशीदच्या वडलांचं हे नाव आहे."

गाम्राहनं जेव्हा बाळाला जन्म दिला, तेव्हा रशीद अमेरिकेतच होता. त्याची आई हॉस्पिटलमध्ये आणि नंतर ती घरी आल्यावर तिला अनेकदा भेटायला आली आणि त्याचे वडील – सालेह – दोनदा आले आणि त्यांचं नाव बाळाला ठेवलं म्हणून त्यांचं अंत:करण अगदी हेलावून गेलं. तरीही गाम्राहच्या लक्षात आलं की, कुटुंबीयांच्या भेटीगाठी, भेटवस्तू आणि पैसे एवढंच जास्तीतजास्त रशीद तिला आणि तिच्या मुलाला देणार होता.

उन्हाळ्याच्या दरम्यान गाम्राहच्या आईनं आपल्या अकाली वृद्धत्व आलेल्या मुलीला उत्साह वाटावा म्हणून काहीतरी करण्याचं ठरवलं. त्या दोघींनी एकत्र प्रवास केला. बरोबर इतर कुटुंबीय होते. ते सर्व एक महिनाभर प्रवास करत लेबनॉनला गेले. त्या अंगावर पित्या बाळाला त्यांनी त्यांच्या सर्वांत मोठ्या मावशीकडे, नाफ्लाहजवळ ठेवलं.

लेबाननमध्ये गाम्राहनं 'टिन स्मिथिंग' (चेहरा दुरुस्ती) ह्यासाठी स्वत:ला सादर केलं. नाकाच्या कामाने त्याची सुरुवात झाली आणि ह्याचा शेवट चेहऱ्यावर रासायनिक द्रव वापरून चेहरा स्वच्छ करण्यात झाला. ह्या वेळात खाण्यावर कडक निर्बंध होते आणि व्यायामही एका अत्यंत देखण्या विशेषज्ज्ञाच्या देखरेखीखाली करावा लागायचा आणि ह्याशिवाय गाम्राहच्या केसांची एक नवीन रचना केली गेली. त्यांचा रंगही लेबाननमधल्या अतिशय प्रसिद्ध आणि तरबेज हेअर ड्रेसरकडून करून घेण्यात आला.

गाम्राह रियाधला परतली, ती पहिल्यापेक्षा सुंदर बनून! तिच्या मागासलेल्या नातेवाइकांनी नाकं मुरडू नयेत म्हणून तिनं प्रत्येकाला – ज्यांनी तिच्या नाकावरचं बँडेज काढण्याआधी पाहिलं होतं त्यांना — सांगितलं की, तिचं नाक हे लेबाननला असताना अपघातात मोडलं होतं आणि त्यामुळे त्याच्यावर शस्त्रक्रिया करावी लागली होती. पण ती कॉस्मेटिक सर्जरी नव्हती, कारण तशी सर्जरी ही इस्लामच्या कायद्याविरुद्ध आहे.

२६

To : seerehwenfadha7et@yahoogroups.com
From : 'seerehwenfadha7et'
Date : August 6, 2004
Subject : **The Chatting World: A Whole New World**

स्वर्ग आणि पृथ्वी ह्यातल्या न दिसणाऱ्या गोष्टी अल्लाच्या आहेत आणि त्याच्याकडे सर्व गोष्टी निर्णयासाठी जातात, तेव्हा त्याची पूजा करा आणि त्याच्यावर विश्वास ठेवा. तुमचा देव तुम्ही काय करता ह्याबद्दल अनभिज्ञ नसतो.

कुराण, सुरत हुड
(प्रेषित हुडचे प्रकरण) ओवी १२३

प्रत्येक जण प्रत्येक ठिकाणी माझ्याबद्दल बोलतोय आणि ते मला ऐकायला आवडतंय. मी त्या चर्चेत भाग घेते आणि त्यांच्याप्रमाणेच मला काय वाटतं, पुढे काय घडेल आणि ते कोण असेल ह्याबद्दल माझं मत देते. घरी मी ती ई-मेल छापते आणि दर आठवड्याला तुम्हाला ती पाठवते आणि घरात सर्वांना मोठ्यानं वाचून दाखवते. तुम्ही हे लक्षात घ्या की, घरातल्या कुणालाच मी ह्या ई-मेल्सच्या मागे आहे, हे माहीत नाही! थोडक्यात, जे दुसरे करतायत तेच बरोबर मी करते आणि अगदी त्याच वेळी! त्या काही क्षणांमध्ये मला भरपूर आनंद मिळतो. कंटाळा आला असताना जेव्हा तुम्ही रेडिओची डायल फिरवता आणि तुमचं आवडतं गाणं लागलेलं पाहून आणि तेही पहिल्यापासून ऐकायला मिळतंय, हे पाहून तुम्ही आश्चर्यचकित होता तशीच ही काहीशी भावना आहे.

लामीस जेव्हा पंधरा वर्षांची होती तेव्हापासून लामीसची इंटरनेटशी दोस्ती झाली

होती. तेव्हा तिचे वडील बहारिनवरून www वर जाऊ लागले होते. दोन वर्षांनंतर १९९९मध्ये सौदी अरेबियात इंटरनेट सुरू झालं तेव्हा त्या गंभीर आणि व्यापक अशा जगाशी संबंध जोडणाऱ्या गोष्टीची तिला भुरळच पडली; परंतु हे सर्व तिचा उच्च माध्यमिक शाळेचा अभ्यास आणि तिचा GPA सांभाळून तिनं केलं. तिला पदवी मिळाल्यावर मात्र लामीस लगेच दर दिवशी किमान चार तास इंटरनेटवर आणि त्यातल्या नव्याण्णव टक्के वेळ याहू, ICq, mIRC AOL वर गप्पा मारत घालवू लागली.

तिच्याकडं असलेली विनोदबुद्धी आणि परखड बोलणं ह्यामुळे लामीसनं चॅट रूममध्ये येणाऱ्या नियमित लोकांत पटकन प्रसिद्धी मिळवली. जरी ती नियमितपणे आपलं टोपणनाव बदलण्याची काळजी घ्यायची, तरी तिथे बरेच लोक होते ज्यांना 'दी कॅटर पिलर' म्हणजेच 'दी डेमॉन गर्ल' 'ब्लॅक पर्ल' आणि 'डॅडीज स्वीट हार्ट' आहेत हे माहीत होतं.

ती ज्यांच्याशी चॅटिंग करायची ते मुलगे इतके संशयी वाटायचे की, लामीसला हसू यायचं. त्यांच्यापैकी कोणाचाच ती खरोखर मुलगी आहे, ह्यावर विश्वास नव्हता.

"ठीक आहे. हे बघ, हे सर्व बंद कर! तू मुलगी नाहीस!"

"असं? छान, तू असं का म्हणतोस?"

"हे बंधो, मुली अगदी कंटाळवाण्या असतात आणि त्यांच्याकडे विनोदबुद्धी नसते आणि तू तर एकदम ड्रग घेतल्यासारखा, हवेत असल्यासारखा वाटतोस!"

"तर मग तू काय म्हणतोयस की, मी तुझं निमूटपणे ऐकून घेण्याचे कष्ट घ्यायला हवेत, ज्यामुळे तुझा विश्वास बसेल की, मी मुलगा नाही?"

"बरोबर! तू जर खरोखर मुलगी असलीस तर मग मला तुझा आवाज ऐकू दे!"

"लोल! शक्य नाही, जोस! "

"मला संधी दे. मला पटकन फोन कर आणि 'हाय' म्हण. ठीक आहे? आणि जर तुला फोनचा उपयोग करायचा नसला तर मग माईक वापर. हे कसं वाटतं? मला फक्त खात्री द्यायची की, तू मुलगी आहेस आणि मुलगा नाहीस."

"ते विसर राजा! मुलींचा आवाज ऐकण्यासाठी तुम्ही मुलं हीच युक्ती वापरता."

"अहाहा! हा शब्द माझ्या हृदयाला वेदना देतोय! ठीक आहे. मी तुझ्यावर विश्वास ठेवतो. मी विश्वास ठेवतो की, तू मुलगी आहेस! तुझ्या तोंडून येणारा राजा हा शब्द अगदी मधाएवढा गोड होता."

"ह्यॅ ह्यॅ ह्यॅ! नाही, विसर ते, माझ्याशी प्रणयाच्या गोष्टी करण्याआधी मी मिस्टर बेटर आहे, हे ध्यानात ठेव! "

"मी देवाची शपथ घेऊन सांगतो की, तू चांगला, उमदा मिस्टर... मला म्हणायचंय मिस आहेस... मी फार गोंधळलोय!"

"फारच उत्तम गोष्ट! :-P" **[: P म्हणजे जीभ बाहेर काढून वेडावणे .]**

"ठीक आहे, तर मग मला तुला एक प्रश्न विचारू दे आणि मग मला खरोखरच कळणार आहे की, तू मुलगी आहेस की मुलगा!"

"मग विचार."

"तुझी ढोपरं काळी आहेत की नाहीत?:-P"

"लूऊऊऊऊऊल! हा चांगला प्रश्न आहे! ठीक आहे. माझ्याकडेही तुझ्यासाठी एक प्रश्न आहे :- D" **[: D ह्याचा अर्थ हसत]**

"विचार बेबी."

"तुझ्या पायाच्या अंगठ्यांच्या नखांबद्दल काय? ते किळस आणणारे आहेत की नाही? :-P"

"हा हा हा हाऽऽ औच! छान प्रश्न! खरंतर जरा कठोरच, पण छान! लोल!"

"त्याकडे पाहा! काळी ढोपरं तू म्हणालास. हा! इथून चालता हो बेबी! तुझ्या पुरुषजातीची प्रथम स्वच्छता बघ आणि मग तू आमच्या काळ्या ढोपरां[३२] ची चेष्टा कर! "

ह्या अशा तऱ्हेच्या इंटरनेटवरच्या गप्पांमुळे ज्यांना लामीसशी ही चर्चा फोनवर चालू ठेवायची होती, अशा मुलांचे अगणित फोन क्रमांक तिला मिळाले. तिचं व्यक्तिमत्त्व किती शांत आहे, हे आढळल्यावर शेकडो लोकांनी तिचं कौतुक केलं आणि डझनभर लोकांनी तिच्यावरचं आपलं प्रेम व्यक्त केलं. लामीस मात्र आपल्या पक्क्या निश्चयापासून ढळली नाही. इंटरनेटवरच्या त्या गप्पा ह्या हास्यविनोद आणि हलक्याफुलक्या करमणुकीसाठी होत्या. ज्या समाजात एकमेकांची चेष्टामस्करी करण्याची संधी उपलब्ध नसते, अशा समाजात मुलांना भेटण्याची आणि त्यांच्याबरोबर गंमत करण्याची ही छान सोय होती. मात्र हे काही गंभीरपणे घेण्यासारखं नव्हतं.

लामीसच्या मदतीनं गाम्राहही इंटरनेटवरून गप्पा मारण्याची कला शिकली. सुरुवातीला लामीस तिला विचारायची की, तिला तिच्याबरोबर इंटरनेटवरून गप्पा मारायला आवडेल का? लामीस म्हणाली की अशा रीतीनं ती तिच्या इंटरनेटवरच्या मित्रांची आणि गाम्राहची ओळख करून देईल. हळूहळू गाम्राहला त्याचं व्यसन लागलं. लवकरच ती दिवसाचे आणि रात्रीचे बहुतेक तास कुणाशीतरी बोलण्यात घालवायची.

---

३२. सौदी मुलींच्या काळ्या रंगामुळे त्यांची ढोपरं काळी झालेली असतात. मुलांचीही हीच समस्या असली तरी मुलगे ह्यावरून मुलींची चेष्टा करतात. तथापि, सौदी येथील गरम हवेमुळे कोरडेपणा आणि अरेबिक निऑल सॅडल्सच्या होणाऱ्या वारंवार उपयोगामुळे पुरुषांचेही पाय कोरडे होतात आणि त्यांच्या पायांचे अंगठे घाणेरडे असतात. मुली त्यावरून त्यांची चेष्टा करतात.

सुरुवातीपासूनच लामीसनं चॅटिंगचं वास्तव आणि त्यात दडलेले खाचखळगे ह्यांची माहिती गाम्राहला दिली होती. तिनं खात्री करून घेतली की, गाम्राह त्या धूर्त तरुणांच्या कावेबाजपणाबाबत आणि त्यांच्या चेष्टेखोरपणाबद्दल सावध आहे, जे नव्या व्यक्तीला जाळ्यात पकडण्याच्या प्रयत्नात असतात. लामीसनं आपल्या मैत्रिणीला आपल्या इंटरनेटवरच्या मित्रमंडळींच्या संभाषणाचा तर्जुमा वाचून दाखवला. तो कॉम्प्युटरवर सुरक्षित होता.

''हे बघ, गामुराह राणी! ह्या सर्व लोकांची एकच पद्धत असते. फक्त त्यात काही साधे बदल असतात. उदाहरणार्थ, रियाधमधले तरुण हे पूर्वेकडच्या प्रांतातल्या तरुणांपेक्षा जरा वेगळे असतात आणि पूर्वेकडचे तरुण पश्चिम प्रांतातल्या तरुणांपेक्षा वेगळे असतात आणि असं हे सर्व चालतं.''

आपण रियाधमधल्या तरुणांच्या शैलीपासून सुरुवात करू या, कारण तुला जास्त करून त्यांच्यात स्वारस्य आहे.

''हाय म्हटल्यानंतर पहिली गोष्ट तो तुला विचारेल ती : मला कृपा करून तुझं नाव कळेल का? आणि अर्थात, तू त्याला तुझं खरं नाव देणार नाहीस. तू त्याला हवं ते नाव सांग किंवा सॉरी म्हण आणि सांग की, मला माझं नाव प्रसिद्ध करायचं नाही. मी कसं हे हाताळते, तर आधी मी एक नाव शोधते. जे नाव माझ्या डोक्यात येतं, ते नाव मी त्याला सांगतेय; परंतु ह्याकडे तुला लक्ष द्यायला हवं आणि आठवण ठेवायला हवी की, तू कोणतं नाव कोणत्या माणसाला सांगितलं आहेस! माझा सल्ला म्हणजे मी जे नेहमी करते ते तू करावंस – ती सर्व नावं एका वहीत लिहावीस, ज्यामुळे तुझा गोंधळ होणार नाही किंवा तू एक नाव निवड आणि त्याला धरून राहा; परंतु हे मला अगदीच शेळपट वाटतं!''

''मग त्यानंतर जे घडतं ते असं – त्याला तुझं हे नाव मिळाल्यावर काही दिवसांनंतर तो तुला म्हणेल की, मी खरोखरच तुझ्या प्रेमात पडलोय. तुझ्यासारखी दुसरी कुणीही कधीही पाहिलेली नाही. तर मग आपण फोनवर बोलू या? मग तो पुन:पुन्हा तुला फोन करेल आणि तुला त्रास देईल आणि काही झालं तरी अर्थात तू कबूल करणार नाहीस; परंतु तरीही तो तुला त्याचा नंबर देईल. मग आणखी काही दिवस जातील आणि मग तो तुम्ही दोघांनी फोटोंची अदलाबदल करावी, अशी मागणी करेल. सरतेशेवटी तो उतावीळ होईल आणि जरी तू तुझा फोटो कधीही पाठवला नाहीस तरी तो त्याचा फोटो पाठवील.

''आणि मग तू पाहशील : एक तरुण आपल्या छानशा ऑफिसमध्ये आपल्या टेबलामागे बसलेला, हातात माऊंट ब्लँक पेन आणि एका काठीवर लावलेला सौदी झेंडा त्याच्या बरोबर मागे– 'एक उत्कृष्ट फोटो!' किंवा दुसरा फोटो – एखादा कुर्रेबाज बेदाऊनी असल्यासारखं दाखवणारा तरुण जमिनीवर जुन्या अरेबिक पद्धतीनं

बसलेला आणि शिमाघमध्ये त्याचं डोकं गुंडाळलेलं – बेदाऊनी पद्धतीनं – आणि त्याचं एक ढोपर जमिनीपासून उचललेलं आणि त्याचं कोपर त्यावर विसावलेलं. त्याला कमतरता आहे ती फक्त खांद्यावरच्या बहिरी ससाण्याची, आणि तो त्या बेदाऊनी टीव्ही मालिकेत जायच्या अगदी तयारीत असेल!

"नंतर तो आपण एका खूप छान मुलीच्या प्रेमात दोन वर्षांपूर्वीच पडलो होतो असं खात्रीनं सांगेल आणि मग तिचं लग्न झाल्याचंही सांगेल. ती खरोखरच संपूर्ण त्याच्या प्रेमात पडलेली होती; परंतु एका चांगल्या माणसानं तिच्या कुटुंबाकडे प्रस्ताव दिला आणि ती त्याला नाही म्हणू शकली नाही आणि नंतर तो – त्याच्या आईचा लाडका – अजूनही इतका लहान आणि नवथर होता की, तो आपला संसार मांडू शकणार नव्हता. त्यामुळे त्यालाही मार्ग नव्हता आणि मग तिच्या सुखासाठी त्यानं माघार घेतली. या सगळ्या रचलेल्या गोष्टींतून काहीही करून तो किती महान, विश्वसनीय आणि थोर आहे हे दाखवण्याचा प्रयत्न!

"ह्या सर्व कबुलीजबाबानंतर मग तो तू नेटवर नसताना निरोप सोडत राहील – एखादं छान गाणं किंवा कविता किंवा एखाद्या प्रणयकथेचं URL किंवा एखादा प्रेमविषयक आणि तो किती छान आहे, ह्यासंबंधीचं सदर! असं काहीही. आणि मग एखाद्या वेळी ते सर्व बाहेर येईल. तो कबूल करेल की, तो तुझ्या प्रेमात पडलाय! तो म्हणेल, मी तुझ्यासारख्या मुलीच्या फार काळ शोधात होतो आणि मला तुझ्याशी वाङ्‌निश्चय करायचाय; परंतु आपण दोघांनी एकमेकांची नीट ओळख करून घेतली पाहिजे आणि त्यासाठी फोनवर बोलायला हवं. त्याच्या मनात असतं की, अशा तऱ्हेनं गोष्टी घडवायच्या, ज्यामुळे तो तुझ्याबरोबर फिरू शकेल. अर्थात. हे तो तुला सांगत नाही. तो त्या घडीला काय प्रयत्न करतो, तर तुझा फोन नंबर मिळवायचा. सुरुवात करायला हे पुरेसं असतं आणि त्याला तुला घाबरवायचं नसतं.

"मग हळूहळू ते वाढत जातं. कंटाळवाणा भाग सुरू होतो. तुझ्या कॉम्प्युटरच्या पडद्यावर तुला असा मजकूर येतो : तू मला का टाळत्येस? तुला माझ्या मजकुराला उत्तर द्यायला एवढा वेळ का लागतो? तू दुसऱ्या कोणा मुलाशी तर बोलत नाहीस ना? तू माझ्याशिवाय दुसऱ्या कोणाशी मला बोलायला नको आहेस. मी तुला सावध करतोय, मी अगदी मत्सरी माणूस आहे. जर मी प्रत्यक्ष कॉम्प्युटरवर नसलो, तर मग तू थांबायची गरज नाही. सरळ बंद कर! – आणि दुसरा अशा धर्तीचा मजकूर ज्यामुळे तुला त्याचा इतका वैताग येईल की, तू त्याला बंद करशील किंवा दुर्लक्ष करशील किंवा तू तुझ्या मित्रांच्या यादीतून त्याला पूर्णत: काढून टाकशील! त्यामुळे मग तो तुझ्याशी पुरुषी वृत्तीनं न वागण्याचं शिकेल, कारण तू सरळ सोडून जाशील आणि जो कोणी तुझी डोकेदुखी ठरणार नाही, असा दुसरा कुणीतरी शोधशील."

"सर्वांत महत्त्वाची गोष्ट गामुराह ही आहे की, तू कोणालाही खरं मानू नकोस

आणि कोणावरही विश्वास ठेवू नकोस. लक्षात ठेव की, हे खेळापेक्षा जास्त काही नाही आणि हे सर्व सौदी पुरुष फसवे आहेत. त्यांना बिनडोक मुलींना मूर्ख बनवायचं असतं.''

लामीसइतकं गाम्राहकडे इंटरनेटवरच्या गप्पांत कौशल्य नव्हतं. ती लामीसची मैत्रीण असल्याचं ऐकून उत्साहित झालेल्या त्या पुरुषांच्या जेव्हा लक्षात आलं की, तिच्याकडे लामीसची विनोदबुद्धी आणि बोलण्यातली चलाखी नाही तेव्हा ते लवकरच अंतर्धान पावले.

गाम्राहनं मग स्वत:च नव्या मैत्रीची सुरुवात केली. इंटरनेटवर तिला अनेक देशांतले आणि निरनिराळ्या वयाचे लोक भेटले. लामीसप्रमाणेच तिची कोणत्याही स्त्रीशी बोलण्याची इच्छा नव्हती. 'आपल्याला स्त्रिया काय, कुठेही भेटतात!' त्या म्हणायच्या. त्यांच्या मित्रमंडळींच्या यादीत असलेले सर्व पुरुष होते.

असंच एकदा संध्याकाळी घरी कंटाळलेल्या अवस्थेत असताना तिला सुलतान भेटला : एक साधा, सरळ, सभ्य, पंचवीस वर्षांचा मुलगा. तो पुरुषांच्या कपड्यांच्या बुटीकमध्ये विक्रेता होता.

इंटरनेटवर सुलतानशी बोलणं ही गाम्राहच्या दृष्टीनं एक आनंदाची गोष्ट होती आणि असं दिसलं की, तिनं जे काही त्याला लिहिलं होतं, त्यात त्याला स्वारस्य होतं. तो तिच्या विनोदांवर हसायचा आणि त्यानं तिला बोलीभाषेत असलेल्या अनेक कविता पाठवल्या, ज्या त्यानं रचल्या होत्या.

जसे दिवस सरत गेले, तसं गाम्राहच्या लक्षात आलं की, सुलतानशी गप्पा मारणं हे दुसऱ्या कोणत्याही मित्राशी गप्पा मारण्यापेक्षा चांगलं होतं आणि त्यालाही तसंच वाटत होतं. तो तिच्या इंटरनेटवरच्या नावानं हाक मारी : प्राईड!

सुलतान स्वत:विषयी बरंच बोलायचा आणि तिला वाटलं की, तो अगदी पूर्णत: स्पष्टवक्ता, खराखुरा आणि योग्य वागणारा होता. ती आपल्याबद्दल काहीच उघड करू शकत नव्हती. मग तिनं तिचं ते नाव प्राईड आणि आणखी थोडं खोटं सांगितलं. ती मालाझ कॅम्पसमधल्या सायन्स डिपार्टमेंटमधल्या एका शाखेत विद्यार्थिनी होती, असं तिनं त्याला सांगितलं. तिला नेहमी वाटायचं की, मालाझमधल्या मुली ह्या ओलेशा मुलींपेक्षा जास्त चाणाक्ष आहेत, कारण त्या शास्त्रीय क्षेत्रांत प्रावीण्य मिळवतात.

मध्यंतरी लामीसला रियाधमधला अहमद इंटरनेटवर भेटला होता – तिच्या विद्यापीठातला एक वैद्यकशास्त्राचा विद्यार्थी! ती दोघंही तिसऱ्या वर्षालाच होती. अहमद वर्गात घेतलेली टिपणं एका झेरॉक्सच्या दुकानात तिच्यासाठी ठेवू लागला, जी तिला मागाहून घेता येत असत. तीही त्याच्यासाठी तसंच करायची. परीक्षा झाल्यावर डॉक्टरांनी ज्या महत्त्वाच्या मुद्द्यांवर भर दिला असेल त्यासंबंधी ती मेल्स

पाठवायची. पुरुष-डॉक्टर्स हे नेहमी स्त्री-विद्यार्थिनींबाबत जरा सहजतेनं घ्यायचे आणि स्त्री-डॉक्टर्स पुरुष-विद्यार्थ्यांच्या बाबतीत तशीच सहजता दाखवायच्या. जरी त्यांचे वर्ग वेगळे होते, तरी वाचनाचं साहित्य, घरचा अभ्यास, नेमून दिलेलं कार्य, प्रश्न, मिड टर्म आणि शेवटच्या परीक्षा ह्या बहुधा सारख्याच असायच्या. वैद्यकीय आणि दंतशास्त्राच्या विद्यार्थ्यांच्या सर्वांत चांगली कोणती गोष्ट लक्षात आली असेल, तर ती म्हणजे पुरुष-डॉक्टर्स जे काही शिकवत होते त्यासंबंधीची टिपणं विद्यार्थिनींकडून घ्यायची आणि ह्याच्या उलट विद्यार्थिनींनी करायचं.

जशा परीक्षा जवळ येऊ लागल्या तसं व्यावहारिक कारणानं एकमेकांना तातडीनं उत्तर पाठवणं गरजेचं होऊ लागलं. त्यात परीक्षेच्या विषयांसंबंधी काही विचार-विमर्श करायचा असायचा आणि ह्या किंवा त्या प्राध्यापकाची तोंडी परीक्षा घेण्याची तऱ्हा ह्यावर बोलायचं असायचं. त्यामुळे इंटरनेटवरच्या वागणुकीवर लामीसचे कडक निर्बंध असले, तरी अहमद आणि तिच्यातील संबंधांनी महत्त्वपूर्ण, पण मनाई केलेली उडी घेतली – कॉम्प्युटरच्या पडद्यावरून थेट मोबाइल फोनवर!

२७

To : seerehwenfadha7et@yahoogroups.com
From : 'seerehwenfadha7et'
Date : August 13, 2004
Subject : **Sultan Al-Internetti**

जर तुम्ही प्रेमापर्यंत जाऊ शकला नाहीत तर मग ते करू नका!
महमद अल्-मैलेगी[३३]

माझ्याबद्दल एखादं सदर वर्तमानपत्रात किंवा मासिकात किंवा इंटरनेटवर येत नाही, असा आता एकही आठवडा जात नाही. सुपर मार्केटमध्ये रांगेत उभी असताना शेल्फवर असलेल्या एका प्रसिद्ध मासिकांच्या मुखपृष्ठावर मोठ्या ठळक अक्षरांत लिहिलं होतं, ते असं : 'प्रसिद्ध व्यक्तींना सौदी रस्त्यावर चाललेल्या अत्यंत खास चर्चेच्या बोलण्याबद्दल काय वाटतं?' अर्थात मला क्षणभरही शंका आली नाही की, मी तो चर्चेचा विषय होते. अत्यंत शांतपणे मी ते मासिक विकत घेतलं. जेव्हा मी कारमध्ये बसले, तेव्हा ते मी चाळलं. आनंदामुळे मी त्या कारच्या छपरातून बाहेर उडाले! लेखक, वर्तमानपत्रकार, राजकारणी, नट, गायक आणि प्रसिद्ध खेळाडू ह्यांच्या फोटोंनी चार पानं भरलेली होती. ज्या कुठून येतायंत ते माहीत नाही आणि ज्या गेली कित्येक महिने सौदी रस्त्यांवर बोलण्याचा विषय ठरल्यात, अशा त्या ई-मेल्सच्या ज्वलंत विषयावर त्यांच्यापैकी प्रत्येक जण थोडक्यात सांगत होता.

ते वाङ्मयीन पंडित काय बोलतायत हे जाणून घेण्यात मला पुष्कळ रस होता. साहजिकच, मला खरंच त्यातली एकही गोष्ट कळत नव्हती. एकानं लिहिलं होतं

---

३३. इजिप्शियन नट. ही ओळ एका 'प्रख्यात' कृष्णधवल अरेबिक सिनेमातील आहे.

की, मी बुद्धिमान लेखिका आहे आणि मी, विसाव्या शतकातल्या कला आणि लेखनाच्या चळवळीतली एक आहे आणि मी मनाच्या आत दडलेलं, प्रसिद्ध व्यक्तींची नक्कल करून बाहेर काढत आहे किंवा असंच काहीसं. काही विद्वान असं मानतात की, ह्या सर्व गोष्टी मांडणारी मी पहिली व्यक्ती आहे. जर का त्या बढाईखोराला खरं कळलं तर! ह्या शब्दांचा अर्थ काय, ह्याची मला जराही कल्पना नाही किंवा अर्थ लागण्यासाठी ते एकत्रित कसे आणावे त्याची तर बातच सोडा! लायकी असो वा नसो, पण आपण ह्या अशा अफाट प्रशंसेचा विषय आहोत त्यामुळे मला समाधान वाटतं. निदान मी त्यांच्या शब्दसंग्रहाची अधूनमधून तर बरोबरी करू शकते! विसाव्या शतकातल्या नक्कल करणाऱ्या आध्यात्मिक कला आणि लेखन ह्यांच्या चळवळीबद्दल मला काय वाटतं, ही अगदी नक्की आत्म्याला स्तुतीनं उभारी देणारी आहे.

"सादीम, तुला असं वाटतं का की, रशीद आपल्या मुलासाठी झुरू लागेल आणि कधीतरी तो ह्या दिवसांत त्याला भेटायला येईल? तुला माहीत आहे, रशीदच्या बापानं सालेहसाठी भेटवस्तू आणली, कारण मी त्याचं नाव मुलाला ठेवलं; त्याचं नाव असलेल्या; आणि तेही रशीद माझ्या जीवनात आसपास कुठेही नसताना."

"त्याचा विचारही करण्यात वेळ घालवू नकोस. त्यानं आपल्या आईबरोबर किंवा बापाबरोबर पैसे पाठवले नव्हते का? बस संपलं - पडदा! इतरांविषयी म्हणशील, तर त्यांना तो अपराधी वाटतही नाही. त्यानं तुझ्याशी असं वागल्यावर तुला त्याच्याशी काय करायचंय?"

सादीमशी फोनवर बोलणं झाल्यावर गाम्राह आपल्या लग्नातले फोटो अल्बम पाहू लागली. प्रत्येक फोटोत रशीदच्या चेहऱ्यावर उदास भाव होते, तर तिचा चेहरा सुखानं आणि आनंदानं उजळून निघालेला होता.

तिच्या मनात पटकन एक विचार आला, तो तिच्या फोटोमुळे. तिच्याभोवती रशीदच्या बहिणी होत्या : लैला, लग्न झालेली दोन मुलांची आई; घादाह- जी गाम्राहच्या वयाची होती; इमान - जो पंधरा वर्षांचा होता. काही क्षण तिनं ह्या फोटोकडे विचार करत टक लावून पाहिलं. ती मग एका निर्णयाप्रत येऊन पोहोचली आणि कॉम्प्युटरकडे धावली. तिनं तो फोटो स्कॅनरमध्ये टाकला. काही क्षणात कॉम्प्युटरच्या पडद्यावर तो फोटो आला. मग माऊसचा बरोबर उपयोग करून तिनं स्वत:चा, लैलाचा आणि इमानचा फोटो बाजूला काढला. फक्त घादाह उरली होती.

जशी ती प्रत्येक रात्री करायची, त्याप्रमाणेच ती सुलतानला कॉम्प्युटरवर पटकन निरोप देऊन संध्याकाळी भेटली आणि तिनं त्याची खात्री करून दिली की,

त्यानं तिला पाठवलेल्या अनेक फोटोंच्या बदल्यात तिनं त्याला शेवटी आपला फोटो पाठवायचं ठरवलं होतं.

तिनं त्याला घादाहचा फोटो IM वरून पाठवला. पाठवण्याचं बटण दाबताना ती थरथरत होती. तिनं त्याला ह्याआधी सांगितलं होतं की, हा तिचा काही मैत्रिणींबरोबर घेतलेला फोटो कुणाच्यातरी लग्नातला होता. तिने बाकीच्यांचे फोटो काढले होते. त्याबद्दल तिनं स्पष्टीकरण दिलं की, एका प्रामाणिक आणि विश्वासू मैत्रिणीप्रमाणे ती तिच्या मैत्रिणींचे फोटो तिऱ्हाइतांना दाखवणार नाही. तो फोटो यशस्वी रीतीनं पाठवला गेला, त्यानंतर सुलताननं कबूल केलं की, तो तिच्या सौंदर्यानं पार उडाला होता. तो तिला म्हणालाही की, ती एवढी सुंदर असेल, अशी तो कल्पनाही करू शकला नव्हता. गाम्राहनं आपण केलेल्या बारीकशा फसवणुकीवर पांघरूण घालत त्याला सांगितलं की, तिचं खरं नाव घादाह सालेह अल्-तन्बल होतं!

गाम्राहच्या बहिणीनं, हेस्साहनं आपल्या मोठ्या बहिणीला, नाफ्लाहला बोलावलं ते तिच्या नवऱ्याबद्दलच्या, खालिदच्या न संपणाऱ्या समस्यांबद्दल सल्ला विचारण्यासाठी.

''दीदी, तुझा विश्वास तरी बसेल का की, तो आता मला सारखा सतावतोय ते गाम्राहमुळे! तो तिला शिव्या देऊ लागलाय कारण काय, तर माझ्या भावानं तिच्यासाठी घरी इंटरनेट कनेक्शन घेतलंय, हे ऐकून!''

''त्याला असं बोलायला लाज वाटली पाहिजे! तू ममाला सांगितलंस का?''

''मी तिला सांगितलं, पण ती मला काय म्हणाली तुला माहीत आहे? ती म्हणाली, 'गाम्राह काय करते हे बघायची तुझ्या नवऱ्याला काही गरज नाही आणि त्याला तू तक्रारी करणं बंद करायला सांग! त्या बिचाऱ्या मुलीकडे करमणुकीचं काही साधन नाही. सबंध दिवस-रात्र ती घरात बंद असते, हेच वाईट आहे. निदान इंटरनेटवर वेळ घालवणं हे त्यापेक्षा बरं – आपणा सर्वांसाठी! तुझी बहीण कंटाळून रियाधच्या रस्त्यांवरून भटकत बसण्यापेक्षा ते बरं!''

''बिचाऱ्या गाम्राहच्या घटस्फोटामुळे ममा अजूनही दुःखी आहे.''

''गाम्राहनं घटस्फोट घेतलाय. तुला मीही तिचं उदाहरण गिरवायला हवंय का? आणि मीही घटस्फोट घ्यायला हवाय का? अरे देवा, गाम्राह कॉम्प्युटरच्या ऑनलाइनवर पुरुषांशी गप्पा मारते आणि काही वाईट बोलणी करते, असे प्रवाद जर खालिदनं ऐकले तर मग तो मला आणि माझ्या मुलांना बाहेर रस्त्यावर टाकेल हे नक्की!''

''नुकसान त्याचंच होईल! काही असो. काही झालं, तर परत जायला तुला कुटुंब आणि घर नाही का?''

"ओ, छान! फारच उत्तम! मग मी हेच करायचं? गाम्राह आणि ममाबरोबर बसायचं? वल्लाह, ज्या अवस्थेत गाम्राह आहे आणि ती जे जीवन जगतेय ते मी जेवढं जास्त बघतेय तेवढं पाहून मी घराला चिकटून बसल्याबद्दल देवाचे आभार मानते. एक म्हण सांगते, जे काही तुमच्याकडे आहे ते घट्ट धरून ठेवा, नाहीतर त्याहूनही वाईट तुमच्या पदरी येईल! याल्ला! अल्लाम्डू इल्लाह आणि सर्व गोष्टींसाठी देवाचे आभार!"

ज्या क्षणी तिनं रशीदची बहीण घादाह हिचा फोटो पाठवला (किंवा तिचा फोटो), सुलताननं इंटरनेट एक मिनिटासाठी सोडलं नव्हतं. मग तो सर्व वेळ तिच्याजवळ फोनवर बोलण्यासाठी मागेच लागला; परंतु ह्याबाबत ती ठाम राहिली. ती 'त्या तऱ्हेची' मुलगी नव्हती, असं ती त्याला म्हणाली. जितक्या वेळा तिनं त्याचं बोलणं नाकारलं तेवढा सुलतान तिच्याबाबत जास्त गुंतत गेला आणि तो तिच्या नीतिमत्तेबद्दल आणि सचोटीबद्दल स्तुती आणि कौतुक करू लागला.

खरोखरच, गाम्राहनं त्या फोनवरच्या बोलण्याबाबत बराच विचार केला होता. तिला ह्यात पडणं शक्य नव्हतं. तिनं ठरवलं. त्याला दोन कारणं होती. तिचा मोबाइल तिच्या वडिलांच्या नावावर होता. त्यामुळे सुलतानला ती खरी कोण आहे हे शोधणं शक्य होणार होतं. मग त्याला कळलं असतं की, ती त्याच्याशी खोटं बोलली होती. मग अल्-कुस्मांजीच्या मुलींपैकी एकीला इंटरनेटवरून तो ओळखतो आणि ती रशीद अल्-तन्बलची पूर्वीची बायको आहे, अशा बातम्या कदाचित त्याने पसरवल्या असत्या. दुसरं म्हणजे तिला एखाद्या तिऱ्हाइताबरोबर फोनवर बोलणं, ही कल्पना तशी पसंत नव्हती. जरी तिला सुलतानबद्दल एक प्रकारची जवळीक वाटत होती आणि तिला हेही समजत होतं की, तो प्रामाणिक आणि आपल्या शब्दांना धरून राहणारा आहे, तरीही तिचं अंतर्मन काही ऐकायला तयार नव्हतं. चांगल्या घराण्यातल्या सौदी मुलींसारखी ही कल्पना तिला अयोग्य वाटल्यामुळे ती नाकारण्याशिवाय तिला पर्याय नव्हता.

मग तिने बऱ्याच रात्री निद्रानाश सोसून आणि पश्चात्तापाचे अनेक अश्रू त्या क्षमा न करता येणाऱ्या कृत्याबद्दल – म्हणजे साध्या, सरळ घादाहचा फोटो रशीदवर सूड उगवायचा म्हणून उपयोगात आणल्याबद्दल ढाळले आणि मग जेव्हा तिच्या आईनं हेस्साहच्या नवऱ्याजवळच्या आणि तेही गाम्राहच्या इंटरनेटच्या वेडामुळे निर्माण झालेल्या भांडणाबद्दलचं वर्णन केलं, तेव्हा गाम्राहनं एक कठोर निर्णय घेतला. ती मग त्या भुरळ पाडणाऱ्या गप्पांच्या जगातून बाहेर पडणार होती. स्वत:ला त्या चांगल्या, सरळमार्गी सुलतानच्या मार्गातून दूर करणार होती. त्याच्यासारख्याला अशी अविचारी आणि उद्धट वागणूक देणं तिला शोभण्यासारखं नव्हतं. अशी भयंकर वागणूक! कारण तिच्याशी लग्न करण्याची आशा तो व्यक्त करू लागला होता.

मग कोणतीही सूचना न देता गाम्राह कॉम्प्युटरवरून नाहीशी झाली. तिच्या संबंधीच्या सर्व बातम्या थांबल्या; तसंच सुलतानला जाणारी पत्रंही! तो मात्र आपली इच्छा, प्रेम आणि विनवण्यांनी भरलेल्या ई-मेल्स कित्येक महिने पाठवत राहिला. गाम्राहनं मात्र एकदाही प्रत्युत्तर दिलं नाही.

२८

To : seerehwenfadha7et@yahoogroups.com
From : 'seerehwenfadha7et'
Date : August 20, 2004
Subject : **Had Matti Fallen for Her? And She for Him?**

माझ्या एका वाचकानं, इब्राहिमनं माझ्यासाठी एक संकेतस्थळ करण्याचा सल्ला दिला *(किंवा तो माझ्यासाठी तयार करील)*; जिथे मी माझ्या ई-मेल्स प्रसिद्ध करीन. अगदी पहिल्यापासून सुरुवात करायची आणि सगळ्या त्यात द्यायच्या. इब्राहिम म्हणाला की, तो ते वाङ्मय चोरांपासून किंवा नष्ट होण्यापासून सुरक्षित ठेवील. मी ह्या संकेतस्थळाला काही जाहिराती मिळवून तिथे भेट देणाऱ्यांची संख्या तर वाढवीनच आणि जर इतर वेबसाईटनी माझ्या वेबपेजवर जोडून देण्याचं कबूल केलं, तर मी पैसेही कमवीन. इब्राहिमनं मला हे सर्व तपशीलवार सांगितलं.

मी तुझी आभारी आहे भाई.[३४] तुझ्या ह्या प्रेमळ सूचनेबद्दल आणि दयाळू सहकार्याबद्दल तुझे आभार! मला भेंडी मंदाग्नीवर कशी शिजवतात, हे माहीत आहे. त्यापलीकडे संकेतस्थळ कसं करायचं वगैरे माझ्या बुद्धीच्या बाहेर आहे आणि मी तुझ्या खांद्यावर हे ओझं टाकू शकत नाही इब्राहिम. तेव्हा मी हे माझ्या पद्धतीनंच सुरू ठेवते; ते जरी जुनाट असलं तरी. म्हणजे आठवड्याला ई-मेल्स पाठवायच्या आणि एखादी भुरळ पाडणारी संधी येईल, याची वाट पाहायची. ती संधी म्हणजे वर्तमानपत्रात आठवड्याला सदर किंवा माझा स्वत:चा रेडिओ आणि टि.व्हीवरचा कार्यक्रम किंवा वाचकहो, दुसरी एखादी तुमच्यासारख्या हुशार, विद्वान वाचकांनी बरीच पत्र पाठवून सुचवलेली योजना!

---

३४. ही एखाद्या पुरुषाला संबोधण्याची विनयशील पद्धत आहे. तसेच स्त्रीला बहीण किंवा दीदी म्हणतात.

मिचैल्लीचं आयुष्य हे दीर्घ काळ निर्वेध आणि अगदी छान धाडसी बनवण्याची मॅटीकडे ताकद होती. त्याने तिला व्यावहारिक मदत केली आणि ती नव्या आयुष्यात रुळत असताना नैतिक पाठिंबाही दिला. तिच्या अभ्यासात जे काही कठीण होतं ते आणि जे विषय तिला शिकवत होता किंवा इतर अभ्यासाबद्दलही त्याने तिला विशद करून सांगितले. तिचं वसतिगृहातलं आयुष्य कसं जातंय ह्याबद्दल तो अगदी जागरूक होता आणि काही समस्या आली तर ती सोडवायला मदत करण्याचा तो प्रयत्न करायचा. अगदी पहिल्यांदाच अनुभवत असलेल्या आपल्या स्वतंत्र आयुष्याचा ती आस्वाद घेत होती; परंतु अजूनही रोज ती आपल्या मामाच्या घरात वसतिगृहापेक्षा जास्त वेळ घालवत होती. तिच्या सॅनफ्रान्सिस्कोमधल्या सुरुवातीच्या काही महिन्यांचा ताणतणाव आणि आव्हानं ह्यातून बाहेर धडपडत येत असताना आणि विद्यापीठाच्या रोजच्या कार्यक्रमांची सवय झाल्यावर मिचैल्लीनं विद्यापीठाच्या कार्यक्रमात स्वत:ला झोकून द्यायला आणि त्यात मामेभाऊ मॅथ्यू किंवा मॅटी ह्याला ओढून घ्यायला सुरुवात केली. त्याच वेळी तो तिला आठवड्याच्या करमणुकीच्या कार्यक्रमात सहभागी करून घेऊ लागला. त्याचे काही मित्र तसंच करायचे.

विद्यापीठानं एका आठवड्याच्या सुट्टीत योसमाईटला तंबूत राहण्याची सहल आयोजित केली होती. मॅटी तिच्याबरोबर आला होता, कारण तो विद्यापीठाच्या 'फ्रेंड्स ऑफ नेचर क्लब'चा अध्यक्ष होता. तिथे बाहेर निसर्गाच्या जादूभऱ्या सान्निध्यात, पूर्वी कधीही न पाहिलेल्या सौंदर्यात ती होती. मॅटी हा अगदी योग्य जागी, योग्य वेळी, योग्य साथीदार होता. तो तिला सकाळी लांब अंतर चालत, कुठेतरी आडवळणाच्या जागी बाहेर आलेल्या एका खडकाकडे जाण्यासाठी लवकर उठवायचा. तिथे ते सूर्योदय पाहण्यासाठी बसायचे. तिथे बसून ते फेसाळलेल्या धबधब्याच्या तुषारांतून सूर्याची किरणं अगदी त्यांच्यासमोर बाहेर पडताना पाहायचे. ते मग एकमेकांशी, एकापाठोपाठ एक चांगला फोटो कुणाला घेता येईल, ह्यासाठी स्पर्धा करायचे. तिनं एका प्रेमी खारीच्या जोडीला एकमेकांचं चुंबन घेत असल्याच्या फोटोनं त्याच्या स्पर्धात्मक उत्साहाला जागं केलं. काही वेळानंतर तो मग एक हरीण आपल्या डोक्यानं सूर्याचं कडं झाकून टाकत असल्याचं चित्र घेऊन तिच्याकडे परतला. जिथपर्यंत डोळे पोहोचू शकतील तिथपर्यंत त्या चित्रात सूर्याची ही किरणं सोनेरी शिंगं असल्यासारखी दिसत होती.

दुसऱ्या एका आठवड्याच्या सुट्टीत – ह्या वेळी ती एक दीर्घ आठवड्याची सुट्टी – मॅटी तिला नापा दरीत घेऊन गेला. जगातल्या सुप्रसिद्ध अशा वाईन करणाऱ्या कारखान्याच्या मालकाचा नातू मॅटीचा जवळचा मित्र होता. त्यानं त्याला बोलावलं होतं. शेतावर मिचैल्लीनं अगदी उत्तम दर्जाचे ताजे तयार केलेले मुरंबे, भाजलेलं मांस आणि शेतात उगवलेल्या धान्यापासून तयार केलेला पास्ता, तसंच पांढरी वाईन

करण्यासाठी वापरल्या जाणाऱ्या द्राक्षांची चव घेतली.

हे सुट्टीचे असे दिवस होते, जेव्हा त्यांना मोठ्या सुट्ट्या लागायच्या *(सौदी अरेबियाला प्रवास करून आपल्या घरी जाण्याइतक्या मोठ्या नव्हेत)* – उदाहरणार्थ इस्टरची सुट्टी. तेव्हा मॅटी तिला लास व्हेगास किंवा लॉस एंजेलिसला कारमधून घेऊन जायचा. सॅनफ्रान्सिस्कोच्या मोजपट्टीनं तिचा मामा जरी फार श्रीमंत नसला तरी उच्च मध्यमवर्गीय होता. मॅटीला विद्यापीठातून मिळणारा महिन्याचा पगार आणि त्याच्या वडिलांकडून मिळणारी मदत, त्याशिवाय मिचैल्लीचे वडील दर महिन्याला जी भरपूर रक्कम पाठवायचे, त्यामुळे ते सर्व पुरेसं होतं. ते मग अगदी वेगळ्या अशा जागी सुट्टी घालवण्यासाठी, अगदी समाधान वाटेल अशी योजना आखायचे.

लास व्हेगासमध्ये त्यानं तिला लॉर्ड ऑफ दी डान्स ह्या धडाक्यात चालू असलेल्या प्रयोगाला नेलं. त्यानं सिर्क डी सोलैलच्या भव्यदिव्य अशा 'ओ' प्रयोगाची दोन तिकिटं काढून तिला आश्चर्यचकित केलं. एलएमध्ये, जिथं ती आधी आलेली होती, त्यांनी आपल्या भूमिका बदलल्या. ती मग त्या सहलीची व्यवस्थापक बनली. ती त्याला सनसेट बोलेव्हार्डजवळच्या रोडिओ ड्राईव्हवर प्रथम घेऊन गेली. त्यामुळे तिचा आवडता छंद म्हणजे खरेदीही ती करू शकली. ती तिथं जाण्याआधीच त्यानं कुरकुरायला सुरुवात केली. तिथं त्यांनी संध्याकाळ जिप्सी कॅफेमध्ये हुक्का ओढण्यात घालवली. दुसऱ्या दिवशी ते सँटा मोनिका बीचवर फिरले आणि त्यांनी संध्याकाळ बायब्लास रेस्टॉरंटमध्ये घालवली. तिथं तिने अनेक सौदी लोक त्यांच्या भारतीय किंवा पर्शियन मैत्रिणींबरोबर पाहिले. तिच्याकडे टक लावून पाहत, तिचे नाकडोळे, तोंडवळा तपासत असताना त्या सौदींना ती त्यांच्यातलीच एक असावी, असा संशय आला. जो निश्चित सौदी नव्हता अशा माणसाबरोबर तिला पाहून ते काहीसे अस्वस्थच झाले. त्यांनी तिला जेव्हा मॅटीशी बोलताना ऐकलं आणि तिच्या अमेरिकन उच्चारपद्धतीमुळे त्यांना वाटणारी शंका दूर झाली. गल्फमधल्या मुलींची शिकार करणाऱ्या त्यांच्या डोळ्यांनी तिचा पाठलाग सोडून दिला.

सॅनफ्रान्सिकोला परत आल्यावर मॅटी तिला चायना टाऊनला घेऊन जायचा. इथं ते छोट्याशा दुकानांतून माल बघत फिरायचे आणि मग परंपरागत असलेल्या चिनी रेस्टॉरंटमध्ये जायचे. दर वेळी जेव्हा ते त्या चिनी वस्तीला भेट द्यायचे, तेव्हा ते फळांच्या रसाचं बनवलेलं कॉकटेल मागवायचे. हे कॉकटेल टॅपिओकानं घट्ट केलेलं असायचं. त्यामुळे ते पेय काहीसं घट्ट आणि चिकट व्हायचं.

वसंत ऋतूत ते गोल्डन गेट पार्कला सूर्यास्त बघण्यासाठी सहल काढायचे. सूर्यरूपी बिस्किट समुद्राच्या कपात बुडत असताना तो आपल्या गिटारवर मंत्रमुग्ध करणारी गाणी वाजवायचा. जिथून खाडी दिसते आणि अल्काट्राझ हा बेटावरचा कुप्रसिद्ध तुरुंग दिसतो, त्या घिरारडेल्लीला बऱ्याचदा थंडीत तो तिला गरम कोको

प्यायला घेऊन जायचा. त्या गरम पेयाचे घोट घेत असताना ते त्या तुरुंगाचा मनोरा दूरवरून पाहत असत. ही कुप्रसिद्ध प्रतिमा म्हणजे अमेरिकेतल्या निर्दय भूतकाळाची आणि हिंसेची साक्ष होती.

मिचैल्लीला मॅटीत जास्त जे आवडायचं ते म्हणजे तो तिच्या मतांचा आदर करायचा. जरी त्याच्या दृष्टिकोनापासून ती कितीही वेगळी असली तरीही! तिच्या हे लक्षात आलं की, आपल्या भूमिकेतून त्याला बघायला लावायला ती समर्थ ठरत होती. तो नेहमीच म्हणायचा की, या मतभिन्नतेला फारशी किंमत नव्हती. ती फक्त छोटी मतांतरं होती. प्रत्येक बाबतीत एकमेकांबरोबर राहण्यासाठी एकमेकांचा दृष्टिकोन बदलायचा प्रयत्न करणं फारसं महत्त्वाचं नव्हतं. तिच्या स्वत:च्या देशात जेव्हाजेव्हा मतभिन्नतेचं रूपांतर शाब्दिक भांडणात आणि अपमानात व्हायची भीती असायची, तेव्हा संभाषणातून माघार घ्यायची मिचैल्लीला सवय होती. जेव्हा ती अगदी जवळच्या लोकांत असायची, म्हणजे तिच्या जिवलग मैत्रिणींत असायची, त्या सोडल्या तर आपली मतं ठामपणे मांडणं ती टाळायची. तिच्या मते, तिच्या देशात सार्वजनिक मत हे लोक काय विचार करतात ह्यावर अवलंबून असण्याची गरज नव्हती, आणि ह्याबद्दल तिची खात्री झाली होती. ते एखाद्या मुद्द्यावर आपलं मत द्यायला नाराज असायचे, कारण एखादी विख्यात किंवा महत्त्वाची व्यक्ती, जिचा शब्द हा जवळजवळ कायदाच असतो, ती कदाचित मध्ये पडेल आणि काही शब्द बोलेल आणि मग प्रत्येक जण त्या व्यक्तींच्या मताला पाठिंबा देण्यासाठी धावेल. रियाधमध्ये सार्वजनिक मत हे एका दृष्टिकोनात मिसळून जायचं. तो दृष्टिकोन अत्यंत प्रबळ व्यक्तीचा असायचा.

मॅटी तिच्या प्रेमात पडला होता का? तिला तसं वाटत नव्हतं. मग ती त्याच्या प्रेमात पडली होती का? दोन वर्षांत एकत्र इतका वेळ काढल्यावर आणि त्यात त्या दोघांच्या आवडीनिवडी सारख्या असल्यामुळे ती एकमेकांच्या जवळ आली होती, हे नाकबूल करण्यात अर्थ नव्हता. काही क्षण ती त्याच्यावर मनापासून प्रेम करते, असं तिला वाटायचं, हेही ती नाकबूल करू शकत नव्हती. विशेषत: एखादी काव्यात्म संध्याकाळ समुद्रावर काढल्यावर किंवा अगदी वरवरचं म्हणजे – जिथं मॅटीनं तिला शिकवण्यासाठी बरेच परिश्रम घेतलेले असायचे, अशा एखाद्या कठीण अभ्यासक्रमात तिला चांगली ग्रेड मिळाली की; परंतु अजूनही तिच्या हृदयात खोलवर फैझल डोकावत होता. एक दडवलेली गुप्त गोष्ट, जी ती मॅटीजवळही उघड करू शकत नव्हती. त्याला सौदी अरेबियाची काहीच माहिती नव्हती. तिच्यावर असलेल्या कडक निर्बंधामुळे फैझलच्या प्रेमात बाधा आली होती आणि तिच्या त्याच्यावरच्या प्रेमाच्या गोष्टीचं रूपांतर एका दु:खद शेवटात झालं होतं.

ज्या देशात पदोपदी स्वातंत्र्य असतं अशा देशातून आलेल्या मॅटीचा असा

विश्वास होता की, प्रेम ही विलक्षण शक्ती आहे, जी चमत्कार घडवून आणते! बाल्यातून बाहेर पडत असताना मिचैल्लीनंही यावर विश्वास ठेवला होता; परंतु हे झालं ती अमेरिकेहून आपल्या देशात परत येण्याआधी! तिच्या देशात प्रेम हे अयोग्य विनोदासारखं मानलं जायचं. तिच्या हेही लक्षात आलं होतं की, प्रेम हा काही काळ खेळण्यासाठी, प्रबळांनी त्याला लाथ मारून दूर करेपर्यंतचा एक फुटबॉल होता.

२९

To : seerehwenfadha7et@yahoogroups.com
From : 'seerehwenfadha7et'
Date : August 27, 2004
Subject : **Firas is Different**

नासर अल्-क्लबनं लिहिलं आणि त्यानं अल स्पेडच्या मुलाच्या 'डायमंड' मासिकासाठी लिहिण्यासाठी प्रस्ताव दिला. त्या मासिकाची मुख्य संपादिका डॉ. शारिफा अल् -हार्ट्स[३५] होती.

आता माझ्या हे लक्षात आलंय की, जेव्हा एखादी भिकारीणसुद्धा स्वत:च्या अटी लादते, तेव्हा तिला जे हवं असतं ते खरोखर मिळतं, त्यामुळे जेव्हा मला माझा स्वत:चा टीव्ही–कार्यक्रम करण्याची संधी ओप्राह किंवा बार्बारा वॉल्टर्स ह्यांच्याप्रमाणे मिळेल तोपर्यंत मी वाट पाहीन.

आणि हे लक्षात ठेवा की, तुम्ही जर मला चांगल्या संधी दिल्यात, तर तुम्ही मला जास्त सुखी कराल. प्रत्येक आठवड्यात माझ्याकडून तुम्हाला जास्त मोठ्या ई-मेल्स मिळतील. तर मग काय विचार आहे तुमचा?

उम नुवाय्यिरनं कुवैती ताहिनी हलव्याची बशी[३६] आणि चहाचं भांडं सादीमपुढे ठेवलं. सादीमनं त्या दोघींसाठी कपात चहा ओतला. त्या चहाचे घुटके घेत असताना तिळाच्या मिष्टान्नाचे तुकडे चघळत होत्या.

''मावशी, तुझा ह्यावर विश्वास बसेल का की, फिरासची मैत्री होईपर्यंत वालीद

---

३५. ही धारण केलेली खोटी नावं त्यांचं खरं रूप लपवण्यासाठी, जे मला लिहिण्याचं धाडस देत होते! **३६.** ताहिनी हलवा : हे तिळाच्या लगद्यापासून केलेलं एक मिष्टान्न आहे.

हा मिस्टर राईट नाही हे माझ्या लक्षातच आलं नव्हतं?"

"मी एवढीच आशा करते की, लायनीतल्या पुढच्या माणसाची ओळख झाल्यावर फिरास हा मिस्टर राईट नाही हे तुझ्या लक्षात येईल, असा दिवस येऊ नये."

"देव तसं न करो! ह्या जगाकडून मला दुसरं काही नको. फक्त फिरास, फिरास एवढंच!"

"तू वालीदबद्दलही हेच म्हणाली होतीस आणि लवकरच असा दिवस येईल जेव्हा मला तुला आठवण करून द्यावी लागेल की, तू फिरासबद्दल तेच म्हणाली होतीस."

"हो, परंतु फिरासबद्दल विचार कर आणि वालीदचं चित्र पुढे आण. ते इतके वेगळे आहेत!"

"दोघंही हरणारे आहेत! जसं इजिप्शियन्स म्हणतात : तू त्या दोघांची का तुलना करावीस? तू प्लॅस्टिक खडावांची तुलना लाकडी खडावांशी[३७] करतेस!"

"मला हे कळत नाही की, तुला फिरास का आवडत नाही? आणि तो इतका गोड आणि लाघवी आहे तरी! त्यात न आवडण्यासारखं काय आहे?"

"मला पुरुष आवडत नाहीत. तू अगदी पूर्णपणे तो दिवस विसरली आहेस, जेव्हा मी तुला सांगितलं होतं की, मला वालीद काही खास वाटत नाही. ते ऐकून तुला त्या वेळी फारसा आनंद झाला नाही आणि तू माझ्या चिंतेकडं फारसं लक्ष दिलं नाहीस."

"मी काहीशी मूर्ख आणि बावळट होते. त्या हलकट, हरामी वालीदनं मला सांगितलं होतं की, माझ्या वडलांकडे मागणी घालायला येण्याआधी सहा महिने त्यानं आमच्या घरातल्या सर्व टेलिफोन्सवर नजर ठेवली होती. लँडलाईन्स आणि मोबाइल्स दोन्हीवर! आमच्या वाङ्‌निश्चयाच्या आधी त्याने सर्व टेलिफोन रेकार्ड्स मागवली आणि ती नजरेखालून घातली होती. अगदी येणारे-जाणारे सर्व नंबर्स! त्याच्या आधी माझे कुणा पुरुषाशी संबंध आहेत का, हे पाहण्यासाठी त्यानं स्वत:ला हा हक्क बहाल करून घेतला होता आणि मी इतकी बिनडोक होते की, मी त्या परीक्षेत उतरले म्हणून मला खरंच अभिमान वाटला! किती मूर्खपणा!"

"हट्टी! तू हट्टी होतीस. त्या वेळी मी तुला म्हटलं होतं की, मत्सर ही त्या माणसाची खरी समस्या आहे. तो स्वत: अगदी डळमळीत माणूस आहे; परंतु तू माझ्यावर विश्वास ठेवला नाहीस. तू प्रेमानं पार आंधळी झाली होतीस. त्या वेळी मी तुला म्हणाले होते की, आता कुठे ही सुरुवात आहे आणि आधीच काय घडतंय ते

---

३७. जेव्हा दोन क्षुद्र गोष्टींची तुलना केली जाते, तेव्हा वापरली जाणारी म्हण.

पाहा. त्याच्या त्या परीक्षांतून तू कधीही सुटू शकणार नाहीस. ह्या काही उच्च माध्यमिक शाळेच्या परीक्षा नाहीत. हे लग्न आहे! तुला त्याचा अर्थ कळतो का? आणि जर तू त्याच्या ह्या 'विश्वासाच्या परीक्षे'त नापास झालीस तर? मग तुझ्या बाबतीत काय घडेल? तो नक्कीच तुला सोडून जाईल. खड्ड्यात जावो सर्व! तो खड्ड्यात जावो.''

"परंतु फिरास हा वेगळा आहे, मावशी. मी देवाशप्पथ सांगते, त्याचा माझ्यावर पुरेसा विश्वास नाही असं सुचवणाऱ्या माझ्या कोणत्याही परीक्षा त्यानं घेतलेल्या नाहीत. वालीदनं केलं तसं त्यानं मला प्रश्न विचारून कधीही हैराण केलं नाही. फिरासचं मन स्वच्छ आहे आणि तो प्रत्येक गोष्टीकडे वालीद नेहमी करायचा तसं संशयाच्या पडद्यातून पाहत नाही.''

"परंतु सद्दू, माझ्या राणी, फिरास तुझ्या आयुष्यातलं सर्वस्व आहे आणि तू त्याच्यासाठी काहीही करशील हे दाखवणं चांगलं नाही!''

"पण मावशी, माझा नाईलाज आहे! मी त्याच्यावर अतोनात प्रेम करते. मला तो आजूबाजूला असण्याची अगदी सवय झालीये. मी जेव्हा सकाळी उठते तेव्हा पहिला आवाज ऐकते तो त्याचा आणि रात्री झोपण्यापूर्वी शेवटचा आवाज ऐकते तोही त्याचाच. सर्व दिवसभर मी कुठेही असले तरी तो माझ्याबरोबर असतो. माझ्या वडलांनी विचारण्याआधी तो मला माझ्या परीक्षांबद्दल विचारतो आणि माझ्या लक्षात येण्याआधी प्रत्येक दिवशी मला काय गोष्टी करायच्यात त्याची तो यादी बनवतो. मला काही समस्या असली तर आपली ओळख वापरून तो ती चुटकीसरशी सोडवतो. जर मला काही हवं असलं, अगदी मध्यरात्री कोकचा कॅनही, तर तो कुणालातरी ते आणण्यासाठी पाठवतो. तुला विश्वास बसेल का की, एकदा तो पहाटे चार वाजता औषधाच्या दुकानात माझ्यासाठी सॅनिटरी पॅड्स आणण्यासाठी गेला; कारण माझा ड्रायव्हर हा गाढ झोपी गेलेला होता! तो स्वत: गेला, त्यानं ते माझ्यासाठी आणलं आणि ती प्लॅस्टिक बॅग आमच्या पुढच्या दरवाजावर टाकली! मी एवढंच म्हणते मावशी की, ज्या तऱ्हेनं तो मला वागवतो आणि माझे लाड करतो त्यामुळे तो माझ्या आयुष्यातलं सर्वस्व आहे असं वाटणं चुकीचं आहे का? मी याआधी त्याच्याशिवाय कशी काय जगले, हे मला माहीत नाही. मला आठवतही नाही! ''

"ओ, देवाशप्पथ! तू तो अगदी हुसैनी फाहमी[३८] असल्यासारखी बोलत्येस. मी देवाची प्रार्थना करते की, त्याच्याकडून तुला चांगल्या गोष्टी मिळोत आणि वाईट गोष्टींपासून तो तुला वाचवो. मी फारशी आशावादी नाही.''

---

३८. एक देखणा प्रसिद्ध इजिप्शियन नट. त्यानं अनेक अरबी प्रणय-चित्रपटांत काम केलेलं होतं.

"पण का? मला सांग!"

"जर तू म्हणत्येस त्याप्रमाणे तो तुझ्यावर प्रेम करत असला तर मग अजून त्यानं तुला लग्नाची मागणी का घातली नाही?"

"हेच तर मला काही समजत नाहीये मावशी."

"तुझं आधी वालीदशी लग्न झालं होतं हे ऐकल्यावर तो बदलला असं वाटतं, म्हणून तू मला सांगितलं नव्हतंस का?"

"तो तसा खरोखर बदलला नव्हता, परंतु... ठीक आहे. हं, मला असं वाटलं की, तो जरा वेगळा झालाय कदाचित. ती पूर्वीची तशीच काळजी आणि प्रेमळपणा आणि माझी चिंता करणं हे तसंच चालू आहे. परंतु असं असेल की, त्याच्या अंतर्मनात काय आहे, जे त्याला यापुढं मला दाखवायचं नाहीये. कदाचित तो मत्सर असेल किंवा जशी मी त्याच्या आयुष्यात आलेली पहिली मुलगी आहे तसा तो माझ्या आयुष्यात येणारा पहिला पुरुष नाही म्हणून राग असेल."

"आणि तू त्याच्या आयुष्यात येणारी पहिली मुलगी आहेस, असं तुला जगातल्या कोणी सांगितलं?"

"असं आपलं मला वाटतं! माझं हृदय सांगतं की, मीच फक्त त्याला जाणवलेलं प्रेम आहे आणि तो किती वयाचा आहे आणि तो परदेशी राहिलाय हे लक्षात घेतल्यावर माझ्याआधी त्याच्या इतर मुलींशी ओळखी असतीलही, पण तरी जसा तो माझ्यात गुंतलाय तसा तो कुणाच्याही प्रेमात पडलेला नाही आणि कुठेही गुंतलेला नाही. एखादा माणूस जेव्हा ह्या वयाचा असतो, तेव्हा जिच्यावर प्रेम आहे ती विलक्षण आहे आणि आपल्याला योग्य आहे, असं वाटल्याशिवाय तो इतका काही कुणाच्यात गुंतून पडणार नाही; इतका त्रासही सोसणार नाही आणि इतकी निष्ठाही ठेवणार नाही. तो आता काही फार तरुण नाही आणि जसा तिशीत असलेला माणूस पाहतो तसा काही तो ह्या विषयाकडे पाहत नाही. त्याच्या वयाचे लोक जेव्हा प्रेमात पडतात, तेव्हा ते ताबडतोब स्थिरस्थावर होण्याचा विचार करतात; लग्नाचा विचार करतात. तो काही नुसती मजा करत नाहीये आणि हे नेहमीसारखं म्हणजे, 'चल ये, आपण एकमेकांची ओळख करून घेऊ आणि मग कसं काय जमतं ते बघू या, प्रवाहाबरोबर जाऊ या' असला हा पोरसवदा भाग नाही. आमच्या त्या लंडनच्या दिवसांपासून ते आजच्या दिवसापर्यंत त्यानं कधीच मला भेटायला बोलावलं नाही, हे तेच सिद्ध करतं. ह्याला फक्त एकच अपवाद की, एकदा रियाधपासून पूर्व भागातल्या खोबारला केलेला कारचा प्रवास!"

"मला हे कळत नाही की, तुझ्याबरोबर तुझे वडील असताना तू त्याला बाजूच्या लेनमधून कार चालवू देण्याचं धारिष्ट्य कसं केलंस? वेड्या पोरी! जर तुझ्या वडिलांना संशय आला असता तर? जर त्यांनी बाजूच्या कारमधला एक तिऱ्हाईत

माणूस तुझ्याकडं विलक्षण रीतीनं पाहत असल्याचं पाहिलं असतं आणि ते चिडले असते तर? मग तू काय केलं असतंस? ''

''मी धारिष्ट्य वगैरे काही करत नव्हते. तो निव्वळ योगायोग होता. मी माझ्या वडलांबरोबर एका अंत्यविधीसाठी पूर्वेकडच्या भागात चालले होते. फिरास नेहमी तो घालवतो तशी आठवड्याची सुट्टी आपल्या आईवडलांबरोबर घालवण्यासाठी निघाला होता आणि त्याचं विमान चुकल्यामुळं त्यानं कारनं जायचं ठरवलं. त्या दिवशी माझ्या वडलांनी काम लवकर संपवलं आणि त्यांना ताबडतोब जायचं होतं. फिरास दुपारीच निघून जायचा होता, त्याला कामामुळे उशीर झाला आणि त्यामुळे आम्ही दोघं एकाच वेळी तिथे होतो, हा निव्वळ योगायोग! हा सर्व वेळ आम्ही एकमेकांशी मोबाइलवर बोलून विचारत होतो, 'तू पोहोचेपर्यंत तिथं आणखी किती किलोमीटर्सचं अंतर आहे?' मी त्याला कार चालवत असताना मोबाइलवर टाईप करू नये, म्हणून बजावत होते! अचानक त्यानं मला विचारलं की, तुझे वडील कोणती गाडी चालवत आहेत? मी त्याला सांगितलं की, ती एक गडद रंगाची क्वार्ट्झ लेक्सस आहे आणि विचारलं का? त्यावर त्यानं उत्तर दिलं की, तू डाव्या बाजूला पाच सेकंदात बघ, म्हणजे तू मला पाहशील! अहा, मावशी! त्याला ज्या क्षणी मी बघितलं, तेव्हा मला काय वाटलं हे मी तुला सांगू शकत नाही! मी कोणावरही इतकं प्रेम करू शकेन, अशी मी कधी कल्पनाही केली नव्हती. तो क्षुद्र प्राणी वालीद, तो खूश व्हावा ह्यासाठी मी त्याला शरण जायला तयार होते; काहीही द्यायला तयार होते; परंतु फिरासबरोबर काही त्याग करण्याची मला गरज भासत नाही. मला वाटतं की, त्याला काही राखून न ठेवता अमर्याद द्यावं. द्यावं, द्यावं आणि द्यावं! तुझा ह्यावर विश्वास बसेल का मावशी? काही वेळा माझ्या मनात असे भलभलते विचार येतात की, मलाच लाज वाटते.''

''म्हणजे कसे? ''

''म्हणजे आमचं लग्न झाल्यावर संध्याकाळी मी त्याचं स्वागत करतेय. अर्थात, तो नेहमीच घरी थकून येतो. मी त्याला सोफ्यावर बसवते आणि मी त्याच्यासमोर जमिनीवर बसते. मी त्याचे पाय मिठाच्या कोमट पाण्यात घालून चोळत असल्याची कल्पना करते आणि त्याचं चुंबन घेण्याचीही! माझ्या डोक्यात आलेल्या ह्या चित्रांनी माझी काय अवस्था होते, हे तू समजू शकत्येस का मावशी? ते विचार मला वेडं करतात. मी एखाद्या माणसाबद्दल असा काही विचार करीन, अशी कधीही कल्पना केली नव्हती. मग तो कोणीही असो. जेव्हा मी वालीदवर प्रेम करत होते तेव्हा ह्या अशा गोष्टींचा विचार करणं मला रुचलंच नसतं. फिरासनं माझी सर्व विचारशक्ती कशी कुंठित केली आहे आणि मला अगदी भयानकपणे त्याच्या प्रेमात बुडवून टाकलंय, हे तू बघू शकत्येस का?''

उम नुवाय्यिरने एक दीर्घ श्वास घेतला आणि एक मोठा सुस्कारा सोडला. "माझ्या राणी, मला तू पुन्हा दुखावली गेलेली बघायचं नाहीये, हेच मी तुला सांगते. देव तुला तुझ्या चांगल्या हेतूसारखे तुला देवो, माझ्या लाडके आणि दुष्टपणाला तुझ्यापासून दूर ठेवो.''

३०

To : seerehwenfadha7et@yahoogroups.com
From : 'seerehwenfadha7et'
Date : September 3, 2004
Subject : **Same Old Same Old Gamrah**

आणि जर अल्लानं तुम्हाला दुखापत करायची ठरवलं, तर मग त्याच्याशिवाय असा कोणीच नाही जो ती दूर करील. जर त्यानं तुमचं काही चांगलं करायचं ठरवलं, तर त्याच्या इच्छेनं त्याच्या चाकरावर होणारी कृपा कोणीही डावलू शकत नाही.

कुराण, सुरत युनुस
(जोनाहचे प्रकरण), ओवी १०७

माझ्याकडे बराच मजकूर येतोय, ज्यात उम नुवाय्यिरला धमक्या दिलेल्या आहेत आणि तिचा अपमानही केलेला आहे. माझ्या मैत्रिणींच्या कुटुंबांनाही दोष दिलेला आहे तोही ह्या कारणासाठी की, त्यांनी एकट्या राहणाऱ्या घटस्फोटित बाईच्या घरी एखादी संध्याकाळ आपल्या मुलींना घालवू दिली म्हणून. जरा एक मिनिट थांबा! घटस्फोट हा मोठा गुन्हा फक्त स्त्रीनं एकटीनंच केलेला असतो का? आपला समाज घटस्फोटित स्त्रीला ज्या तऱ्हेनं छळतो, तसा तो घटस्फोटित पुरुषाला का सतावत नाही? मला माहीत आहे की, तुम्ही वाचक, माझे हे भाबडे प्रश्न फारसे मनावर घेत नाही. ते सरळ सोडून देता; परंतु तुमच्या हे नक्कीच लक्षात येत असेल की, हे प्रश्न तर्कशुद्ध आहेत आणि त्यांचा नक्कीच काळजीपूर्वक विचार करायला हवा. आपण उम नुवाय्यिर आणि गाम्राह आणि इतर घटस्फोटित स्त्रियांची बाजू घेतली पाहिजे. त्यांच्यासारख्या स्त्रियांना तुच्छ मानणं, हे समाजाला काही शोभत नाही. हा समाज, जो वेळोवेळी त्यांच्याकडे काही हाडकं टाकण्याची मेहरबानी करतो

आणि त्यात त्यांनी सुख मानावं अशी अपेक्षा करतो, त्याच वेळी घटस्फोटित पुरुष मात्र काही त्रास किंवा ठपका न घेता आपलं आयुष्य उपभोगत राहतात.

गाम्राहचं आयुष्य तिच्या मुलाच्या जन्मानंतर तसं काही विशेष बदललं नाही, कारण त्याची काळजी घेण्याचं खरं ओझं हे एका 'फिलीपिना' या मूल सांभाळणाऱ्या आयावर पडलं होतं. गाम्राहच्या आईनं त्या कामासाठी त्या आयाची खास नेमणूक केली होती, कारण तिला आपली मुलगी किती आळशी आहे आणि ती स्वत:कडेही कसं दुर्लक्ष करते, हे माहीत होतं. तर मग ती एखाद्या नुकत्याच जन्माला आलेल्या अर्भकाची काळजी कशी घेऊ शकणार होती? गाम्राह जशी होती तशीच राहिली. प्रत्यक्षात लग्न होण्याआधी जशी ती होती त्या स्थितीला ती पुन्हा गेली. जेव्हा तिनं स्वत:ला कॉम्प्युटरवरच्या गप्पांपासून दूर केलं, तेव्हा आलेल्या त्या भयंकर दु:खद कंटाळ्याचा सामना करण्यात ती गर्क होती. ती सुलतानबद्दल बराच काळ विचार करत राहिली. बऱ्याचदा तिला त्याच्याशी बोलण्याची इच्छा व्हायची; परंतु नेहमीच त्याची परिस्थिती आणि तिची अवस्था ह्याची आठवण झाली, की ती माघार घ्यायची. ह्या दोन्ही गोष्टी खऱ्या अर्थानं त्यांनाचं एकत्र येणं कठीण करून टाकणाऱ्या होत्या.

प्रत्येक संध्याकाळी तिचे विचार तिला दूर घेऊन जात. आपल्या तीन मैत्रिणींचा विचार करताना, त्या जगत असलेल्या आयुष्यांशी ती आपल्या आयुष्याची तुलना करायची. इथं सादीम होती – ती एका यशस्वी राजकारणी आणि शहरातल्या प्रसिद्ध व्यक्तीच्या प्रेमानं, निष्ठेनं *(पूर्णपणे)* झाकोळली गेली होती. तो कोणत्याही क्षणी उठून तिचा हात लग्नासाठी मागण्याची शक्यता होती. अर्थात, ही प्रतिमा सादीमनं त्यांच्या विलक्षण प्रेमाबद्दल आणि त्यांचं प्रत्येक गोष्टीत कसं सहमत होतं, हे सांगितल्यावर तयार झाली होती. 'अरे, मी सादीमचा किती हेवा करते' तिच्या मनात आलं. वालीदऐवजी फिरास तिच्या नशिबात येणं, ही किती भाग्यशाली घटना होती! ज्यांना जगाकडून काय हवंय हेही समजत नाही, अशा नवथर लोकांपेक्षा वयानं थोडा मोठा असलेला हा माणूस नक्कीच बरा होता!

लामीस विद्यापीठाच्या तिसऱ्या वर्षाला होती आणि लवकरच ती डॉक्टर होणार होती. मग जग तिच्या पायाशी येणार होतं! तिच्या लग्नाला जरी उशीर झाला असला तरी काही प्रश्न नव्हता, कारण वैद्यकीय वर्तुळात लग्नं उशिराच व्हायची. खरंतर ही गोष्ट इतकी साधारण होती की, जर कोणी विद्यार्थिनीनं 'लवकर' लग्न केलं, तर नापसंतीची कुजबुज कानावर यायची. जर एखाद्या मुलीला एकटं राहायचं असेल आणि ती प्रौढ कुमारिका आहे, हे लेबल चिकटवून घ्यायचं नसेल, तर मग तिनं एवढंच करायचं; ते म्हणजे वैद्यकीय शाखेला किंवा दंतचिकित्सेला प्रवेश घ्यायचा. चोंबडेपणे बघणाऱ्या डोळ्यांना दूर सारण्याची त्यात जादूभरी ताकद होती; परंतु

आर्ट्स कॉलेज आणि दोन वर्षांचा डिप्लोमा घेणाऱ्या मुलींना आणि ज्या विद्यापीठात गेलेल्याच नाहीत अशांचा उल्लेखच करायला नको! त्यांच्याकडे त्या चोंबड्या नजरा टक लावून पाहायच्या आणि त्या वीस वर्षांच्या होतायत न होतायत तो त्यांच्याकडं बोटं दाखवली जायची.

ह्याहूनही जास्त गाम्राहच्या मनात आलं, 'लामीस ही तिच्या आईच्या बाबतीत किती भाग्यवान आहे, देव तिचं रक्षण करो! तिची आई अगदी चाणाक्ष आणि सुसंस्कृत आहे. ती बऱ्याचदा लामीस आणि तमादूरजवळ बसते आणि बोलतेही! त्या आपलं हृदय अगदी मोकळेपणे तिच्याजवळ उघडं करतात, कारण ती समजूतदार आहे. माझी बिचारी ममा जुन्या विचारांची आणि मागासलेली आहे. प्रत्येक वेळी आम्ही जेव्हा तिच्याकडं काही मागितलं, त्या वेळी तिचं उत्तर होतं, 'नाही! आपण हे करू शकत नाही. आपण हे असं बोलू शकत नाही!' ती प्रत्येक गोष्टीवर टीका करायची. जसं त्या दिवशी शाहला बाहेर गेली आणि ती थोडे सेक्सी नाईट गाऊन्स आणि रेशमी पायजमे घेऊन आली. आपल्या सर्व मैत्रिणींकडे तसे कपडे आहेत, असं तिनं सांगितलं. ममानं ह्यावर तिला चांगलीच झापली. तिनं ते सर्व गोळा केले आणि आरडाओरडा करत कचऱ्याच्या डब्यात टाकले– ''ही अगदी हद्द झाली! तुला एखाद्या उनाड मुलीसारखे कपडे करायला हवेत आणि तुझं लग्नही झालेलं नाही!'' ती मग सरळ बाहेरच्या त्या जुन्या तयबा आणि ओवैस[३९] दुकानाकडे गेली आणि तिच्यासाठी तिनं डझनभर जुन्या पद्धतीचे, मोठ्या बायकांसाठी असतात तसे नाईट गाऊन्स घेतले आणि ती घरी आली. तिचा आग्रहच होता की, शाहलाला ते आवडायलाच हवेत! तिने ते तिला दिले आणि ती म्हणाली, ''हे तुझ्यासाठी आहेत मुली, बाकीच्या त्या इतर गोष्टी जेव्हा तुझं लग्न होईल तेव्हा तू घेऊ शकशील.''

'फैझल आयुष्यातून गेल्यावरसुद्धा मिचैल्ली ही माझ्यापेक्षा नशीबवान होती'. मिचैल्लीच्या कुटुंबानं तिला अमेरिकेत अभ्यासासाठी जाण्याची परवानगी दिली होती आणि गाम्राहला मात्र एकटीनं बाहेर जाण्याचीही परवानगी नव्हती. तिच्या आणि सादीमच्या घरी होणाऱ्या क्वचित भेटीत तिच्या आईनं आग्रहच धरला, तर तिच्या भावांपैकी एक जण तिला तिथे सोडी आणि परत आणी, जरी ड्रायव्हर नेहमी असला तरी! 'तू इतकी नशीबवान आहेस मिचैल्ली! तू आरामात राहून तुझं जीवन तुला पाहिजे तसं जगू शकत्येस! कुणीही तुझा पाठलाग करत नाही! कुणीही तुझ्या मानेवर 'श्वास सोडत' राहत नाही आणि तू कुठे जात्येस, तू कुठे गेली होतीस हे प्रत्येक मिनिटाला विचारत नाही! तू स्वतंत्र आहेस आणि तुला लोकांच्या न संपणाऱ्या गप्पा ऐकाव्या लागत नाहीत.'

---

३९. तयबा आणि ओवैस हे बरंच मोठं जुनं मार्केट आहे. इथं स्वस्त माल विकला जातो.

जेव्हा गाम्राह आपल्या तीन मैत्रिणींबरोबर असायची, तेव्हा तिला त्यांच्यात आणि आपल्यात तफावत जाणवायची, कारण त्या तिघींनी आता विद्यापीठात प्रवेश घेतला होता. लामीसला काय झालं होतं? ती बदलली होती. स्वसंरक्षणासाठी आणि योगासाठी निरनिराळ्या अभ्यासक्रमांत ती का दाखल झाली होती? जेव्हापासून ती त्या फालतू वैद्यकीय कॉलेजमध्ये गेली होती, तेव्हापासून ती अगदी विचित्र वागत होती आणि विशेषकरून ती आपल्या विचारसरणीत आपल्या जुन्या मैत्रिणींपासून दूर गेली होती.

ज्या तऱ्हेनं ती स्वातंत्र्य आणि जन्म, धर्मबंध, समाजानं घातलेले निर्बंध आणि स्त्रीपुरुषांच्या संबंधावरील विचार ह्याबद्दल बोलायची, त्यावरून हल्ली मिचैल्लीबद्दल सर्वांना धास्तीच वाटायची. ठामपणे आणि लबाडीनं वागायचं आणि स्वत:चे हक्क बजावताना एक इंच पण मागं यायचं नाही, असा सल्ला सदैव ती गाम्राहला द्यायची.

सादीम हीच गाम्राहला जवळची वाटायची. तिनं लंडनला उन्हाळी सुट्टी घालवल्यापासून ती जरा जास्त परिपक्व झाली होती. तिचा आत्मविश्वास एकट्यानं प्रवास केल्यामुळे, नोकरी केल्यामुळे आणि वाचनानं वाढला होता, असं गाम्राहला जाणवलं होतं किंवा फिराससारखा सुसंस्कृत माणूस तिच्यावर प्रेम करत होता म्हणूनही तिच्यात हा बदल झाल्याची शक्यता होती!

गाम्राहला वाटायचं की, उच्च माध्यमिक शाळा सोडल्यापासून ती फक्त एकटीच तेवढी बदललेली नव्हती. तिच्या काळज्या आणि आवडी या बहुतेक त्याच होत्या. तिच्या कल्पना विकसित झालेल्या नव्हत्या आणि तिच्या जुन्या स्वप्नांची जागा नव्या स्वप्नांनी घेतलेली नव्हती. जो कुणी तिला एकलेपणापासून दूर नेईल आणि तिनं काढलेल्या कठीण दिवसांची भरपाई करील, अशा एखाद्या माणसाशी लग्न, हे तिचं एकमेव ध्येय होतं. मिचैल्लीकडून ताकद मिळवावी, सादीमकडून बुद्धिमत्ता आणि लामीसकडून थोडाबहुत धीटपणा मिळवावा, असं तिला फार वाटायचं! आपल्या मैत्रिणींसारखा आपल्या स्वत:च्या व्यक्तिमत्त्वात बदल घडवून ते अगदी भव्य आणि उत्साही व्हावं असं तिला फार वाटायचं. परंतु ती निराश व्हायची, कारण नेहमीप्रमाणे ती त्यांची बरोबरी करू शकत नव्हती. देवानं तिला असं दुर्बल व्यक्तिमत्त्व दिलं होतं. अशा तऱ्हेच्या स्वभावाचा तिला स्वत:च तिटकारा वाटायचा. ती सर्व आयुष्यभर नेहमीच काही पावलं मागे राहणार होती.

झोपायला जाण्यापूर्वी सालेहवर पटकन नजर टाकण्यासाठी ती गेली. त्या खोलीत त्याच्या आयाच्या पलंगाच्या बाजूला असलेल्या त्याच्या पाळण्याकडे ती गेली. त्यांच्यापैकी कुणालाच जाग यायला नको म्हणून ती हळूच आत शिरली. बाळाचे ते मोठे तपकिरी डोळे सताड उघडे होते आणि ते अगदी निर्व्याजपणे जिथून आवाज आणि उजेड आला, तिकडे ते वळले होते. ते अंधारात तिच्याकडे चमकून

पाहत होते. तिनं आपले हात त्याच्यापुढे केले आणि त्यानं ते घट्ट धरले, जणूकाही तिनं त्याला उचलावं आणि धरावं असं ते सांगत होते. त्याला वर उचलल्यावर तिला त्याचे ओले कपडे आणि ओल्या मांड्या जाणवल्या. त्याच्या त्या छोट्याशा लंगोटातून एक तीव्र घाण तिला आली. तिनं मग त्याला बाथरूममध्ये नेलं. त्याचा पार्श्वभाग पुरा भिजलेला होता आणि त्यावर लंगोटामुळे पुरळ उठलेला होता. काय करावं हे गाम्राहला समजत नव्हतं. तिनं आईला किंवा शाहलाला उठवायला हवं होतं का? जर तिला स्वत:ला काय करावं हे कळत नव्हतं तर शाहलाला मुलांची कितपत माहिती असणार होती? तिनं त्या आयाला उठवावं का? ''देवा, मला तिच्यापासून सोडव!'' गाम्राह पुटपुटली. ''हा सर्व दोष तिचा आहे, तिच्याकडे पाहा – माझा मुलगा मुतात बुडालेला असताना ती स्वत: झोपून राहते!'' त्याचं ढुंगण कोमट पाण्यानं धुवून तिनं बाळाला त्याचं रबराचं पिवळं बदक दिलं. तो त्याच्याशी खेळू लागला. त्यानं काही त्रास झाल्याचं किंवा वैतागल्याचं चिन्ह दाखवलं नाही. गाम्राहला मात्र कातडीवरच्या पुरळापेक्षा ते जास्त काहीतरी आहे असं वाटलं आणि ते सहन करणं कठीण होतं.

प्रत्येक गोष्टीत तिला अडचणी येत होत्या. रशीद, तिची आई, तिची बहीण हेस्साह, हेस्साहचा नवरा, मुडी आणि तिच्या अगदी जिवलग मैत्रिणीही – या सर्वांना वाटायचं की, ती मूर्ख, दुर्बल आणि निरुपयोगी आहे! अगदी तिची फिलीपिना आयाही तिला ह्यातलं फारसं काही कळत नाही, हे जाणून आता तिच्या मुलाकडे दुर्लक्ष करू लागली होती. जीवनानं तिच्याकडून प्रत्येक गोष्ट घेतली होती आणि त्या मोबदल्यात तिला काहीही दिलं नव्हतं. ते तिचं तारुण्य आणि आनंद हिरावून गेलं होतं आणि तिथं त्या बदली रितेपण आणि एक मूल दिलं होतं. त्या मुलाचा आधार होता, फक्त ती! आणि तेही त्या मुलाला जेवढी गरज होती त्यापेक्षा जास्त आधाराची गरज तिला असताना!

जेव्हा गाम्राहनं रडत त्याला घट्ट मिठी घातली तेव्हा सालेहच्या हातातून ते रबरी बदक पडलं. छळ, पश्चात्ताप आणि तिच्यात असलेला दु:खाचा जोर त्या मिठीत होता.

३१

To: seerehwenfadha7et@yahoogroups.com
From : 'seerehwenfadha7et'
Date : September 10, 2004
Subject : **Gossiping About Men!**

ही गोष्ट म्हणजे माझं जीवन झालंय! शुक्रवार हा पूर्वीपेक्षाही जास्त पवित्र झालाय. माझी पर्सनल कॉम्प्युटरची खोली, हे आता माझं घर आहे. फक्त त्या जागी मला सुरक्षित वाटतं. जेव्हा एखादा प्रोफेसर किंवा क्लासमधली एखादी मुलगी मूर्खासारखं बोलते तेव्हा मला त्रास वाटतो; परंतु आता मी फक्त हसते. ह्या लोकांमुळे माझं रक्त तापतं, पण पर्वा कोणाला आहे! मी जे काम करत्येय त्याच्या तुलनेत ह्यातल्या कोणत्याही गोष्टीला अर्थ नाही. काही झालं तरी ते दम देणारे शिक्षक आणि त्या उद्धट पोरी प्रत्येक शुक्रवारी कॉम्प्युटरच्या पडद्याला चिकटून बसलेल्या असतात. मी जे काही लिहिते त्यातला एकही शब्द चुकू नये ह्यासाठी. तर मग त्यांनी अधूनमधून मला त्रास दिला तर काय बिघडलं? माझ्या मनाला वाटणाऱ्या आनंदानं आणि अभिमानानं मी अगदी समाधानी आहे.

त्या चार मैत्रिणी गाम्राहच्या घरी उन्हाळ्याच्या शेवटच्या दिवशी भेटल्या. प्रत्येकीनं सालेहसाठी खेळणी किंवा मिठाई आणली होती आणि ती त्याच्यापुढं आमिष दाखवल्यासारखं त्या हलवत होत्या. त्यानं त्यांच्याकडे आपल्या दुडदुडत्या चालीनं आणि बाळसेदार पायांनी चालत जावं त्यासाठी हा प्रयत्न होता. गाम्राहनं लामीसला तिच्या त्या रापलेल्या कातडीबद्दल जराही वेळ न दवडता दटावलंच. हा रंग तिनं जेद्दाहमधल्या स्वीस झोपडीत राहून मिळवला होता.

"देवाशप्पथ, तू अगदी वेडी आहेस! हल्ली प्रत्येक जण गोरं होण्यासाठी मलम वापरतायत आणि तू सूर्याच्या किरणांत जाऊन स्वत:ला रापून घेतलंस?"

'' मैत्रिणींनो! तुम्हाला माझा छान राप पसंत नाही का? मला तर तो इतका आकर्षक वाटतो! ''

"मुलींनो, तिला काहीतरी सांगा – ह्या मूर्ख मुलीला!'' गाम्राह म्हणाली.

मिचैल्ली उन्हाळ्यासाठी सॅनफ्रान्सिस्कोवरून घरी आली होती. त्या रापलेल्या आणि खेळकर कॅलिफोर्नियामधल्या मुलींच्या तजेलदार कातडीची तिला सवय झाली होती. "खरं सांगायचं, तर ही कातडी छानच दिसते'' ती म्हणाली.

गाम्राह चिडलीच. सादीमचा आपल्याला पाठिंबा मिळावा म्हणून तिनं प्रयत्न केला. "सादीम! ह्या वेड्या पोरींकडे आणि त्या काय म्हणतायत ते पाहा. आपल्या मुलासाठी काळी मुलगी पाहिजे, असं सांगणाऱ्या एखाद्या आईबद्दल तू ऐकलं आहेस का? ''

"ओह, काही असो! प्रत्येकाची आपापली आवडनिवड! त्या म्हाताऱ्या बायका आणि त्यांची लाडावलेली बाळं ह्यांना ज्यामुळे आनंद होईल असं करण्यात आपण किती वेळ घालवणार आहोत? मला वाटतं लामीस, तू तसंच चालू ठेव. तुला पाहिजे ते तू कर आणि जर तुला तुझ्या केसांवर रॉकेल ओतून काडी लावायची असली, तर सरळ लाव! ''

गाम्राह गोंधळून गेली होती. "सादीम, मुली, तुझ्या मदतीबद्दल आभार!''

"हे बघ, मी खरंच सांगते,'' सादीम पुढे म्हणाली. "आपण प्रत्येकाला आपल्याला त्यांच्या नियंत्रणाखाली ठेवायला आणि आयुष्यात मार्गदर्शन करत राहायला परवानगी देतो, ह्याचाच मला आता वैताग आलाय. जिथं लोक काय म्हणतील अशी भीती वाटते अशी गोष्ट करायला आपण धजत नाही. प्रत्येक जण आपल्याला त्यांना जसं पाहिजे तसं फिरवतो. हे कोणत्या प्रकारचं आयुष्य आहे? आपल्या जीवनावर आपला काही अधिकारच नाही?''

"सादूमाह!'' तिच्या सर्व मैत्रिणी तिच्याकडे वळल्या आणि म्हणाल्या. "काय झालं? तुला कोणी त्रास देतंय?''

"नक्कीच, तिचं फिरासबरोबर भांडण झालं असणार. त्याशिवाय दुसरं काहीच असू शकत नाही.''

"त्या माकडानं तुला काय केलं?''

"तू त्याला पॅरिसला भेटली होतीस का?''

सादीमनं आपला आवाज शांत ठेवण्याचा प्रयत्न केला, कारण तिच्या ह्या रागाचा तिच्या मैत्रिणींना धक्का बसला होता. मग हळूहळू आपल्याला कोणत्या गोष्टीचा त्रास होतोय, हे ती सांगू लागली. "मी त्याला एकदाच भेटले. म्हणजे मला भेटण्यासाठी तो एक दिवस पॅरिसला आला होता आणि अर्थात, मी नाही म्हणू शकले नाही. ठीक आहे. मी तुमच्याशी खोटं बोलणार नाही. खरं सांगायचं तर

त्याच्या भेटीसाठी मीही तडफडत होते! हे सबंध वर्षभर माझ्या अभ्यासामुळे आणि त्याच्या कामामुळे मी त्याला भेटलेच नाही आणि आम्ही दोघांनी रियाधमध्ये भेटायचं नाही असा करारच केला होता. हे अगदी कठीण, धोकादायक आणि विचित्र आहे. कारण तशी भेट आम्ही परदेशात असताना जितकी आरामदायी झाली असती, तितकी ती रियाधमध्ये नक्कीच झाली नसती. देशाबाहेर तुम्ही मोकळेपणे वागू शकता. आपल्याला कोणी पाहत तर नाही ना, अशी चिंता न करता तुम्ही श्वास घेऊ शकता. परदेशात मी त्याला कुठेही भेटू शकते, अगदी कोणत्याही सार्वजनिक ठिकाणी; परंतु इथं नाही. पॅरिसमध्ये मी एका छोट्या, छान रेस्टॉरंटमध्ये त्याला भेटले आणि आम्ही तिथं बोलत बसलो. ते अगदी छान होतं.''

''इथपर्यंत सर्व ठीक'' गाम्राह म्हणाली. ''तर मग समस्या कुठे आहे?''

''अर्थात'' मिचैल्ली मध्येच म्हणाली, ''त्यानंतर ताबडतोब त्यानं तुला विचारलं, 'तुला माझ्याबरोबर असताना इतकं आरामदायी आणि सुखकर का वाटतं?' किंवा त्यानं विचारलंही नसेल आणि त्यानं ताबडतोब तुझ्यावर संशय घ्यायला सुरुवात केली. दुसऱ्या दिवशी तो तुझ्याशी वेगळं वागू लागला. तू जेव्हा त्याला भेटायचं नाही असं ठरवलंस त्या वेळी वागत होता त्याहून वेगळं! तुम्ही जेव्हा एखाद्या सौदी माणसाला तुमच्या कुटुंबाच्या नकळत, समाजाच्या नकळत भेटता तेव्हा तुमच्या या वागण्याची प्रशंसा न करता त्याचा तुमच्याबद्दलचा आदरच संपतो! मला हा मूर्ख प्रकार खरोखरच चांगला माहीत आहे. आपल्या पुरुषांच्या बिघडलेल्या डोक्यात हे असे कप्पे यंत्रवत बांधलेले असतात. ते मानसिकदृष्ट्या विकृतच असतात. तुम्हाला काय वाटतं, मी हा देश सोडून दुसऱ्या देशात का राहायला गेले?''

''नाही, असं काहीच नाही.'' सादीम म्हणाली, ''त्यानं मला असं कधीच वागवलं नाही. तो जेव्हा इतर सर्व मुलींविषयी बोलत असतो तेव्हा त्याला अशा प्रकारचा काही संशय असावा, हे काही वेळा माझ्या लक्षात आलंय; परंतु त्यानं माझा कधीच संशय घेतला नाही. फिरास मला चांगलं ओळखतो आणि माझ्यावर गाढ विश्वास आहे.''

''पुरुषाचा स्वभाव बदलत नाही.'' गाम्राहनं जोरात सांगितलं. ''जर का त्याच्या मनात असा संशय असेल तर मग एक दिवस तुलाही त्यापासून त्रास होईल. जरी त्यानं हे सर्व तुमच्या संबंधातल्या सुरुवातीला लपवलं तरीही!''

''नाही, माझ्यावर विश्वास ठेव. अशी काही समस्या नव्हती. अलीकडे माझ्या लक्षात आलंय की, तो आमच्या संबंधाबद्दल काही विचित्र सूचना करतोय. एक दिवस तो सांगतो की, त्याच्या कुटुंबानं त्याच्यासाठी एक चांगली मुलगी शोधलीये आणि दुसऱ्या दिवशी तो सांगतो, 'जर एखादा योग्य मुलगा तुझ्यासाठी सांगून आला तर त्याला परत पाठवू नको!''

"मी त्याच्यावर खूप प्रेम करते हे त्याला माहीत असूनही तेव्हा ह्या अशा गोष्टी त्याच्या हृदयाला बोलवतात तरी कशा? सुरुवातीला मला वाटलं की, तो मला थोडं चिडवण्यासाठी चेष्टा करतो आहे. जेव्हा मी त्याला पॅरिसला भेटले तेव्हा मी त्याला सांगितलं, की माझ्या वडिलांच्या मित्राला मी त्यांच्या मुलाशी लग्न करावं अशी इच्छा आहे. खरंतर मी काही खोटं बोलत नव्हते. मला वाटलं की, तो दु:खी होईल, काळजी करेल आणि अगदी त्याच दिवशी माझ्या वडिलांचा दरवाजा ठोठावेल; परंतु त्याऐवजी घडलं असं की, त्यानं रात्रीच्या मिष्टान्नासारखं एक थंड हास्य मला दिलं आणि विचारलं की, तो माणूस चांगला होता का? तो म्हणाला की, 'तुझे वडील त्याची आजूबाजूला नीट चौकशी करतायंत ह्याची खात्री करून घे आणि जर तो ठीक निघाला तर देवावर विश्वास ठेव आणि पुढे हो!' "

"तो खरंच असं म्हणाला?" गाम्राहनं विचारलं. तिच्या आवाजात अविश्वास होता.

"तो असं म्हणाल्यावर तू काय बोललीस?" लामीसनं उतावळेपणानं विचारलं.

"काही नाही."

"काही नाही?" सर्व मुली एकदमच म्हणाल्या.

"माझा मेंदू गोठूनच गेला! तो काय म्हणतोय, तेच मला समजेना. मी तिथे त्याच्याकडे पाहतच बसले. मी एकही शब्द बोलू शकले नाही. मी त्या वेळी अगदी एखाद्या वेडगळ बाईसारखी दिसले असेन. माझे डोळे भरून आले आणि मग मी म्हणाले, 'सॉरी, मला जायला हवं.' "

"त्यावर तो काय म्हणाला?"

"तो म्हणाला, 'रागावू नको' आणि त्यानं मला मी निघून जाऊ नये म्हणून शपथ घातली! तो म्हणाला, 'हे बघ, जर तू आता गेलीस तर मी तुझ्याशी कधीही बोलणार नाही.' "

"तर मग तू थांबलीस?"

"हो, त्याचं खाणं संपेपर्यंत मी थांबले. मग आम्ही दोघं उठलो आणि त्या रेस्टॉरंटमधून एकत्र बाहेर पडलो. त्यानं मग मला हॉटेलमध्ये नेण्यासाठी टॅक्सी बोलावली."

"मग तुम्ही दोघं अजून एकत्र आहात का?"

"एकत्र आहोत; पण त्यानंतर काहीही सुधारणा झालेली नाही. तो माझ्या भावनांशी अजूनही खेळतोय आणि तो जसा पूर्वी होता तसा व्हावा म्हणून मी काय करावं ते मला समजत नाही. हे माझ्या बाबतीत नेहमीच असं का घडतं? काही काळ माझ्याबरोबर काढल्यावर सर्व पुरुष संपूर्णतः का बदलतात? माझ्यातच असं काहीतरी असावं! ज्या क्षणी मला त्यांच्याबरोबर असताना आरामदायी वाटू लागतं,

त्या क्षणी त्यांना माझ्याबरोबर त्याच्या उलट वाटू लागतं, असं उघड दिसतंय.''

लामीसला ह्याबद्दल विश्वास होता की, पुरुषांचा पुढाकार घेण्याचा आग्रही स्वभाव असतो. तो काही आपोआप किंवा सहजासहजी येत नाही. हे असं तेव्हा घडतं जेव्हा एखादा पुरुष अशा स्त्रीला भेटतो, जिला ती सत्ता गाजवणारी वागणूक आवडते आणि ती त्याला प्रोत्साहन देते.

''मला असं वाटतं की, खोटं बोलण्यासाठी किंवा आपल्याला फसवण्यासाठी पुरुष काहीच क्लृप्त्या करत नाहीत.'' ती म्हणाली. ''हे असं आहे की, पुरुष जाणून-बुजून ते करत नाहीत. ते त्यांच्या स्वभावातूनच येतं. ते एका तऱ्हेनं दुष्ट असतात. ज्या क्षणी एखादी मुलगी मिळण्यासारखी आहे असं दिसतं तेव्हा पुरुष त्या मुलीकडे पाठ फिरवून पळून जाण्याचा प्रयत्न करतो. कारण त्याला असं वाटतं, 'ठीक आहे, तिला मिळवण्यासाठी मला काही करायला नकोय. ती आता काही आव्हान राहिलेली नाही.' तो काही तिला हे तोंडावर सांगत नाही. तो चुकलाय, हेही तो तिला जाणवून देत नाही. शक्यच नाही! उलट तो तिला असं वाटून घ्यायला लावतो की, जी काही समस्या आहे ती तिचीच आहे; त्याची नव्हे. त्यांच्यापैकी काही त्या मुलीला असे संकेत देतात, आशा करतात की, तीच हे संबंध सोडेल; परंतु आपण मूर्ख मुली त्यांच्याशी वादविवाद करत नाही. आपले संबंध नीट राहावेत म्हणून आपण प्रयत्न करतच राहतो. शेवटी ते आपल्यालाच संपवतात. अगदी सुरुवातीपासून जरी आपल्याला खात्री असली की, हे पूर्णपणे विनाशकारी आहे, तरीही! त्यामुळेच शेवटी आपण मूर्ख बनतो. आपणच आपल्या स्वाभिमानाला सुरुवातीपासून जपत नाही आणि त्यामुळे त्या संबंधातून बाहेर पडताना आपला सन्मान अबाधित राहत नाही.''

नंतर मिचैल्लीनं सादीमला त्या परिस्थितीचं आपलं तर्कशुद्ध पृथक्करण दिलं. ''राणी, ही त्या अपरिपक्व छोट्या मुलाची सुटण्यासाठीची क्लृप्ती आहे. तुझ्या लक्षात येईल की, त्यानं त्यावर विचार केला आहे आणि तो स्वत:ला बजावतोय, 'मी अशी कोणी घटस्फोटित का स्वीकारावी? आणि तेही माझं लग्न झालेलं नसताना? अगदी घटस्फोटित लोकही जिचं लग्न झालेलं नाही अशा मुलींच्या शोधात असतात, तर मग मी जिचं लग्न आधी झालंय अशा स्त्रीबरोबर का लग्न करावं?' तो मनातल्या मनात तिचं मूल्यमापन करत असेल आणि म्हणेल, 'जर मला सरकारमध्ये मंत्री किंवा त्यानंतर एखादा मोठा अधिकारी व्हायचं असेल, तर मला अशी स्त्री शोधायला हवी, जी मला भक्कम पायावर उभी करेल. अशी स्त्री जी आपल्या घराण्याचं नाव, तिचं रूप आणि तिची वंशावळ, तिचं समाजातलं स्थान आणि श्रीमंती ह्या गोष्टीनं मला मदत करेल! मी अशी सुरुवातीपासूनच कलंकित स्त्री पत्करणार नाही, कारण ती घटस्फोटित आहे. लोक मला आपल्या जिभांच्या

डंखानं खाताना पाहायचं नाही.'

"दुर्दैवानं आपले लोक अशा तऱ्हेनं विचार करतात. तो कितीही रुबाबदार असला किंवा त्याची विचारसरणी कितीही सुसंस्कृत असली किंवा तो कितीही प्रेमात असला तरीही त्याला अजूनही प्रेम हे कादंबऱ्यांत आणि बोलपटातच घडतं असं वाटतं. त्याच्या हे ध्यानात येत नाही की, तो प्रेमाकडे, ज्यावर कुटुंबाची इमारत उभी राहते, असा पाया म्हणून पाहत नाही. तो अगदी खरोखरच सुसंस्कृत आणि खूप शिकलेला आणि ज्याला जगाचा अनुभव आहे असा माणूस असला तरी! त्याला मनापासून हे माहीत आहे की, प्रेम ही माणसाची मूलभूत गरज आहे आणि जीवनात जोपर्यंत त्याला खात्री आहे की, हीच योग्य स्त्री आहे तोपर्यंत स्वत: सहचर निवडणं ही काही शरमेची गोष्ट नाही; परंतु अजूनही त्याला भीती वाटते. त्याचे वडील, त्याचे चुलते आणि त्याआधी त्याचे आजोबा ज्या मार्गानं गेले त्यापेक्षा वेगळ्या मार्गानं जाण्याबद्दल विचार करणं याचाही त्याला त्रास होतो. काही झालं तरी तो असा विचार करतो की, ते म्हातारे अजूनही जगत आहेत. तेही अशा आपल्या घरकोंबड्या झालेल्या स्त्रियांबरोबर! ह्याचा अर्थ काहीतरी योग्य झालेलं असणार, त्यांनी जे काही केलंय ते यशस्वी झालंय. ते बरोबरच असलं पाहिजे, कारण प्रत्येकानं हेच केलं. त्यामुळे तो त्यांच्या पावलावर पाऊल ठेवून जातो आणि त्यांच्या वागण्याच्या पद्धतीविरुद्ध जात नाही. अशा तऱ्हेनं गेल्यावर मग कधी कोणी एक दिवस येऊन त्याला सांगणार नाही की, तो अयशस्वी झाला; कारण तो आपल्या पूर्वजांच्या मार्गावरून ढळला नाही. आपले पुरुष जीवनात स्वत:च्या निर्णयाची किंमत चुकवायला घाबरतात. त्यांना दुसऱ्यांचं अनुकरण करावं असं वाटतं. पण दोषही दुसऱ्यांनाच द्यावासा वाटतो."

त्या इतर तीन स्त्रियांपैकी कोणालाही मिचैल्लीनं पुरुष कसे विचार करतात ह्याबद्दलच्या कल्पना कुठून मिळवल्या, ह्याची कल्पना नव्हती; परंतु त्यांना तिच्या शब्दांनी त्यांच्या मनात तीव्र पडसाद उमटल्याचं जाणवलं. ती ह्या सिद्धान्तापर्यंत कशी आली ह्याची त्यांना कल्पना नव्हती; परंतु त्यांना मनातून वाटत होतं की, ती बरोबर होती.

३२

To : seerehwenfadha7et@yahoogroups.com
From : 'seerehwenfadha7et'
Date : September 17, 2004
Subject : **The Migrating Bird**

मी इथं अरेबियन मुलींचं प्रतिनिधित्व करत नाही, असं जाहीर करून ज्यांनी मला त्रास दिलाय त्यांना सांगते : मी तुमच्यासाठी हे शब्द कितीदा पुनःपुन्हा सांगायचे? मी काही अविश्वसनीय, विक्षिप्त आणि भीतिदायक लिहीत नाही की ज्याचा तुम्हा लोकांशी काही संबंध नाही किंवा 'हे खरं नाही' असंही तुम्ही म्हणणार नाही! मी जे काय म्हणतेय ते आपल्या समाजातल्या मुलींना बरोबर माहीत आहे. प्रत्येक आठवड्यात त्यातली प्रत्येक जण माझा ई-मेल वाचते आणि म्हणते, "ही मी आहे!" आणि मी त्या मुलीनं हे बोलावं म्हणून लिहीत आहे. मी काय म्हणते त्याबाबत ज्यांना काही करायचं नाही आणि ज्यांच्याशी त्याचा संबंध नाही अशांनी त्यात नाक खुपसू नये आणि मग त्या जर माझ्याहून वेगळा दृष्टिकोन दाखवायला उत्सुक असतील तर त्यांनी स्वतःच ई-मेल्स लिहाव्यात; परंतु तुम्हाला जे काही मान्य आहे, ते मला लिहायला सांगू नका!

मिचैल्लीच्या हे लक्षात आलं की, परस्परविरोधी मतांची साथ ही इतकी आवाक्याबाहेर गेली होती की, त्याची लागण तिच्या आईवडिलांनाही झाली होती. तिचे वडील, ज्यांच्याकडे ते सौदी अरेबियातल्या स्वातंत्र्याचा एक दुर्मीळ नमुना असल्यागत पाहायची, तिनं त्यांना उंच चबुतऱ्यावर बसवलं होतं त्याचा त्यांनीच चकणाचूर केला होता आणि जो इतरांबरोबर राहतो तो त्यांच्यातील एक होऊन जातो ह्या म्हणीची सत्यता त्यांनी पटवली होती.

तिनं आपल्याला आपला मामेभाऊ मॅटी किती आवडतो, हे सांगत असताना

तिचे वडील अनपेक्षित रीतीनं उसळले. तिची आईही! मॅटीचा बाप हा तिचा एकच भाऊ होता आणि तिचं त्याच्यावर प्रेम होतं आणि त्याची मुलं ही फार 'अमूल्य' आहेत, असं तिला वाटायचं. तरीही ती स्त्री आपल्या मुलीची ही स्पष्ट कबुली ऐकून धक्कादायक रीतीनं त्रासली होती.

आपल्या आईवडलांच्या बाबतीत मिचैल्लीनं ह्यावर विश्वास ठेवला नसता; परंतु त्यांच्या रागामागे नक्कीच एक धार्मिक आवेश होता. तिचे वडील हे धर्माच्या बाबतीत तसे कर्मठ नव्हते आणि तिची आई, जी मुलीच्या जन्मानंतर मुस्लीम झाली होती, तीपण धार्मिक कर्मकांड कडकपणे अनुसरत नव्हती. मग ते एवढ्या त्वेषानं तिला का वागवत होते आणि मॅटी तिला योग्य नाही, असं तिनं मानावं अशी जबरदस्ती करण्याचा का प्रयत्न करत होते? अशा परस्परविरोधी मतांच्या बागेतून त्यांच्या बदललेल्या विचारसरणीनं अलीकडेच मूळ धरलेलं होतं.

जर मॅटीचं तिच्यावर खरोखरच प्रेम असलं तर काय? हे असंभवनीय होतं, हे तिला माहीत होतं; परंतु विचार केल्यावाचून तिला राहावत नव्हतं. आपल्या कुटुंबासाठी ती त्याला सोडून देणार होती का, जसं फैझलनं आपल्या कुटुंबासाठी तिला सोडून दिलं होतं तसं? मॅटीची समस्या याहून कठीण होती. कारण इस्लामिक कायद्याप्रमाणे मॅटी ख्रिश्चन असल्यामुळे ती त्याच्याशी लग्न करू शकत नव्हती. तिचे वडील मुस्लीम असले, तरी तिच्या ख्रिश्चन आईशी लग्न करू शकले होते; परंतु मुस्लीम स्त्रियांना मुस्लीमेतर पुरुषांशी लग्न करण्याची परवानगी नव्हती. तर मग अमेरिकेत जाऊन कोर्टात जाऊन ती लग्न करू शकणार होती का? तिला माहीत होतं की, तिचे आईवडील हे कितीही उदारमतवादी असले, तरी अशा गोष्टीला संमती देणार नव्हते.

काही असो, देवाचे आभार की, मॅटीनं हा प्रेमाचा विषय कधी काढला नव्हता. कदाचित त्याच्या तिच्याबद्दलच्या भावना ह्या नेहमीच मित्रत्वाचं प्रेम किंवा भाऊबहिणींचं प्रेम याहून वेगळ्या नव्हत्या. विशेषत: अमेरिकेत आते-मामेभावंडांचे प्रेमाचे नातेसंबंध मान्य नव्हते. तिने सौदी अरेबियात घालवलेल्या वर्षांमुळे जेव्हा एखादा माणूस हा छान आणि दयाळूपणे वागतो, तेव्हा अशा गोष्टींचं मूल्यमापन करताना कदाचित ती असा विपर्यास करत होती आणि ते प्रेम आहे, असं समजत होती.

मिचैल्ली सॅनफ्रान्सिस्को विद्यापीठातून पदवी मिळवेपर्यंत जी गोष्ट तिचे आईवडील पुढे ढकलत होते, ते पाऊल आता त्यांनी उचलण्याचं ठरवलं. तो निर्णय नंतर घेण्यापेक्षा आताच घेण्यासाठी त्यांनी आग्रह धरला. ९/११ नंतर अमेरिकेची जी परिस्थिती झाली, त्यात तिनं कॉलेजच्या शेवटच्या दोन वर्षांसाठी परत जाण्याबद्दल त्यांना भीती वाटत होती, अशी सबब त्यांनी पुढे केली. मिचैल्लीला ह्याचा अंदाज होताच आणि त्यापेक्षाही जास्त म्हणजे तिच्या आणि मॅटीच्या संबंधांबद्दल ती जे

काही म्हणाली होती ते जरी अस्पष्ट होतं तरी त्यांच्या त्या निर्णयामागे हाच खरा उद्देश होता.

ते सर्व जण आता दुबईला जाणार होते! जेव्हा तिच्या आईवडिलांना खात्री पटली की, सौदी अरेबियाच्या चोखंदळ आणि भोचक समाजात ते आता आरामात राहू शकत नव्हते, तेव्हा त्यांनी हा निर्णय घेतला. ह्यात मिचैल्लीच्या आवडीनिवडीचा प्रश्नच नव्हता. जर तिनं आपले आईवडील आणि भाऊ ह्यांच्याबरोबर जाण्याचं नाकारलं असतं तर तिच्या वडिलांच्या मनात भरलेलं ते संशयाचं भूत अधिकच तीव्र झालं असतं. तिच्या बाबतीत तर तिनं मामेभावाबरोबरच्या संबंधांचा जेव्हा विचार केला तेव्हा तिला वाटलं नाही की, त्याचं खरंच तिच्यावर प्रेम होतं. तिला वाटलं की, तो तिच्याकडे एक लाडावलेली धाकटी बहीण – जिला तो सुखी करण्याचा प्रयत्न करत होता – म्हणून बघत होता – जसा तो सर्वांनाच सुखी करण्याचा प्रयत्न करायचा, विशेषत: जे त्याच्या जवळचे होते त्यांना!

सॅनफ्रान्सिस्को विद्यापीठात फक्त दोनच वर्षं अभ्यास केल्यावर आईवडलांनी घेतलेल्या ह्या निर्णयानं ती आश्चर्यचकित झाली. हे उघड होतं की, त्यांनी प्रत्येक गोष्टीची आधीच व्यवस्था केली होती. तिनं तिचा अभ्यासक्रम दुबईतल्या अमेरिकन विद्यापीठातल्या व्हिज्युअल कम्युनिकेशन्सच्या शाखेत पुरा करायचा. विद्यापीठाचं पहिलं वर्ष जसं ती रियाध विद्यापीठातून सॅनफ्रान्सिस्कोला गेल्यावर फुकट गेलं होतं, तशी तिची पहिली दोन वर्षं फुकट जाणार नव्हती. यादरम्यान छोटा मिशाल खासगी शाळेत प्रवेश घेणार होता. तिच्या वडलांनी त्यांच्या अनेक मित्रांप्रमाणे दुबईत पैसा गुंतवायचं ठरवलं होतं. तिथे तिच्या आईला ते स्वातंत्र्य आणि आदर मिळाला असता जो तिला सौदी अरेबियात नाकारला गेला होता.

जरी सॅनफ्रान्सिस्कोपेक्षा दुबई जास्त जवळ होतं, तरी हे जाणं मागच्यापेक्षा जरा जास्त कठीण होतं. ह्या वेळी नवीन वर्षाच्या सुरुवातीला ती त्यांना भेटेल, असं वचन न देताच निरोप घ्यावा लागणार होता. त्यांचं रियाधमधलं घर अजूनही नावापुरतं त्यांचं राहणार होतं, तरीही मिचैल्लीची खात्री होती की, जर कुटुंबातल्या प्रत्येकानं मान्य केलं, तरच ती तिथं परत येऊ शकणार होती. आता रियाधमध्ये काही लागेबांधे राहणार नव्हते. फक्त तिथं राहत असलेले नातेवाईक तेवढेच आणि काही झालं तरी तिच्या आईवडिलांना त्यांना भेटण्यात स्वारस्य नव्हतं!

लामीसने निरोपासाठी एक मोठी पार्टी तिच्या घरी ठेवली. त्या मुलींनी भेट म्हणून मिचैल्लीला एक हिरे लावलेलं घड्याळ दिलं. त्यांचे यौवनाचे आणि नवतारुण्याचे दिवस आठवून त्या रडल्या. मिचैल्ली शिल्लाहमधून जात असल्यामुळे ते दिवस हरवत जाणार, हे त्यांना दिसत होतं. उम नुवाय्यिरनं पुन:पुन्हा त्यांना आठवण केली की, फोन आणि इंटरनेटची माध्यमं अजूनही होती. तिनं हेही

सांगितलं की, त्या रोजसुद्धा एकमेकींशी फोटो आणि आवाजासाठी वेब कॅम आणि मायक्रोफोन वापरून बोलू शकणार होत्या. त्यामुळे त्यांना जरा बरं वाटलं, तरीही मिचैल्लीबरोबरचे त्यांचे संबंध ती दुबईला जाताच बदलतील अशी त्यांना भीती वाटत होती. ती अमेरिकेला गेल्यावर असंच झालं होतं. हा तर तसा मोठाच बदल होता, कारण आता ही ताटातूट कायमची होती. कारण त्यामुळे इतक्या वर्षांच्या मैत्रीचं उबदार स्फुल्लिंग जरी त्यांनी टिकवायचा कितीही प्रयत्न केला असता, तरी ते विझून जाणार होतं.

लामीस सर्वांत जास्त दुःखी झाली होती. मिचैल्लीचं जाणं तिच्यासाठी एक कठीण वेळ होती. अनेक गोष्टी एकत्र येऊन तिला त्रास होत होता. काही घमेंडखोर शिक्षकांमुळे विद्यापीठातल्या अडचणींचा तिला त्रास होत होता. त्यात भर होती ती तमादूरबरोबरच्या नेहमीच्या समस्यांची! ती कधीही तिच्यावर टीका करायला थकत नसे आणि लामीसला कधी कुठे यश मिळालं की, वाटणारा मत्सर ती लपवू शकत नसे. अहमदबरोबरही समस्या जाणवत होत्या, कारण ती दोघं फोनवर जी चर्चा करायचे – ती सर्व बोलणी ज्यांच्या त्याच्या अभ्यासाशी संबंध नव्हता – ते सर्व तो विद्यापीठातल्या मित्रांजवळ बोलायचा असं लामीसच्या लक्षात आलं होतं. तो मित्रांच्या करमणुकीसाठी ती त्याला जे काही म्हणत असे ते सर्व सांगत सुटला होता. त्यात तिच्या वर्गातल्या मुलींबद्दलच्या गप्पाही असत. त्यांच्या कानांवर त्या आल्यामुळे त्या मुली चिडल्या होत्या आणि त्यांनी तिच्याशी संबंध तोडले होते.

गेल्या काही वर्षांत लामीस मिचैल्लीपासून जरा दूरच गेली होती. जेव्हा ती मिचैल्लीची तुलना आपल्या नव्या, जरा जास्त सुधारक वैद्यकीय कॉलेजमधल्या मुलींशी करायची, तेव्हा ती अनिश्चिततेच्या दीर्घ काळातून आणि भावनांच्या कल्लोळातून जात असे; परंतु जाण्याच्या दिवशी लामीसलाही अचानक दुःखद जाणीव झाली की, मिचैल्लीच तिला समजू शकत होती. अगदी खऱ्या अर्थानं समजू शकत होती. मिचैल्लीत आणि तिच्यात अनेक प्रकारचं साम्य होतं आणि तिनं आपलं खरं व्यक्तिमत्त्व अशा तऱ्हेनं शोधून काढलं होतं – जे दुसऱ्यांनी केलं नव्हतं. फक्त तिनंच आपल्या गहन अशा गुप्त गोष्टी तिला सांगितल्या होत्या आणि त्या ती सुरक्षित ठेवू शकत होती. समस्या होत्या; मिचैल्लीनं बरंच सहन केलं होतं. जेव्हा विद्यापीठात लामीसनं तिच्याकडं दुर्लक्ष केलं होतं, तेव्हा ती दुखावली जाणं स्वाभाविकच होतं; परंतु आता त्या गोष्टी उकरून काढण्यात काय अर्थ होता? मिचैल्ली निघून जाणार होती आणि कदाचित पुन्हा परतणार नव्हती आणि अशा तऱ्हेनं लामीस आपली जवळची जिवलग मैत्रीण कायमची गमावणार होती. तिची किंमत तिला आता कळली होती.

३३

To : seerehwenfadha7et@yahoogroups.com
From : 'seerehwenfadha7et'
Date : September 24, 2004
Subject : **Abu Musa'ed and His Fine Print**

प्रेषित (त्याला देवाचे आशीर्वाद आणि शांती लाभो) म्हणाला : कुमारिकेच्या लग्नाचा करारनामा हा तिच्या पालकाने मिळवायला हवा; परंतु विधवा किंवा घटस्फोटित ह्यांचा त्यांच्या पालकांपेक्षा स्वत:वर हक्क जास्त असतो.

द हादिथ कलेक्शन ऑफ साहिह मुस्लीम, *ओवी ३४७७*

माझ्या ई-मेल वाचणाऱ्यांपैकी एकाने शेवटची ई-मेल आल्यावर त्या एकत्र करण्याची आणि त्यांची प्रकरणं करून त्याचं पुस्तक छापायची तयारी दाखवली. अशा रीतीनं प्रत्येक जण हे वाचू शकेल.

या सलाम![४०] हे खरंच काहीतरी विशेष आहे. माझी स्वत:ची एकटीची कादंबरी पुस्तकांच्या दुकानात मांडलेली असेल आणि बेडरूम्समध्ये लपवलेली असेल. असं पुस्तक जे काही लोक दुसऱ्यांना परदेशाहून आणण्याची विनंती करतील *(हे गृहीत धरून की, तिथं सौदीमध्ये त्यावर बंदी घातली जाईल.)* आणि मी माझ्या छान फोटोनं मागचं सजलेलं पान पाहीन.

मला ह्या सूचनेचं आश्चर्य वाटलंच, पण भीतीही वाटली. आश्चर्य अशासाठी की, सौदी अरेबियात असा कुणीही शिल्लक नाही ज्याला माझ्या ई-मेल्स मिळालेल्या

---

४०. अरे, वाहवा!

नाहीत. काही झालं तरी याहूच्या सदस्यांच्या आणि हॉट मेल किंवा इतर सेवा देणाऱ्यांच्या पत्त्यांचा उपयोग करताना मी काळजी घेतलीये आणि मी त्या सर्व इंटरनेटच्या वर्गणीदारांकडे, ज्यांच्या इंटरनेटच्या माहितीत सौदी अरेबिया राज्याचा उल्लेख आलाय त्यांच्याकडे पाठविल्या आहेत आणि मग पहिल्या काही ई-मेल्सनंतर माझ्या याहू ग्रुपला हजारोंनी नवे वर्गणीदार मिळालेले आहेत! आणि भीती वाटली, कारण पुस्तक प्रसिद्ध करायचं म्हणजे माझं नाव उघड होणार, जे मी गेले कित्येक महिने तुमच्यापासून लपवून ठेवलेलं आहे. इथं फारच गंभीर प्रश्न उभे राहतात : माझ्या मैत्रिणींना अशा तऱ्हेच्या 'स्वार्थत्यागा'तून जाणं योग्य ठरेल का? आणि जर माझं खरं नाव माहीत झालं, तर मग माझ्यावर आणि त्यांच्यावर अनेक आरोप होतील. *(त्यांनी माझी खरडपट्टी आधीच काढलेली आहे)* तर त्याची खरोखरच आवश्यकता आहे का?

मला तुमचा दृष्टिकोन आणि सल्ला ऐकण्याची उत्सुकता आहे. मला जरूर लिहा.

गाम्राहच्या आईनं सैन्यात जनरलच्या हुद्द्यावर असलेल्या आणि तिच्या मामाचा बऱ्याच आधीपासून असलेल्या मित्र अबू मुसैदला भेटण्याचा तिच्यापाठी तगादा लावला. हा अबू मुसैद चाळिशीच्या पुढचा होता. त्याचं लग्न झालं होतं; परंतु आपल्या बायकोबरोबर काढलेल्या दहा वर्षांच्या काळात देवानं त्याला मुलं दिली नव्हती. काही कारणामुळे प्रत्येक जण त्याला युबो मुसैद – मुसैदचा बाप – म्हणायचे. त्याने आपल्या पहिल्या बायकोपासून काडीमोड घेतली होती आणि तो दुसरी बायको शोधत होता. तीही तरुण; जी त्याला हवा असलेला मुलगा देईल. अशी *(त्यानं पुन्हा लग्न करायचं ठरवल्यावर प्रसंगवशात, त्याला बातमी पोहोचली की, त्याची पहिली बायको तिच्या दुसऱ्या नवऱ्यापासून गरोदर राहिली होती.)* मग त्यानं आपल्या मित्रांपुढे 'सुप्रजा' बायको शोधण्याची त्रासदायक समस्या चर्चेसाठी मांडली. अबू फहाद, त्याचा मित्र आणि गाम्राहच्या मामीने ही बातमी ऐकली मात्र, त्याने आपल्या बहिणीची मुलगी सुचवली. आपल्या भाचीचं चांगलं व्हावं म्हणून आपण किती प्रयत्नशील आहोत, असा छानसा विचार त्याच्या मनात आला.

म्हणून मग ती इथं होती. जेव्हा अबू मुसैद भेटायला आला, तेव्हा गाम्राह त्याच्यापासून जरा दूर बसली, पण फार दूर नव्हे. तीन वर्षांपूर्वी रशीद जेव्हा भावी नवरा म्हणून सांगून आला होता, तेव्हा जितक्या बारकाईनं तिनं पाहिलं नव्हतं, ते या वेळी मात्र तिनं त्याचं बारीक निरीक्षण केलं. आता पूर्वीसारखा लाजाळूपणाचा अडथळा नव्हता किंवा आता तिला आपलं पाऊल अडखळून पडण्याचीही धास्ती नव्हती.

तो माणूस तिला वाटला तेवढा म्हातारा नव्हता. चाळिशीच्या आतला दिसत होता. त्याच्या मिशांत पांढरे केस नव्हते, परंतु त्याच्या कानशिलावर काही रुपेरी केस होते. ते त्याच्या पांढऱ्या घुत्रा[४१] तून चुकून बाहेर पडले होते.

तिच्या मामाची अबू मुसैदशी चांगली ओळख होती. त्यामुळे तिच्या वडलांची ह्याबाबत भूमिका गौण होती. त्यांचा खुर्चीवरून उठण्याचा आणि काही क्षण तेथून नाहीसं होण्याचा *(जसं गाम्राहच्या आईनं त्यांना करायला सांगितलं होतं तसा)* बेत होता. त्यामुळे त्यांच्या मुलीला ह्या संभाव्य नियोजित वराशी बोलण्याची संधी मिळणार होती. अशी संधी तिला तिच्या पहिल्या लग्नात दिली गेली नव्हती. तिचे वडील मामा कधी उठतोय, ह्याची वाट पाहत होते; परंतु मामा काही हलला नाही. त्याच्या बहिणीच्या चाललेल्या विनवण्या आणि तिचे दारामागून हात हलवून होणारे इशारे ह्याची त्यानं जराही पर्वा केली नाही. गाम्राहचा मामा तसाच बसून राहिला. छोटासा पडणारा खंड, गाम्राहचं वळणं, बघणं किंवा कुजबुजणं ह्या खुणांची तो अगदी चिंतातुरपणे दक्ष होऊन वाट पाहत होता. जर अबू मुसैदनं त्यात माघार घेतली असती, तर त्याला तिच्यावर किंवा त्याच्या आईवर राग काढता आला असता.

परंतु अबू मुसैदनं गाम्राहच्या अस्तित्वाकडं पूर्ण दुर्लक्ष केलं. त्यानं तिच्या मामाकडं मोर्चा वळवला आणि तो त्याच्याजवळ शेअर्सच्या ताज्या किमतीबद्दल बोलू लागला. त्याच्या ह्या उद्धट वागणुकीमुळे गाम्राहला तिटकाराच आला. तिनं काही क्षणांपूर्वीच त्या खोलीत प्रवेश केला होता आणि तिथून सरळ निघून जायचं काम ती करू शकत नव्हती. अचानक अबू मुसैदनं एक अशा तऱ्हेचा बॉम्ब टाकला की, त्यामुळे सर्वांचे तुकडे होतील की काय, हे बघण्यासाठी तिला बराच वेळ थांबावंच लागलं.

''आता तुला चांगलं माहीत आहे.'' तो तिच्या मामाशी बोलू लागला, ''मी एक बेदाऊनी आणि शिपाई आहे. मला तुमच्या अद्ययावत शहरी लोकांप्रमाणं हुशारीनं संभाषण करण्यात काही स्वारस्य नाही. मी असं ऐकलंय की, तुझ्या भाचीला तिच्या पहिल्या नवऱ्यापासून झालेला एक लहान मुलगा आहे. त्यामुळे माझी ही महत्त्वाची अट आहे की, तो मुलगा आपल्या आजीबरोबर इथं राहील. स्पष्टपणे सांगायचं, तर जे मूल माझं नाही, ते मी वाढवणार नाही. त्याचं माझ्या घरात स्वागत होणार नाही.''

''परंतु अबू,'' तिचा मामा म्हणाला, ''तो मुलगा अजून खूप छोटा आहे.''

''लहान की मोठा, ह्याचं मला काही नाही! ही करारनाम्यातील महत्त्वाची अट आहे. मी ह्याबाबत अगदी स्पष्ट बोलतोय आणि त्यामुळे तुला किंवा तिच्या वडलांना दुःख होऊ नये.''

---

४१. घुत्रा हे सौदींमधील पुरुषांचं डोकं झाकण्याचं वस्त्र आहे. ते शिमागसारखंच असतं; पण लाल आणि पांढरी चौकड असण्याऐवजी ते स्वच्छ पांढरं असतं.

उशीर झाला असला, तरी तिच्या मामानं तो बॉम्ब निष्प्रभ करण्याचा प्रयत्न केला. ''धीर धर अबू मुसैद, तुझ्या सबुरीमुळे आणि ईश्वरी इच्छेनं चांगलंच घडेल.''

गाम्राह आपली नजर बापाकडून मामाकडे आणि मग अबू मुसैदकडे फिरवत होती. तिचं ह्याबाबत सर्वस्व पणाला लागणार होतं आणि ती त्यांच्यासमोर बसलेली होती, जरी ती लाकडी फळीप्रमाणे शांत आणि ताठ होती तरी, तिचा विचार घेण्याचंही ह्या पुरुषांच्या मनात आलं नव्हतं.

गाम्राह उठली आणि मामाकडं रागानं बघत तिनं खोली सोडली.

तिच्या खोलीत तिची आई वाट पाहत होती. तिनं हे सर्व संभाषण ऐकलं होतं. गाम्राहला आपल्या मामाच्या निर्दयपणाचा, तिच्या बापाच्या निष्क्रियपणाचा आणि ज्याचं नाव अबू मुसैद होतं त्या माणसाच्या उद्धटपणाचा रागच आला होता. तिच्या आईनं चिंतातुर असतानाही हे फारसं काही मनावर न घेतल्याचं दाखवलं. गाम्राह तिच्या आवाजातील कठोरपणा ऐकू शकत होती. तिनं जे शब्द सापडतील त्यांनी मुलीला शांत करण्याचा प्रयत्न केला. आता तिच्या लक्षात आलं होतं की, त्याच त्याच जुन्या गोष्टी उगाळून तिनं पुन्हा एकदा मुलीला आणि स्वत:ला वैताग आणला होता आणि हे लक्षात आल्यावर मग ती गप्प बसली होती. गाम्राह काही शांत झाली नाही. ज्यानं आपल्या मुलाला त्याच्यासाठी सोडावं, हे निर्दयपणे सांगितलं होतं त्या निर्लज्ज माणसाबद्दल आणि त्याच्या त्या अटींबद्दल ती चिडून बोलतच राहिली. आणि हे अगदी उघड होतं की, हा माणूस स्वत: मूल जन्माला घालू शकत नव्हता! तर मग तिचा एकुलता एक मुलगा तिच्यापासून दूर करण्याचं धारिष्ट्य तो कसं करू शकत होता? तिनं असा स्वार्थत्याग करावा, अशी मागणी तो कशी काय करू शकत होता? आपण कोण आहोत, असं त्याला वाटत होतं? हा बेदाऊनी शिपाई गडी तिच्या मामाजवळ इतक्या उद्धटपणे आणि अहंमन्यता दाखवत का बोलत होता? तिनं बेदाऊनी लोकांबद्दल आणि त्यांच्या विचित्र स्वभावाबद्दल ऐकलं होतं; परंतु अबू मुसैदसारख्या एखाद्या माणसाशी भेट होण्याचं दुर्दैव अजूनपर्यंत तरी तिच्या वाटणीला आलं नव्हतं.

तो माणूस निघून गेल्यावर गाम्राह नम्रपणे काही सबब न सांगता खोलीतून निघून गेल्यामुळे चिडलेला तिचा मामा आणि त्याच्याबरोबर तिचे वडील तिच्या खोलीत आले. ती सर्व त्या बेदाऊनी माणसाबरोबर एकत्र बसलेली असताना तिच्या मामानं तिच्याकडं दुर्लक्ष केलं होतं, तसंच आताही दुर्लक्ष करत तो तिच्या आईला म्हणाला,

''तुझ्या मुलीला काही लाज नाही उम महमद! ती इतकी बिघडलेली आहे! मी म्हणतो की, आपण पुढाकार घेऊन तिचं लग्न ह्या माणसाशी करू या. त्याच्यात काही दोष नाही आणि देवाचे आभार मान की, ह्या मुलीला आधीच एक मुलगा आहे.

म्हणजे ती काही तिच्या आयुष्यात मुलं नसल्यामुळे पूर्णपणे वांझोटी नाही आणि आपल्या सर्वांना माहीत आहे की, तिचं रक्षण करायला आणि मदत करायला पुरुष नसणं आणि तिला तसंच सोडून देणं, ही काही चांगली गोष्ट नाही. हे बघ बहिणाबाई, लोक नेहमी बोलत असतात आणि आपल्या कुटुंबात दुसऱ्याही मुली आहेत. त्यांना तुझ्या ह्या घटस्फोटित मुलीमुळे त्याची किंमत चुकवायला लागू नये. देव तुझं आयुष्य – माझ्या प्रिय बहिणाबाई – आमच्यासाठी दीर्घ करो. देव तुला तुझी आणि तुझ्या मुलांची मुलं वाढवायला संधी देऊ दे. गाम्राहचा मुलगा आपण ह्या घरात मोठा होण्यासाठी ठेवू या. त्याची आई जेव्हा तिला वाटेल तेव्हा त्याला इथं येऊन भेटू शकेल आणि मला नाही वाटत की, हा माणूस त्याला मनाई करेल तर भाईसाब, तुम्हाला काय वाटतं अबू मुसैदबद्दल? ''

''वा अल्ला, तू त्या माणसाला ओळखतोस आणि त्याला तुझ्या तीक्ष्ण नजरेखालून घातलंस, तेवढं मला पुरेसं आहे. जर त्याच्यात काही दोष आहेत, असं तुला वाटत नसलं तर मग देवावर हवाला ठेवून आपण पुढे जाऊ या.''

ह्याबाबतचा निर्णय त्यानं घ्यायचा नव्हता, तरी आपलं असं पूर्ण आणि तपशीलवार मत दिल्यावर तिचा मामा निघून गेला. तिचे वडीलही बाहेर गेले आणि आपल्या आईवर राग काढत गाम्राह घरात बसून राहिली. ती चिडली होती आणि दु:खी झाली होती. तिनं आपल्या आईच्या तोंडावर शब्द फेकले, ''का? माझं रक्षण करायला आणि मदत करायला मला पुरुषाची गरज का? तुझ्या भावाला काय मी कलंकित वाटते? का मी स्वत:चं रक्षण करायला असमर्थ आहे, असं वाटतं? तुम्हा लोकांच्या हे लक्षात येत नाही की, मी वयानं वाढलेली एक स्त्री आहे आणि मला एक मुलगा आहे! माझ्या शब्दाला किंमत हवी आणि माझं मत ऐकायला हवं! पण नाही! तुम्ही एखादं शहाणं कुटुंब विचार करेल त्याच्या अगदी विरुद्ध विचार करता. हे तू माझ्या रशीदशी झालेल्या वाङ्निश्चयाच्या वेळी केलंस त्याहून फार वाईट आहे. तू कोणत्या प्रकारचा नवऱ्यांशी आणि बापाशी लग्न केलंस? तुझ्या त्या हुकूमशहा भावासमोर आपल्या स्वत:च्या मुलीविषयी बोलायला त्यांच्याकडे एक शब्दही नाही आणि तुझा हा भाऊ! याला आपल्या मुलींची लग्नं करायची आहेत, पण मला त्याच्या मुलींशी काय करायचंय? त्याला त्या दोष असलेल्या घाणेरड्या माणसाच्या पदरात मला टाकायचंय, कारण त्यामुळे त्याची माझ्यापासून सुटका होईल आणि मग त्याच्या मुलींचं चांगल्या मुलांशी लग्न करण्यासाठी त्याचा रस्ता मोकळा होईल! देव करो, त्यांची कधीच लग्नं होऊ नयेत. तो आणि त्याच्या एकूण एक मुली नरकात जावोत!''

''शी, शी गाम्राह, राणी! काही झालं तरी तुझा तो मामा आहे. तुझ्या कुटुंबातला आहे. त्याच्याबद्दल आता विचार करू नको. जे तुझ्यासाठी योग्य आहे

ते शोध आणि जे तुझ्या देवानं लिहिलंय तेच घडेल. तू आपलं आयुष्य अल्लाला अर्पण कर आणि त्याच्यावर विश्वास ठेव.''

आईनं तिच्या पहिल्या लग्नात तिला 'काय उत्तम आहे' ते शोधण्याचा सल्ला दिला नव्हता. का रशीदमध्ये असे काही प्रचंड गुण होते की, त्यामुळे जे 'उत्तम' आहे ते शोधण्याची तेव्हा गरजच भासली नव्हती? त्या रात्री गाम्राहनं नेहमीची प्रार्थना केली आणि त्यानंतर बंधनकारक नसलेली, पण मार्गदर्शन करण्यासाठी मुडीनं शिकवलेली प्रार्थनाही केली. तिनं आपली चटई पसरून प्रार्थनेला सुरुवात केली.

''ओऽअल्ला, अबू मुसैदच्या लग्नाच्या मागणीबाबत मी काय करावं ह्यासाठी मी तुझ्या ज्ञानाला आवाहन करते. मला शक्ती देण्यासाठी तुझी प्रार्थना करते आणि तुझ्या कृपेची इच्छा करते. तुझ्या एकट्याकडे सर्व सामर्थ्य आहे; परंतु माझ्याकडे काहीही शक्ती नाही. तुला एकट्याला सर्व माहीत आहे; परंतु मला नाही. तूच असा एकमेव आहेस, ज्याला गुप्त गोष्टी माहीत आहेत. ओ अल्ला, जर अबू मुसैदशी लग्न करणं माझ्या धर्माप्रमाणे, माझ्या भौतिक आयुष्यासाठी आणि माझ्या सुनिश्चित नशिबासाठी चांगलं आहे, असं तुला वाटत असेल तर माझ्यासाठी गोष्टी लवकर घडव आणि माझ्या ह्या कृतीसाठी मला आशीर्वाद दे; पण जर तुला असं वाटत असेल की, ही गोष्ट माझ्या धर्मासाठी, भौतिक आयुष्यासाठी आणि नशिबासाठी अपायकारक आहे तर तू ती माझ्यापासून दूर कर आणि मलाही त्यापासून दूर कर. माझ्यासाठी कुठेही जे काही चांगलं असेल ते ठरव आणि मला त्यात समाधान मिळवून दे.''

मुडीनं तिला सांगितलं की, तिला वाटत होतं तशी योग्य निवड करण्यासाठी तिला खात्रीनं स्वप्न पडेलच असं नाही. योग्य काय आहे त्यासाठी पुन:पुन्हा प्रार्थना केल्यावर देव तिच्या हृदयातली काळजी दूर करेल आणि जी योग्य गोष्ट आहे त्याकडे बोट दाखवेल किंवा तो तिची छाती भरल्यासारखी करेल आणि मग तिच्या लक्षात येईल की, हा विशिष्ट निर्णय तिच्या भल्यासाठी नाही. मग तिला तो सोडून द्यावा हे कळेल. गाम्राह पुन:पुन्हा, वेळोवेळी, रोजच्या रोज, दिवसेंदिवस जे योग्य आहे ते समजण्यासाठी प्रार्थना करत राहिली; परंतु तिला काही मार्गदर्शन झालं नाही.

दहा दिवसांनंतर एका रात्री अंघोळ करून आणि पलंगावर बसून देवाची प्रार्थना केल्यावर ती झोपी गेली. त्या वेळी गाम्राहला स्वप्न पडलं की, ती ज्या पलंगावर पडली होती, तो तिचा नव्हता. तिच्यावर एक जाड रजई घातलेली होती आणि तिचं फक्त डोकं आणि पाय दिसत होते. स्वप्नात ती आपल्या चेहऱ्याकडं निरखून पाहत होती, जणूकाही ती आपली मैत्रीण सादीम हिच्या चेहऱ्याकडे टक लावून पाहत होती. फरक एवढाच की, तिला पूर्ण खात्री होती की, तो झोपलेला आणि त्या पलंगावर पहुडलेला देह तिचा होता, मात्र नाकडोळे हे आता विलक्षण रीतीनं

'हळूहळू सादीमसारखे' झाले होते. त्या झोपलेल्या स्त्रीचे केस जवळजवळ पांढरे झाले होते आणि तिला एक लांब पांढरी दाढी होती. *(आणि सगळ्यांत विलक्षण गोष्ट ही होती की, गाम्राहच्या मनात त्या चेहऱ्यावरच्या दाढीबद्दल काहीही विचित्र भावना नव्हती).* मग तिनं ते दृश्य पाहिलं – त्यात ती स्वत:वरच किंचाळत स्वत:ला जागं करत होती. तिच्या झोपलेल्या 'स्वत:'ला 'उठ, उठ, उठ! प्रार्थनेची वेळ झालीये!' असं सांगत होती; परंतु स्वप्नातून जागं होईपर्यंत ती तिच्या गादीवर बेचैनीनं तळमळत होती आणि जागं झाल्यावरही ती तशीच तळमळत राहिली.

जेव्हा तिनं आपलं हे स्वप्न मुडीला सांगितलं, तेव्हा त्या स्त्रीनं स्वप्नांबाबत आणि दृष्टिविषयक बाबींचे अर्थ सांगण्यात जे तरबेज होते, अशा शेखांपैकी एकाशी संपर्क साधला. गाम्राहनं आपलं हे स्वप्न त्या खास व्यक्तीजवळ आपल्या शब्दांत वर्णन करावं, अशी तिची इच्छा होती. गाम्राहनं त्याला सांगितलं की, हे स्वप्न एका व्यक्तीनं तिला लग्नासाठी मागणी घातली होती, त्याबाबत देवाचं मार्गदर्शन शोधत असताना तिला पडलं होतं. शेखने तिचं लग्न झालं होतं का, असं विचारलं.

"हो, झालं होतं शेख. मग माझा घटस्फोट झाला.''

त्यानं तिला ह्या लग्नापासून मुलं आहेत का, असं विचारलं आणि ती म्हणाली, ''मला एक मुलगा आहे.''

''ती झोपलेली स्त्री तू आहेस आणि जसं तुला स्वप्नात वाटत होतं, तशी तुझी मैत्रीण नव्हे'' त्यानं तिला सांगितलं. ''हे बघ मुली, मी तुला असा सल्ला देतो की, प्रत्येक अरिष्टापासून संरक्षण व्हावं आणि वाईट गोष्टींपासून मुक्ती मिळावी, ह्यासाठी सर्वांत आधी तुझा विश्वास दृढ व्हायला हवा. ती रजई ही पहिल्या लग्नातली सुरक्षितता आणि स्थैर्य आहे आणि ते तू हरवलेलं आहेस असं दिसतं. आता तुझ्या केसांविषयी किंवा तुझ्या पडदा नसलेल्या डोक्याविषयी. तुझा नवरा परत येणार नाही, ह्याचे ते स्पष्ट निर्देशक आहेत आणि ते तुझ्या चांगल्यासाठी आहे; कारण ते करडे केस आपल्याला सांगतात की, ज्यानं तुला फसवलं तो एक भ्रष्ट आणि घातकी माणूस होता. तुझ्या दाढीविषयी म्हणशील, तर ती तुझ्यासाठी चांगली बातमी आहे. तुझा मुलगा त्याच्या कुटुंबात आणि लोकांत देवाच्या दयेनं वजनदार आणि प्रतिष्ठित माणूस बनेल. प्रार्थनेसाठी वेळेवर न उठणं, म्हणजे तू ज्या बाबतीत मार्गदर्शन मागतेस त्यात अडचण आहे. मी तुला सल्ला देतो की, जो माणूस लग्नाची मागणी घालण्यासाठी आलाय त्याला तू स्वीकारू नकोस. देव जे काही निवडतो त्यात भलं असतं आणि देव हा सर्वांत ज्ञानी असतो.''

जेव्हा शेखनं त्या स्वप्नाचा सांगितलेला अर्थ तिनं ऐकला, तेव्हा गाम्राह कापू लागली. तिचा सर्व देह कंप पावत होता आणि ती घाईनं आपल्या आईला ते सांगण्यासाठी गेली. तिनं ते आपल्या भावाला सांगितलं. त्यानं मग तमाशा केला

आणि सगळ्यांना धमक्या दिल्या; परंतु उम महमदला ह्या अशा बाबतीत प्रदीर्घ अनुभव असल्यामुळं तिनं त्याचा तो राग ती सर्व गोष्ट संपेपर्यंत सोसला आणि प्रत्येकानं अशा त्या वाङ्निश्चयापासून, ज्याचा शेवट आणि सुरुवात देवानं लिहिली नव्हती आणि ज्याचा निवाडाही केला नव्हता, अशा त्या वाङ्निश्चयापासून आपली नजर दूर केली. तो विचार डोक्यातून काढून टाकला.

३४

To : seerehwenfadha7et@yahoogroups.com
From : 'seerehwenfadha7et'
Date : October 1, 2004
Subject : **Mourning**

भुलवणाऱ्या अशा मागण्यांचं सत्र अजूनही चालू आहे. तसंच तऱ्हेतऱ्हेच्या सूचनाही येत आहेत आणि ह्यात खरं कोण आणि खोटं कोण, हे मी ओळखू शकत नाही. एका सौदी निर्मात्यानं मला एक योजना पाठवली – माझ्या ई-मेल्सची तीस भागांची रमजान टीव्ही-मालिका करायची! का नाही? जर का आम्ही ह्या आधी ती कादंबरी म्हणून प्रसिद्ध करण्याबद्दल बोलतोय, तर मग टीव्हीसाठी फिल्म का नाही? माझं आमच्या अब्दुल्ला अल्-घाधामी[४२] ह्यांच्याशी एकमत आहे की, शब्दांत लिहिलेलं वाङ्मय हे साधारण असतं; पण त्याची प्रतिभा लोकतांत्रिक असते. मला कादंबरीपेक्षा मालिका जास्त पसंत आहे, कारण माझ्या मैत्रिणींच्या गोष्टी मला प्रत्येकापर्यंत पोहोचायला हव्यात. ही नक्कीच सुरुवात असेल.

परंतु इथं महत्त्वाचा प्रश्न पुढं येतो. माझ्या मालिकेत काम करायला कोण तयार होईल? आपण शेजारच्या गल्फ राज्यातल्या नट्यांवर अवलंबून राहायचं का? आणि ह्यात छान आणि सुसंस्कृत अशा सौदी लोकांच्या संवादातल्या देवाणघेवाणीवर जो भर आहे, तो ह्या रचनेत घालवायचा का? का आपण सौदी मुलांना वेषांतर करून तरुण स्त्रियांची[४३] भूमिका पार पाडायला लावायची आणि त्यामुळे प्रेक्षक गमवायचे?

सादीमच्या मोठ्या काकाचं घर शोक करणाऱ्या लोकांनी भरलं होतं. सादीमचे

---

४२. प्रसिद्ध सौदी टीकाकार.
४३. तरुण सौदी मुलींनी नट्या होण्याबद्दल सर्वसाधारणपणे नापसंती व्यक्त केली जाते.

वडील अत्यंत आदरणीय अब्दुल–मुहसिन अल्–होरैम्ली हे त्यांच्या शहरात मध्यवर्ती असलेल्या कार्यालयात अचानक हृदयविकाराचा झटका येऊन मरण पावले होते. त्या झटक्यानं त्यांना मृत्यूच्या दरवाजात फार काळ घोटाळत ठेवलं नव्हतं.

त्या स्वागतकक्षात एका अत्यंत दूरच्या कोपऱ्यात सादीम बसली होती. गाम्राह आणि लामीस तिच्या दोन्ही बाजूला होत्या. त्या तिचं सांत्वन करण्याचा प्रयत्न करत होत्या, परंतु त्यांचेच अश्रू तिच्यापेक्षा जास्त वाहत होते. आता सादीम कशी जगणार होती? आधीच तिची आई नव्हती आणि आता तिच्यावर लक्ष ठेवणारा बापही अचानक वारला होता. त्या मोठ्या घरात तिच्याबरोबर दुसरं कोणी नसताना ती रात्री एकटी कशी झोपणार होती? ती आपल्या चुलत्यांच्या हाताखाली कशी काय जगू शकणार होती? त्यांनी नक्कीच तिला त्यांच्या घरांपैकी एखाद्या घरात राहायला भाग पाडलं असतं का? जरी ह्या अशा विचित्र वेळी ते प्रश्न विचारल्याशिवाय त्यांना राहावत नव्हतं, तरी सादीमची स्वत:च्या आईशी ओळख होण्यापूर्वीच तिची आई वारली होती आणि तिचे वडील तिला त्यांची अत्यंत गरज असताना वारले होते. आपण देवाचे आहोत आणि देवाकडेच आपल्याला परत जायचंय, हे नक्की आहे आणि त्याबद्दल काही विरोध असू शकत नाही.

उम नुवाय्यिर सादीमच्या काकींच्या आणि तिची मावशी बद्रियाह ह्यांच्या बाजूला शोक करण्यासाठी आलेल्या स्त्रियांना भेटण्यासाठी उभी राहिली. अनेकदा तिचे डोळे सादीमकडे लागलेले होते. लोकांच्या हृदयाचे तुकडे करणारी ही परीक्षेची घडी ती कशी काय निभावतेय, हे ती पाहत होती.

दु:खानं खोलीत गर्दी करणाऱ्या त्या बायकांकडं सादीमनं पाहिलं. त्यांच्या कुणाच्याच चेहऱ्यावर खऱ्या दु:खाच्या खुणा दिसत नव्हत्या. काही जणी पूर्णपणे नटून-सजून आणि चांगले पोशाख घालून आल्या होत्या. काही तर निर्लज्जपणे अर्थशून्य बडबड करण्यात गुंतल्या होत्या. खोलीच्या निरनिराळ्या भागांतून येणारं दबलेलं हसू ती ऐकू शकत होती. हे तेच लोक होते का, जे तिची ह्या भयंकर घडीला सोबत करण्यासाठी आले होते? ज्या लोकांना तिच्याबद्दल जराही सहानुभूती वाटत नव्हती, अशा लोकांचे सांत्वनपर शब्द ऐकण्यासाठी ती तिथं बसली होती का? आणि ज्या इतरांना तिच्याबद्दल दु:ख वाटत होतं, ते तिच्यापर्यंत तिला मिठीत घेण्यासाठी पोहोचू शकत नव्हते का?

तिचं हृदय पिळवटून टाकणारं दु:ख कुणालाच जाणवत नव्हतं. अशा त्या खोलीतून सादीम मग पळालीच. जो कोणी तिला समजू शकत होता, तो म्हणजे तिचा फिरास! तिची आपल्या वडलांशी किती घट्ट जवळीक होती, हे फिरासशिवाय खरंच कोणाला माहिती नव्हतं. तो एकटाच फक्त असा होता, जो हे ओझं हलकं करू शकत होता. तिच्या वडलांच्या मृत्यूनंतर तोच एक काय तो तिच्यासाठी उरला

होता. तिला त्याची किती गरज होती!

त्याचे मोबाइलवर येणारे एसएमएस थांबले नाहीत. आपण तिच्याबरोबर असल्याचं तिला जाणवावं ह्यासाठी तो सतत प्रयत्न करत होता आणि तो तिला सतत सांगत होता की, तो तिच्या दु:खात आणि तिनं जे काही गमावलंय त्या वेदनेत सहभागी होता. तिचे वडील हे त्याचेही वडील होते आणि ती त्याचा आत्मा होती, असं तो तिला वारंवार सांगत होता. त्यामुळे काहीही घडलं तरी तो तिला टाकणार नव्हता.

त्या रात्री उशिरा फिरासनं एक प्रार्थनेचं पुस्तक हातात घेतलं आणि तो सादीमला फोनवर वाचून दाखवू लागला. त्याच्यामागोमाग तिनं 'आमेन' असं म्हणावं असं सांगू लागला :

"देवा, अब्दुलमुहसिन अलूहोरैम्ली हे तुझ्या संरक्षणाखाली असोत."

फिरासनं मृतासाठीची ती प्रार्थना आपल्या घोगऱ्या आवाजात म्हटली. त्याचं हृदय प्रिय सादीमच्या हुंदक्यांनी पिळवटून निघालं; परंतु आपल्या प्रेयसीची तिच्या दु:खापासून सुटका करण्याबाबत तो हताश झाला नाही. तो वडलांच्या ममतेनं तिचं सांत्वन करण्याचा प्रयत्न करू लागला. नि:स्वार्थीपणे! जणूकाही तो फक्त तिच्यासाठीच तिथं होता, तिच्या प्रत्येक गरजेसाठी सेवक! एक क्षणभरही तो दूर आहे किंवा तिला खरोखरच जवळ घ्यायला असमर्थ आहे, असं तिला जाणवलं नाही.

ती आपल्या दु:खाचा पहिला घोट गिळेपर्यंत फिरास आपल्या छोट्या सादीमसाठी फोनवर थांबला. त्यानंतर त्यानं तिला आपला आधार देणं सुरूच ठेवलं. ती स्वत: उभी राहून आणि त्या दु:खाच्या दिवसांतून बाहेर पडेपर्यंत तो तिला मदत करत राहिला.

३५

To : seerehwenfadha7et @yahoogroups.com
From : 'seerehwenfadha7et'
Date : October 8, 2004
Subject : **Aquarius!**

माझ्या आधीच्या ई-मेलनंतर मला तुम्हाला तुमच्या दु:खांपासून दूर करू द्या. ह्या आठवड्यात रमजानचा पहिला दिवस येतोय. ह्या प्रसंगाच्या निमित्तानं तुम्हाला आशीर्वाद मिळू देत. देवानं पुन्हा एकदा हा अनुग्रहित असा महिना आपल्याला दिलाय. आपल्याला आणि सर्व मुस्लीम लोकांनाही! कारण त्यानं आपल्याला साहाय्य दिलंय. त्यामुळे आपण दिवसाच्या सर्व तासांत उपवास करू शकू आणि ते करण्यासाठी आपल्याला बळ मिळेल.

मी आधीच तुमची माफी मागतेय की, येत्या महिन्यात मी काही पत्रं लिहू शकणार नाही; पण मी वचन देते की, हा पवित्र महिना संपला की, माझ्या मैत्रिणींच्या कथांना मी सुरुवात करीन. मी आधीच कबूल करत्येय की, मला तुमची कमतरता जाणवेल. रमजाननंतर मात्र मी देवाच्या दयेनं खरीखुरी मोठी पत्रं घेऊन परत येईन. माझी वाट पाहा.

त्यांचं विद्यापीठातलं चौथं वर्ष संपल्यावर लामीस आणि तमादूरनं उन्हाळ्याच्या सुट्टीचा उपयोग जेद्दाहमधल्या एका हॉस्पिटलमध्ये प्रशिक्षणात घालवण्याचं ठरवलं. त्या हॉस्पिटलशी संबंधित असलेल्या विद्यार्थी आणि विद्यार्थिनींप्रमाणे त्या अधिकृत डॉक्टर झाल्याशिवाय पेशंट हाताळायची त्यांना परवानगी नव्हती. निवासी डॉक्टर्स आणि सल्लागार जेव्हा आजाऱ्यांना तपासायचे आणि ऑपरेशन्स करायचे तेव्हा ते काय करतात, त्याचं निरीक्षण करणं इथपर्यंत त्यांची जबाबदारी मर्यादित होती.

ह्या दोन जुळ्या बहिणींबरोबर त्या हॉस्पिटलमध्ये कॉलेज ऑफ मेडिसीनमधले

दोन पुरुष-प्रशिक्षणार्थी आणि काही स्त्रीपुरुष-विद्यार्थी होते. ते सर्व हॉस्पिटलच्या दंतचिकित्सा शाखेत प्रशिक्षण घेत होते.

सुरुवातीला तमादूरला भयंकर दुखावल्यासारखं झालं, कारण ती आणि तिची बहीण ह्या फक्त दोनच तरुण मुली त्या वैद्यकीय विद्यार्थ्यांत होत्या. तिला ते इतकं विचित्र वाटायचं की, ती सकाळी हॉस्पिटलला ठरवूनच उशिरा जायची आणि दिवसाही ती कामाची वेळ संपायच्या आधीच हॉस्पिटल सोडायची. ह्याबाबत लामीस मात्र बरोबर विरुद्ध वागायची. ती हॉस्पिटलमध्ये अगदी वेळेवर जायची आणि ह्या नवीन कार्यक्रमात आपलं चुकून काही राहू नये, ह्यासाठी उत्सुक असायची.

त्या हॉस्पिटलमधले डॉक्टर्स आणि व्यवस्थापकीय लोक त्यांच्याशी बोलताना अगदी छान आणि मैत्रीपूर्ण वागायचे; पण विद्यार्थ्यांच्या आरामासाठी राखलेल्या खोलीत तिच्या दोन पुरुष-सहकाऱ्यांबरोबर बसताना तमादूरला संकोच वाटायचा. ती त्यांच्यापासून अंतर राखून राहायची आणि तिच्याहून वरिष्ठ असलेल्या स्त्रियांबरोबर वागतानाही तिला कठीण जायचं. लामीस ह्याच्या अगदी विरुद्ध होती. ती धीट होती आणि तिनं पटकन जुळवून घेतलं होतं. लामीस किती पटकन त्या हॉस्पिटलमध्ये काम करणाऱ्या लोकांत रुळली होती, हे दाखवून द्यायची. त्यामुळे तिच्या बहिणीला राग यायचा.

एक आठवड्याच्या उन्हाळी प्रशिक्षणानंतर तमादूरनं हॉस्पिटलमध्ये जाणं थांबवलं. एका विद्यार्थ्यानंही यायचं बंद केलं, कारण वैद्यकीय शाळा सुरू होण्यापूर्वी शेवटचे दोन आठवडे तो परदेशात प्रवास करणार होता. लामीस ही एकटी विद्यार्थिनी उरली होती आणि दुसरीकडे निझार नावाचा एकच विद्यार्थी होता. हे लामीसच्या ताबडतोब लक्षात आलं होतं की, दोन वैद्यकीय विद्यार्थ्यांपेक्षा एकाबरोबर असणं हे तिला जास्त पसंत होतं. पूर्वी कधीही ती त्या जोडगोळीकडे जायची तेव्हा तिला वाटायचं की, आपण लुडबुडतोय; परंतु आता निझार तिच्यासारखाच एकटा होता. पेशंटसाठी वॉर्डात फेऱ्या घालायच्या आणि शस्त्रक्रिया करायच्या ह्यामधल्या मोकळ्या वेळात विरंगुळ्यासाठी त्या दोघांनाही कोणी साथीदार नव्हता.

ह्या अनियोजित सान्निध्यामुळे लामीसला निझारच्या सौम्य व्यक्तिमत्त्वात डोकावण्याची संधी मिळाली. तो ज्या तऱ्हेनं तिच्याशी वागायचा, ते अहमदपेक्षा इंटरनेटवरच्या तिच्या मित्रांपेक्षाही वेगळं होतं किंवा जरी सुरुवातीला तिचा त्याच्या हेतूंबद्दल विपरीत ग्रह झाला होता, तरी तो उत्स्फूर्तपणे वागायचा. त्यामुळे ती आकर्षित झाली होती. उदाहरणार्थ, त्याचा वर्गमित्र गेल्यानंतर दुसऱ्या दिवशी त्यानं तिला हॉस्पिटलच्या कॅफेटेरियात बरोबर जेवण घेण्यासाठी बोलावलं. ती एक अभ्यासाचं पुस्तक वाचतेय आणि जेवणाआधी ती काही काळ थांबणार असल्याचं सांगून लामीसनं हे बोलावणं नाकारलं. मग तो सरळ बुफे टेबलाकडे गेला आणि एक प्लेट तिच्यासाठी आणि

एक प्लेट त्याच्यासाठी घेऊन आला. त्यानं तिची प्लेट सभ्यपणे तिला दिली आणि तिला आठवण करून दिली की, जे ऑपरेशन ते पाहणार होते, ते एका तासाभरातच सुरू होणार होतं. मग त्यानं आपल्या प्लेटबरोबर ट्रे उचलला आणि पेशंट नसलेल्या एका रिकाम्या खोलीत तो खाण्यासाठी गेला.

निझारच्या वागण्यातल्या उतावळेपणाची सवय व्हायला लामीसला फारसा वेळ लागला नाही. तसंच त्याच्या चांगल्या रीतिभात असलेल्या व्यक्तिमत्त्वाबद्दल तिला कौतुक वाटलं. त्याचं संभाषण हे औषधं, निरनिराळ्या उपचारपद्धती, आधुनिक औषधं आणि शल्यशास्त्राचं तंत्र ह्यांच्या सीमारेषा ओलांडून दुसऱ्या विषयांकडे वळू लागलं. त्यांनी एकमेकांना आपली स्वप्नं आणि पदवी मिळाल्यावर त्यांचं आयुष्य कसं असेल, ह्याबद्दल सांगितलं. सरतेशेवटी त्यांनी व्यक्तिगत आयुष्य आणि कुटुंब ह्याबद्दल बोलण्यास सुरुवात केली. प्रत्येकाला किती भाऊबहिणी होत्या, त्यांच्या रोजच्या कटकटी आणि इतर बारीकसारीक गोष्टी. त्यांनी एकमेंकाना सांगायला सुरुवात केली त्यामुळे त्यांच्यात असलेला दूरभाव पार मावळला होता.

कॅफेटेरियातल्या टेबलाशी लामीसनं निझारची रास ओळखण्यासाठी आपण भविष्य पाहणारी असल्याचं नाटक केलं. मग त्यानंही ह्या खेळात त्याला सामील केलं.

"तर मग तू नक्कीच मकर किंवा कुंभ राशीचा असशील! मला वाटतं की, ती कुंभ असावी... नाही, नाही, मकर! नाही, थांब, कुंभ! होय, नक्की कुंभच असायला हवी."

"ठीक आहे. आता मला माझ्या व्यक्तिमत्त्वाबद्दल सांग की, ज्यामुळे मी कुंभ ठरतो आणि कशामुळे मी मकर राशीचा बनू शकतो?" आणि मग तो मिस्कीलपणे म्हणाला, "त्यामुळे कुठली रास निवडायची, ते मला ठरवता येईल."

"नाही, नाही, हे असं घडणार नाही. मला फक्त एवढंच सांग, मला खरं सांग, तुझी रास कोणती? "

"ओळख?"

"मी तुला आधीच सांगितलं की, मकर किंवा कुंभ असेल. तू कन्या राशीचा आहेस, असं काही दिसत नाही. कन्या राशीचे पुरुष हे जोषात असतात आणि त्यांच्यात भयानक रसिकता असते. त्यांच्यामुळे तुमचा रक्तदाब वाढतो. तू वृषभ राशीचा असावास, असंही दिसत नाही."

"हे किती छान बोलताय मॅडम!"

"कदाचित मेष असेल. हो. तू मेष राशीचा असशील! "

"हं? चालू दे. मी दुसरा कोण असू शकेन? तू उल्लेख केलेला नाहीस, अशी एकही रास आता राहिलेली नाही. हा सर्व वेळ तू राशींबद्दल कळल्याचं नाटक

करत्येस, परंतु ह्या सर्व तुझ्या थापा आहेत!"

"ठीक आहे. आता माझ्या लक्षात आलंय. नक्कीच असं आहे. तू मेष किंवा मकर राशीचा असावास."

"हे खरं आहे? हा अखेरचा शब्द आहे का?"

"उह-हूहू."

"हं, ओ के---"

"हं? ओके? ह्याचा अर्थ काय?"

"मला असं म्हणायचंय, जेव्हा मी सांगेन की, मी कुंभ राशीचा आहे, तेव्हा तुझा पराभव झाला, असं तुला वाटायला नको!"

"ओ! खरंच! अगदी सुरुवातीपासूनच मी कुंभ म्हणत होते, परंतु तू माझा गोंधळ उडविलास!"

"मी तुझा गोंधळ उडविला? एक मिनिट थांब. तू तुझं बोलणं सारखं बदलत होतीस, नाही का?"

"मला तुझा राग आलाय. चल, आपण जाऊ या. आपल्याला वॉर्डात फेरी घालायचीये."

"छान, तर मग कुंभ राशीचा माणूस कसा असणं अपेक्षित आहे, हे तू मला कधी सांगणार?"

"हं, ह्या क्षणी मी ते तुला सांगेन. कुंभ राशीचे लोक हे खरंच भयानक असतात. ते शिष्ट असतात आणि त्यांना वाटतं की, ते नेहमी शांत असतात आणि ह्यात वाईट भाग म्हणजे तूळ राशीच्या मुली त्यांना सर्व सुसह्य करायला मदत करतात!"

"तर मग ते भाग्यवान असतात!"

"कोण? कुंभ राशीचे लोक?"

"नाही! ह्या तूळ राशीच्या मुली, ज्यांना कुंभ राशीतल्या मुलांच्यात एवढं वाईट दिसत नाही. तुझ्यासारखा नशीबवान!"

त्या दिवशी जेव्हा ती घरी परतली तेव्हा पहिली गोष्ट लामीसनं केली ती म्हणजे राशीभविष्याची पुस्तकं शोधण्याचं काम आणि त्यात तिनं तूळ आणि कुंभ राशीचा मेळ कितपत जमतो, ते पाहिलं. एका पुस्तकात तो पंच्याऐंशी टक्के होता आणि दुसऱ्यात तो पन्नास टक्क्यांहून वर जात नव्हता. तिनं पहिल्या पुस्तकावरच विश्वास ठेवायचं ठरवलं. तिनं निर्णय घेतला : ह्या वेळी ती हुशारीनं वागेल आणि आपल्या क्लृप्त्यांचा उपयोग करेल. ती निझारला आपल्या जाळ्यात ओढेल. ती गाम्राहला हे सिद्ध करून दाखवेल की, एखाद्या मुलीला जो पुरुष हवासा वाटतो त्याबद्दल स्वप्न रंगवणं शक्य असतं आणि मग थोडासा प्रयत्न आणि सबुरी ह्यांच्या मदतीनं त्याला मिळवता येणं शक्य होतं.

त्या रात्री पहाटेची – पाच प्रार्थनांतील पहिली प्रार्थनाची हाक येईपर्यंत – ती झोपू शकली नाही. आपल्या जर्नलमधली युद्धाची योजना आणि डावपेचाचे नियम काही झालं तरी मोडायचे नाहीत, अशी तिनं शपथ घेतली. तिला असं वाटलं की, येणाऱ्या दिवसांसाठी जर का तिचं हृदय मार्गावरून दूर जाण्याची भीती दाखवू लागलं तर त्यासाठी तिला त्यांची गरज होती. आपले विचार आणि कल्पना कागदावर उतरावयाच्या, असं तिनं ठरवलं, ज्यामुळे ती आपल्या निर्णयाला चिकटून राहू शकणार होती. ही तिची नेहमीची पद्धत होती.

आपल्या जर्नलमध्ये तिनं सर्व लिहिलं : तिचं पुरुषांविषयीचं सर्वसामान्य निरीक्षण; निरनिराळे खाचखळगे आणि दुर्दैव, जे तिनं स्वत:, तिच्या मैत्रिणींनी आणि नातेवाइकांनी सोसलं होतं आणि जो थोडासा उपदेश तिनं ऐकला होता किंवा कधीतरी वाचला होता आणि जो तिच्या मनात योग्य क्षणाची वाट पाहत घर करून राहिला होता. तिच्या स्वत:साठीच्या सर्व सूचनांमध्ये 'मी करणार नाही---' अशी शब्दरचना होती.

- जोपर्यंत त्याचं माझ्यावरचं प्रेम मला जाणवत नाही, तोपर्यंत मी स्वत:ला प्रेम करण्याची परवानगी देणार नाही.
- त्याने लग्नाची मागणी घातल्याशिवाय मी त्याच्यात गुंतणार नाही!
- मी स्वत:बद्दलचा सावधपणा विसरणार नाही आणि त्याच्याजवळ मोकळेपणे बोलणार नाही आणि त्याला स्वत:विषयी सांगणार नाही. मी संदिग्ध आणि गूढ राहीन *(पुरुषांना हे जास्त पसंत असतं, मोकळेपणे बोलणारी मुलगी ही काही त्यांना आव्हान ठरत नाही)* आणि त्याला मी अशी जाणीव करून देणार नाही की माझ्या जीवनात घडणाऱ्या प्रत्येक तपशिलाबद्दल त्याला माहिती असावी अशी मला निकड वाटते.
- मी सादीम होणार नाही. मी गाम्राह होणार नाही. मी अगदी मिचैल्लीही होणार नाही.
- मी कधीही पहिल्यांदा संपर्क साधणार नाही आणि त्याच्या येणाऱ्या बऱ्याच फोन कॉल्सना मी उत्तर देणार नाही.
- जसं प्रत्येक दुसरी स्त्री प्रत्येक दुसऱ्या माणसाशी करते त्याप्रमाणे मी त्यानं काय करावं ह्याबद्दल त्याला हुकूम करणार नाही.
- माझ्यासाठी तो बदलेल, अशी अपेक्षा मी करणार नाही आणि मी त्याला बदलण्याचाही प्रयत्न करणार नाही. जर त्याच्या सर्व दोषांमुळे तो मला आवडला नाही, तर आम्ही दोघांनी एकत्र येण्याचं कोणतंही सयुक्तिक कारण असणार नाही.

- मी माझे हक्क सोडणार नाही आणि तो करत असलेल्या (त्याला त्याची सवय लागू नये) चुकीच्या गोष्टींकडे मी दुर्लक्ष करणार नाही.
- जोपर्यंत तो आपल्या प्रेमाची कबुली प्रथम देत नाही तोपर्यंत मी त्याच्याजवळ माझ्या प्रेमाची (जर मी त्याच्या प्रेमात पडले तर) कबुली देणार नाही.
- मी त्याच्यासाठी स्वत: बदलणार नाही.
- धोक्याची चिन्हं दिसली, तर मी माझे डोळे आणि कान बंद ठेवणार नाही.
- मी एखाद्या निरुपयोगी कल्पनेच्या विश्वात वावरणार नाही. जर तीन महिन्यांहून कमी अवधीत त्यानं मला सरळ सांगितलं नाही की, तो माझ्यावर प्रेम करतो आणि आमच्या संबंधांच्या भविष्याबद्दल त्याने स्पष्ट संकेत दिले नाहीत, तर मी हे संबंध स्वत: तोडेन!

३६

To : seerehwenfadha7et@yahoogroups.com
From : 'seerehwenfadha7et'
Date : November 12, 2004
Subject : **Michelle Frees Herself of All Constraints**

देव तुमच्या उपवासाचा, तुमच्या रात्रीच्या प्रार्थनेचा आणि ह्या रमजानच्या पवित्र महिन्यात तुम्ही करत असलेल्या सर्व चांगल्या कृत्यांचा स्वीकार करो. मला तुम्हा सर्वांची – माझे मित्र आणि शत्रू ह्यांची उणीव भासली आणि माझ्याबद्दल चौकशी करणाऱ्या त्या सर्व मजकुरानं मी अगदी कळवळून गेले. ते सर्व मजकूर सर्व पवित्र महिनाभर येतच राहिले. आता मी तुमच्याकडे परत आले आहे. जसा उपवास करणारा माणूस रमजानच्या महिन्यानंतर अन्नाकडे परत येतो तशी. तुमच्यापैकी काहींना वाटलं असेल की, मी ह्या टोकावर आल्यावर थांबेन आणि रमजाननंतर ही गोष्ट सुरू ठेवणार नाही; परंतु मित्रांनो आणि शत्रूंनो : मी ती चालूच ठेवेन. कबुलीजबाबांची ही वात बरीच लांब गुंडाळलेली आहे आणि ती जितका वेळ जास्त जळते तेवढं माझं लिखाण पेटून उठतं.

मिचैल्लीला वाटलं होतं त्यापेक्षा त्या नवीन जीवनात ती पटकन रुळली. तिनं त्या नव्या सुरुवातीचं स्वागत केलं आणि आपलं पूर्वीचं जीवन मागे टाकण्यासाठी अतोनात श्रम घेतले. हे खरं होतं की, तिचा तिच्या जगावरचा खोलवरचा राग आणि नापसंती अजूनही तिच्यात दबून बसलेली होती; परंतु त्याच्याशी बरंचसं जुळवून घेण्यात ती समर्थ ठरली होती आणि त्यामुळं ती तिच्या आजूबाजूच्या लोकांना तरी तशी दुखावलेली वाटत नव्हती. दुबई तिला वाटलं होतं त्यापेक्षा सुंदर होतं, हाही एक भाग होता आणि ती आणि तिच्या कुटुंबीयांकडून तिला तिच्या अपेक्षेपेक्षा फारच चांगली वागणूक मिळाली होती.

तिच्या नव्या विद्यापीठात, दुबईतील अमेरिकन विद्यापीठात (AUD), तिला एक अमिराती मुलगी भेटली. तिचं नाव जुमाना होतं. ती तिच्याच वयाची होती आणि तीही 'इन्फर्मेशन टेक्नॉलॉजी'चा अभ्यास करत होती. त्या दोघींचे बरेचसे वर्ग एकत्र असायचे आणि प्रत्येकीला दुसरीचं देखणं रूप आणि व्यवस्थित उच्चारपद्धती ताबडतोब लक्षात आली. एक सर्वांत मोठी अरब सॅटेलाईट टीव्ही-वाहिनी जुमानाच्या वडलांच्या मालकीची होती आणि मिचैल्लीच्या वडलांना त्यांच्या मुलीनं, जरी सर्व गल्फमधल्या नसल्या, तरी युनायटेड अरब एमिरेट्समधल्या यशस्वी माणसांपैकी एका माणसाच्या मुलीशी दोस्ती केल्याचा आनंद झाला होता. मिशाल जेव्हाजेव्हा त्यांना भेटायला यायचा, तेव्हा तो जुमानाला सांगायचा की, ती त्याच्या बहिणीची हुबेहूब नक्कल होती. उंची, बांधा, केशरचना, कपडे, बूट आणि अगदी बॅगेपर्यंत त्यांच्या आवडीनिवडीत सारखेपणा होता. मिशाल अगदी बरोबर बोलत होता. त्या दोन्ही मुलींचा बऱ्याच गोष्टींबाबतचा दृष्टिकोन सारखा होता आणि त्यामुळेच त्या जवळ आल्या होत्या. 'आपण कमी दर्जाच्या आहोत' असं ज्यांना एकमेकींबाबत वाटतं, अशा मुलींच्यात आढळणारा मत्सर त्या दोघींचे गुणधर्म सारखे असल्यामुळे त्यांच्यामध्ये नव्हता.

पहिल्या वर्षाच्या उन्हाळ्याच्या सुट्टीच्या सुरुवातीला जुमानानं मिचैल्लीला असं सुचवलं की, तिनं तिच्याबरोबर तिच्या वडिलांच्या टीव्ही-स्टेशनवर तरुणांसाठीच्या आठवड्याच्या कार्यक्रमात काम करावं. मिचैल्लीनं उत्साहानं ते मान्य केलं. प्रत्येक दिवशी मग त्या अरब आणि परदेशी संकेतस्थळांवर जाऊन भ्रमण करीत आणि कलाक्षेत्रातल्या दमदार बातम्या शोधत, एका अहवालाद्वारे त्या कार्यक्रमाच्या निर्मात्याला देत. त्या अगदी उत्साही आणि सखोल विचाराच्या होत्या. त्या निर्मात्यानं त्यांच्यावर त्या कलेच्या भागाची जबाबदारी त्यांनी स्वत: हाताळावी म्हणून टाकली. असं घडलं की, जुमानानं उरलेली सुट्टी आपल्या कुटुंबीयांबरोबर मार्बेल्लात प्रवास करायचं ठरवलं होतं. त्यामुळं हे काम एकट्या मिचैल्लीच्या खांद्यावर पडलं.

मिचैल्लीनं आपल्या नव्या कामात स्वत:ला वाहून घेतलं आणि तिची हिवाळ्याची टर्म सुरू झाली तरीही ते काम चालू ठेवलं. ह्या कार्यक्रमात अरब आणि परकीय प्रसिद्ध व्यक्तींबद्दल बातम्या आणि प्रवाद सांगितले जायचे. त्यामुळे मिचैल्लीला तिच्या कामाच्या निमित्तानं अरब जगातील जनसंपर्क अधिकाऱ्यांशी संपर्क साधून ही किंवा ती वदंता ह्याबाबत खात्री करून घ्यावी लागायची किंवा काही मुलाखतींचं आयोजन करावं लागायचं. तिनं स्वत: ज्यांच्याबद्दल बातमी दिली, त्यांच्यातील काही लोक तिला माहीत झाले होते. जेव्हा ते दुबई भेटीला यायचे, तेव्हा तिला त्यांच्या योजनेत सहभागी करून घेऊ लागले. तिला त्यांच्याकडून मेजवानींची नियमित बोलावणी येऊ लागली.

काही महिन्यांनंतर मिचैल्लीची ह्या कार्यक्रमाची निर्माती म्हणून अधिकृत नेमणूक झाली. मग तिला तिचा स्वत:चा कार्यक्रम निर्माण करावा लागला. त्यांनी तिला त्या कार्यक्रमाची सादरकर्ती होण्यास सांगितलं; परंतु मिचैल्लीच्या वडिलांनी तिनं तो कार्यक्रम सादर करावा ही गोष्ट नाकारली, कारण तो कार्यक्रम सौदी अरेबियातील त्यांच्या नातेवाइकांच्या घरात दिसणार होता. मग एका तरुण लेबानीझ स्त्रीला घेऊन तो कार्यक्रम पुरा केला गेला.

अशा माध्यमातून काम केल्यामुळे मिचैल्लीसाठी नवी दालनं खुली झाली आणि प्रथमच, तिच्यावर लादलेल्या सर्व बंधनांतून खऱ्या अर्थानं मुक्त झाल्यासारखं तिला वाटलं. जशी तिची ओळख वेगवेगळ्या प्रकारच्या लोकांशी झाली आणि तिचे इंटरनेटवरचे मित्र आणि संपर्क वाढला, तसा तिला आपल्या कामात जास्तच आत्मविश्वास वाटू लागला आणि कामाबाबत ती जास्त महत्त्वाकांक्षी झाली. तेथील प्रत्येक जणाची ती लाडकी होती. त्यामुळे आपल्याकडून चांगल्या कामाची निर्मिती व्हावी, असं तिला वाटू लागलं. जुमाना तिची जिवलग मैत्रीण राहिली; परंतु तिला त्या कामाबद्दल फारशी आवड नव्हती. त्यामुळं पदवी मिळाल्यावर तिनं त्या स्टेशनवर व्यवस्थापकीय काम स्वीकारलं.

३७

To : seerehwenfadha7et @yahoogroups.com
From : 'seerehwenfadha7et'
Date : November 19, 2004
Subject : **A Man Just Like any Other?**

आपलं जीवन पूर्णपणे जगा, मग ते गोड असो वा कडू,
आणि कुणाला माहीत? एखादा नवीन लाडका तिथं येईल,
असा कोणी जो तुमच्या चिघळलेल्या जखमांवर उपचार करील,
आणि मग तुमचा आनंद परत येईल
आणि तू जुन्या प्रेमाला आणि मला विसरशील
आणि माझ्या दु:खाच्या वर्तुळाबाहेर पडशील

बादेर इब्न अब्दुलमुहसिन

अदेलभाई – जो माझ्या अंदाजाप्रमाणे संख्याशास्त्रज्ञ आहे – त्यानं माझ्या ई-मेल्स ह्या कमीअधिक लांबीच्या आहेत आणि ह्या वर्षी लोकप्रिय असलेल्या ड्रेसेसच्या शिलाईसारख्या प्रमाणबद्ध नाहीत, अशा प्रकारची टीका करणारा मजकूर मला लिहिलाय. अदेल म्हणतो की, माझ्या ई-मेल्सची लांबी सारखी असण्यासाठी त्यांची नैसर्गिक विभागणी होते की नाही ह्याची खबरदारी घ्यायला हवी. त्याच्या मताप्रमाणे नैसर्गिक विभाजन म्हणजे त्यातला ९५ टक्के मसुदा सरासरीच्या मध्याभोवती असावा *(ह्यात नेहमीच्या थोड्या इकडेतिकडे झुकण्याचा विचार केलेला आहे)* आणि त्या मसुद्याची टक्केवारी नेहमीच्या वाटपक्षेत्राच्या सरासरीच्या दोन्ही बाजूंपेक्षा अडीच टक्के कोणत्याही दिशेनं वाढता कामा नये. अशा तऱ्हेनं प्रमाणित झुकणं पाच टक्क्यांपेक्षा जास्त असता कामा नये.

मला गोळी घाला!

गर्ल्स ऑफ रियाध । २०३

तो शेवटचा भाग, जिकडे सादीमनं पूर्ण साडेतीन वर्षं डोळेझाक केली होती, तो अखेर आलाच. तिच्या पदवीनंतर काही दिवसांत फिरासनं बक्षीस म्हणून कबूल केलेला लॅपटॉप पाठवल्यावर त्यानं तिला हळूच सांगितलं; त्यानं एखाद्या गळक्या नळातून हळूहळू पाणी यावं तसं तिला हळूच सांगितलं की, त्याचा वाङ्निश्चय एका बहिणीच्या नवऱ्याच्या नात्यातला मुलीशी झालाय.

सादीमने आपल्या हातातला फोन फिरासच्या विनवण्या चालू असताना खाली टाकला. तिचं डोकं भयानक गरगरू लागलं. त्यामुळे ती खाली, पृथ्वीच्या पृष्ठभागाच्या खाली अशा जागी कोठेतरी खेचली गेली जिथं मृत व्यक्ती राहत होत्या : मृत व्यक्ती! त्या घडीला तरी तिला त्यांच्यातलं एक व्हावंसं वाटत होतं.

तिच्याशिवाय दुसऱ्या कोणाशी लग्न करणं फिरासला शक्य होतं का? हे असं कसं घडू शकलं? ह्या इतक्या प्रेमानंतर आणि त्यांनी एकत्र काढलेल्या वर्षांनंतर? ह्याला काही अर्थ होता का की, फिराससारखा शक्तिवान आणि युक्तिबाज माणूस एका घटस्फोटित मुलीशी लग्न करण्याबाबत त्याच्या कुटुंबीयांना चांगलं पटवू शकत नव्हता? का त्याच्या स्वत:कडेच ह्याबाबत निर्णय घेण्याची असमर्थता होती. तिनं सर्वतोपरी प्रयत्न केले तरी ती फिराससारख्या माणसाच्या पातळीला पोहोचण्याचं प्रावीण्य तिला संपादन करता आलं नव्हतं का?

फिरास हा काही मिचैल्लीच्या लाडक्या फैझलची हुबेहूब नक्कल नक्कीच नव्हता! मिच्चैलीला सोडणाऱ्या त्या करुणाजनक, षंढ दुर्बलापेक्षा सादीमला फिरास फार मोठा, बलवान, जास्त दयाळू आणि अधिक चांगला वाटला होता! परंतु असं दिसलं की, अखेर ते दोघंही 'एकाच कापडातून कापलेले' होते. बाह्यत: सर्व पुरुष असेच होते. देवानं जणूकाही त्यांना तऱ्हेतऱ्हेचे चेहरे दिले होते, त्यामुळे बायका त्यांचं वेगळं अस्तित्व ओळखू शकत होत्या.

सात मिनिटांत फिरासनं तिला मोबाइलवर तेवीस वेळा फोन केला होता; परंतु सादीमच्या घशात आलेला गोळा इतका वेदनामय होता की, त्यामुळं तिला त्याच्याशी बोलणं शक्य नव्हतं. आज पहिल्यांदा सादीमनं फिरासचा फोन उचलला नव्हता. पूर्वी जेव्हा फिरासच्या फोनचा तो विशिष्ट स्वर ऐकू यायचा तेव्हा ती त्या फोनकडे क्षणात धावत सुटायची – एक कुवैती गाणं – 'जेव्हा तू मला सापडलीस, मला माझा आत्मा गवसला.' मग त्यानं तिला फोनवर एसएमएस करून निरोप पाठवायला सुरुवात केली. नको वाटत होतं तरी तिनं तो मजकूर वाचला. त्यानं आपल्या वागणुकीचं समर्थन करण्याचा प्रयत्न केला; परंतु तिचा राग कमी होण्याऐवजी त्यातलं प्रत्येक अक्षर वाचताना तो जास्तच तीव्र झाला.

तिची शेवटची परीक्षा संपेपर्यंतच्या संपूर्ण दोन आठवड्यांच्या काळातही तो त्याच्या वाङ्निश्चयाची बातमी तिच्यापासून कशी लपवून ठेवू शकला होता? खाजगी

मोबाइलवरून तिच्याशी बोलणं बंद करण्यामागे, तसंच प्री पेड फोन कार्ड्स वापरण्यामागेही हेच कारण होतं का? कारण ह्यामुळे त्याच्या वाग्दत्त वधूच्या घरच्या लोकांनी काही करून जरी त्याची फोन बिल्स मिळवली असती, तरी त्यांना ह्या संबंधांचा सुगावा लागला नसता. तर मग तो ह्यासाठी कित्येक महिने तयारी करत होता!

त्यानं लिहिलं होतं की, तिला उत्तम गुणांनी पदवी मिळेपर्यंत हे तिला सांगायचं नाही, असं त्यानं आधीच ठरवलं होतं आणि नेमकं तेच घडलं होतं : तिच्या शेवटच्या टर्ममध्ये सर्वांत उत्तम ग्रेड तिला मिळाली होती. फिरासशी ओळख झाल्यापासून बहुधा हे नेहमीच घडलं होतं.

फिरासला वाटायचं की, तो तिच्या अभ्यासासाठी आणि तिच्या उत्तम श्रेणीसाठी जबाबदार होता. तिनं सर्व गोष्टी त्याच्या हातात दिल्या होत्या आणि स्वत: समाधानात राहिली होती. अगदी सहजपणे आणि सुखानं ती त्याचे हुकूम पाळत होती, कारण ते नेहमीच तिच्या हिताचे होते. जरी तिच्या वडिलांचा मृत्यू शेवटची परीक्षा होण्याआधी दहा आठवडेच झाला होता, तरी तिनं त्या टर्ममध्ये उत्तम मार्क्स मिळवले होते. आता मात्र सादीमला वाटत होतं की, तिनं इतक्या चांगल्या तऱ्हेनं पास व्हायला नको होतं आणि पदवीही मिळवायला नको होती. जर ती नापास झाली असती, तर तिचे वडील नुकतेच वारल्यामुळे अशा अवस्थेत एवढे चांगले मार्क्स मिळाल्याबद्दल तिला अपराधी वाटलं नसतं आणि मग फिरास आणखी एक टर्म दुसऱ्या कुणाशीतरी लग्न करण्यासाठी तिला सोडून जाऊ शकला नसता!

जसे तिचे वडील काही आठवड्यांपूर्वी तिला कायमचे सोडून गेले होते, तसा फिरास आता तिला कायमचा सोडून जात होता का? हे दोघंही निघून गेल्यावर तिची काळजी कोण घेणार होतं? सादीमच्या मनात अबू तालिब – प्रेषित महमदचा (*त्याला शांती लाभो*) काका आणि प्रेषिताची पहिली पत्नी खादिजाचा (*देव तिच्यावर खूश राहो*) विचार आला. ती दोघं एकाच वर्षी वारली होती आणि त्या वर्षाला दु:खाचं वर्ष असं संबोधलं गेलं होतं. तिनं देवाची क्षमायाचना केली; कारण तिलाही असं वाटत होतं की, तिची त्या वर्षातली दु:खं सर्व इतिहासकालापासूनच्या मानवजातीच्या दु:खांच्या तोडीची होती.

तिनं तीन दिवस अन्न घेतलं नव्हतं आणि संपूर्ण एक आठवडा ती खोलीतून बाहेर पडली नव्हती. एक यातना देणारा आठवडा तिनं घालवला होता. जिच्यामुळे तिच्या भावना गोठल्या होत्या, त्या बातमीची ती प्रतिक्रिया होती. तिचे विचार पंगू झाले होते, तिच्या जखमा पुन्हा उघड्या झाल्या होत्या आणि कित्येक वर्षांत प्रथमच फिरासचा सल्ला न घेता स्वत: निर्णय घेण्याची जबाबदारी तिच्यावर येऊन पडली होती.

त्याच्या एकसारख्या लिहून येणाऱ्या निरोपांमध्ये त्यानं असं सुचवलं होतं की, आयुष्यभर तो तिचा प्रियकर म्हणून राहायला तयार होता. त्याला तेच तर खरोखर हवं होतं; परंतु त्याच्या बायकोपासून आणि त्याच्या कुटुंबीयांपासून त्याला ते लपवून ठेवणं भाग होतं. त्यानं शपथेवर तिला सांगितलं की, ही सर्व बाब त्याच्या हाताबाहेर होती आणि ही परिस्थिती पूर्वीपेक्षा जास्त बिकट होती. तो त्याच्या कुटुंबीयांच्या ह्या निर्णयानं तिच्यापेक्षाही जास्त दु:खी झालेला होता, परंतु तो काहीही करू शकत नव्हता. त्यांच्यापुढे सबुरीनं राहणं ह्याशिवाय दुसरा मार्ग नव्हता. त्यानं तिची खात्री पटवण्याचा प्रयत्न केला की, कोणतीही स्त्री कधीही त्याच्या हृदयातली तिची जागा घेऊ शकणार नव्हती. त्याच्या वाग्दत्त वधूची त्याला दया येत होती, कारण तिचा अशा माणसाशी वाङ्निश्चय झाला होता, ज्यानं दुसऱ्या एका स्त्रीमध्ये परिपूर्णता पाहिली होती. अशी परिपूर्णता ज्याची चव त्याच्या जिभेवर कायमची रेंगाळत राहणार होती आणि कोणत्याही सामान्य स्त्रीला ती नाहीशी करणं अशक्य होतं.

कित्येक वर्षं फिराससारख्या माणसाच्या लायकीचं व्हावं ह्यासाठी आध्यात्मिक परिपूर्णता मिळवण्याचा तिनं प्रयत्न केल्यावर आता त्या सगळ्यावर तो लाथ मारत होता. आणि तेही एका सामान्य स्त्रीसाठी आणि सामान्य संबंधांसाठी! स्वत:शी आणि तिच्याजवळ फिरासनं हे कबूल केलं होतं की, तीच फक्त त्याच्या प्रत्येक भावनेला आणि मनातल्या जाणिवेला प्रतिसाद देत होती. त्यानं तिची खात्री पटवण्याचा प्रयत्न केला – आणि खास करून स्वत:ची खात्री पटवण्यासाठी – की ही देवाची इच्छा असली पाहिजे आणि जरी त्याच्या मागचं कारण ते शोधून काढू शकत नसले, तरी त्यांनी ह्याबाबत ती इच्छा ग्राह्य धरावी. आता इतर सर्व स्त्रिया त्याच्यासाठी शेंगेतील वाटाण्यासारख्या होत्या. त्याच्या दृष्टीने त्याचं लग्न सादीमशी झालं नाही म्हटल्यावर इतर कोणाशीही झालं असतं, तरी त्याला त्याचं फारसं काही वाटणार नव्हतं.

सुरुवातीच्या त्या धक्क्यामुळे सादीमनं प्रतिक्रिया म्हणून फिरासपासून कायमचं दूर राहायचं ठरवलं. तिच्या जीवनात पहिल्यांदा तिनं ते संभाषण त्याचा निरोप न घेता संपवलं. जरी ती दु:खात पार बुडाली होती आणि तोच ते दु:ख दूर करू शकणार होता तरी त्याच्या दूरध्वनींना उत्तर देण्याचं तिनं बंद केलं आणि त्याच्या विनवण्या करणाऱ्या लिखित निरोपांचीही तिनं दखल घेतली नाही. तिनं फिरासबद्दलचं दु:ख आपल्या वडिलांच्या दु:खात लपवलं. ते आता, तिच्या जीवनातलं प्रेम म्हणजे फिरासशी असलेले संबंध तुटल्यापासून जास्त भयानक झालं होतं.

सादीमनं मग फिरासच्या मदतीशिवाय आपल्या प्रेमभंगाच्या दु:खापलीकडे जाण्याचा प्रामाणिक प्रयत्न केला; परंतु अगदी क्षुल्लक प्रसंगानंही तिचा स्वत:वरचा ताबा सुटायचा. आपल्या बद्रियाह मावशीजवळ जेवणाच्या टेबलाशी बसलेली असताना तिचा एकही क्षण असा जायचा नाही की, ती धाय मोकलून रडायला

लागायची नाही. कारण काय, तर वडलांचा आवडता मच्छीचा पदार्थ तिच्या नजरेसमोर असायचा किंवा त्यांना आवडणारं एखादं मिष्टान्न समोर असायचं. आपल्या मावशीबरोबर टीव्ही बघताना सदोदित बाहेर पडू बघणारे हुंदके ती दाबायचा प्रयत्न करायची, परंतु कितीही ठरवलं तरी ते बाहेर यायचेच.

तिच्या वडलांच्या मृत्यूनंतर बद्रियाह मावशी तिच्याजवळ राहायला आली होती. त्यामुळे सादीमला तिच्या शेवटच्या परीक्षांच्या वेळी घरी राहता येईल हा हेतू होता; परंतु ती आता सारखा आग्रह करत होती की, सादीमनं तिच्याबरोबर खोबारला राहायला जावं. पण सादीमनं ते नाकारलं. ती कधीही फिरासच्या मूळ गावाला जाणार नव्हती. काहीही झालं असतं तरी! त्यानं तिच्याबाबतीत जी चूक केली होती आणि जे दु:ख तिला दिलं होतं, त्यानंतर तो ज्या आकाशाखाली होता त्याच आकाशाखाली राहणं तिला परवडणारं नव्हतं. तिच्या मावशीनं मात्र तिला शपथपूर्वक सांगितलं की, सादीम काहीही करो, ती काहीही म्हणो आणि कोणतीही सबब सांगो, ती सादीमला तिच्या वडलांच्या घरात आणि त्या सर्व आठवणीत – ज्यांच्यापासून दूर होणं कठीण होतं अशा ठिकाणी – एकटीला रियाधमध्ये सोडून जाणार नाही.

प्रेमभंगाच्या नंतर थोड्याच दिवसांत सादीमला फिरासबद्दल इतक्या तीव्रतेनं ओढ वाटू लागली, जी निव्वळ उत्कट इच्छेपेक्षा किंवा अभिलाषेपेक्षाही जास्त होती. कारण गेली कित्येक वर्षं फिरास तिचा प्राणवायू होता ज्याचा ती श्वासोच्छ्‌श्वास करत होती आणि त्याच्याशिवाय आता तिला खरोखरच गुदमरल्यासारखं वाटत होतं. तो तिचा 'संत' होता आणि ती आपल्या जीवनातला प्रत्येक लांबलचक तपशील, जसा एखादा पापी कबुलीजबाब देतो, तसा त्याला सांगत राहायची. तिनं त्याला सर्व सांगितलं होतं – इतकं की, तो तिला तिच्या त्या न संपणाऱ्या गोष्टींवरून चिडवायचा आणि जेव्हा त्याला तिच्या तोंडातून शब्द अक्षरश: 'ओढून' काढावे लागायचे, अशा त्या पूर्वीच्या त्यांच्या मैत्रीच्या सुरुवातीच्या दिवसांबद्दल तो जेव्हा सांगायचा तेव्हा ते दोघं एकत्र हसायचे.

३८

To : seerehwenfadha7et@yahoogroups.com
From : 'seerehwenfadha7et'
Date : November26, 2004
Subject : **Patience is The Key to Marriage**

तुमच्यापैकी काही सादीमचं आणि फिरासचं फाटलं म्हणून दु:खी झाले. इतरांना फिरासनं सादीमच्याऐवजी योग्य आणि सद्‌गुणी अशी बायको निवडल्यामुळे आनंद झाला, कारण ती त्याच्या मुलांसाठी योग्य आणि गुणवान अशी आई ठरली नसती. एका मजकुरात एक असं विधान होतं की, लग्नानंतरचं प्रेम हे शेवटपर्यंत टिकणारं असतं आणि लग्नाआधीचं प्रेम हा नुसता क्षुल्लक खेळ असतो! तुम्हालाही असाच विश्वास वाटतो का?

निझारला जिंकण्यासाठी आपण प्रचंड कष्ट घेऊन आखत असलेल्या डावपेचांत इतकी सहनशीलता लागेल, असं लामीसला कधीच वाटलं नव्हतं! तिला सुरुवातीला खात्रीनं वाटलं होतं की, तीन महिन्यांचा काळ त्याला जाळ्यात पकडायला पुरेसा होता, परंतु त्यानंतर हे उघड झालं की, ह्या बाबतीत जरा जास्तच कावेबाजपणा आणि सबुरीची गरज होती. जसं तिचं निझारबद्दलचं कौतुक वाढलं, तिच्या लक्षात आलं की, हे दोन्हीही गुण कमीकमी होत गेले होते.

तिनं त्याला कधीच फोन केला नाही आणि त्याच्या क्वचित येणाऱ्या फोननाही नेहमी उत्तर न देण्याचा तिनं प्रयत्न केला, परंतु तिच्या मोबाईलच्या वाजणाऱ्या प्रत्येक रिंगबरोबर तिला तिचा तो साधारणपणे न ढळणारा निश्चय डळमळल्यासारखा वाटायचा. ती तो फोन उचलेपर्यंत किंवा तो फोन वाजणं बंद होईपर्यंत तिचे डोळे मोबाइलच्या पडद्यावर चमकणाऱ्या त्याच्या नंबरावर, स्थिरावायचे आणि मगच तिच्या हृदयाची वाढलेली धडधड कमी व्हायची.

सुरुवातीला ह्याचा परिणाम नक्कीच समाधानकारक होता. तो तिच्यात स्वारस्य दाखवायचा. त्यामुळे तिच्या पोकळ अभिमानाला खतपाणी मिळून तिला समाधान वाटायचं. अगदी सुरुवातीपासूनच तिनं हे स्पष्ट केलं होतं की, त्यांच्या मैत्रीचा असा अर्थ नाही की, तिच्या आयुष्यात ढवळाढवळ करण्याचा किंवा त्यात 'घुसखोरी' करण्याचा त्याला हक्क आहे. ज्यायोगे त्याला तिच्या दिवसाच्या दर तासाच्या कार्यक्रमाचा हिशेब मागता येईल. म्हणूनच तो तिची सारखी माफी मागत असायचा. ती मोकळी असेल की नाही याबद्दल त्याला वाटणाऱ्या चिंतेबद्दल समर्थन करताना तो म्हणायचा की, ती कामात व्यग्र असताना तिला त्रास होऊ नये, याची त्याला खात्री करून घ्यायची होती. तिनं कधीही त्याच्या लिखित निरोपांना उत्तर दिलं नव्हतं. तिनं त्याला सांगितलं की, तिला एसएमएस करणं आवडत नसे. अर्थात तिचा मोबाइल जर त्याच्या हातात पडला असता, तर तो मैत्रिणींना आणि नातेवाईकांना पाठवलेल्या आणि त्यांच्याकडून मिळालेल्या एसएमएसनी गच्च भरलेला त्याला दिसला असता. परंतु त्याला हे सर्व माहीत करून देण्याची खरंच गरज नव्हती!

हळूहळू त्याला तिच्यात वाटणारं स्वारस्य कमी होऊ लागलं होतं आणि त्याची तिला भीती वाटू लागली होती. त्याचे फोन लक्षात येतील इतके कमी झाले होते आणि त्याचं बोलणं जास्त गंभीर आणि औपचारिक झालं. जणूकाही तो त्यांच्या संबंधावर नव्या मर्यादा घालत होता. लामीसच्या मनात आलं की, तिची 'योजना' सोडून देण्याची वेळ कदाचित आली होती; परंतु तिला भीती वाटत होती की, ह्या तिच्या घाईचा नंतर तिला पश्चात्ताप होईल. काही झालं तरी तीच एक अशी होती, जी आपल्या मैत्रिणींच्या पुरुषांबाबतच्या त्यांच्या साधेपणाबद्दल आणि बेसबुरीबद्दल त्यांच्यावर टीका करायची. तिनं स्वतःचं अशा विचारानं समाधान करून घेतलं की, निझार हा तसा सहसा आढळणाऱ्यांपैकी नव्हता. हेच एक मुख्य कारण होतं की, ज्यामुळे ती त्याच्याकडे आकर्षित झाली होती. जर तिनं सरतेशेवटी त्याचं हृदय जिंकलं असतं, तर तिला अभिमान वाटला असता.

ह्या तीन महिन्यांच्या काळात तिला संबंध मार्गावर आणायचे होते, हा आपला आशावाद तिनं सोडला नाही. निझारला ती खूप आवडत असल्याचं दिसत होतं, ह्याची तिनं स्वतःला आठवण करून दिली आणि प्रत्येक क्षण किंवा हावभाव, जे त्याला वाटणारं कौतुक दाखवायचे, ते आठवायचा ती फार प्रयत्न करायची. रियाधला परत आल्यावर पहिल्या महिन्यात, इतकं सर्व, जे काही जेद्दाहमध्ये घडलं होतं ते मनात ताजं असताना तिला सारं सहज वाटलं होतं. ती काहीही म्हणाली किंवा अगदी किरकोळ मूर्खपणाचं – जसं एखादा फालतू विनोद सांगणं किंवा रोज सकाळी दोन कप कॉफी तिला करावी लागते असं तिनं काहीही सांगितलं तरी त्याला मजा वाटायची, असं दिसायचं. इतकंच नव्हे, तर त्यांची वर्ग संपल्यानंतरची

फोनवरची संभाषणं ह्यातही काहीसं रेंगाळणारं, लपलेलं प्रेम आढळायचं. अगदी काहीही झालं, तरी बऱ्याचदा ती उदासीनपणे वागायची आणि अगदी उघडपणे बऱ्याच गोष्टींत त्याच्याशी सहमत व्हायची नाही. तरीही तो पहिल्यांदा फोन करायचा आणि गरज पडली तर माफीही मागायचा.

दुसरा महिना गेल्यावर ती त्याच्याबरोबर घालवलेल्या क्षणांची, जे तिनं त्या घडीला फारसं लक्षात घेतलं नव्हतं, त्याबद्दल विचार करू लागली; परंतु नीट विचार केल्यावर तिला ते अर्थपूर्ण वाटलं होतं. उदाहरणार्थ, तिच्या जेद्दाहच्या हॉस्पिटलमधल्या शेवटच्या दिवसांची आठवण – जेव्हा त्यांनी कॅफेटेरियामध्ये एकत्र जेवण घेतलं होतं. त्यानं तिच्यासाठी खुर्ची बाहेर ओढली. असं त्यानं ह्यापूर्वी कधी केलं नव्हतं. मग तो नेहमीप्रमाणे समोरच्या खुर्चीवर न बसता अगदी तिच्या जवळच्या खुर्चीत बसला. जणूकाही ती समोरची खुर्ची त्यांच्या निरोप घेण्याच्या या दिवशी असायला हवी त्यापेक्षा बरीच दूर होती आणि त्याची पद्धत म्हणजे तो तिला ते काही शब्द बोलायला भाग पाडायचा, जे त्याला तिच्या तोंडून ऐकायला आवडायचं. कारण त्यांचा एका विशिष्ट तऱ्हेनं ती उच्चार करायची. उदाहरणार्थ, वॉटर या शब्दातल्या 'ट'चा उच्चार ती 'ड'सारखा करायची. जसं अमेरिकन लोक बोलायचे तसंच काहीसं किंवा तिनं जर 'एक्झॅक्टली' ह्याचा उच्चार अमेरिकन पद्धतीनं केलेला असेल तर त्याची तो नक्कल करायचा : एग्-झॅक-ली!

तिसरा महिना उजाडला. लामीसनं बघितलं की, शेवटच्या भेटीला दोन आठवडे पूर्ण झाले होते. दोन आठवडे. या काळात तिचा आशावाद, कडक युक्त्या आणि डावपेच सारे पार धुळीला मिळाले होते. एखादी हृदय नसलेली व्यक्तीच त्या डावपेचांना चिकटून राहिली असती. पण तरी तिला अजूनही नरमाईनं घ्यायची भीती वाटत होती. काही झालं तरी मागं वळून बघताना तिनं तिच्या योजनांची अंमलबजावणी करण्यात घालवलेल्या वेळेचा विचार केल्यावर तिच्या लक्षात आलं की, तिनं बरंच साध्य केलं होतं. खरंच जर निझार तिच्यासाठी असला असता, तर काही दिवसांतच ती रडारवर परत येणं शक्य होतं.

दैवानं तिला निराश केलं नाही. खरंतर जी योजना आटोपती घेण्याचा तिनं बेत केला होता, त्यात ती यशस्वी ठरली होती. तो सरळ तिच्या वडलांकडे रीतसर लग्नाची मागणी घालण्यासाठी आला. तिनं जी वेळेची मर्यादा ठरवली होती त्याच्याआधी पुरे तीन आठवडे!

३९

To : seerehwenfadha7et@yahoogroups.com
From : 'seerehwenfadha7et'
Date : December 3, 2004
Subject : **Pages from the Sky-Blue Scrapbook**

प्रेमात पडलेल्या स्त्रीला जागं करू नका. तिला स्वप्नं पाहू द्या. त्यामुळे जेव्हा कटू सत्य तिच्यासमोर येतं तेव्हा ती रडत नाही.

मार्क ट्वेन

रियाधच्या मध्यभागी राहणारा माझा मित्र बांदर, माझ्यावर अगदी पूर्णत: वैतागला आहे. तो माझ्यावर रागावला आहे, कारण त्याला असं वाटतं की, जेद्दाहमधून *(पश्चिम किनाऱ्यावर)* येणाऱ्या लोकांना मी देवदूतासमान मानते, ते चुकीचं काही करत नाहीत असं दाखवण्याचा माझा उद्देश असतो. इतकंच नव्हे, तर ते विनयशील, सुसंस्कृत आणि चतुर आहेत, ह्याचाही उल्लेख करायला विसरत नाही. त्यानंतर बांदर रागावून म्हणतो की, मी बेदाऊनी आणि मध्य भागातले लोक आणि देशाच्या पूर्वेकडचे लोक स्त्रियांना वागवण्याबाबत गावंढळ आणि रानटी आहेत, असं दाखवते. त्याचप्रमाणे रियाधमधल्या मुली ह्या अगदी दुर्दैवी आणि वेडपट दाखवते, तर माझ्या चित्रणात जेद्दाहमधल्या मुली ह्या अगदी सुखात डुंबत असतात आणि हे सुख त्यांनी अगदी चुटकीसारखं मिळवलेलं असतं!

अरे बांदर, ह्याचा भूगोलाशी काही संबंध नाही. ही कथा कशी घडली, ते मी सांगतेय आणि काही झालं तरी कोणी ह्या गोष्टींबाबत सरसकट विधान करू शकत नाही. सर्व तऱ्हेचे लोक सर्व जागी राहतात. ह्या तऱ्हेची विविधता हे मानवजातीचं एक नैसर्गिक वैशिष्ट्य आहे आणि ते आपण नाकारू शकत नाही.

तिच्या आकाशी रंगाच्या कात्रणाच्या वहीत – ज्यात ती फिरासचे फोटो वर्तमानपत्रं आणि मासिकांतून काळजीपूर्वक गोळा करून चिकटवायची – सादीमनं लिहिलं :

आह! ज्याला मी माझ्या जीवनाचा भूतकाळ आणि भविष्य दिलं
त्या माझ्या हृदयाच्या कलंका आणि माझ्या एकमेव प्रेमा;
जेव्हा हृदयाला आरपार भोकं पाडलं जातं
तेव्हा हे शरीर कशामुळे ताठ उभं राहू शकतं?
तू गेल्यावर मला कशातच अर्थ उरला नाही, पाहण्यासारखं आणि
बोलण्यासारखंही काही उरलं नाही!
हे दयाळू देवा – तू त्याला परत पाठवणार नाहीस,
परंतु तुला त्याला सुखी करण्याची गरज नाही!
किंवा तिच्यावर प्रेम करण्याचीही!
त्यालाही माझ्यासारखी दु:खाची आणि मत्सराची चव घ्यायला लाव
आणि माझ्यावर प्रेम करत राहायला लाव!
देव दयाळू आहे,
ज्यानं मला विकलं आणि जो पळून गेला
त्याचा बदला तो मला मिळवून देईल.

सादीमला आपले विचार लिहिण्याची कधीच सवय नव्हती. जेव्हा ती फिरासला भेटली, तेव्हा तिला अनेक प्रेमपत्रं लिहिण्याची स्फूर्ती आली आणि ती त्याला अधूनमधून वाचून दाखवायची. *(त्याच्या ताठ्याला ती इतकं खतपाणी घालायची की, तो नंतर एखाद्या मोरासारखा पंख पसरवून डौलानं चालायचा)* फिरासचा वाङ्निश्चय झाल्यावर मात्र रात्रीच्या स्तब्धतेत कवितेच्या ओळी तिच्यातून ओसंडून बाहेर येत होत्या, असं तिला आढळलं. गेली साडेतीन वर्षं ह्या वेळेला ती त्याच्याबरोबर फोनवर संभाषणात गुंतलेली असायची.

माझ्या सर्वात प्रिय मित्रा, माझ्या हृदयेश्वरा,
एक दिवस अचानक माझ्या ओंजळीत येऊन पडलेल्या ताऱ्या,
तू अगदी जवळ होतास आणि तरीही दूर. इतका जुलमी इतका पवित्र.
दैवानं आपल्याला दूर केलं! ते आपण पुन्हा भेटू यासाठी.
माझ्या मित्रा, आपण अनेक कथांचे नायक-नायिका होऊ
ज्या आपण आपल्या मुलांसाठी बनावट नावं घेऊन गुंफू

त्या काळात सादीमनं सोसलेली ती अंतर्गत ओढाताण होती. ज्या तऱ्हेनं तिच्या भावना राग आणि क्षमा ह्या टोकांच्यामध्ये जाऊन मागेपुढे होत राहायच्या, त्यामुळे तिचं जीवन हे दु:स्वप्नच झालं होतं. आपल्या खऱ्या भावना काय आहेत हे ओळखणं तिला अशक्य झालं होतं. ती फिरासला शिव्याशाप द्यायची आणि त्याचा प्रत्येक फोटो जिथं सापडेल त्यावर थुंकायची आणि मग (उडी मारून) परत येऊन ती त्या प्रत्येक फोटोची क्षमा मागत त्यांची हळुवार चुंबनं घ्यायची. तिला त्याची आठवण यायची. गेल्या काही वर्षांत तो तिच्या मागे ठाम उभा होता आणि मग त्यामुळे तिला रडू यायचं; परंतु नंतर तिला काही वर्षांपूर्वीचा तो दिवस आठवायचा, जेव्हा त्यानं आईवडलांशी तो घटस्फोटितेत गुंतल्याचा विषय काढल्याचा उल्लेख केला होता आणि त्यावरची त्यांची प्रतिक्रिया ऐकली होती! त्यामुळे ती फार दुखावली गेली होती आणि मग हेतूपुरस्सर ते 'विसरली' होती. *(जे करू नये म्हणून मिचैल्ली आणि लामीसनं तिला सावध केलं होतं.)* आणि त्यामुळे आपल्या आयुष्याच्या फुकट गेलेल्या वर्षांच्या कटू आठवणींनी तिला जास्तच रडू यायचं. मग अनेक तऱ्हेच्या दुर्दैवी गोष्टी वालीदच्या वाटणीला येवोत, अशी ती इच्छा करायची, कारण तोच त्या त्रासामागचं खरं कारण होता.

गाम्राह, लामीस आणि उम नुवाय्यिरच्या हे लक्षात येऊ लागलं की, सादीम आपल्या प्रार्थनांबाबत बेपर्वाई आणि दुर्लक्ष करू लागली होती. त्यांनी हेही पाहिलं की, ती आपल्या केसांवर अशा पद्धतीने बुरखा घालायची, ज्यामुळे तिचं फक्त तोंडच दिसेल. आपले काही केस बाहेर ठेवायची. सादीमची धार्मिकता ही तिच्या फिरासच्या संबंधांच्या समप्रमाणात असल्याचं दिसत होतं. त्याच्यावरच्या रागामुळे ज्या ज्या गोष्टीमुळे त्याची आठवण तिला यायची, त्या प्रत्येक गोष्टीचा तिला राग यायचा आणि त्यात धार्मिक कर्तव्यही समाविष्ट होतं.

सादीमच्या ह्या सर्व संकटांत तिची मावशी बद्रियाह रियाध आणि खोबार अशा फेऱ्या मारत असायची. हा सर्व काळ ती सतत सादीमला पटवून देण्याची मोहीम चालू ठेवायची की, तिनं निदान 'नशिबात जे असेल' ते समोर येईपर्यंत तरी पूर्वेकडे तिच्याबरोबर आणि तिच्या कुटुंबीयांबरोबर कायमचं राहण्यास जावं.

जेव्हा तिनं आपल्या एकुलत्या एका बहिणीच्या मुलीला अशा नैराश्याच्या अवस्थेतून जाताना आणि तरीही खोबारला जाण्याचं नाकारताना पाहिलं, तेव्हा बद्रियाह मावशीनं आपल्या मुलाशी, सादीमचा मावसभाऊ तारिकशी तिनं लग्न करावं, हा विषय काढण्याचं ठरवलं. बद्रियाह मावशीला सादीमच्या मनात सुरक्षिततेची आणि भविष्यात सुख मिळण्याच्या शक्यतेचीही भावना जागृत करायची होती. पण त्यामुळं एवढंच झालं की, सादीम आणखीच वैतागली आणि कडवट झाली.

मग काय त्यांना तिचं लग्न त्या पोरवयीन, जो तिच्याहून फक्त वर्षाने मोठा

होता त्या दंतवैद्यकीय विद्यार्थ्याशी करायचं होतं? जर त्यांना तिचा फिरास माहीत असता तर अशी सूचना करण्याची त्यांची हिंमतच झाली नसती! ती त्या जगात आता एकटी होती आणि लोकांचं तीक्ष्ण निरीक्षण आणि तिच्या वडलांच्या मृत्यूनंतर एकटं राहण्याबद्दल चालणाऱ्या वदंता ह्यांना तोंड देण्याऐवजी ती ज्या ठिकाणी सुरक्षित राहू शकेल, अशा घराची तिला गरज होती. कारण या वस्तुस्थितीचा ते गैरफायदा करून घेत होते. अगदी बद्रियाह मावशीलासुद्धा वाटत होतं की, सादीमनं तिच्या मुलाशी लग्न करून तिच्या देखरेखीखाली राहावं. कुणाला माहीत? कदाचित तारिक ह्याआधीच तिच्या वडिलांकडून वारसाहक्कानं तिच्याकडे येणारा पैसा आणि मालमत्ता ह्यांचा विचार करत असेल आणि ते आपल्या ताब्यात कसं घ्यायचं ह्याची योजना आखत असेल. कदाचित त्याची आई – तिची स्वत:ची मावशी!- कदाचित त्याला प्रोत्साहन देत असेल.

तारिकशी तिचं लग्न हा प्रश्नच उद्भवत नव्हता. ती तारिकशी किंवा दुसऱ्या कोणाशीच लग्न करणार नव्हती. ती एखाद्या फकिरासारखी स्वत:ला आपल्या वडलांच्या घरात बंद करणार होती. जर का तिच्या बद्रियाह मावशीनं तिला एकटीला सोडायचं नाही, ह्यावर भर देणं कमी केलं नसतं आणि तिला तिच्या रियाधमधल्या घरात राहण्याची परवानगी दिली नसती, तर मग नाइलाजानं तिनं त्यांच्याबरोबर खोबारला राहण्याचं मान्य केलं असतं, परंतु ते सर्व तिच्या अटीवर! ती पुन्हा कोणालाही कधीही फिराससारखं तिला गृहीत धरून वागू देणार नव्हती.

४०

To : seerehwenfadha7et@yahoogroups.com
From : 'seerehwenfadha7et'
Date : December 10, 2004
Subject : **Hamdan, the Cute Guy with Pipe**

> तिच्यावर प्रेम करणारा आणि तिचं ज्याच्यावर प्रेम आहे अशा दोन माणसांत जेव्हा एखाद्या स्त्रीची रस्सीखेच होते, तेव्हा तिच्या आयुष्यापेक्षा जास्त कठीण काही नसतं.
>
> *खलील जिब्रान*

जेव्हा मी ही कथा संपवेन त्या वेळी माझं जीवन कसं असेल ह्याचा जेव्हा मी विचार करू लागते, तेव्हा मी अगदी थकून जाते. मग मी काय करीन? कारण मला आता तुम्हा लोकांच्या सर्व पत्रांची खूप सवय झालीये. त्या ई-मेल्स माझा दिवसाचा रिकामा वेळ भरून काढतात. मला पुस्तकात असतील नसतील तेवढी नावं ठेवायला मग कोण असेल आणि माझ्या खांद्यावर थोपटायला कोण असेल? माझी नुसती आठवणही कोण करेल? कारण आता मी स्फुल्लिंगाचं काम करतेय. त्यामुळे जेव्हा ह्या देशातले लोक एकत्र येतात तेव्हा चर्चा आणि वादविवाद सुरू होतात. मला प्रसिद्धीच्या झोतात राहण्याची इतकी सवय झाल्यावर मग अप्रकाशित अशा छायेतलं आयुष्य जगणं मला जमेल का?

ते आयुष्य काय असेल ह्याचा नुसता विचार केला तरी मला त्रास होतो. हे खरं आहे की, सुरुवातीला माझा हेतू साधा होता. लोकांच्या नजरेआड असलेल्या सत्य गोष्टी दाखवण्याचा हा माझा प्रयत्न होता; परंतु अखेरी ह्या कथेत मीच गुंतत गेले. आणि मी अगदी अधीरतेनं आणि बेसबुरीनं तुम्हा वाचकांच्या प्रतिक्रियांची वाट पाहत असते! मला उत्तर म्हणून पाहिजे तेवढ्या ई-मेल्स आल्या नाहीत, तर मी वैतागते

आणि जेव्हा मी माझ्याबद्दल वर्तमानपत्र किंवा मासिकात किंवा वेब पेजवर वाचते, तेव्हा मला अत्यानंद होतो. माझ्यावर केंद्रित होणारं हे सर्व लक्ष आता उरणार नाही म्हणून मला चुकल्यासारखं वाटेल, ह्यात शंकाच नाही. खरंतर त्यासाठी मी इतकी झुरेन की, पुन्हा लिहिण्याशिवाय मला काही मार्गच राहणार नाही. तसं झालं तर मी काय लिहावं असं तुम्हा सर्वांना वाटतं? हे बघा वाचकहो! मी अगदी तत्परतेनं आणि खुशीनं वाट पाहतेय की, माझ्या पुढच्या 'प्रकरणा'चा विषय काय असावा?

सौदी अरेबिया हा जगातील एकच इस्लामिक देश आहे, हा सादीमचा समज आहे यावर मिचैल्लीचा विश्वासच बसेना. युनायटेड एमिरेट्समध्ये जरी जनतेला त्यांच्या सामाजिक जीवनात स्वातंत्र्य मिळत होतं आणि तिथं इतर धर्मीयांनाही आपल्या धर्माप्रमाणे वागण्याची परवानगी होती, तरीही मिचैल्लीच्या मते हेही तेवढेच इस्लामिक होते. तिच्या मते यूएई हे जास्त चांगल्या तऱ्हेनं चालत होतं. एखादा देश 'मुस्लीम' आहे म्हणजे तो 'इस्लामिक देश' असलाच पाहिजे असं नाही, हे सादीमनं स्पष्ट करण्याचा प्रयत्न केला. सौदी अरेबिया हा फक्त एकच देश असा होता जो केवळ आणि संपूर्णपणे कुराणातून आलेल्या कायद्यानुसार आणि प्रेषिताच्या वागणुकीनुसार वागणारा देश होता. त्या प्रेषिताला शांती लाभो. त्यांनी तो शरीयत कायदा जीवनाच्या प्रत्येक क्षेत्रात अमलात आणला होता. इतर मुस्लीम देश जरी इस्लामिक शरीयतमधून त्यांची मूलतत्त्वं आणि विचार घेत असले तरी समाज बदलला आणि नव्या गरजा वाढल्या, तेव्हा त्यांनी ते विशिष्ट निर्णय माणसांनी ठरवलेल्या कायद्याप्रमाणे केले. मिचैल्लीला आपल्या आणि आपल्या मैत्रिणींच्या विचारसरणीतली दरी वाढताना दिसली. ती इतकी की, केव्हाकेव्हा तिला असं वाटायचं की, त्यांच्याबरोबर तिचं कसं काय जमलं होतं! त्यांचं जग तिच्या जीवनाच्या कल्पनांशी किंवा तिच्या महत्त्वाकांक्षेशी जराही जुळत नव्हतं.

आणि ह्या कोणत्या महत्त्वाकांक्षा होत्या? मिचैल्लीला वाटायचं की, तिचा संपर्कमाध्यमांमध्ये काम करण्याचा व्यवसाय होता आणि ह्यात अगदी वरच्या जागी जायचं तिनं ठरवलं होतं. तिचे प्रयत्नही चालूच होते. एखाद्या दिवशी एखाद्या मासिकाच्या मुखपृष्ठावर, ब्रॅड पिट किंवा जॉनी डेप्पच्या बाजूला आपण फोटोत उभं असण्याचं स्वप्न ती पाहत होती. निरनिराळ्या प्रसिद्ध व्यक्तींबरोबरच्या तिच्या निवडक, सनसनाटी मुलाखती मिळवण्यासाठी रेडिओ वाहिन्या, टीव्ही स्टेशन्स आणि मासिकं ह्यांच्यात स्पर्धा चालल्याचीही भन्नाट कल्पना तिनं रंगवली. ऑस्कर एमिज आणि ग्रॅमिज ह्यांच्या समारंभासाठीची बोलावणी *(जशी अरब बक्षीस समारंभाची बोलावणी तिला येत होती, तशी)* येतील अशी कल्पना तिनं केली. तिच्या वडलांनी तिला कोणत्याही बक्षीस समारंभाला जाऊ दिलं नव्हतं, ते सोडा; परंतु हळूहळू ती

वडलांची तशी खात्री पटवून देणार होती. तिच्या मैत्रिणी बिचाऱ्या ज्या स्थितीत होत्या, त्या अवस्थेत जाण्यापेक्षा मरण पत्करणं बरं, असं आता तिला वाटत होतं. : घरात कैदी असलेली *(गाम्राह)*, एका माणसाची कैदी असलेली *(सादीम)* किंवा आपल्या दिमाखाची कैदी असलेली *(लामीस)*.

मिचैल्लीनं ठरवले सर्वांत सुरक्षित मार्ग म्हणजे पुरुषामध्ये गुंतण्यापासून पूर्णत: दूर राहणं. तिच्या फैझलबरोबरच्या आणि मॅटीबरोबरच्या अनुभवातून ती हे शिकली होती. तिथं कोणीही माणूस असणार नव्हता, अगदी तो जरी हमदानइतका गोड आणि सुसंस्कृत असला असता तरी! हमदान हा तरुण निर्माता होता. तो तिच्या आठवड्याच्या कामांचं संचालन करत होता. त्यानं माध्यमनिर्मितीबद्दलचं शिक्षण बोस्टनमधल्या 'टफ्ट्स विद्यापीठा'त घेतलं होतं.

मिचैल्लीला स्वत:शी हे कबूल करावं लागलं की, तिला सुरुवातीपासूनच हमदानबद्दल आकर्षण वाटलं होतं. जेव्हाजेव्हा छायाचित्रण चालू असायचं आणि तो यायचा, तेव्हा सर्व लोकांना आपल्याभोवती गोळा करण्याची त्याच्याकडे एक नैसर्गिक हातोटी होती. त्याचं येणं तसं वाजतगाजतच असायचं आणि जेव्हा तो आजूबाजूला असायचा तेव्हा वातावरणातलं हास्य आणि उत्तेजनाची पातळी अगदी वरच्या टोकाला पोहोचायची.

मिचैल्ली आणि जुमाना ह्यांनी कामावरच्या त्यांच्या सुरुवातीच्या दिवशी हमदानला दुरूनच पाहिलं होतं. तो आपला मिडवाह[४४] ओढत होता आणि जुमानानं तो किती आकर्षक आहे, ह्यावर भाष्य केलं होतं. जुमाना ही आपल्याच एका नातेवाइकाच्या प्रेमात पडलेली होती आणि त्याचं इंग्लंडमध्ये एम.ए. पुरं झालं आणि तो घरी परतला की, त्याच्याशी लग्न करण्याचा तिचा बेत होता. त्यामुळे ती मिचैल्लीचं हमदानशी जुळवण्याच्या प्रयत्नात होती; परंतु हमदाननं मात्र त्या बाबतीत तिला मागे टाकलं. त्यानं त्याला तिच्यात वाटणारं स्वारस्य उघडउघड दाखवलं. मिचैल्लीला त्याचं आश्चर्य वाटलं नाही. काही झालं, तरी त्या चमूतल्या प्रत्येकापेक्षा ती आणि हमदान ह्यांचं बऱ्याच गोष्टींत एकमत व्हायचं आणि सगळ्यांत जास्त सहमती असायची, हे उघड होतं. ते नैसर्गिकरीत्या अनुरूप आहेत, असं दिसत होतं.

हमदान अठ्ठावीस वर्षांचा होता. त्याच्यात सर्वांत सुंदर काय होतं, तर त्याचं नाक – अगदी तरतरीत आणि सरळ! एखाद्या नंग्या तलवारीसारखं! त्याची नीटनेटकी छोटी दाढी होती आणि खरोखर 'संसर्गजन्य' असं हसू त्याच्याकडं होतं. जशी मिचैल्ली रुबाबदार, नीटनेटकी असायची तसाच तोही असायचा. तो नेहमी छान

---

४४. यू.ए.ई.मध्ये प्रसिद्ध असलेला तंबाखू ओढण्याचा पाईप.

जीन्स घालायचा आणि ब्रँडेड टी-शर्ट वापरायचा; परंतु कधीकधी तो पांढऱ्या कंडुराह[४५] आणि ईसामह[४६]मध्ये यायचा. जरी तो आपलं स्वरूप (सभ्य) ठेवायचा कठोर प्रयत्न करायचा, तरी त्याला त्याचं डोकं तासभरापेक्षा जास्त गुंडाळून ठेवणं सहन होत नसे. मग तो न चुकता व्यवस्थित गुंडाळलेला फेटा काढून आपले केस दाखवायचा. त्याचे केस मिचैल्लीच्या केसांपेक्षा जास्त लांब होते, कारण तिनं हॅलेबेरीसारखे केस कापले होते. अशी केशरचना तिनं स्वीकारल्याबद्दल फैझलनं नापसंती व्यक्त केली होती, कारण तिनं आपले लांब, सुंदर, कुरळे केस गमवावे असं त्याला वाटत नव्हतं. तो ते केस आपल्या बोटांभोवती गुंडाळायचा.

हमदान आणि मिचैल्ली जवळजवळ सर्व विषयांवर दीर्घ चर्चा करायचे. टीव्ही कार्यक्रम आणि त्यांचं त्या स्टेशनमधले उद्दिष्ट ह्यावरही चर्चा व्हायची, कारण त्यांच्या कामाचा तो भाग होता. ते मग एकमेकांबरोबर निरनिराळ्या ठिकाणी जाऊ लागले– रेस्टॉरंट्स, कॅफेज, दुकानं आणि स्थानिक कार्यक्रम! हमदान तिला बऱ्याचदा आपल्याबरोबर शिकारीला जाण्यासाठी बोलवायचा किंवा जलद बोटीतून मच्छीमारीसाठीही! *(जी गोष्ट त्याला 'हमर' कारपेक्षा जास्त वेड लावणारी होती.)* जरी मिचैल्लीला अशा तऱ्हेच्या सहलींपासून आनंद मिळायचा, तरी ती त्याची ही बोलावणी नेहमीच नाकारायची. त्याच्या त्या धाडसी प्रसंगांचे फोटो पाहणं आणि त्याबद्दलचं बोलणं ऐकणं, एवढ्यापुरतंच तिनं स्वतःला मर्यादित ठेवलं होतं.

---

४५. सौदी थोबसारखा यूएईमधील पुरुषांचा कपडा.

४६. फेटा.

४१

To : seerehwenfadha7et@yahoogroups.com
From : 'seerehwenfadha7et'
Date : December 17, 2004
Subject : **A Message For 'F'**

> कुणालाही राग येऊ शकतो. ते तसं अगदी सोपं आहे; परंतु योग्य माणसावर, योग्य प्रमाणात, योग्य वेळी, योग्य कारणासाठी रागावणं आणि तेही योग्य तऱ्हेनं, हे काही सोपं नाही.
>
> – *ॲरिस्टॉटल*

मला बऱ्याच लोकांनी लिहिलंय की, त्यांना सादीमच्या कात्रणांच्या आकाशी वहीसंबंधी माहिती हवीये. त्याबद्दल मी दोन ई-मेल्सचा आधी उल्लेख केला होता. काहींनी मला हेही विचारलं की, सादीमनं काय लिहिलंय *(आणि अर्थात त्या मजकुरातला उपविभाग असा आहे : जर तूच सादीम नसलीस तर, म्हणजे...)* हे मला कसं काय बघायला जमलं, हे जाणून घेण्यासाठी ते अक्षरश: 'मरतायत' की, ती आणि मी का एकच आहोत. इतरांना केवळ त्या वहीत काय लिहिलंय, हे जाणून घेण्याची उत्सुकता आहे.

त्या उत्सुक लोकांना मी सांगते : सादीमच्या त्या कात्रणांच्या आकाशी रंगाच्या वहीत लिहिलेले तिचे बरेचसे विचार मी तुमच्यासाठी आणि तुमच्यासह वाचेन. जे कोणी भोचक आहेत आणि ज्यांनी मला 'उघडं' करायचा चंग बांधलाय, त्यांना मी फक्त एवढंच म्हणते : हे सर्व थांबवा.

पदवी मिळाल्यानंतर जेव्हा तिला योग्य काम मिळेल असं दिसेना, तेव्हा सादीमनं वारसा हक्कानं आलेल्या आपल्या पैशातून व्यवसाय करायचं ठरवलं. आपण पार्टी आणि लग्नाचं नियोजक व्हावं, असं काही काळ तिच्या मनात होतं,

कारण त्या कामाला नक्कीच मागणी होती. एखादा आठवडाही असा जायचा नाही की, तिला कुणाच्या ना कुणाच्या लग्नाला किंवा रात्रीच्या जेवणाला बोलावणं आलं नाही. उन्हाळ्यात – हा तर अगदी मौसम – तिला दोन ते तीन कार्यक्रमांसाठी एकाच संध्याकाळी बोलावणी यायची. हे काही आश्चर्याचं नव्हतं. ती आणि तिच्या वयाच्या अनेक मुली जेव्हा त्यांना कंटाळा आलेला असेल किंवा घरात कोंडल्यासारखं वाटत असेल, त्या वेळी कोणत्या तरी लग्नाला बोलावणं येईल अशी व्यवस्था करायच्या. मग ते कुणाचं का असेना! त्या छान कपडे करायच्या, साजशृंगार करायच्या, अगदी उत्तम मेकअप करायच्या आणि संध्याकाळ त्या डीजेच्या किंवा बँड्सवर चाललेल्या संगीताबरोबर नाचत घालवायच्या. हे म्हणजे एखाद्या सभ्य आणि संपूर्णपणे बायकांच्या नाईट क्लबमध्ये घालवलेल्या संध्याकाळच्या अगदी जवळचं असायचं.

सादीमची योजना होती की, आपल्या नातेवाईक आणि मैत्रिणींसाठी छोटी संमेलनं भरवायची आणि मग ती लग्नाच्या सोहळ्याची योजना करण्याइतपत होईपर्यंत वाढवत न्यायची. कित्येक वर्षं तिनं हे पाहिलं होतं की, पार्ट्यांचं नियोजन करण्याचं काम ही स्त्रियांच्या एका छोट्या चमूची मक्तेदारी होती. त्या सर्व लेबानिझ, इजिप्शियन किंवा मोरोक्कन असायच्या. त्या भरपूर पैसे घ्यायच्या, परंतु त्या बदल्यात उत्तम सेवा काही देत नसत. सादीम प्रत्येक प्रसंगाच्या तपशिलाची अथपासून इतिपर्यंत योजना आखायची. ज्या तऱ्हेचा प्रसंग असेल आणि जसा पैशांचा अंदाज असेल त्याप्रमाणे संधी मिळेल तशा या सर्व योजना बसवायच्या, ह्या विचारानं ती उद्दीपित झाली होती. ज्यांच्याबरोबर काम करायला आवडेल अशा रेस्टॉरंट्सची, फुलवाल्यांची, फर्निचर दुकानांची आणि कपडे बनवणाऱ्यांची माहिती तिच्याकडे होती.

सादीमनं उम नुवाय्यिरला सांगितलं की, तिनं रियाध ऑफिस सांभाळावं आणि गाम्राहला मदतनीस म्हणून घ्यावं. सादीम पूर्वेकडच्या भागांवर नियंत्रण ठेवू शकणार होती. कारण ती आता तिकडेच राहायला जायची होती आणि लामीसला वाटलं तर ती एक ऑफिस जेद्दाहमध्ये सुरू करू शकली असती, जिथे ती *(आपला नवरा)* निझारबरोबर तिला पदवी मिळाल्यावर राहायला जाणार होती. तसंच वाटलं असतं, तर त्या मिचैल्लीला सांगून दुबईवरून काही गवय्यांकडून लग्नाच्या मिरवणुकीसाठी किंवा पदवी मिळाल्यावर होणाऱ्या पार्ट्यांसाठी खास गाण्यांचं रेकॉर्डिंग करवून घेणार होती.

उम नुवाय्यिरला ही कल्पना आवडली होती. ती कामावरून परत आल्यावर तिला रोज जाणवणारा एकाकीपणा त्यामुळे संपणार होता. सादीम निघून गेल्यावर तर हा एकाकीपणा आणखीनच वाढणार होता. गाम्राहही त्यामुळे उत्तेजित झाली होती. तिनं आणि सादीमनं छोट्या पार्टीचं नियोजन करून त्यात आपल्या ओळखीच्यांना

बोलावलं. सादीमचा मावसभाऊ तारिकनं अधिकृत कामांची जबाबदारी उचलली– व्यापारी परवाना मिळवणं, इतर गरजेची कागदपत्रं मिळवणं वगैरे. स्त्रियांना बँकांमध्ये आणि इतर ऑफिसेसमध्ये स्वत: कायद्याची कामं करण्याची परवानगी कधीच नसायची. सादीमनं कायद्याच्या कामासाठी तारिकला अधिकृत प्रतिनिधी म्हणून नेमलं. सादीम पूर्वेकडच्या प्रदेशांकडे जायला निघाली त्याच्या आदल्या संध्याकाळी गाम्राहनं तिच्या बहिणीच्या, हेस्साहच्या नात्यातल्या एका लग्नाच्या सोहळ्याचं बोलावणं केलं आणि गाम्राह, लामीस आणि सादीम हेस्साहबरोबर लग्नाला गेल्या. हेस्साहनं नवरीच्या खास मैत्रिणींसाठी राखून ठेवलेल्या टेबलाशी जागा पकडली आणि त्या तीन मैत्रिणी नाच करण्याच्या जागी बसल्या. तरुण आणि अविवाहित मुलींनी त्याच ठिकाणी बसण्याची पद्धत होती. तरुण लग्नाळू मुलांच्या आयांचं, त्यांच्या भिरभिरत्या डोळ्यांचं ते एक आकर्षण-स्थान होतं.

जेव्हा तगाग्गा[४७] मायक्रोफोनमधून गाऊ लागली, त्या तिन्ही मुली सौदी लोकगीताच्या स्वरात नाचण्यासाठी उभ्या राहिल्या. जसे ढोलाचे आवाज घुमू लागले तशा उंच स्थानांवर बसलेल्या सर्व मुली घुमू लागल्या. 'तगाग्गा'चा आवाज जसा टीपेला गेला तसा त्या आवाजानं सर्व हॉल जागृत झाला.

सादीम एका जागी उभी राहून आपले खांदे हळुवार उडवत आणि डोकं एका बाजूनं दुसऱ्या बाजूला हलवत डोळे बंद करून नाचत होती. त्या गाण्याच्या तालावर तिच्या बोटांनी ताल धरला होता. कसेही त्या तालाशी संबंध न ठेवता, डोळ्यांनी वर टक लावून पाहत गाम्राह आपले खांदे आणि पाय हलवत होती. बेली डान्सिंग करत असल्यासारखी लामीस आपला पार्श्वभाग हलवत होती आणि त्या सगळ्या स्त्रीगायिकेबरोबर गाणी गात होत्या. गाम्राहला गाण्याचे शब्द आठवत नसत आणि सादीम संगीताशी एवढं एकरूप झाल्याचं नाच करताना दाखवत होती की, ते गाम्राहच्या अगदी विरुद्ध आणि जरा जास्तच होतं.

गाणं संपल्यावर लामीस अचानक भेटलेल्या शाळेतल्या एका जुन्या मैत्रिणीशी बोलण्यासाठी गेली. त्या मैत्रिणीचं नुकतंच लग्न झालं होतं आणि लामीसला तिला विचारायचं होतं की, आत्तापर्यंत तिला लग्न कसं काय वाटत होतं, तिची लग्नाची रात्र कशी गेली होती आणि संततिनियमनाची कोणती साधनं ती वापरत होती. अशा अनेक गोष्टी विचारणं आता तिला महत्वाचं वाटत होतं, कारण तिचं स्वत:चं लग्न वर्षाच्या मधल्या सुट्टीत व्हायचं होतं.

तलाल मद्दाह[४८]च्या तिच्या आवडत्या गाण्यावर नाचण्यासाठी सादीम गाम्राहबरोबर नाच करण्याच्या जागी थांबली.

---

४७. स्थानिक स्त्री-गायक आणि तिच्याबरोबरचा वाद्यवृंद.
४८. जुना आणि प्रसिद्ध सौदी गायक

तू दुसरीवर प्रेम करत असलास तरी
मी तुझ्यावर प्रेम करते
कारण माझ्या हृदयाची एकच इच्छा आहे
की तुला प्रत्येक दिवशी सुखी पाहावं

ते हळुवार शब्द आणि ते करुण स्वर सादीमच्या हृदयातून आरपार गेले. फिरासची प्रतिमा तिच्या मनात दाटून आली आणि जरी आजूबाजूला नाचाच्या जागी बरेच लोक होते, तरी ती अशा तऱ्हेनं नाचत होती की, जणूकाही फक्त फिरासच तिला बघत होता.

जेवणाची वेळ झाली आणि त्या सर्वांनी टेबलावरून आपल्या डिशेस भरल्या. त्या सादीमच्या दुसऱ्या दिवशी जाण्याबद्दल बोलू लागल्या. सादीमला इतकं वाईट वाटत होतं की, तिचं हृदय दुःखानं दाटून आलं आणि त्या दुःखाच्या कसोटीतून आपण कसं बाहेर पडू शकू, हे तिला समजत नव्हतं. त्या बोलत आणि जेवत असताना टेबलावर असलेल्या मोबाइल फोनपैकी एकाची दोनदा रिंग झाली. एक निरोप आल्याचं तो दाखवत होता. त्या मुलींपैकी प्रत्येक आपल्या फोनसाठी धावली. त्यातील प्रत्येक मुलगी मनातून आशा करत होती की, तिला कोणाकडून तरी, ज्याला त्या विशिष्ट क्षणी तिची आठवण झाली होती, निरोप आला असावा. लामीस ती भाग्यवान होती. आपली प्रियतमा एका लग्नाच्या पार्टीला गेलीये हे जाणून निझारनं घरून निरोप दिला होता : 'पुढचं लग्न आपलं असो, हॅबीबूटी!'[४९]

बऱ्याच तासांनंतर सादीमनं सूटकेसेसकडे आणि तिच्या खोलीत भरलेल्या पेट्यांकडे टक लावून पाहिलं. त्या खोबारला पाठवण्यासाठी तयार होत्या. तिनं लहान असताना तिच्या बाकाच्या कडेवर ओरखडे काढले होते. ते पाहून आणि आपल्या कपाटाच्या दरवाजावर मासिकांवर असलेल्या प्रसिद्ध व्यक्तींचे आणि आपल्या मैत्रिणींचे फोटो चिकटवलेले पाहून तिच्या घशात आवंढा आला. तिनं आपली कात्रणाची अस्मानी वही आणि पेन्सिल उचलली आणि लिहिलं.

एफ्ला पत्र : आता पहाटेचे पावणे चार वाजले आहेत. स्थानिक राजवेळ.

थोड्याच वेळात रियाध शहरात प्रार्थनेला बोलवण्यासाठी बांगेचे निनाद उमटतील. तू ह्या क्षणी मशिदीकडे जाण्याच्या रस्त्यावर असशील, कारण पूर्वेकडच्या प्रदेशात आमच्यापेक्षा जरा लवकरच प्रार्थना असते. का आता तू रियाधमध्ये आहेस? मला हेही माहीत नाही की, तुम्ही दोघं इथं राहता की तिथं?

---

४९. माझ्या प्रेमा

तू अजून शुक्रवारच्या प्रार्थनेच्या सभेला जातोस का? का तिच्या बाजूला झोपण्याच्या सुखानं तुला उठायला आणि देवासाठी जे कर्तव्य आहे, ते करायला थोडं आळशी केलंय?

मी तुझा आवाज ऐकण्यासाठी मरतेय. जर मी तुला ह्या घडीला उठवू शकले तर! तुझ्याशिवाय हे जग एक उदास जागा आहे. रात्र असते त्यापेक्षाही जास्त गडद आहे आणि ही शांतता फार वाईट आणि एकाकी आहे.

अरे देवा, माझं तुझ्यावर किती प्रेम आहे!

तुला आठवतं का, तू तुझ्या खासगी जेटमधून कैरोला जात असताना मला फोन केला होतास ते? आपण दोघांनी त्या दिवशी कशावरून वादविवाद केला त्याचं कारण मला आठवत नाही; परंतु मला हे आठवतं की, तू कुठेतरी जात होतास आणि तेही मी दुःखी असताना! म्हणून मी निराश होते.

मग अर्ध्या तासानंतर तुझा विमानतळावरून आलेला निरोपाचा एसएमएस मला मिळाला. मला एक दीर्घ आणि अनोळखी नंबरवरून फोन आला. मला काही हे लक्षात आलं नव्हतं की, तो तू असशील. तुझा गोड आवाज ऐकताच मी किंचाळले. मी इतकी खूश होते! तुझ्या आवाजानं माझ्या ह्रदयात असलेलं जे काही दुःख होतं ते पार धुतलं गेलं. माझ्या प्रिय फिरास! मी ओरडले. तू अजून गेलेला नाहीस?

तू मला सांगितलंस की, तुझा देह वर हवेत होता, पण तुझं ह्रदय जमिनीवर माझ्याबरोबर होतं आणि ते मला शांत करण्याचा प्रयत्न करत होतं. तू मला चिडवण्यात आणि प्रणयाराधनेच्या खेळात जवळजवळ अर्धा तास घालवलास. मी जवळजवळ विरघळलेच, इतकी मी तुझ्या प्रेमात बुडाले होते!

आता ह्या घडीला तू माझ्याबरोबर असावंस, असं फार वाटतंय.

आज मी लग्नाच्या पार्टीसाठी गेले होते. तू माझ्यासमोर उभा आहेस अशी कल्पना करत मी नाच केला आणि तुला स्पर्श करण्यासाठी मी हात पुढे केला, पण अर्थात तू तिथं नव्हतास.

मी 'मृताचे वीस संस्कार' करावेत, तसं तुझ्यासाठी रात्री दुःख करते आणि त्या वेळी तू तिच्या बाजूला असतोस.

देव तुला क्षमा न करो आणि तिलाही! ह्या जन्मात!
तुझ्या प्रार्थनेला त्यानं प्रतिसाद देऊ नये आणि तिला सुख.
माझं तुझ्यावर प्रेम आहे---
माझा प्रिय, ज्याचा मी द्वेष करते!
मी उद्या तुझ्याकडे येतेय, हे मी तुला सांगितलं का?
सरतेशेवटी, खोबारमध्ये मी तुझ्या जवळच राहीन. त्या शहरानं पुन्हा आपल्याला

एकत्र आणलंय : मला आणि तुला आणि आता तुझ्या मादाम बायकोलाही!

जेव्हा मला हे आठवेल की, तू त्या रस्त्यानं तीन वर्षांपूर्वी माझ्या कारच्या बाजूनं आणि दुरून माझं संरक्षण करत गेला होतास, तेव्हा मी त्या रस्त्यावरून कशी काय कार चालवू शकणार आहे? त्या हमरस्त्यावरून पूर्वेकडे जाताना तू नाहीस ही कल्पनाच मी स्वत:शी करू शकत नाही. नाही, हे त्यापेक्षाही जास्त आहे. तुझ्याशिवाय स्वत:ला कोणत्याही जागेत असल्याची कल्पना मी करू शकत नाही. ह्या जीवनात तुझ्याशिवाय राहू शकेन, ही कल्पनाच मी करू शकत नाही. हे सर्व त्याच्यामुळे घडलंय! देव तुला शिक्षा करो, वालीद, त्यानं माझ्या आयुष्याचा नाश केला! देवानं माझा सूड तुझ्यावर घ्यावा.

४२

To : seerehwenfadha7et@yahoogroups.com
From : 'seerehwenfadha7et'
Date : December 24, 2004
Subject : **Lamees Marries the First and Only Love of Her Life**

संवेदनक्षम स्त्रीच्या हृदयातून नेहमी मनुष्यजातीचं सुख बाहेर पडतं.

– *खलील जिब्रान*

एक वाचक – तिनं आपलं नाव दिलेलं नाही – ती मला म्हणते की, प्रेमाला इतक्या वरच्या पायरीवर नेण्याइतकी मी भाबडी कशी, हे तिला समजत नाही. माझ्या अज्ञानी, समजूत नसलेल्या, असमर्थ अशा मैत्रिणी ज्या अशा आशाहीन शोधाच्या मार्गावर आहेत आणि बहुधा आयुष्यभर तेच करत राहतील, अशा मैत्रिणींबद्दल मला अभिमान कसा वाटू शकतो? ती असं घोषित करते की, एखाद्या सभ्य नियोजित वरापेक्षा जास्त काही चांगलं नाही, जो 'पुढच्या दरवाजातून आत येतो.' ती दोन घराणी एकमेकांना आधीपासूनच ओळखत असतात. अशा ठिकाणी चांगले घट्ट बंध असतात आणि हे सर्व कुटुंबामार्फत झाल्यामुळे ती वाग्दत्त वधूही चांगली, असं प्रमाणपत्र दिलं गेलेलं असतं आणि प्रत्येक जण सर्व बाबतीत सहमत असतो. तिथं कोणत्याही फालतू गोष्टीला किंवा फसवणुकीला वाव नसतो, जसा तो 'प्रेम विवाहा'त असतो. ही पद्धत मुलीसाठी फायदेशीर असते, कारण त्यात त्या लग्नकर्त्या मुलाला वाग्दत्त वधूच्या भूतकाळाबद्दल खात्रीलायकरित्या संशय नसतो. परंतु जर का त्यांचे लग्नाआधी संबंध असतील तर मात्र हे घडू शकेल. एखादी शहाणी मुलगी अशा संधीवर लाथ मारून, ज्याची हमी देता येत नाही त्यामागे कशी काय धावेल?

माझ्या मैत्रिणी, तुझ्या मताचा मी मान राखते; परंतु जर का आपण प्रेमावरचा

विश्वासच गमावला, तर मग ह्या जगातल्या प्रत्येक गोष्टीतला आनंदच नाहीसा होईल. गाणी आपलं माधुर्य गमावतील, फुलं त्यांचा सुगंध आणि जीवन आपला आनंद आणि मौज! जेव्हा तुमच्या जीवनात प्रेम येतं तेव्हा तुम्हाला दिसतं की, जीवनातला खरा अत्यानंद काय असेल, तर प्रेम! इतर सर्व रोमांचित करणाऱ्या गोष्टींचा उगम हा ह्याच सुखातून होतो. सर्वांत अर्थपूर्ण गाणी ती असतात जी तुमचा प्रियकर तुमच्या सान्निध्यात गातो. ती सर्वांत सुंदर फुलं असतात, जी तो तुम्हाला देतो आणि त्या स्तुतीला जास्त महत्त्व असतं, जी तुमच्या प्रिय व्यक्तीची असते. एकदोन शब्दातच सांगायचं, तर जीवन हे तेव्हा रंगीबेरंगी होतं, जेव्हा प्रेमाची बोटे त्याला कुरवाळतात!

अरे देवा, आम्हाला – रियाधमधल्या मुलींना – अनेक गोष्टींची मनाई आहे. आमच्यापासून निदान प्रेमाचे वरदान तरी दूर नेऊ नकोस.

तीन आठवड्यांचा वाङ्‌निश्चयाचा काळ आणि करारनाम्यावर सही करण्याच्या सोहळ्यानंतर चार महिन्यांनंतर लामीसचा लग्नाचा दिवस आला.[५०] ह्या लग्नसमारंभाची सर्व व्यवस्था करण्याची सादीम, उम नुवाय्यिर आणि गाम्राह ह्यांची ही पहिलीच वेळ होती. त्यात मिचैल्लीचाही सहभाग होता. ती दुबईवरून आपल्या मैत्रिणींच्या, रमजाननंतरच्या शाव्वल महिन्याच्या पाचव्या दिवशी असलेल्या लग्नासाठी मुद्दाम आली होती. ह्या महिन्यात लग्नाचा व्यवसाय तसा तेजीत असतो.

रमजानच्या महिन्यात तयारी अगदी जोरात चालू होती. ह्या कामाचं सर्वांत जास्त ओझं उम नुवाय्यिर आणि गाम्राहच्या खांद्यांवर पडलं होतं, कारण त्याच तेवढ्या रियाधमध्ये होत्या आणि तिथं लग्न होणार होतं. सादीमनं फारशी महत्त्वाची नसलेली कामं आपल्या अंगावर घेतली. उदाहरणार्थ, फ्रान्समधून चॉकलेट मागवणे. मिचैल्लीची काही प्रसिद्ध गायकांबरोबर वैयक्तिक ओळख होती आणि आपल्या ओळखीचा उपयोग करून त्यांनी लिहलेली गाणी सीडीवर मुद्रित करण्याची सर्व जबाबदारी तिची होती. रीतीप्रमाणे लामीस आणि निझारसाठी खास तयार करण्यात आलेली सीडी त्या पार्टीच्या वेळी वाजवण्यात येणार होती आणि त्याच्या प्रती आठवण म्हणून मागाहून पाहुण्यांना देण्यात येणार होत्या.

---

५०. अनेक स्थानिक हिजाझीज वाङ्‌निश्चयाचा काळ कमी करून करारनाम्यावर सही केल्यापासून ते प्रत्यक्ष लग्नापर्यंतचा काळ म्हणजेच मिल्काह काळ वाढवणं पसंत करतात. हे नाज्दी लोकांसारखं नाही. त्यांना वाङ्‌निश्चयाचा काळ मोठा असला तरी चालतो; पण मिल्काह-काळ दीर्घ असलेला आवडत नाही, जेव्हा त्या जोडप्याचं अधिकृतरीत्या लग्न झालं असं मानलं जातं. त्यांना भेटण्याचा आणि लग्नसमारंभ होण्याआधीच बरोबर बाहेर जाण्याचा हक्क असतो.

शहरातल्या मध्यवर्ती भागात असलेल्या मोठ्या मशिदीत रमजानची संध्याकाळची प्रार्थना करून झाली की, गाम्राह प्रत्येक रात्री काम सुरू करायची. रमजानमध्ये शॉपिंग मॉल्स क्वचितच दिवसा उघडे असतात; पण त्याची भरपाई ते रात्री करतात आणि त्या पवित्र महिन्यात ते पहाटे तीन ते चारपर्यंत उघडे राहतात.

ती नेहमी सालेहला मशिदीत आपल्याबरोबर प्रार्थनेला घेऊन जायची. आपल्या तीन वर्षाच्या लहानग्याच्या मनात त्या वयामध्येच धर्माबद्दलची निष्ठा ठसवायची, अशी तिची तीव्र इच्छा होती. सालेहलाही यायला आवडायचं आणि तो बायकांचा छोटा काळा अबाया अंगावर चढवायचा. गाम्राहनं तो त्याच्या मापाने शिवला होता, कारण त्यानं तिच्यासारखा अबाया त्याच्यासाठी विकत घ्यावा अशी मागणीच केली होती. त्याला तो अबाया घालण्यापासून कोणी परावृत्त करू शकलं नव्हतं आणि त्यामुळे ती तयार झाली होती. उम नुवाय्यिरनं त्याच्या मागण्यांना तिनं मान तुकवू नये, अशा सतत केलेल्या सावधगिरीच्या सूचनेकडे दुर्लक्ष करून तिने त्याच्या म्हणण्याला होकार दिला होता. गाम्राह उम नुवाय्यिरला आठवण करून द्यायची की, नुरी ज्या वातावरणात वाढला होता, त्यापेक्षा वेगळ्या वातावरणात सालेह वाढत होता. तिचा छोटा सल्लूही आपल्या सर्व मामांच्यात वाढत होता आणि जरी त्याचा बाप जवळ नसला, तरी त्याला अनुकरणासाठी पुरेशा पुरुषी सहवासाची कमतरता भासेल अशी काही धास्ती बाळगण्याचं कारण नव्हतं. काही असो, त्याच्या लहान कपड्याभोवती असलेल्या आपल्या भल्यामोठ्या अबायाच्या चुण्या आणि टोकं गोळा करताना तो छान दिसायचा आणि प्रत्येक वेळी त्याचं डोकं मात्र रूढीप्रमाणे शिमागमध्ये झाकलेलं असायचं.

प्रार्थनेच्या वेळी सालेह तिच्या बाजूला उभा राहून तिच्या प्रत्येक कृतीची नक्कल करायचा. अगदी सुरुवातीपासूनच 'अल्ला अकबर'[५१] असं म्हणत वाकत गालिच्यानं झाकलेल्या जमिनीवर पालथा पडायचा. जेव्हा त्याला तिची नक्कल करायचा कंटाळा यायचा, तेव्हा तो आपलं डोकं वळवायचा आणि ती जेव्हा वाकायची आणि गुडघ्यावर बसायची तेव्हा आपल्या शरीराचा वरचा भाग तिच्याकडे वळवायचा. त्या वेळी तो तिच्या आणि प्रार्थनेसाठी रांगेत असलेल्या इतर मोठ्या माणसांच्या डोळ्यांत वाकून बघायचा. तो त्यांना त्यामुळे हसवू शकेल का, हे पाहायचा. त्यांच्यासमोर तो वाकायचा आणि तो इतका पुढे झुकायचा की, तो तोंडावर पडायचा. मग तो वळून आपल्या पाठीवर यायचा आणि तोंड फाकवून, त्याचं बोळकं पसरवून हास्य करत असायचा. त्या रांगेतल्या उदास दिसणाऱ्या स्त्रिया ज्या त्याची नजर चुकवायच्या आणि प्रार्थनेवर लक्ष एकाग्र करत असायच्या, त्यांच्यापैकी कुणीही त्याच्याकडे बघून

---

५१. देव फार महान आहे – ही प्रत्येक प्रार्थनेची सुरुवातीची ओळ आहे.

हसेल, ह्या अपेक्षेनं तो हे सर्व करायचा. मग ह्या बाबतीत आशा संपली की, तो जमिनीवर प्रार्थनेसाठी वाकण्याची आणि गुडघ्यावर बसण्याची संधी घ्यायचा आणि नाराजी दाखवणाऱ्या बायकांच्या पार्श्वभागावर एक-एक चापट ठेवून द्यायचा आणि त्यानंतर तो त्यांच्यासमोर जाऊन पाठीवर झोपायचा. त्याला आपल्या या कर्तृत्वाचा अभिमान वाटायचा आणि तो हसायचा.

स्त्रियांनी त्याच्या ह्या खोडकर वागण्याबद्दल तक्रार केली आणि गाम्राहनं त्याला पुरुषांच्या कक्षात प्रार्थनेसाठी पाठवावं, असा हुकूम केला. गाम्राहला त्याच्या ह्या छोट्या-छोट्या माकडचेष्टा गोड वाटायच्या; परंतु ती इतर स्त्रियांसमोर आपल्या मुलाला रागे भरायची. त्या वेळी आपलं हसू आवरण्याची तिला काळजी घ्यावी लागायची. सालेह त्याचं ते छान हास्य तिला द्यायचा आणि तिनं दाबलेलं हास्य बाहेर पडावं ह्यासाठी तिला प्रोत्साहित करायचा. जणूकाही त्याला माहीत असायचं की, तिने काही त्याला मनापासून रागे भरलेले नसायचे.

रियाधमधल्या तारावीह प्रार्थना[५२] ह्या नेहमी साधारणपणे नऊ वाजता संपायच्या आणि दुकानांचे दरवाजे त्यानंतर ताबडतोब उघडायचे. गाम्राह फिरतफिरत लग्नासाठी टेबल क्लॉथ्स आणि खुर्च्यांची कव्हर्स शिवणाऱ्या शिंपिणींपासून ते त्या रेस्टॉरंटपर्यंत जायची. तिथं ती प्रत्येक संध्याकाळी नवे पदार्थ चाखायची. हे सर्व लग्नाच्या बुफे पार्टीसाठी चालायचं, तिथं तिला जास्त आवडणाऱ्या पदार्थांची निवड करण्यासाठी ती प्रत्येक संध्याकाळी नवे पदार्थ चाखायची. हे सर्व लग्नाच्या बुफे-पार्टीसाठी चालायचं. तिनं फुलवाल्याला आणि आमंत्रणपत्रिका तयार करणाऱ्या छपाईवाल्यालाही भेटी दिल्या होत्या. त्याचबरोबर लामीसला लग्नाच्या कपड्यांसाठी ज्याची कमतरता जाणवत होती ते घेण्यासाठीही ती लामीसबरोबर हॉलमध्ये अनेकदा जायची.

गाम्राह पहाटे दोनतीन वाजण्यापूर्वी घरी परतत नसे. फक्त महिन्याचे शेवटचे दहा दिवस मशिदीत आपल्या आई, बहिणींबरोबर क्वियाम प्रार्थना[५३] करण्यासाठी ती तास-दोन तास लवकर यायची. ती सुरुवातीला तिची आई त्या कामासाठी तिला एकटीला बाहेर जाऊ द्यायची नाही; पण गाम्राहनं काम किती मनावर घेतलंय. हे तिच्या लक्षात आल्यावर तिनं त्यात फारशी आडकाठी घातली नव्हती. उम गाम्राहवर सर्वांत जास्त छाप पडली, जेव्हा गाम्राहनं आपली पहिली कमाई मिळवली – विद्यापीठातल्या सादीमच्या प्रोफेसरांच्या घरी तिनं रात्रीच्या जेवणाच्या पार्टीची व्यवस्था केली तेव्हा – आणि तिनं आपली कमाई आपल्या वडिलांकडे दिली. सरतेशेवटी

---

५२. रमजानच्या सर्व महिनाभर ईश प्रार्थनेनंतर ताबडतोब घेतल्या जाणाऱ्या वैकल्पिक प्रार्थनेपैकी ही होती.

५३. रमजानच्या शेवटच्या दहा दिवसांतील रात्रीच्या तिसऱ्या भागात ही वैकल्पिक प्रार्थना केली जाते.

आपल्या मुलीच्या ह्या वेगळ्या कामाच्या योग्यतेबद्दल त्यांचं मन वळवलं गेलं होतं. रात्रीच्या बाहेरच्या कामासाठी जात असताना तिच्या आईनं तिच्या मुलांना त्यांच्या बहिणींबरोबर जाण्यासाठी आग्रह केला होता, परंतु त्यांनी ते नाकारलं. एकानं नव्हे, तर सर्वांनीच आणि मग तिनंही ते सोडून दिलं. त्यामुळे गाम्राह आपल्या कामासाठी एकटी जायला मोकळी होती. कधी तिची बहीण शाहला तिच्यासोबत जायची किंवा उम नुवाय्यिर किंवा बऱ्याचदा सालेह तिच्याबरोबर असायचा.

बरीच मार्गप्रतीक्षा झाल्यानंतर त्या दिवशी लामीस कधी दिसली नव्हती एवढी सुंदर दिसत होती. तिचे लांब, चॉकलेटी– तपकिरी केस तिच्या पाठीवर सुंदर कुरळ्या लाटांत पसरले होते. तिचा शिंपले लावलेला गाऊन तिच्या खांद्यांवरून हळुवारपणे खाली आला होता. पुढच्या बाजूला तो छान शिवलेला होता आणि तिच्या पाठीचा वरचा भाग दाखवत तो हळूहळू खाली रुंदावत जमिनीपर्यंत पोहोचला होता. तिचा मऊ जाळीचा पडदा डोक्यावरून तिच्या उघड्या पाठीवर आला होता. तिच्या एका हातात लिलीच्या फुलांचा गुच्छ होता आणि दुसऱ्या हातानं तिनं निझारचा हात घट्ट पकडलेला होता. तो प्रत्येक पावलागणिक तिच्यावरून देवाचं नाव घेत होता आणि त्या मोठ्या गाऊनचा लांब घोळ उचलायला तिला मदत करत होता. मिरवणुकीनंतर ती निझारबरोबर त्याच्या आणि तिच्या स्त्रीनातेवाइकांच्या वर्तुळात नाचत असताना लामीसच्या मैत्रिणींना तिच्या डोळ्यांत निर्भेळ आनंद दिसला होता. त्यांच्या सर्व मैत्रिणींपैकी एकट्या लामीसनंच त्या सर्वांच्या मनात असलेलं, त्यांच्या जीवनातल्या पहिल्या प्रेमाशी लग्न करायचं स्वप्न पुरं केलं होतं.

गाम्राह : देवाने उदार होऊन ह्यापुढे आमचा नंबर तिथं लावावा. त्या नाच करण्याच्या ठिकाणी असलेल्या दोन प्रफुल्ल चेहऱ्यांकडे पाहा! ओह, जिला हिजाझी माणूस मिळतो, ती मुलगी किती नशीबवान असते! ह्या वधूकडे लागलेल्या निझारच्या प्रेमपूर्ण नजरा पाहताना मनात येतं की, ह्याबाबत आमचे लोक कुठे आहेत? देवाशप्पथ मी सांगते की, एखादा नाज्दी त्या वधूच्या उंच व्यासपीठावर बसलेला असताना जर तुम्ही म्हणालात की, 'तिथं असे दुर्मुखल्या चेहऱ्यानं बसून जणूकाही तुला इथं कोणी जबरदस्तीनं आणलंय असं बसण्याऐवजी माझ्याकडं जरा वळून बघ आणि निदान देवासाठी तरी हास!'' तर तो तुम्हाला ठारच मारील.

सादीम : तुला आठवतं, जेव्हा आम्ही वाग्दत्त वधूचं चुंबन घे असं रशीदला लग्नात सांगितलं, तेव्हा तो कसा वागला ते? आणि ह्या निझारकडे पाहा, तो तर प्रत्येक दोन मिनिटांनंतर लामीसच्या कपाळाचं चुंबन घेतोय आणि मग तिच्या हातांचं आणि गालांचं. तू बरोबर बोलते आहेस, जेद्दाहमधले लोक

ही एक वेगळीच जमात आहे.

गाम्राह : आणि बघ तो किती विचारी आहे ते! तो जेद्दाहमध्ये असतानाही तिला पदवी मिळून ती तिथं जाईपर्यंत तो तिला रियाधला ठेवायला तयार आहे. देवाशप्पथ, तो सच्चा माणूस आहे. देवानं त्या दोघांना आशीर्वाद द्यावेत आणि त्यांना सुखी करावं.

मिचैल्ली : पण हे असंच असायला नको का? का तुम्हाला असं वाटलं की, तो तिला तिचा अभ्यासक्रम पूर्ण करून देणार नाही किंवा तो जेद्दाहमध्ये आहे म्हणून तिनं तो अभ्यासक्रम तिथं पुरा करावा अशी जबरदस्ती करेल? हे तिचं जीवन आहे आणि ते कसं घालवायचं हे ठरवायला ती स्वतंत्र आहे, जसं त्याचं जीवन कसं घालवायचं हे ठरवायला तो मोकळा आहे. आपली समस्या इथं ही आहे की, आपण पुरुषांना ते आहेत त्यापेक्षा जास्त मोठे आहेत असं दिसण्यात मदत करतो. आपल्याला हे समजलं पाहिजे – आपण हे गृहीत धरलं पाहिजे – तेही अगदी सुरुवातीपासूनच की आपल्याला पदवी मिळू द्यायची की नाही ह्या गोष्टी काही त्याच्या कृपेवर अवलंबून नसतात. हेच योग्य आहे आणि जर ह्या माणसांपैकी एकानं काही बरोबर केलं, तर आपले डोळे असे डोक्यातून बाहेर यायला नकोत!

सादीम : तुम्ही दोघी गप्प बसा. तुम्ही दोघींनी माझं डोकं उठवलंय. आपण त्या पलीकडच्या प्रेमपक्ष्यांची जोडी पाहू या. ते एकत्र नाचत असताना इतके छान दिसतायत! बघ, तो कसा तिच्याकडे पाहतोय ते! त्याचे डोळे चमकतायंत आणि सुखातिरेकानं तो मरेल असं वाटतंय. माझं बिचारं हृदय! ह्यालाच मी प्रेम म्हणते!

गाम्राह : बिचारी तमादूर! तुला असं नाही का वाटत की, तिच्या जुळ्या बहिणीचं तिच्याआधी लग्न झालं म्हणून तिला मत्सर वाटतोय?

सादीम : तिला मत्सर का वाटावा? उद्या तिचं स्वत:चं नशीब आणि भाग्य उदयाला येईल आणि असं बघा, तुमच्या हे लक्षात आलंय का की, हे हिजाझ तरुण किती छान आणि नीटनेटके असतात ते? निझार तर नुसता चमकतोय! तो इतका स्वच्छ आणि नीटनेटका आहे! त्याच्या दाढीची गोटीही किती व्यवस्थित कापलेली आहे ते बघ! मी पाहिलेल्या प्रत्येक हिजाझी नवरदेवाला गोटी असते ती बहुतेक ह्याच आकाराची, आणि ती जास्त दाट नसते. तुम्हाला वाटेल की ते सर्व एकाच न्हाव्याकडे जातात!

मिचैल्ली : हे तरुण अंग घासून घेतात, टर्किश बाथ घेतात आणि तोंडावरचे केस काढून टाकतात. त्यामुळे ते जास्त केसाळ वाटत नाही. ते केस काढतात, पायांवर सौंदर्यवर्धक उपचार करून घेतात आणि काही वेळा तर मेण

लावून केस उपटून घेतात. रियाधमधल्या लोकांसारखं नव्हे, हा नवरदेव इतर लोकांसारखाच दिसतो! त्याच्या बिश्त[५४]चा रंग सोडला तर.

सादीम : तो पुरुष नीटनेटका, व्यवस्थित आहे की नाही ह्याची मी फारशी पर्वा करत नाही. खरंतर थोडा अव्यवस्थित पुरुषच मला आवडतो. ते कसं, जास्त मर्दानी वाटतं. त्याला पोशाख करायला आणि नवीन पद्धतीचे कपडे करण्यासाठी एखाद्या पोरकट मुलासारखं, ज्यांना दुसरं काही करायचं नसतं अशांसारखं नटायला वेळ नसतो आणि फुकट डामडौलही नसतो.

उम नुवाय्यिर : देवानं त्या जुन्या दिवसांबद्दल दया करावी! तेव्हा चांगले दिसणारे पुरुष पाहिले की, तू पार विरघळून जायचीस. अगदी तेव्हाही, वालीदशिवाय तुझ्या डोळ्यांत दुसरं काही नव्हतं!

सादीम : खरं आहे; परंतु वालीदनंतर माझ्या आयुष्यात फिरास आला. तो गबाळा राक्षस ज्यानं जगात त्याच्याशिवाय काही नसल्यासारखे माझे डोळे व्यापून टाकले.

गाम्राह : तसं पाहिलं तर मी कोणताही पुरुष स्वीकारीन. तो कोणीही असो, स्वच्छ किंवा घाणेरडा, व्यवस्थित किंवा गचाळ. कुणाला पर्वा आहे? जोपर्यंत तो तिथं आहे, तोपर्यंत मी कोणत्याही माणसाबरोबर सुखी व्हायला तयार आहे. मला इतका कंटाळा आलाय! मी पार कंटाळलेय आणि आता मी हे सहन करू शकत नाही. आणखी काही दिवस गेले, तर मी वेडीच होईन.

जेव्हा गुच्छ फेकण्याची वेळ आली तेव्हा त्या लग्न न झालेल्या तरुण मुली ह्या वधूच्या मागे रांगेत उभ्या राहिल्या. लग्नाची गाडी ह्यानंतर कोण पकडणार, हे जाणून घ्यायला त्या अगदी उत्सुक होत्या. लामीस आणि निझारच्या नातेवाइकांनी गर्दी केली आणि ते तिच्या इतर मैत्रिणींत मिसळले. तिच्या आईनं आग्रह केल्यावर तमादूर काहीशी चिडून त्यांच्यात सामील झाली. सादीम आणि मिचैल्ली समोर आणि मध्यभागी थांबल्या आणि घाईनं गाम्राह त्यांच्याजवळ आली. उम नुवाय्यिरनं आग्रह धरल्यावर तिनं ते पटकन मान्य केलं आणि त्या लग्नाळू मुलींच्या तांड्यात ती उभी राहिली. जरी तिचं आधी लग्न झालं होतं, तरी तसं पाहिलं तर ती त्या गुच्छ टाकण्याच्या घडीला अविवाहितच होती आणि लग्नासाठी सर्वांपेक्षा जास्त तयार होती.

---

५४. पुरुषमंडळी महत्त्वाच्या प्रसंगी किंवा समारंभात आपल्या थोब्सवर हा पारंपरिक काळा झगा वापरतात.

लामीसनं मुलींकडे पाठ केली. ह्या आधी तिनं आपल्या तिन्ही मैत्रिणींना सांगितलं होतं की, तो गुच्छ ती त्यांच्या दिशेला टाकण्याचा प्रयत्न करील. तिनं तो हवेत उंच उडवला आणि तो घेण्यासाठी मुलींचा घोळका धावला. मग बरीच ढकलाढकली, लाथा आणि मारामारीनंतर गाम्राहच्या हातात लामीसच्या त्या गुच्छाचं जे काही उरलं होतं ते आलं. ते म्हणजे थोडीशी पांढऱ्या लेसने बांधलेली हिरवी पानं. तिनं अत्यानंदानं हसत तो वर धरला. 'मला गुच्छ मिळाला, मला गुच्छ मिळाला!' ती उद्गारली.

४३

To : seerehwenfadha7et@yahoogroups.com
From : 'seerehwenfadha7et'
Date : December 31, 2004
Subject : **Today He's Back**

जणूकाही न घडल्यासारखा
तो आज परत आलाय
आणि लहान मुलांचे निष्पाप डोळे घेऊन
मला सांगायला तो परत आलाय
मी त्याच्या आयुष्याची जोडीदार आहे
त्याचं एक आणि एकमेव प्रेम
तो फुलं घेऊन आलाय, मी नाही कसं म्हणणार,
माझ्या तारुण्याच्या रूपरेषा त्याच्या ओठांवर आहेत
मला अजूनही आठवतं, माझं तापलेलं रक्त
त्याच्या मिठीत विसावायचे
मी माझं डोकं त्याच्या छातीत लपवायचे
जसं आईवडिलांकडे परत आलेलं मूल करतं.

– निझार काबानी

नवीन वर्षाच्या शुभेच्छा! ह्या आठवड्यात कोणतीही छोटी प्रस्तावना लिहावी, असं मला वाटत नाही. मी ते प्रसंग बोलते करण्याचा प्रयत्न करत आहे.

फिरास परत आला!

जेव्हा सादीमनं पुन्हा एकदा फिरासकडून बातमी ऐकली तेव्हा तिनं तिच्या

रोजच्या डायरीतलं त्या दिवशी लिहिलेलं पान फाडलं आणि आपल्या आकाशी रंगाच्या कात्रणांच्या वहीत हळूच चिकटवलं. त्याच्या त्या फोटो आणि मुलाखतींनी भरलेल्या पानांमध्ये ते सामील झालं.

लग्नाच्या त्या दिवशी त्याच्याबद्दल तिनं इच्छा केल्यानंतर अवघ्या दोन दिवसांनंतर फिरास तिच्याकडं परत आला. तो परत आला, ते त्याच्या लग्नाच्या करारनाम्यावर सही झाल्यावर काही दिवसांनी आणि त्याचं लग्न होण्याआधी काही आठवडे!

सादीम खोबारमध्ये होती. संध्याकाळ एका नातेवाइकाच्या लग्नात काढल्यानंतर ती आपल्या बद्रियाह मावशीच्या घरातल्या तिच्या खोलीत परतली होती आणि तिला झोप येत नव्हती. फिरासच्या ह्या शहरातल्या हवेनं तिची फुप्फुसं दूषित झाली होती आणि रस्त्यावरच्या धगधगत्या प्रकाशदिव्यांमुळे तिचे डोळे दिपून गेले होते. असं वाटत होतं की, फिरास जिकडे-तिकडे होता. जणूकाही त्यानं आपला काळा बिश्त त्याच्या थोबवर घालण्याचा तो झगा जो सर्व अधिकृत फोटोत असायचाच, आता त्या सर्व शहरभर पसरवला होता. त्यामुळे त्याखाली असलेलं सर्व काही त्याच्या छायेत आलं होतं.

सादीम पलंगावर झोप न येता पडून होती. दीर्घ नि:श्वास सोडत होती. त्या वेळी एक एसएमएस तिच्या मोबाइलवर पहाटे चार वाजता आला. फिरास गेल्यापासून हे सर्व जवळजवळ संपलं होतं :

मला अगदी खूपच सहन करावं लागतंय आणि तू माझ्या जीवनातून गेल्यापासून हे सगळं मी असंच सोसतोय. असं दिसतंय की, मला बराच काळ हे सोसावं लागेल. अगदी बराच काळ! मी तुझे सर्व फोटो, ई-मेल्स आणि एसएमएस काढून टाकले आणि तुझी सर्व पत्रंही जाळून टाकली, कारण ते सर्व कुणाच्यातरी हातात पडतील, ह्याची तुला काळजी नको म्हणून. जेव्हा मी हे सर्व नाहीसं करण्यासाठी बटण दाबलं आणि माझा खजिना विस्तवानं गिळलेला पाहिला, तेव्हा मला फार दु:ख झालं; परंतु तुझा चेहरा, तुझा आवाज आणि तुझ्या आठवणी माझ्या हृदयात कोरलेल्या आहेत. त्या कधीही पुसल्या जाणार नाहीत. हा एसएमएस पाठवून मी काही पुन्हा एकत्र येण्याचा प्रयत्न करत नाही किंवा तू उलट उत्तर लिहावंस अशीही अपेक्षा करत नाही. मला फक्त माझं कसं काय आहे, ते तुला कळवावं ह्यासाठी हे करावंसं वाटलं. माझी अवस्था तुझ्याशिवाय अगदी वाईट आहे, सादीम. खरंच वाईट –

सादीम हे धडपणे वाचूही शकली नाही. ज्या क्षणी तिनं एसएमएस पाठवणाऱ्याचं टोपणनाव *(जे तिच्या मोबाइलवरून काढून टाकण्यात ती असमर्थ ठरली होती ते)* वाचलं : फिरासी ताज रासी. माझा सरदार, माझा मुकुट – त्याबरोबर तिचे डोळे

भरून आले आणि नीट दिसेनासं झालं.

जेव्हा पाठवणाऱ्याचा नंबर शोधण्यासाठी तिनं बटण दाबलं तेव्हा आपण काय करतोय हेच तिला धडपणे समजत नव्हतं. तिच्या फिरासनं उत्तर दिलं! फिरास, तिचा प्रियकर, तिचा भाऊ, बाप आणि मित्र! तो काहीच म्हणाला नाही; परंतु दुसऱ्या बाजूनं येणाऱ्या त्याच्या श्वासोच्छ्वासाचा आवाजही तिला रडवायला पुरेसा होता.

तो गप्प राहिला. काय बोलावं हे त्याला समजत नव्हतं. त्याच्या कारच्या इंजिनाच्या आवाजामुळे त्याच्या श्वासोच्छ्वासात जाणवणारा ताणतणाव अर्धवट झाकला गेला होता. सादीम हुंदके देत रडत होती. त्यात त्यानं जे काही केलं होतं त्यावर शब्दहीन खरडपट्टी होती. तिच्या मनात जे काही चाललं होतं, ते ती मुक्त करत होती. ते इतकं दाटलं होतं, तिचं हृदय इतकं भरून आलं होतं की, ते मोकळं व्हायची वाटच पाहत होतं. तिच्या ह्या श्वासोच्छ्वासातून येणाऱ्या वेदनामय धापा त्यानं पुन:पुन्हा ऐकल्या. त्या वेळी तो आपल्या मोबाइलवर कुजबुजत तिला कल्पना करायला सांगत होता की, तो तिच्या कपाळावर एकापाठोपाठ एक चुंबनं देत आहे.

एका आकस्मिक हल्ल्यातच तिनं घातलेली तटबंदी आणि प्रतिकार त्यानं नष्ट करून टाकला होता.

तिनं जेव्हा सांगितलं की, तिच्या मावशीबरोबर खोबारमध्येच त्याच्या घरापासून काही किलोमीटर्स अंतरावर ती राहत आहे, तेव्हा त्याचा त्यावर विश्वासच बसेना! त्यानं तिच्या आसपासच्या भागांकडे येत असताना तिला फोनवर बोलतच ठेवलं. ती कोणत्या घरात राहत होती, हे त्याला माहीत नव्हतं आणि त्यानं ते विचारलंही नाही. त्यानं तिला सांगितलं की, ती कल्पनाही करू शकणार नाही, इतका तो तिच्याजवळ येत होता.

ती पहाट विसरण्यासारखी नव्हती! वातावरणात उत्साहाचा शिडकावा झाला होता. पक्ष्यांचं कूजन चालू होतं आणि एक एकाकी कार खोबारच्या एका भागात फिरत होती. ती कार चालवणारा माणूस आपल्या प्रियतमेच्या अभिलाषेनं आणि तिच्या डोळ्यांच्या ओढीनं हैराण झाला होता. जे जीवनभरासाठी गमावलं असं वाटत होतं, त्याचा उरलासुरला शेवटचा संकोचही त्या दोन प्रेमिकांनी सोडून दिला. जो आपल्या मुलांना झालेला मन:स्ताप बघू शकत नाही, अशा बापाच्या लडिवाळ प्रेमानं दैवाने आता त्यांचे हात पकडले आणि त्यांना एकमेकांपाशी आणलं.

सादीम आपल्या खिडकीजवळ गेली आणि तिनं रस्त्यावर पाहिलं. ती फिरासला जवळपासच्या घरांचं वर्णन सांगू लागली, कारण तिला आपल्या मावशीच्या घराचा नंबर माहीत नव्हता किंवा त्याची नेमकी जागाही! तिला एवढंच ठाऊक होतं की, ह्या घराला एक काचेचा भलामोठा दर्शनी दरवाजा होता आणि त्या मोठ्या दरवाजाच्या दोन्ही बाजूंना काही वेडीवाकडी वाढलेली झाडं होती.

दूरवरून त्याच्या कारचे दिवे तिच्या दृष्टिपथात आले आणि तिला वाटलं की, ती जणू सुखाच्या उबदार समुद्रात पोहत आहे. त्यानं तिला खिडकीत पाहिलं. तिचे राखाडी, तपकिरी केस तिच्या खांद्यांव रुळत होते आणि तिची ती पिवळट कातडी – तिचं चुंबन घेण्याची तो स्वप्नं पाहत होता. 'तू साय आणि मध आहेस!'– जेव्हा तो तिचे फोटो पाहायचा तेव्हा तिला म्हणायचा.

त्यानं घरासमोर कारचं इंजीन बंद केलं. ती कार सादीमच्या दुसऱ्या मजल्यावरच्या खिडकीपासून काही फार दूर नव्हती. त्यांच्या शेजाऱ्यांपैकी एखाद्याने जवळच्या मशिदीतून फर्ज प्रार्थना करून परत येत असताना फिरासला तिच्या खिडकीजवळ ह्या अशा भल्या सकाळी पाहिलं तर गोंधळ नको म्हणून तिनं त्याला पुढं जाण्याची विनंती केली! त्याला त्याची पर्वा नव्हती. त्यानं तिला चिडवायला, तिचं प्रणयाराधन करायला सुरुवात केली. तो तिच्यासाठी गाऊही लागला :

एक क्षणभर धीर धर, मला माझे डोळे भरून तुला पाहू दे!
मला तुझ्या प्रेमाची तहान लागली आहे. मी अभिलाषेनं मी पार विद्ध झालेय.
हे छोट्या 'राक्षसणी' तू तेव्हा होतीस त्यापेक्षाही सुंदर आहेस!
परंतु तुझे डोळे मात्र मला आवडतात तसेच राहिले आहेत.५५

---

५५. नाबिल चुऐल : एक कुवेती गायक.

४४

To : seerehwenfadha7et@yahoogroups.com
From : 'seerehwenfadha7et'
Date : January 7, 2005
Subject : **Life after Lamees's Marriage**

नेहमीप्रमाणे वाचकांचे दोन तट पडले. एकानं सादीम फिरासकडे परतली या गोष्टीला पाठिंबा दिला, तर दुसऱ्या तटानं त्याला विरोध केला; परंतु ह्या वेळी प्रत्येकानं हे कबूल केलं, तेही अगदी विलक्षणरीत्या, की काहीही होवो, पण ह्या दोघांतील अद्वितीय प्रेमाचा शेवटही विलक्षणच व्हावा!

प्रेमाची जवळीक आणि स्थैर्याबद्दलच्या फायद्यासंबंधी ज्या सूचना हमदानकडून मिचैल्लीनं ऐकल्या, त्या अनेक तऱ्हेच्या होत्या. त्यानं तिला सांगितलं की, त्याचं असं स्वप्न होतं, की तो अशा मुलीशी लग्न करील जी त्याची अत्युत्तम मैत्रीण असेल आणि तो अशी आशा करत होता की, त्याला अशी एखादी मुलगी नक्की सापडेल की, तिला गोष्टींचं आकलन तिच्यासारखं असेल आणि तिचा जगाकडे पाहण्याचा दृष्टिकोन तिच्यासारखा मोकळा असेल. *(जेव्हा त्यानं तिच्या मोकळेपणाबद्दल कौतुक केलं तेव्हा मिचैल्ली हसली, कारण ह्या मोकळेपणाबद्दलच तिला तिच्या देशात बऱ्याच टीकेला तोंड द्यावं लागलं होतं.)* तो तिच्या 'नजाकती'बद्दल तिची नेहमीच स्तुती करायचा आणि तिनं आपल्या दिसण्यात एखाद्या दिवशी थोडा जरी बदल केला तरी ते त्याच्या लगेच लक्षात यायचं.

मिचैल्लीनं आता स्वत:शी कबूल केलं होतं की, *(स्वत:शी प्रामाणिक राहायचं, ह्या तत्त्वावर तिनं दुबईत आल्यापासून राहायचं ठरवलं होतं.)* तिला दोन शक्यतांपैकी एकच आता दिसत होती. तिला हमदानचं खूप कौतुक होतं किंवा तिचं त्याच्यावर फारच थोडं प्रेम होतं. त्याच्या सान्निध्यात असताना तिला फार सुख वाटायचं – हे

मॅटीच्या सुंदर संगतीत राहिल्यानंतर मिळणाऱ्या सुखापेक्षा जास्त छान होतं; परंतु फैझलच्या संगतीपेक्षा ते सुख कमी होतं. तिला ह्याबद्दल खात्री होती की, हमदानच्या मनात तिच्याबद्दल तिला त्याच्याबद्दल वाटत होत्या त्यापेक्षा जास्त तीव्र भावना होत्या आणि त्यामुळे ती जाणूनबुजून त्यानं केलेल्या सूचनांकडे दुर्लक्ष करायची. त्यांचे संबंध मैत्रीपेक्षा पुढे नेण्याला तिची हरकत होती, हे त्याला जाणवावं, असा तिचा प्रयत्न असायचा. त्याच्या *(आणि तिच्या)* भविष्याबद्दल आशेचे धागे पूर्णपणे न तोडता ती हे करू शकत होती. हमदाननं मग मिचैल्ली 'बांधून घ्यायला अजून तयार नाही' हे दिलदारपणे स्वीकारलं.

दुसऱ्याच्या मनात काय आहे, हे जाणून घेण्यासाठी 'बोलणं' हा एकच मार्ग आहे; परंतु हृदयात जे काही आहे, ते दुसऱ्या तऱ्हेनं आणि जास्त बोलक्या रीतीनं दाखवता येतं, हे जाणण्याएवढा तो हुशार होता. त्याच्या विद्यापीठातल्या 'नॉन व्हर्बल कम्युनिकेशन'च्या अभ्यासक्रमातून त्यानं हे जाणलं होतं की, जेव्हा माणसांच्या शब्दांची त्यांच्या सुराशी किंवा त्यांच्या आविर्भावाशी विसंगती असते, त्या वेळी सत्य हे जे काही बोललं जातं त्यापेक्षा ज्या तऱ्हेनं शब्द बोलले जातात त्यात असतं.

माणसाच्या मेंदूला दूषित करणाऱ्या बौद्धिक पूर्वग्रहांपासून त्यापासून तो मुक्त होता. हेच मिचैल्लीला त्याच्याबाबत वाटणारं एक आकर्षण होतं. त्याच्याकडे असे काही गुण होते, जे इतर पुरुषांपुढे घमेंड करायला पुरेसे होते. तो देखणा होता आणि तो तत्त्वांवर नम्र राहणारा होता. तसंच भौतिक आणि सामाजिकदृष्ट्या तो यशस्वी होता. तरीही विलक्षण तऱ्हेनं त्याचे पाय जमिनीवर रोवलेले होते. तिला तो बौद्धिकदृष्ट्या प्रोत्साहित करणारा, गुंतवून टाकणारा, सुसंस्कृत आणि भावनिकरित्या जाणकार वाटायचा.

असं असलं, तरी आणि हे सर्व असतानाही मिचैल्लीच्या लक्षात आलं की, ती त्याच्या प्रेमात पडणं शक्य नव्हतं किंवा ती तसा प्रयत्न करायला तयार नव्हती. तिनं ह्या आधी दोन प्रयत्न केलेले होते आणि ते तिच्या दृष्टीनं भरपूर होते. जर तिचं कुटुंब त्यांच्यापैकी तो एक नसल्यामुळे तिच्या अमेरिकन नातेवाइकाशी संबंध नाकारू शकत होतं आणि सौदी अरेबियातील लोक त्यांच्यातला एक मुलगा तिला द्यायला नाकारत होते; कारण ती त्यांच्यापैकी एक नव्हती, तर मग अशी कोणती खात्री होती की, हा दुर्दैवाचा खेळ अमिराती हमदान ह्या माणसाबरोबर संपेल? पहिल्या अनुभवानंतर ती अमेरिकेला पळाली होती आणि दुसऱ्यानंतर तिची इच्छा नसताना ती दुबईची नागरिक झाली होती; परंतु तिसऱ्या वेळी ती नापास झाली तर वनवासासाठी ती कुठे पळणार होती?

प्रेम आणि व्यवहार सोडला, तर तिच्या आयुष्यातली प्रत्येक गोष्ट छान चालली होती. तिचे आणि तिच्या नशिबाचे एखाद्या योग्य माणसाबद्दल एकमत होईल

ह्याबद्दल मिचैल्लीला विश्वास नव्हता, कारण ती आपल्या नशिबाशी अनंत काळ झुंजत आली होती. जेव्हा तिला एखादा आवडणारा माणूस सापडायचा, तेव्हा नशीब त्याला तिच्यापासून उखडून टाकायचं आणि जर तिला त्याचा तिरस्कार वाटला, तर नशीब त्याला तिच्या पायाशी आणून टाकायचं.

लामीसनं जाहीर केलं की, ती मधुचंद्रानंतर परत आल्यावर अधिकृतपणे हिजाब वापरायला सुरुवात करणार होती. सौदीमध्ये प्रत्येकाला हे माहीत आहे की, स्त्रियांना एक प्रकारचा हिजाब वापरावा लागतो – अशा तऱ्हेचा रुमाल जो केस आणि मान झाकतो – परंतु स्त्रियांना अगदी अनोळखी लोकांसमोरही त्यांच्या घराच्या हद्दीत किंवा त्यांनी देशाची सीमा ओलांडल्यावर तो काढून टाकण्याची मुभा असते. लामीसनं ठरवलं की, जरी तिला इस्लामच्या कायद्यानुसार तो वापरायची गरज नव्हती तरी ती तो वापरायला सुरुवात करेल. आपल्या जवळच्या नातेवाइकांत आणि आपल्या सहकाऱ्यांबरोबर असताना किंवा जेव्हा ती राज्याबाहेर जाईल, तेव्हाही ती तो वापरेल. तिच्या सर्व मैत्रिणींनी तिच्या ह्या धीट धार्मिक कृत्याबद्दल तिचं अभिनंदन केलं. ह्याला फक्त अपवाद होता, तो मिचैल्लीचा. तिनं तिला ह्या निर्णयापासून परावृत्त करण्याचा प्रयत्न केला. तिनं तिला आठवण करून दिली की, हिजाब वापरणाऱ्या स्त्रिया नेहमी घाणेरड्या दिसतात आणि हिजाबमुळे मुलींच्या फॅशन करण्यावर काही बंधनं येतात, कारण त्यामुळे तिचे हात लांब बाह्यांनी आणि पाय लांब पँट्स किंवा स्कर्टनं झाकावे लागतात; परंतु लामीसनं अगदी निश्चयच केला होता आणि हे तिनं कुणाचाही सल्ला न घेता केलं होतं. त्यात निझारही होता. लामीसला असं वाटलं की, तिला जेवढं पाहिजे होतं तेवढं स्वातंत्र्य तिच्या लग्नाआधी आणि मधुचंद्राच्या काळात मिळालं होतं. देवाने तिला धन आणि योग्य नवरा दिला होता. असा नवरा मिळावा अशी स्वप्न तिनं पाहिली होती. त्याचं तिच्यावरचं प्रेम आणि तिच्याजवळचं हळुवार वागणं ह्यामुळे ती मैत्रिणींच्या मत्सराचा विषय बनली होती. त्यामुळे त्या देवाला त्याचं देणं देण्याची वेळ आली होती.

लामीसचं निझारबरोबरचं आयुष्य हे खरोखरच लग्नानंतरची सुखाची पर्वणी होती. त्यांचं एकमेकांशी अगदी प्रत्येक बाबतीत एकमत व्हायचं आणि त्यांचा एकमेकांचा गरजेबाबतचा सूरही इतर लग्न झालेल्या, त्यांच्या आजूबाजूला असलेल्या जोडप्यांपेक्षा छान जुळला होता. ते एकमेकांना अगदी पूरक होते. उदाहरणार्थ, कोणत्याही गोष्टीबद्दल निझारला त्रागा करायला लावणं, हे खरोखरच कठीण होतं. ह्याउलट लामीस अगदी ताणतणावाखाली असायची आणि ती संवेदनक्षम होती; परंतु ती त्याच्यापेक्षा घर किंवा अंदाजपत्रकाबाबत जास्त समजूतदार आणि जास्त सहनशील होती. त्यामुळे मग निझारनं घराच्या सर्व कामांची जबाबदारी तिच्यावर

सोपवली. तरीही तो प्रत्येक दिवशी सफाई करणं, धुणं, जेवण तयार करणं आणि इस्त्री करणं या सर्व कामांत तिला मदत करायचा. जोपर्यंत त्यांना मुलं नव्हती तोपर्यंत घरात मोलकरीण ठेवायची नाही, हे त्या दोघांनी ठरवलं होतं.

लामीस आपल्या नवऱ्याच्या कुटुंबाशी संबंध ठेवण्यात अगदी दक्ष होती. त्यांनी खूश व्हावं ह्यासाठी ती बरीच मेहनत घ्यायची. विशेषत: त्याची आई, तिला ती ममा म्हणायची – जे तिच्या नाज्दी मैत्रिणींनी कधीही केलं नसतं.५६ उम निझार आणि लामीसमधल्या त्या अतिशय सुंदर नात्यामुळे निझारचं त्याच्या बायकोशी असलेलं नातं आणखीच दृढ झालं आणि काळ जात होता तसं ते आणखी वाढत गेलं.

काहीही खास प्रसंग नसताना निझार आपल्या लामीससाठी लाल फुलांचा गुच्छ आणायचा. तो त्याच्या हॉस्पिटलमध्ये जाण्याच्या वेळी फ्रीजच्या दरवाजावर प्रेमपत्र लावायचा. जेव्हा त्याची मधली सुट्टी असायची, तेव्हा झोपायला जाण्याआधी तो तिला नेहमी फोन करायचा आणि जेव्हा तो परत यायचा, तेव्हा तो तिला बाहेर एखाद्या रेस्टॉरंटमध्ये किंवा खरेदीसाठी घेऊन जायचा. त्याची बायको बाजूला असताना त्याला एखादा मित्र भेटेल म्हणून त्याला जराही चिंता किंवा लाज वाटत नसे. *(ह्याबाबत बऱ्याच सौदी माणसांना लाज वाटते.)* ती त्याच्यासाठी सँडविचेस आणि सॅलड बनवायची आणि फ्रीजमध्ये ठेवायची. हे ती स्वत: हॉस्पिटलची फेरी घालायला जाण्याआधी करायची. तो मग उतावळेपणे तिची ही फेरी संपण्याची वाट पाहत असायचा, ज्यामुळे उरलेला दिवस त्यांना मधुचंद्रावर असलेल्या नवविवाहितांप्रमाणे घालवता यावा.

एक प्रश्न सादीमला सदोदित सतवायचा. त्याचं उत्तर कुणीही तिला समाधान-कारकपणे दिलं नव्हतं. ती हा प्रश्न नेहमी गाम्राह आणि उम नुवाय्यिरला विचारायची आणि सादीमला ह्या बाबतीत कशी मदत करायची, हे त्यांना कळत नसे. 'माहिती असणं हे स्त्रीसाठी वरदान आहे की शाप?' हे तिला माहीत करून घ्यावंसं वाटायचं. त्याचा संदर्भ ती शैक्षणिक ज्ञान आणि रोजच्या जीवनातला व्यावहारिक अनुभव ह्यांच्याशी जोडायची.

सादीमनं हे पाहिलं होतं की, माणसाची जशी प्रगती झाली होती आणि जीवनाबद्दलच्या समाजाच्या कल्पनांत जरी एक प्रकारची सभ्यता आली होती, तरी जेव्हा योग्य नवरीचा शोध घेतला जायचा, तेव्हा ज्या मुलींनी अगदी अद्ययावत ज्ञान मिळवलेलं असायचं आणि ज्यांना जगाबद्दल एक सुसंस्कृत समज असायचा, अशा

---

५६. हिजाझी मुली आपल्या सासूला ममा म्हणतात. नाज्दी मुलींना हे आपल्या आईसाठी अपमानास्पद वाटतं. त्यामुळे त्या नवऱ्याच्या आईला मावशी म्हणतात.

मुलींपेक्षा तरुण आणि भाबड्या मुलींबाबतच जास्त आकर्षण वाटायचं. सत्य हे होतं की, स्त्री डॉक्टरचं लग्न होणं ही विलक्षण गोष्ट होती, हा त्यातील एक मुद्दा होता. जे लोक जगाच्या ह्या भागातून आलेले होते ते स्वभावानं अभिमानी आणि मत्सरी होते, असं सादीमला वाटायचं. त्यांना त्यांच्या सामर्थ्याला आव्हान देणाऱ्या स्त्रीपुढे जायची मनातून धास्ती वाटायची. त्यामुळे हे लोक जिचं शिक्षण बेताचं झालं आहे, जी एखाद्या पंख तुटलेल्या पक्ष्यासारखी जगाबाबत अननुभवी आहे, अगदी दुर्बल आणि असहाय आहे, अशा स्त्रीशी लग्न करणं जास्त पसंत करायचे. तो पुरुष अशा एका शिक्षकाची भूमिका घेतो, जो विद्यार्थ्यांना स्वतःला पाहिजे तसा घडवू शकेल. जरी बऱ्याच पुरुषांना एखाद्या कणखर स्त्रीचं कौतुक वाटलं, तरी ते त्यांच्याशी लग्न करत नसत. सादीमने विचार केला की, त्यामुळे अशा भाबड्या मुलींना जास्त मागणी होती आणि अशा वेळी तरतरीत आणि तरबेज मुलगी असहायपणे आपलं नाव अविवाहित स्त्रियांच्या यादीत जात आहे, हे पाहत राहायची. ही यादी दिवसेंन्दिवस वाढतच होती. ते सर्व 'असुरक्षित' पुरुष, ज्यांना आपल्याला काय हवंय ते माहीत नाही, जिला काय हवंय ते माहीत आहे, अशा स्त्रीत गुंतायचं नाही म्हणून ते तिला नाकारतात आणि अशा मुलींना सामावण्यासाठी ती यादी वाढतच राहते.

४५

To : seerehwenfadha7et@yahoogroups.com
From : 'seerehwenfadha7et'
Date : January 14, 2005
Subject : **Sadeem's Addiction**

रात्री आपल्याला एकत्र आणतील ते आपण आळीपाळीनं एकमेकांपासून दूर राहावं म्हणून?
उद्या त्याच रस्त्यावर आपण निरोप घेऊ आणि मग आपल्या लक्षात येईल की, आमच्या मेणबत्त्यांनी एक दिवस आमचा मार्ग प्रकाशित केलेला आहे;
परंतु उद्या आमच्या अभिलाषांनी, त्याच्या धगीत आपण जळून जाऊ.

फारुक जुवायदाह

'शेखचा मुलगा[५७] अशी सही केलेला एक माणूस खूप चिडलाय. त्याला हे समजत नाहीये की, मी माझ्या शेवटच्या ई-मेलमध्ये अभिमानी आणि मत्सरी अशा सौदी लोकांवर का टीका केलीये *(असे लोक ज्यांना त्यांच्या बायका जेव्हा त्यांच्याबरोबर शॉपिंग मॉलमध्ये चालत असतात किंवा एखाद्या रेस्टॉरंटमध्ये त्यांच्याबरोबर जेवत असतात, तेव्हा त्यांना तिऱ्हाइतांसमोर दाखवायचं नसतं, अगदी त्यांच्या मित्रांनाही!)'* शेखचा मुलगा त्यांच्या ह्या वागणुकीचं समर्थन करताना मला असं सांगतो की, तुमच्या मित्रानं तुमच्या बायकोला पाहणं, हे एखाद्या तिऱ्हाइतानं तुमच्या बायकोला पाहण्यापेक्षा जास्त विचित्र आहे, कारण त्या तिऱ्हाईताला तिचा नवरा कोण हे माहीत

५७. इथे शेखचा अर्थ अरब जमातीचा किंवा घराण्याचा मुख्य असा आहे.

नसतं, परंतु तुमच्या मित्राला तुमची बायको कोण हे माहीत असतं आणि जेव्हा तुम्ही भेटाल तेव्हा त्याला तुमच्या बायकोची आठवण येईल. 'शेखचा मुलगा' म्हणवणारा हा भाई ह्या साऱ्याची गोळाबेरीज अशी करतो : जो मत्सरी नाही, तो माणूसच नाही. शिवाय *(तो पुढे सांगतो.)* पुरुषानं आपल्यापेक्षा कमी दर्जाची बायको निवडणं, हे नैसर्गिकरीत्या योग्य आहे. *(विशेषत: त्याच्या दृष्टीनं सर्व स्त्रिया पुरुषांपेक्षा धर्मसत्तेच्या घटनेद्वारे एका स्तरानं कमी आहेत.)* परंतु आमच्या 'मित्रां'च्या विचारसरणीप्रमाणे, 'जेव्हा पुरुष स्त्रीबरोबर असतो तेव्हा त्याला स्वत:च्या वर्चस्वाचं आणि पुरुषत्वाचं वजन जाणवायलाच हवं. नाहीतर मग त्याला त्याच्यासारख्याच दुसऱ्या एखाद्या पुरुषाशी लग्न करायला कशामुळे अटकाव होईल?'

हं, ह्यावर मी काही बोलू इच्छित नाही...

आठवड्याच्या सुट्टीत आपल्या मैत्रिणींना भेटायला रियाधला आलेली सादीमही काही आठवड्यांपूर्वी दु:खी होऊन खोबारला गेलेल्या सादीमपेक्षा वेगळी होती. गाम्राह सादीमच्या जुन्या घरात बसलेली होती आणि ती आपल्या मैत्रिणीला निरखून पाहत होती. सादीमच्या त्या चमकणाऱ्या डोळ्यांचा आणि गुलाबी गालांचा संबंध फिरासशी नाही, असं एक क्षणभरही तिला वाटलं नाही आणि तिच्या चेहऱ्यावर पसरलेल्या त्या हास्यात एक अक्कलशून्यपणाचा, प्रेमाचा भाग होता. इथं त्या प्रेमाच्या माहीत असलेल्या खुणा होत्या. 'भावना व्यक्त करताना तुम्ही काही त्या तोलूनमापून करत नाही, करता? ती मग एक अगदी लांबलचक आठी असते किंवा हास्य जे तुमचा चेहरा उजळून टाकते.' गाम्राह म्हणाली.

सादीमचं फिरासकडे परत जाणं किंवा त्याचं तिच्याकडं परत येणं तिनं मान्य करणं, ही काही काळजीपूर्वक विचार करून ठरवलेली गोष्ट नव्हती. तिथं काही अशी कागदपत्रं, ज्यात करारनाम्याची पोटकलमं किंवा नुकसानभरपाईच्या अटी किंवा लग्नाआधीचे करारही नव्हते. ती सादीमच्या अनेक हुशार क्लृप्तीतली एक नव्हती. ती निव्वळ वेडेपणाची घंटा वाजवणारी प्रेमाची उत्स्फूर्तता नव्हती. एकमेकांकडे परत आल्यामुळे त्यांना झालेला आनंद हा काहीसा अद्वितीय होता आणि त्याला अधूनमधून जाणवणाऱ्या अपराधाच्या बोचरेपणापेक्षा किंवा त्यानं काय केलं ह्याचा विचार तिच्या मनात आला की, तिच्या मानमर्यादेला जाणवणाऱ्या टोचणीपेक्षा तो जास्त प्रभावी होता.

परंतु सादीमचं सुख हे झालं-गेलं विसरणं आणि त्याबद्दल क्षमा करणं इतकं ताणलं गेलेलं नव्हतं. तिचा हा आनंद, त्याच्या कमकुवत कडा ह्या निर्दयपणामुळे आक्रसल्या गेल्या होत्या. त्या अंतर्भागातील कडूपणावर गोडव्याचा थर होता. दु:ख आणि टाकलं गेल्याची जाण, ह्यामुळे ती अजूनही पछाडली गेली होती. ह्या भावना

तिच्या मनात आत दडून होत्या आणि त्या कोणत्याही क्षणी उडी मारून आपलं अस्तित्व जाहीर करायला तयार होत्या. फिरासला तिच्याकडे परत येऊ देऊन सादीमनं आपल्या सन्मानाचा आणि स्वाभिमानाचा मोठा भाग सोडून दिला होता, परंतु तिच्या आधीच्या इतर स्त्रियांसारखंच तिनं हे केलं होतं, कारण तिचं त्याच्यावर प्रेम होतं.

सादीम काय किंवा फिरास काय दोघांनाही त्यांच्या लग्नाच्या आधीच्या उरलेल्या वेळात एकमेकांपासून दूर राहायचं नव्हतं. जणूकाही त्यांना असं सांगितलं होतं की, त्याला काहीतरी दुर्धर रोग झालाय आणि तो अगदी थोड्या दिवसांचा सोबती आहे. म्हणून ते शेवटचे क्षण सुखात घालवायचे, असा त्यांनी निश्चय केला होता. त्यांनी असं ठरवलं होतं की, लग्नाच्या तारखेपर्यंत ते एकत्र राहणार होते. लग्न दोन महिन्यांच्या आतच होणार होतं. हा तसा विचित्र करार होता, परंतु ते त्याला चिकटून होते.

त्याचं तिच्यावरचं प्रेम जराही कमी झालं नव्हत, त्यामुळे त्याचं फोनवर त्याच्या बायकोशी बोलणं झालं रे झालं की, त्याच क्षणी त्याला सादीमला फोन करावासा वाटायचा. सादीम त्याच्यावरच्या प्रेमामुळेच त्याच्या फोनची वाट पाहत असायची. प्रत्येक रात्री आपल्या वाग्दत्त वधूशी प्रणयाराधनाच्या गप्पा मारून झाल्यावर तिच्याशी प्रेमाच्या गोष्टी करायला तो मोकळा असायचा.

तिच्यासमोर तो आपल्या वाग्दत्त वधूबद्दल बोलायचं नाकारायचा. तो तिचं नावही घ्यायचा नाही किंवा तिच्या व्यक्तिमत्त्वाबद्दल काही ओळख देणंही नाकारायचा. त्यानं लग्नाची नेमकी तारीख कोणती हेही सादीमला सांगायचं नाकारलं होतं. जर कधी हा विषय निघालाच, तर ती त्याच्यावर चिडायची आणि मग त्यानं तिचं सांत्वन केल्यावर, तिला शांत केल्यावरच ती गप्प व्हायची. हे काम करण्यात तो अगदी तरबेज होता.

मिल्काह काळाच्या अवधीत काही वेळा तो अधूनमधून त्याच्या वाग्दत्त वधूला भेटायला जायचा. ती त्याची आता कायदेशीररीत्या बायको होती, कारण करारनाम्यावर सह्या झालेल्या होत्या. जरी त्यानं ह्या भेटीगाठी लपवण्याचे प्रयत्न केले, तरी सादीमला त्या कळायच्या आणि मग तिच्या प्रतिष्ठेच्या उरल्यासुरल्या चिंध्याही गळून जायच्या, त्याही कायमच्या असं दिसायचं.

सादीमचा फिरासच्या माहीत नसलेल्या बायकोबद्दलचा मत्सर अगदी खोलवर आणि तीव्र झाला होता. फिरास आपल्या गोड शब्दांनी तिला विरघळवण्यात यशस्वी व्हायचा. त्यामुळे आता तिची मान गरम व्हायची. जणूकाही त्याच्या क्रूर आणि अपमानित टीकेनं तिला थोबाडीत मारल्यासारखं वाटायचं. "तुला काय झालंय? तू नेहमी एवढी रागावलेली का असतेस? बहुधा तुझी महिन्याची ती वेळ असावी!"

सादीमच्या डोळ्यांतून एखादा अश्रू बाहेर पडला, तरी तो पाहून पूर्वी विव्हळणारा फिरास आता जराही विचलित न होता प्रत्येक रात्री (तिच्या) दुखावलेल्या अभिमानाचे फोनमध्ये ढाळलेले अश्रू ऐकू लागला. ''माशाल्ला, सादीम!'' तो एका रात्री तिला म्हणाला. त्याचा आवाज काहीसा रूक्ष आणि उपहासात्मक होता. ''तुझे हे अश्रू कधी थांबतच नाहीत. थांबतात का? ते अगदी तयारीतच असतात, कोणत्याही मिनिटाला आणि कोणत्याही शब्दावर! ''

तो तिच्याशी अशा तऱ्हेनं कसं बोलू शकत होता? एकदा ती त्याच्याकडे परत आल्यावर, त्यानं देऊ केलेले ते कलंकित संबंध तिनं स्वीकारल्यावर, आता ती एकदम फालतू वस्तू असल्यासारखं तो तिच्याकडे पाहत होता का? आणि ती एवढ्या खालच्या पातळीवर कशी काय गेली होती की, तिनं ही परिस्थिती प्रथम स्वीकारली होती? जरी फिरास दुसऱ्या स्त्रीशी बांधला गेला होता, तरी तिनं फिरासचं प्रेम कसं काय स्वीकारलं होतं?

एका रात्री त्यानं अगदी शिष्टपणे तिला सांगितलं की, त्याच्या कुटुंबानं त्याच्यासाठी निवडलेल्या पत्नीबद्दल तो मनानं अगदी निश्चिन्त होता. त्याला हवे असलेले सर्व गुण तिच्याकडे होते. फक्त एका गोष्टीची तिच्याकडे उणीव होती – जसं त्याचं सादीमवर प्रेम होतं तसं त्याचं तिच्यावर प्रेम नव्हतं, असं फिरासने तिला सांगितलं. परंतु ते प्रेम कदाचित लग्न झाल्यावर उत्पन्न होईल, असं तो सांगू लागला. त्यानं ज्या लोकांचा सल्ला घेतला होता, त्या सर्व लोकांच्या बाबतीत हेच घडल्याचं त्याच्या ऐकिवात होतं. सादीमबद्दल त्याला काहीही वाटत असलं तरी त्या सर्वांनी तिला सोडून देण्याचा सल्ला त्याला दिला होता आणि जास्त व्यवहारी, शहाणपणाचा मार्ग धरायला सांगितला होता. त्याची बिकट अवस्था तिला समजत नसल्याबद्दल त्यानं तिला क्षमा केली होती असं त्यानं तिला सांगितलं, कारण काही झालं तरी ती स्त्री होती आणि स्त्रियांच्या ह्या अशा बाबतीतील विचारात हृदयाचा भाग जास्त असतो; मनाचा नव्हे. त्याला त्याच्या, ज्यांना दयामाया नव्हती आणि मनुष्यप्राण्याला प्रेम करायला काय लावतं ह्याबद्दल त्यांना काही समजत नव्हतं, अशा अनेक नातेवाइकांकडून आणि मित्रांकडून मिळालेला सल्ला तो तिला ऐकवत राहिला. तिनं मग स्वत:ला विचारलं की, जर एखाद्याचा प्रेमावर विश्वासच नसेल तर अशा माणसानं उदारत्व आणि दुसऱ्याबद्दलची जबाबदारी आणि जी प्रेम करते आणि लग्नाची वाट पाहत दिवस काढते, अशा स्त्रीबद्दल निष्ठा हे गुण त्यानं आकलन करावेत अशी तुम्ही आशा बाळगू शकता का?

त्यानं स्वत:लाच नेमून घेतलेल्या त्या मुफ्तीजनी[५८] फिरासचं म्हणणं ऐकलं

---

५८. ज्युरी सदस्य

होतं आणि त्यानं आपलं विचारपूर्वक मत त्याला दिलं होतं. ते तो आधी जसा विचार करत होता त्याच्याशी मिळतंजुळतं होतं. त्यांना हे माहीत होतं की, तो स्वत: ज्या निर्णयाप्रत पोहोचला होता त्याच्याविरुद्ध ऐकण्याची त्याची तयारी नव्हती. नाही, त्यानं फक्त सल्ला विचारला होता, तोही त्याच्या निश्चयाला पाठबळ देण्यासाठी! त्यामुळे त्याची हिंमत वाढावी, त्याला खात्री पटावी आणि त्याच्या सदसद्‌विवेकबुद्धीचं समाधान व्हावं, ह्यासाठी त्यांचा जोरदार प्रयत्न होता. ज्या तरुण मुलीनं त्याला एवढी भुरळ पाडली होती तिच्यापासून दूर राहण्याविषयी त्यांनी त्याला सावध केलं.

"त्यांनी माझ्याबद्दल तुला सावध केलं? माझ्याबद्दल? तू हे खरं सांगतोयस? त्यांना मी माहीत असल्यासारखं ते कसं बोलतात? त्या माणसांना माझ्याबद्दल काहीही माहीत नाही किंवा आपल्याबद्दल आणि तरी ते तुला माझ्यापासून दूर राहण्यासाठी सावध करतात? आणि तू खरंच त्यांचं ऐकतोस! जो प्रत्येक जण येतो आणि तुला फतवा[५९] देतो, तो देणारा सल्ला त्याच्या थोबाडाइतकाच घाणेरडा आहे. त्याचं तू केव्हापासून ऐकायला लागलास? का तू चुकलेला नाहीस, हे तुला ऐकायला आवडतं? आणि तू अगदी सर्वोत्कृष्ट आहेस आणि ही मुलगी जी तुझ्या ओळखीची झाली, ती अयोग्य आहे आणि तू तिला सोडायला हवंस; कारण ती तुझ्यासारख्याला योग्य नाही. तू तू... ज्याची सर्वांत उत्तम मिळवण्याची लायकी आहे! तू, तुला लाज वाटत नाही! तू येतोस आणि हे सर्व मला सांगतोस, तेही मी तुझ्यासाठी सर्व केल्यावर? तू हरामी, मूर्ख, भित्रा, तू गाढव!"

ह्या वेळी सादीमनं फिरासशी नातं तोडलं, ते एकत्र आल्यावर अवघ्या पाचच दिवसांत! ह्या वेळी तिला पश्चात्ताप वाटत नव्हता, कारण आता तिला त्याच्याबद्दल खरंच काय वाटतं ते तिनं त्याला सांगितलं होतं. सादीमनं फिरासवर आवाज चढवण्याची पहिली वेळ होती आणि अर्थात ही पहिली आणि शेवटचीच वेळ होती, कारण तिनं त्याला शिव्या देऊन त्याचा अपमान केला होता. तेही त्याच्या तोंडावर!

आता अश्रू नव्हते, भूक हडताल नव्हता, दु:खी गाणी नव्हती – ह्या वेळी नव्हती. तिनं कल्पना केली होती त्यापेक्षा त्या दीर्घ, दु:खी आणि मनाई केलेल्या प्रेमकथेचा अंत हा अगदी मूर्खपणाचा आणि अगदी सामान्य होता.

सादीमच्या लक्षात आलं की, तिचं फिरासवरचं प्रेम त्याच्या तिच्यावरच्या प्रेमापेक्षा जास्त होतं. त्यांचं प्रेम हे इतिहासातल्या अगदी हृदयद्रावक आणि कल्पित प्रेमकथांपैकी एक असेल अशी तिनं केलेली कल्पना आठवून तिला आता अगदी लाज वाटली.

त्या रात्री तिनं आपल्या आकाशी वहीत लिहिलं :

---

५९. एक कायदेशीर मत किंवा निर्णय

ज्याच्याबद्दलचा तिचा आदर कमी झालाय, अशा माणसावर ती प्रेम करू शकेल? माझ्यासारख्या अशा कित्येक प्रेमकथा कित्येक वर्षांनंतर एका रात्री संपल्या, कारण त्या स्त्रीला अचानक तो माणूस प्रत्यक्षात काय होता ते दिसलं.

ज्यांच्याबद्दल त्यांना आदर वाटतो त्यांच्यावर पुरुष प्रेम करतातच असं नाही आणि स्त्रिया ह्याच्या विरुद्ध असतात. त्या ज्यांच्यावर प्रेम करतात त्यांचाच आदर करतात!

ज्या कात्रणाच्या आकाशी वहीनं तिचं फिरासवरचं प्रेम उमलताना पाहिलं होतं, त्यात तिनं त्याच्याबद्दल शेवटची कविता लिहिली :

सर्वांत ताकदवान असलेल्या माणसांबद्दल मी काय सांगू,
जेव्हा तो आपल्या आईवडिलांच्या हातातील शांत डमरू ठरतो?
कारण त्याच्या त्या डमरूच्या स्तब्ध कातडीवर ते आपल्या जमातीचं स्तुतिगीत
वाजवतात. कारण तो स्वत:च पोकळ आहे! तो रिकामा आहे वाळूसारखा
जरी त्याच्याकडे प्रेम होतं जे फक्त कृतघ्नच नाकारतील,
देवाची दया त्याच्यावर असू दे अगदी दूरच्या प्रदेशातही!
मग तो मला सांगेल, मी पुरुष आहे!
माझं मन मला सल्ला देतं आणि मी तो ऐकलाय.
तेव्हा मी त्याला म्हणते, मी स्त्री आहे!
मी माझ्या हृदयात शहाणपणा शोधला आणि मी हृदयावर विश्वास ठेवते!

गेल्या चार वर्षांत सादीमच्या पहिल्यांदा लक्षात आलं की, जगण्यासाठी तिला फिरासची जरुरी नव्हती. तो आता तिच्यासाठी हवा किंवा पाणी नव्हता. त्याच्याशी मीलन व्हावं, हे आता एकच स्वप्न उरलं नव्हतं आणि ती ज्यामुळे जिवंत राहिली होती, अशी ती एकच आशा नव्हती. त्यांच्या सुरुवातीच्या फारकतीनंतर आपल्या झोपण्याच्या खोलीच्या शांततेत तिनं तो परत यावा अशी प्रार्थना त्या संध्याकाळी पहिल्यांदाच केली नाही. त्याला सोडल्याबद्दल तिला दुःख झालं नाही. फक्त प्रेमाच्या मृगजळामागे धावण्यात आयुष्याची चार वर्षं फुकट घालवली, ह्याचा पश्चात्ताप तिला होत होता.

आपल्या कात्रणाच्या आकाशी वहीत शेवटच्या पानावर तिनं लिहिलं :
काहीही घडो, माझं फिरासवरचं प्रेम चालूच राहावं असं मला वाटत होतं आणि मग दिवस जात असताना हे प्रेम माझं सर्व जीवन झालं आणि जर त्यानं मला सोडलं तर काय होईल. मग माझं जीवन त्याच्याबरोबरच संपेल, अशी मला भीती वाटू

लागली, हे एवढंच!

सादीमच्या लक्षात आलं की, लामीस ज्यांना फिरासचे छुपे संदेश म्हणायचे ते स्वीकारायचं तिने नाकारलं होतं आणि ह्यातली बरीचशी जबाबदारी तिची होती आणि अपराधही. ह्या सर्व वर्षांत त्यानं तिच्यात गुंतण्याचं खरोखर टाळलं होतं. ह्यामागचं खरं कारण समजून घेण्याचा तिनं स्वत:नंच प्रयत्नच केला नव्हता. हा फिरास तिची काय किंमत करतो आणि तो तिला सोडून द्यायला कसा तयार होता, हे तिनं आणि तिच्या हृदयानं जाणून घ्यायला नाकारलं होतं. तिनं प्रेमिकेची ती महत्त्वाची चूक केली होती. आपलं मन आणि हृदय एका घट्ट पट्ट्यात बांधून घेतलं होतं. त्यामुळे प्रियकराकडून येणारे नको वाटणारे इशारे ते बघू शकत नव्हते.

सादीम आपल्या ह्या प्रेमाच्या लागलेल्या व्यसनातून बरी झाली; परंतु तो अगदी कठोर अनुभव होता. कारण त्यामुळे सर्व पुरुषांबद्दलचा आदर तिच्या मनातून नाहीसा झाला. त्याची सुरुवात फिरासनं केली होती, त्याआधी वालीदने आणि त्यानंतर प्रत्येक जिवंत माणसानं!

४६

To : seerehwenfadha7et@yahoogroups.com
From : 'seerehwenfadha7et'
Date : January 21, 2005
Subject : **And Now . . . Welcome Tariq the Lover**

ज्यांना आपण हवे असतो त्यांना आपले आत्मे नाकारतात आणि आपल्याला जे हवे असतात, त्यांना दैव आपल्याला द्यायला नाकारते.

– नोराह अल्-हॉशान[६०]

ईद अल्-अधा या पवित्र यात्रेनंतरच्या सणाच्या प्रसंगी सर्वांना शुभेच्छा! पुढच्या सणाच्या काळात म्हणजे आतापासून पुढचे बारा महिने मी तुमच्याबरोबर कदाचित असणार नाही. तुमच्या येणाऱ्या दिवसांसाठी माझ्या शुभेच्छा. देव तुमचे सर्व दिवस आणि त्याचबरोबर माझेही सर्व दिवस उत्तम गोष्टींचे, चांगल्या प्रकृतीचे आणि प्रेमाचे जावोत.

जेव्हा सादीम आपल्या बद्रियाह मावशीच्या घरी राहायला आली, त्या वेळी ह्या नवीन व्यवस्थेनं सर्वांत जर कोणी सुखी झाला असेल, तर तो तारिक! तिच्या मावशीचा मुलगा. अगदी पहिल्या दिवसापासूनच नव्या घरात तिचं राहणं आरामदायी व्हावं, ह्यासाठी त्यानं स्वत: सर्व गोष्टींचा ताबा घेतला आणि ह्या कामाला अगदी मनापासून वाहून घेतलं. सादीमची प्रत्येक गरज पुरी करण्याचा त्याचा प्रयत्न असायचा आणि जरी सादीम काहीच मागत नव्हती तरीही तारिक तिची सर्व गोष्टींत मदत कशी करता येईल, ते पाहायचा. म्हणजे कधी बर्गर किंगमधून तिची आवडती गोष्ट मागवायचा, ज्यामुळे त्या दोघांना एकत्र जेवण घेता येईल. सादीमला तारिकचं

६०. एक सौदी कवयित्री.

तिच्यामध्ये असलेलं स्वारस्य जाणवलं; परंतु त्याची जी आशा होती त्या तऱ्हेनं ती त्याला प्रतिसाद देऊ शकत नव्हती. खरं सांगायचं, तर तो खोलीत असला की, ती अस्वस्थ व्हायची, कारण तो तिच्यावर खिळलेली नजर कधी हलवतच नसे. आता त्या घरात त्याच्याबरोबर राहायचं, हे तिला जास्तच अवघड वाटू लागलं होतं.

तारिक सादीमपेक्षा एक वर्षानं मोठा होता. त्यानं रियाधमध्ये प्राथमिक आणि माध्यमिक शिक्षण घेतलं होतं, कारण त्या वेळी त्याचे वडील सौदी मंत्रालयात एक मुलकी नोकर होते; परंतु त्यांच्या निवृत्तीनंतर त्यांनी आपल्या कुटुंबाला खोबारमध्ये हलवलं होतं. त्यामुळे ते आपल्या मुलांजवळ राहू शकले. मग तारिक तिथं उच्च माध्यमिक शाळेत गेला होता. तो पुढे 'किंग सौदी विद्यापीठा'तल्या दंतवैद्यकीय कॉलेज-शिक्षणासाठी पुन्हा रियाधमध्ये परत आला होता, कारण त्या वेळी पूर्वेकडच्या प्रदेशांत दंतवैद्यकीय शिक्षणाची सोय नव्हती.

तारिकला तिच्यात वाटणारं स्वारस्य सादीमच्या तेव्हा पहिल्यांदा लक्षात आलं होतं, जेव्हा तो दंतशास्त्राचा विद्यार्थी होता, आठवड्याच्या सुट्टीत त्यांना भेटायला यायचा. कारण इतक्या दूर, आपल्या पूर्वेकडे असलेल्या कुटुंबाकडे तो शक्यतो जात नसे. त्याला तिच्याबद्दल वाटणारं कौतुक वेळेबरोबर वाढतच गेल्याचं ती सांगू शकत होती; परंतु तिला हेही माहीत होतं की, ती त्याच्या भावनांना प्रतिसाद देऊ शकत नव्हती. तारिक अगदी छान होता आणि जेव्हा जेव्हा तो त्यांना भेटायला यायचा तेव्हा प्रत्येक वेळी त्यानं तिचे लाड करून तिला बिघडवलं होतं. आपल्या शब्दांनी आणि कटाक्षांनी तिचं लक्ष वेधून घेतलं होतं. तरीही त्याच्यात असं काही नव्हतं ज्यामुळे तिचं हृदय फिरासमुळे ज्या तऱ्हेनं उंचावायचं तसं उंचावेल. ते जेव्हा रियाधमध्ये खेळ आणि खेळणी तिच्या आजोबांच्या घरी एकत्र खेळले होते, त्या वेळेपासून तयार झालेल्या बहिणीच्या प्रेमाच्या तिच्या भावना बदलल्या नव्हत्या.

फक्त गाम्राहला ह्या प्रेमानं वेडावलेल्या तिच्या मावसभावाची माहिती होती; ज्याबद्दल तिची मैत्रीण तिच्या सान्निध्यात तिची चेष्टा करायची – अर्थात गंमत म्हणून; परंतु सादीमने बऱ्याच दिवसांत म्हणजे तिचा वालीदशी वाङ्निश्चय झाल्यापासून त्याचा उल्लेख केला नव्हता! तिच्या फिरासशी ताणलेल्या संबंधांच्या दीर्घ काळातही सादीमनं जाणूनबुजून तारिकला भेटायचं टाळलं होतं. जेव्हाजेव्हा तो त्यांना भेटायला यायचा, त्या वेळी त्याला मावशीचा नवराच फक्त घरी भेटायचा. काही भेटींनंतर जेव्हा सादीम वरच्या मजल्यावर अभ्यास करण्याच्या सबबीखाली केव्हाच खोलीत नसायची, तेव्हा तारिकनं भेटायला यायचं थांबवलं होतं. काही विशिष्ट प्रसंगी जेव्हा सादीमला खोबारला जावं लागायचं, तेव्हा तिथं तारिकनं तिला भेटायचं टाळलं होतं आणि सादीमला त्यामुळे बरं वाटलं होतं.

सादीमच्या दृष्टीनं तारिक एवढा साधा आणि सरळ होता, हीच त्याची समस्या

होती. तो तिच्याबद्दलच्या आपल्या भावना अगदी सरळसरळ आणि साधेपणानं दाखवायचा, ह्याचंच तिला आश्चर्य वाटलं होतं. त्याच्या सीरियन आजीसारखा तोंडवळा असलेला, त्याचं ते काहीसं मांसल असलेलं शरीर आणि ते निष्कपट हास्य ह्यांमुळे तिच्या मते लहान मुलासारखं तोंड असलेला तो एक पोरवयाचा मुलगा होता. ह्यांच्यापैकी कोणतेही दोष गंभीर नव्हते; परंतु ही सर्व त्याच्याबद्दलची मते एकत्र आल्यामुळे आणि त्याच्याजवळ गंभीर स्वरूपाचं नातं जोडता येईल, असा तो पुरुष आहे असं तिच्या मनातच आलं नव्हतं.

एका संध्याकाळी सर्व जण झोपी गेल्यावर ते दोघंच बैठकीच्या खोलीत उरले होते आणि सॅटेलाईट वाहिनीवरून येणारा एक चित्रपट पाहत होते. जेव्हा तो चित्रपट संपला तेव्हा तारिक तिच्याकडे वळला. सादीमला काय सांगायचं, ह्याचे बेत करण्यात तो गुंगला असल्याने त्याला बिचाऱ्याला त्या चित्रपटातलं काही समजलं नव्हतं. ज्या नावाने तिला हाक मारण्याची सवय होती, तशी हाक मात तो म्हणाला:

"हाय डेमी!"

"काय?"

"मला तुझ्याशी काहीतरी बोलायचंय, परंतु सुरुवात कशी करावी ते मला समजत नाहीये."

"कशी सुरुवात करावी हे तुला का समजत नाही? काही गडबड नाही ना? सर्व ठीक आहे ना?"

"हे बघ, माझ्याबद्दल म्हणशील तर सर्व छान आहे; परंतु त्याबद्दल तू काय विचार करशील, ते मला माहीत नाही."

"मी आशा करते की ते चांगलंच असेल. तर मग ते सांगच आणि सर्व संपव. आपल्यात काही औपचारिकता नाही, बरोबर?"

"ठीक आहे, तर मग मी सरळच सांगतो. डेमी, आपण परस्परांना बराच काळ ओळखतोय, नाही का? अगदी लहान असल्यापासून. जेव्हा तू सुट्ट्यांमध्ये आम्हाला भेटायला यायचीस, मी नेहमीच तुझ्याकडे बघत राहायचो आणि मला एक सुंदर, मऊ केस असलेली आणि गुलाबी रंगाचा हेअरबँड लावलेली मुलगी दिसायची. ती छोटीशी मुलगी इतर कोणत्याही मुलीपेक्षा जास्त छान कपडे करायची आणि तिला मुलांबरोबर खेळायला नको असायचं. तुला आठवतं का की, जेव्हा इतर मुलं तुला त्रास द्यायची तेव्हा मी कसा इतर मुलांबरोबर मारामारी करायचो ते? आणि जर मी वाण्याच्या दुकानात गेलो तर मी तुझ्याशिवाय दुसऱ्या कोणत्याही मुलीला बरोबर नेत नसे. त्यामुळे तुला जे काही हवं असेल ते मी विकत घेऊ शके. आठवतं? आपण त्या वेळी लहानच मुलं होतो, मला माहीत आहे. परंतु तेव्हापासूनच मी तुझ्यावर प्रेम केलंय!"

“जेव्हा आपण थोडे मोठे झालो आणि तू भेटायला यायचीस त्या वेळी तुम्हा मुलींच्या घोळक्यात मी नेहमीच एकटा मुलगा असलो तरी मला तुझ्या आणि माझ्या बहिणींच्या अवतीभवती राहायला आवडायचं. मला माहीत आहे की, माझं तिथं असणं हे काही तसं बरं दिसायचं नाही; परंतु एकाच गोष्टीची मी पर्वा करायचो आणि ती म्हणजे, जितके तास तू आमच्याबरोबर घालवायचीस तेवढा वेळ तुझ्याबरोबर राहायचं! तुझा ह्यावर विश्वास बसेल का? तू जर का तिथं नसलीस तर मी माझ्या बहिणींसाठी आइस्क्रीम आणत नसे! माझ्या बहिणीच्या मग लक्षात आलं, जर त्यांना मी काही आणायला हवं असलं तर त्या मला म्हणायच्या, ‘हं, सादीम आज रात्री येणार वाटतं!’

“हे सर्व असलं तरी मला हे माहीत होतं की, जसं माझं तुझ्यावर प्रेम होतं तशी तू माझ्यावर प्रेम करत नव्हतीस. कदाचित मला तुझ्यात स्वारस्य होतं ह्याबद्दल तू खूश होतीस. अर्थात, असं वाटणं हा तुझा हक्कच होता. मग मी माझ्याशी म्हणायचो, ‘तिला तसं कारणच आहे! आणि तुझ्यात असं काय आहे ज्यावर तिनं प्रेम करावं? देखणं रूप नाही, डिग्री नाही, पैसा नाही, गुटगुटीत बांधा नाही. तुझ्यात असं काहीच नाही की, ज्यामुळे ती तुझ्याकडे आकर्षित होईल. फक्त एवढीच सत्य गोष्ट आहे की, तू तिच्याबाबत अगदी वेडा झालायंस.’

“ज्या दिवशी मी रियाधमधल्या दंतवैद्यकीय कॉलेजमध्ये दाखल झालो, तेव्हा मी अगदी अत्यानंदात होतो. तुला खरं कारण माहीत आहे का? पहिली गोष्ट म्हणजे मी डॉक्टर – खरंतर दंतवैद्य – झालो तर तू माझा जास्त आदर करशील आणि दुसरी गोष्ट म्हणजे मी रियाधमध्ये, तुझ्या गावात राहणार होतो. मी तुला भेटू शकणार होतो आणि तुझ्या वडिलांशीही माझी जास्त ओळख होऊ शकली असती. कदाचित त्यामुळे त्यांनी मला रोज बोलावलं असतं आणि मी तुला पाहू शकलो असतो.’

“जेव्हा वालीदनं तुला लग्नाची मागणी घातली, तेव्हा मला असं वाटलं की, सर्व संपलं! मी त्याच्यासारखा तुला लग्नाची मागणी घालू शकत नव्हतो, कारण मी काहीच उत्पन्न नसलेला विद्यार्थी होतो. माझ्या आईनं मला सांगितलं की, तुझे वडील अल्-शारीच्या मुलाची मागणी आणि तेही ज्यानं अजून कॉलेज-शिक्षणही पुरं केलेलं नाही अशा पोरसवदा मुलासाठी कधीच नाकारणार नाहीत. तुझा वाङ्निश्चय आणि मिल्काह काळ हे दोन्ही माझ्यासाठी माझ्या आयुष्यातले भयानक प्रसंग होते. मला असं वाटलं की, माझं प्रत्येक स्वप्न, जे माझं होतं ते मी पार हरवून बसलोय आणि वालीदशी तुझा घटस्फोट झाल्यावर मग मी पुन्हा खूश झालो! मला तुझ्याशी ह्याबाबत ताबडतोब बोलायचं होतं. मी शक्य तेवढ्या लवकर तुला लग्नाची मागणी घालायचं करायचं ठरवलं; परंतु मी ते करू शकलो नाही, कारण तू सरळ लंडनलाच निघून गेलीस.”

सादीमचा चेहरा तारिक हे सांगत असताना आश्चर्यानं थक्क झालेला दिसत होता. ''जेव्हा तू परत आलीस तेव्हा मी भेटायला यायचो, पण तू मला टाळायचीस आणि तू माझा फोनही घेत नव्हतीस. जेव्हा मी हे पाहिलं, तेव्हा मी स्वत:लाच म्हणालो, 'ही मुलगी तुझ्यावर खात्रीनं प्रेम करत नाही. तिला तू नकोसा वाटतोस. तिच्यापासून दूर राहा आणि तिला एकटं राहू दे.'

''आणि मग मी खरंच दूर राहिलो; पण देव माझ्या शब्दांना साक्षी आहे – मी एकही दिवस तुला विसरलो नाही. तू नेहमीच माझ्या मनात होतीस आणि मी नशीब आपल्याला एकत्र आणेल ह्याची वाट बघायचा निश्चय केला.

''तुझे वडील वारल्यावर मला वाटायचं, की तुझ्यासोबत असावं, परंतु ते मला शक्य नव्हतं. मला माहीत होतं की, माझ्या आईला तुला इथं आणायचं होतं आणि तुला ते मान्य नव्हतं. माझ्या मनात असं काही होतं, जे मला सांगत होतं की, तुझ्या इथं येण्याचं खरं कारण मी आहे.

''ज्या दिवशी तू आलीस तेव्हाच मी शपथ घेतली की, मी तुला त्रास देणार नाही. तू आनंदी राहावंस ह्यासाठी जे काही करावं लागणार होतं ते मी करणार होतो; पण तेही अंतर राखून! त्यामुळे तुला असं वाटणार नव्हतं की, मी तुझ्या इथल्या राहण्याचा फायदा उठवून तुला जिंकायचा प्रयत्न करतोय. मला तुझ्याबाबत काय वाटतं, याबद्दल माझ्या आईलाही सर्व माहीत आहे, पण याबाबत तुझ्याशी काहीही न बोलण्याची मी तिला ताकीद दिली होती. शक्यतो उशीर न लावता आपला वाङ्निश्चय व्हावा, अशी तिची नेहमीच इच्छा होती; परंतु त्याआधी तुला हे मान्य आहे, ह्याची मला खात्री हवी होती. त्यामुळे तिला मी तुझ्यासमोर अडचणीत टाकणार नाही किंवा तुला तिच्यासमोर.

''आता दीड वर्ष आपण इथं एकत्र आहोत. मला पदवी मिळाली आहे. तुला ते सर्व माहीत आहे. मी माझी इंटर्नशिपही पुरी केली आहे आणि कामकाजासंबंधीची कागदपत्रंही दिली आहेत आणि परदेशात खास शिक्षणासाठी शिष्यवृत्ती मिळेल म्हणून वाटही पाहतो आहे. तुला खरं सांगायचं, तर विद्यापीठातल्या माझ्या प्रोफेसरांनी मला आमच्याच एका भागात शिकवण्याचं काम देऊ केलं आहे; परंतु समस्या ही आहे की, जर मी ते घेतलं, तर काही महिन्यांतच ते मला परदेशात पाठवतील आणि मी तुझ्याबाबत निश्चित काय आहे हे समजल्याशिवाय जाऊ शकत नाही. जर आपला वाङ्निश्चय झाला, तर मला तुझी ह्या प्रवासाबद्दल मान्यता घ्यावी लागेल. कारण तू तर इथे काम करतेस आणि तुला माझ्याबरोबर यायला आवडेल की नाही, हे मला माहीत नाही.

''त्यामुळे मला असं म्हणायचंय की, जर तुला प्रवास नको असेल, तर मी इथं कोणत्याही हॉस्पिटलमध्ये किंवा दंतवैद्य म्हणून काम मिळवीन आणि परदेशात

प्रशिक्षण घ्यायची कल्पना सोडून देईन; परंतु तू जर माझी होणार नसलीस, तर मग मी ते काम पत्करीन. मी दूर गेल्यावर तू मला नाकारलंस, ह्याची लाज किंवा बेचैनी वाटायचं तुला कारण नाही. मी तीन किंवा कदाचित चार वर्षांसाठी दूर जाईन आणि मी परत येईपर्यंत तुझं दुसऱ्या कोणाशी लग्न झालेलं असेल. डेमी, हे लक्षात ठेव की, माझ्या ह्या विनंतीमुळे ह्या घरात तुझ्या राहण्यावर किंवा निश्चिन्तपणावर जराही परिणाम होणार नाही. राणी, मी काही तुझ्यावर दबाव आणत नाही. हे सर्व तुझ्यावर अवलंबून आहे आणि तुझा जो काही निर्णय आहे तो घ्यायला तुला पूर्ण स्वातंत्र्य आहे.''

सरतेशेवटी सादीम काही बोलू शकली :

''परंतु तारिक, नक्कीच आपण तसे जवळचे आहोत; परंतु त्या अर्थानं आपण कधीच जवळ आलो नव्हतो, ज्यामुळे मी ह्या प्रकारचा निर्णय घेऊ शकेन! अशा अनेक गोष्टी आहेत ज्या तुला माझ्याबद्दल माहीत नाहीत आणि तुझ्याबद्दलही मला बरंच काही माहीत नाही.''

''सादीम, हे बघ, कोणतीही गोष्ट लहानपणापासून माझ्या मनात असलेलं तुझ्याबद्दलचं प्रेम बदलू शकणार नाही; परंतु तुला माझ्याबद्दल जे हवं असेल ते माहीत करून घेण्याचा हक्क आहे. ज्या प्रश्नांची उत्तरं तुला हवी आहेत, ते सर्व तू मला विचार आणि मी त्याची उत्तरं तुला देईन, अगदी कशाबद्दलही! ''

''उदाहरणार्थ हे बघ, तुला माझा आणि वालीदचा घटस्फोट का झाला, हे माहीत करून घ्यायचं नाही का? आणि विशेषकरून गेल्या चार वर्षांत मी तुझ्याकडे जास्त लक्ष दिलं नाही, ह्यामागचं कारण?''

''तुझ्या आणि वालीदच्या घटस्फोटामागचं कारण म्हणजे तो संपूर्णपणे वेडा आहे! ज्या कुणाला थोडी तरी अक्कल असेल, तो सादीम अल्-होरैम्लीचा कोणत्या कारणानं त्याग करेल? डेमी, मी तुला ओळखतो. मला तुझं घराणं माहीत आहे आणि तुला कशा प्रकारे वाढवलं गेलं तेही आणि तेवढं मला तुझ्यावर विश्वास ठेवायला पुरेसं आहे. जर तुला मला कारण सांगायचं असेल, तर तो तुझा प्रश्न आहे; परंतु ते जाणून घेणं, हा माझा हक्क नाही. नक्कीच नाही. तुझ्या आधीच्या आयुष्याबद्दल माझं कोणतंही बंधन तुझ्यावर नाही. त्यामुळे त्या वेळी काय घडलं, हे जाणून घेण्याचा मला हक्क नाही. अगदी त्याही वर्षांत, जेव्हा तू मला टाळत होतीस किंवा ज्या वेळी मी अंदाज बांधला होता की, तू कोणाच्याततरी गुंतली होतीस. तेव्हा ह्या गोष्टीत मला काहीच अर्थ वाटत नाही. मला महत्त्वाचं आहे, ते ह्यापुढचं आपलं एकत्र आयुष्य! मला म्हणायचंय की, जर देवानं ह्याचा निवाडा केला असला तर, जन्माला आल्यापासून आज सकाळपर्यंत माझ्या जीवनात जे काही घडलं, ते सांगायला मी तयार आहे. जरी त्यात सांगण्यासारखं फारसं काही नसलं

तरीही! परंतु मी तुला सांगेन. उदाहरणार्थ, मी कोणत्या मुलींना जास्त पसंती देतो? पूर्वेकडच्या मुली की नाज्दी मुली. खोबारमधल्या मुली का रियाधमधील मुली?''

''ओ, खरंच! म्हणजे तुला दोन्हींचाही अनुभव आहे तर! ''

''काही मुली, ज्यांच्यावर मी आणि माझ्या मित्रांनी पोरसवदा म्हणून शिक्का मारलाय, जर तुला त्यांची नावं आणि फोन नंबर हवे असतील तर मी ते तुला देईन.''

''नको, थँक्स! ठीक आहे, मला म्हणायचंय की, तू मला बेसावध असतानाच गाठलंस. मला विचार करायला आणि उत्तर द्यायला थोडा वेळ दे.''

''मी उद्या रियाधला जातोय. मला काही लोकांना भेटायचंय. तिथं मी काही दिवस राहीन. त्यामुळे तुला शांतपणे विचार करता येईल.''

४७

To : seerehwenfadha7et@yahoogroups.com
From : 'seerehwenfadha7et'
Date : January 28, 2005
Subject : **The Best Closure Ever**

तुम्हाला ते गाणं ऐकायचं असेल, तर इथं क्लिक करा.

ते पहिलं प्रेम आपल्याला सोडून जायचं का नाकारतं?
ते पटकन परत येतं आणि आपल्याला भूतकाळात नेतं.
आपण मोठं होतो तसं तेही वाढतं, तरी ते आपल्याला
जुन्या दिवसांत परत नेतं.
त्यांच्या अविरत आठवणींनी आपण त्यांच्या ज्वाळांत फेकले जातो.
त्याच्या त्या धगीनं, ते आपल्याला जाळतं, ते अगदी आतपर्यंत
आपल्याला जाळतं
ते पहिलं प्रेम आपल्याला सोडून जायचं का नाकारतं?

– ज्युलिया बोट्रॉस

आता ह्या गोष्टीचा शेवट जवळ आलाय; परंतु माझ्या मैत्रिणी अजूनही अशा मेणबत्त्या आहेत ज्यांना जीवन पेटवते. त्या वितळतात; प्रेम आणि सतत देण्यामुळे जळून जातात. माझ्या वाचकांनो, त्या सुवासिक मेणबत्त्या ज्या जिवावर उदार होऊन फडफडत आहेत, त्यांच्या दर आठवड्याच्या सफरीवर मी तुम्हाला हातांनी धरून नेलं. त्यांच्या सुवासात तुम्ही स्वत: श्वासोच्छ्वास घ्यावा, असं मला वाटत होतं. मला हवं होतं की, तुम्ही आपले हात पसरून त्यातले काही विरघळणारे थेंब पकडावेत. त्यामुळे त्याची कढत वेदना तुम्हाला जाणवेल. ज्या दु:खांतून त्या गेल्या

आहेत, ते तुम्हाला समजेल आणि त्या वेदनेमागे असलेली आगही समजेल!

मी आता पेटलेल्या आणि वितळलेल्या प्रत्येक मेणबत्तीचं एक चुंबन घेते; परंतु त्यांनी दुसऱ्यासाठी मार्ग प्रकाशित केलाय आणि त्यांच्यासाठी जो मार्ग प्रकाशित केलाय तो कमी अंधारी आहे, त्यात काही कमी अडथळे आहेत आणि त्यात थोडं जास्त स्वातंत्र्य आहे.

दोन वर्षांपेक्षा जास्त कालावधीनंतर मिचैल्ली रियाधला परत आली होती. रियाधमध्ये पहिली रात्र घालवल्यावर जेव्हा ती जागी झाली तेव्हा तिला हे माहीत नव्हतं की, त्या शहरात ती अगदी योग्य वेळी एक महत्त्वाचा प्रसंग पाहण्यासाठी परत आलीय. खरोखरच जीवनातला फार महत्त्वाचा प्रसंग! ह्या जीवनात आधीच खूप बदल झाले होते आणि ते ढवळून निघालं होतं.

तिच्या दिवसाची सुरुवात लामीसकडून अचानक आलेल्या फोननं झाली. ''बाथरूममध्ये जा आणि तुझं तोंड थोड्या थंड पाण्यानं धू.'' तिच्या मैत्रिणीने सल्ला दिला. त्यामुळे ती जे काही सांगणार होती त्याचा आघात तिला पूर्णपणे पचवता आला असता.

''काय झालं? तुला एवढ्या सकाळी मला उठवावं का लागलं?''

''मिचैल्ली, आज फैझलचं लग्न आहे.''

फोनच्या दुसऱ्या बाजूला शांतता होती. ''मिचैल्ली! तू आहेस ना?''

''हो, मी आहे.''

''तू ठीक आहेस ना?''

''कोणता फैझल? माझा फैझल?''

''हो मुली, फैझल! तो हलकट माणूस. दुसरं कोणी नाही!''

''त्यानं तुला स्वत: सांगितलं की काय?''

''आता हा पुढचा धक्का. असं झालंय की, निझार हा नवरीच्या भावाचा मित्र आहे.''

''तुझा नवरा निझार? तो फैझलच्या नवरीच्या भावाला ओळखतो? तू हे ऐकल्याबरोबरच मला का नाही सांगितलंस?''

''तू मला हे विचारतेस, तर तुझं काय डोकं फिरलंय? मी शपथेवर सांगते की, हे मला आजच कळलं. मी निझारच्या एका बहिणीच्या लग्नाला जाण्यासाठी जेद्दाहवरून रियाधला कालच आले. मी यायला खरोखरच उत्सुक होते; कारण मी तुला त्याच ट्रिपमध्ये भेटू शकणार होते. निझारनं ह्या लग्नाबद्दल मला एक आठवड्यापूर्वी सांगितलं; परंतु मला निमंत्रणपत्रिका आजच मिळाली आणि जेव्हा मी ती उघडली तेव्हा माझे डोळे खोबणीतून बाहेरच आले. मी नवरदेवाचं नाव निदान

शंभर वेळा तरी वाचलं! मला खात्री करून घ्यायची होती की, तो खरोखरच *तोच* फैझल होता.''

''---त्याचा वाङ्निश्चय केव्हा झाला?''

''मला खरंच काही कल्पना नाही आणि दुर्दैवानं मी निझारलाही त्याबद्दल त्याच्या मित्राला विचारायला सांगू शकत नाही, कारण ते तसे जिवलग मित्रही नाहीत. त्यांची ओळख कामानिमित्त झाली आहे. असं दिसतं की, त्यांच्याकडे काही जास्त निमंत्रणपत्रिका होत्या आणि म्हणून त्यांनी मला बोलावलं. मला नाही वाटत की, माझ्यापेक्षा निझारला काही जास्त माहीत असेल.''

''मग तो लग्न करतोय ती मुलगी कोण आहे?''

''तिच्या आडनावावरून काही कळत नाही, परंतु ते फारसे काही महत्त्वाचे लोक नसावेत.''

''लामीस...''

''बोल राणी?''

''तू माझ्यासाठी निमंत्रणाची व्यवस्था कर. मी तुझ्याबरोबर येत आहे.''

''काय? नाही. हे बघ, तू चेष्टा करतेस. तू फैझलच्या लग्नाला जाणार? तुला काय वेड लागलंय का? तू हे सर्व कसं सहन करू शकशील?''

''माझी काळजी करू नकोस. मी हे करू शकेन.''

''मिचैल्ली, राणी, मला भीती वाटते. तुझा काय विचार आहे? तुला तिथं जाऊन जास्त त्रास होईल. असं करण्याचं कारण नाही.''

''मी त्रास करून घेणार नाही. तसं म्हणायचं, तर मी हे सर्व उत्तम रीतीनं संपवायचं ठरवलंय.''

लामीसनं नवऱ्याला सांगितलं की, तिचं डोकं भयंकर दुखतंय आणि ती लग्नाला जाऊ शकत नाही. ती म्हणाली की, तिची निमंत्रणपत्रिका ती मिचैल्लीला देईल आणि मिचैल्ली तिच्याऐवजी जाऊ शकेल.

मिचैल्लीनं ती निमंत्रणपत्रिका पुन:पुन्हा पाहिली. त्या वेळी एक हेअर ड्रेसर तिच्या केसांवर प्रक्रिया करत होती. आम्ही आमची लेक शैखाहचं लग्न आमचा पुत्र फैझलशी जाहीर करत आहोत. 'तर मग फैझल, हे असं आहे तर! शैखाह नावाची मुलगी? काय मूर्ख नाव आहे, अगदीच मूर्ख!'

तिनं आपला मेक अप स्वत:च केला आणि तिनं रोबर्टो कॅव्हल्ली हा सुंदर गाऊन घातला. तो नजाकत असलेला, आकारानं अगदी योग्य गाऊन तिचा बांधा अगदी व्यवस्थित दाखवत होता.

हॉलच्या प्रवेशद्वाराजवळ तिनं एका टेबलावर मोठ्या दिमाखात मांडलेले नवरा-नवरीचे फोटो पाहिले. तिनं त्याचा चेहरा निरखून पाहिला आणि त्याच्या बाजूला उभ्या

असलेल्या स्त्रीबद्दल त्याला काय वाटतं, ह्याचा अंदाज घेण्याचा प्रयत्न केला. शैखाह त्याला पसंत पडण्यासारखी नक्कीच नव्हती, हे पाहून तिला बरं वाटलं! ती तशी थोराड होती आणि त्याला मात्र नाजूक स्त्रिया आवडायच्या! तिचे केस काळे नव्हते. त्याला काळे केस पसंत होते; पण तिच्या केसांतल्या अनेक बटा रंगवलेल्या होत्या. त्यामुळे ते डिस्को पार्टीतल्या गोलांसारखे अनेक रंग परावर्तित करत होते. तिचं नाक आणि तोंड मोठं होतं आणि ओठ पातळ होते. मिचैल्लीच्या छानशा नाकाशी आणि भुरळ पाडणाऱ्या ओठांशी त्यांचं काय साधर्म्य होतं? मिचैल्लीनं त्याच्या आईला रीतीप्रमाणे अभिवादन केलं. ती तिला ओळखू शकली होती, कारण भेटणाऱ्यांपैकी कोणीतरी तिला 'वरमाई' अशी हाक मारली होती. तिनं उम फैझलचं तिच्या मुलाच्या लग्नाबद्दल अभिनंदन केलं. फैझलला जन्म देणाऱ्या त्या स्त्रीमधून फैझलचा गंध येत असल्याचं जाणवत होतं.

लग्नमंचाकडे तोंड करून, पण मंचापासून दूर, हॉलच्या टोकाला जिथून नवरानवरी येतील त्या प्रवेशद्वाराजवळ तिनं जागा पकडली. ही जागा तिनं अगदी काळजीपूर्वक निवडली होती, कारण त्या संध्याकाळी तिला फार महत्त्वाचं आणि ऐतिहासिक काम तडीला न्यायचं होतं.

तिनं त्याच्या बहिणींवरून नजर फिरवली. ज्या नावांबद्दल तिनं ऐकलं होतं ती त्यांना दिली. जी वयानं सर्वांत मोठी दिसत होती, ती नक्कीच नौराह होती आणि जी मोठ्यानं बोलत होती ती साराह होती. जी लहान दिसत होती ती नुजुद होती. त्यांच्यात सर्वांत देखणी असं तो तिचं वर्णन करायचा आणि तिथं ती आईही होती.

ह्या वेळी त्याच्या आईला दुरून पाहताना मिचैल्लीला तिची जबरदस्त ताकद, वागण्याची हुकूमशाही पद्धत आणि फैझलचं तिच्यापुढे घातलेलं लोटांगण आठवलं. मिचैल्लीला ह्या स्त्रीबद्दल तिरस्कार आणि द्वेष वाटायला हवा होता आणि तिच्या आयुष्यात जितकं शक्य असेल तेवढं वाईट घडावं, अशी इच्छा करायला हवी होती; परंतु खरं सांगायचं, तर तिला तिच्याबद्दल आदरच वाटला आणि तिच्या दुर्बल मुलाबद्दल तिरस्कार! तिच्या लक्षात आलं की, उम फैझल तिचं दुरून निरीक्षण करत होती आणि तिला 'तिच्यात' जे दिसलं ते तिला आवडलं होतं. तिनं कल्पना केली की, ही स्त्री फैझलच्या धाकट्या भावासाठी, ज्याचं लग्न अजून व्हायचं होतं त्यासाठी किंवा तिच्या एखाद्या पुतण्यासाठी तिचा विचार करत होती. हाय! दैव इतकं क्रूर असेल?

मिचैल्लीनं ठरवलं होतं की, आज ती सर्व पुरुषांवर विजय मिळवल्याचं जाहीर करेल. फैझलचे जे काही अवशेष तिच्या हृदयात आणि आत्म्यात राहिले होते त्या सर्वांतून ती स्वत:ला कायमची मुक्त करेल. नाचण्याच्या तयारीत असलेल्या लोकांच्या लांब विभागाकडे आपण जात असलेलं तिला जाणवलं. तिच्या प्रियकराने ज्या

दिवशी दुसऱ्या कोणाशी लग्न केलं होतं, त्या दिवशी त्या नावाच्या विभागात नाचत गोल फिरणं ही नक्कीच पहिली पायरी होती.

तिनं कल्पना केली होती, तेवढं काही ते कठीण नव्हतं. पुन:पुन्हा जे क्षण ती आपल्या मनात जगली होती, ती संवेदना तिला जाणवली. तर मग हा फक्त पुन:प्रत्यय होता. तिला छान आणि मजा वाटत होती. त्या रात्री ती अशा तऱ्हेनं नाचली आणि गायली की, जणूकाही त्या मोठ्या हॉलमध्ये ती एकटीच होती. तिचा हा स्वत:चा खास उत्सव होता; तिच्या सन्मानासाठीचा उत्सव. काही झालं असलं तरी ते जिवंत राहणं आणि सहनशक्ती हे दाखवून देण्यासाठी हा होता. खोलवर रुजलेल्या रूढींच्या दास्यातून मुक्त झाल्याची ती खूण होती. ज्या दास्यानं त्या नाचाच्या खोलीतल्या इतर दु:खी आणि करुणाजनक स्त्रियांना जखडलं होतं.

आपल्या नवरीबरोबर पलंगावर असलेल्या फैझलची कल्पना तिनं केली. मनातून तो आपली प्रेमिका मिचैल्लीला स्पर्श करण्याची स्वप्नं पाहत होता आणि त्या वेळी प्रत्यक्षात धिप्पाड देहाची शैखाह त्याच्यावर वाकली होती. तिच्या अंगावर असलेल्या मांसाच्या वळ्यांनी त्याला हलायला किंवा श्वास घ्यायलाही जमत नव्हतं.

त्या हॉलमधल्या इतर भागातल्या दिव्यांचा प्रकाश कमी केला होता आणि प्रकाशाचा फक्त एक झोत प्रवेशद्वारावर पाडला होता. नवरीनं तो ओलांडला आणि ती मंचाकडे निघाली. ती निमंत्रित स्त्रियांकडे, अगदी मिचैल्लीकडे बघूनही हसत होती. ज्या मिचैल्लीने तिची 'प्रगती' जवळून पाहिली होती. नवरीचा तो थोराड देह लग्नाच्या गाऊनमध्ये कसाबसा भरलेला होता. तो तिच्या शरीराभोवती विशोभितपणे घट्ट ताणला गेला होता आणि त्यामुळे तिच्या काखेत वळ्या उत्पन्न झाल्या होत्या. हे पाहून मिचैल्लीला आता आत्मविश्वास वाटला.

जेव्हा हे जाहीर झालं की, पुरुषमंडळी यायची वेळ झाली आहे, तेव्हा मिचैल्लीच्या मनात एक राक्षसी कल्पना आली आणि त्याप्रमाणे कृती करण्यास तिनं क्षणभरही विलंब लावला नाही. तिनं आपल्या मोबाइलवरून एक एसएमएस फैझलच्या मोबाइलवर पाठवला : *अभिनंदन नवरदेवा! लाजू नकोस. आत ये, मी वाट पाहत आहे.*

तिच्या ह्या एसएमएसनंतर पुरुषांचं येणं तासभर तरी लांबलं. त्या हॉलमध्ये कुजबुज चालू होती आणि निमंत्रित स्त्रियांची हळू आवाजातली बोलणीही चालू होती. ती बिचारी नवरी पार गोंधळली होती. तिनं बाहेर जावं का? का तिनं होतं तिथं थांबावं आणि आत यायचं नाकारणाऱ्या नवरदेवाची वाट पाहावी? अनंत काळ गेल्यावर नवरदेव आला. त्याच्या बाजूला त्याचे वडील, नवरीचे वडील आणि तिचे तीन भाऊ होते. तो इतका पटकन आत आला की, खरोखरच त्याला कोणी पाहू शकलं नव्हतं. दुरून मिचैल्ली हसली. तिची योजना कामी आली होती.

काही मिनिटांनंतर जेव्हा फोटोग्राफर नवरानवरीचे आणि मंचावर असलेल्या कुटुंबाचे फोटो घेत होते, तेव्हा मिचैल्ली उठली अन् प्रवेशद्वाराकडे निघाली. तिचा बाहेर जाण्याचा बेत होता; परंतु त्यानं आधी पाहिलं होतं त्यापेक्षाही ती अतिशय सुंदर दिसत असताना फैझल तिला पाहील ह्याची तिनं खात्री करून घेतली. तिनं त्याच्या दाढीकडे पाहिलं. तिच्या ओळखीचा चेहरा त्या दाढीमुळे बदलला होता. तो तिच्याकडे वळला. त्याच्या डोळ्यांत हताश भाव होते. जणू तो तिला तिनं जावं म्हणून विनवत होता. ज्या कोणी स्त्रिया तिच्याकडे पाहत असतील त्यांची पर्वा न करता तिनं आपली एक भुवई आव्हानात्मक रीतीनं उंचावली. आपल्या केसांच्या छोट्या बटांशी खेळत ती प्रवेशद्वाराजवळ उभी राहिली. जणूकाही ती त्याला तिच्या ह्या नवीन 'हेअरकट'नं सतावत होती. तिनं आपला चेहरा अगदी स्पष्टपणे तिरस्कार दर्शवत वळवला आणि ती दरवाजाकडे निघाली.

तिला तिथं लग्नसमारंभात पाहिल्यावर जेव्हा तिच्या मनात फैझलची लग्नाची रात्र कशी जाईल ही कल्पना आली, तेव्हा कारमध्ये शिरल्यावर आणि त्या युथोपियन ड्रायव्हरच्या पाठीमागे बसल्यावर ती आपलं हसू थांबवू शकली नाही. जसं लामीसनं म्हटलं होतं तशी ती 'साठ शापांनी शापित रात्र' असेल; आणि हाच तर मुद्दा होता.

घरी आल्यावर तिच्या हे लक्षात आलं की, फैझलशी फारकत झाल्यापासून हे पहिलं लग्न होतं, जेव्हा आनंदात असलेली, नवऱ्याबरोबर मंचावर बसलेली नवरी पाहून तिचे डोळे भरून आले नव्हते. मिचैल्लीला आता हे माहीत झालं होतं की, पुष्कळ नवरे आणि नवऱ्या त्यांच्या हास्यामागे आपली दु:खी आणि झुरणारी हृदयं लपवत होते, कारण त्यांना त्यांचा जोडीदार निवडण्यापासून वंचित केलेलं होतं. जर का आज संध्याकाळी तिला अश्रू ढाळायचेच होते, तर ते होते त्या बिचाऱ्या नवरीसाठी. परिस्थितीनं तिचं आज रात्री आणि इतर रात्रीही ज्याच्याशी मीलन होणार होतं त्या माणसावर तिच्याशी लग्न करण्याची जबरदस्ती केली गेली होती. त्या माणसाचं हृदय आणि मन दुसरीत गुंतलं होतं आणि ती दुसरी स्त्री आज त्याच्या लग्नात अगदी मोकळेपणे नाचली होती.

४८

To : seerehwenfadha7et@yahoogroups.com
From : 'seerehwenfadha7et'
Date : February 4, 2005
Subject : **The 'Getting Over Them' Phase**

स्त्री ही एखाद्या टी-बॅगसारखी आहे. ती टी-बॅग गरम पाण्यात घातल्याशिवाय किती कडक आहे, हे तुम्हाला कधीच समजत नाही.

एलीनॉर रुझवेल्ट

आता खरं सांगा, एक वर्षभराच्या ई-मेल्स नंतर तुम्हाला माझा कंटाळा आला नाही का? मला स्वत:ला मात्र हे पुरेसं झालंय असं वाटतं.

एक दिवस सादीमनं वर्तमानपत्राच्या सामाजिक विषयांच्या पानावर एक बातमी वाचली. त्यात डॉ. फिरास अल् शार्कावींना पहिला मुलगा झाल्याबद्दल – राय्यनच्या जन्माबद्दल त्यांचं अभिनंदन केलेलं होतं. तिची आणि फिरासची शेवटची फारकत झाल्याला आता पंधरा महिन्यांहून जास्त काळ लोटला होता. सादीम त्यांच्या संबंधाबद्दल विचार करण्याचा प्रयत्न करू लागली. त्याचा दुसऱ्या स्त्रीशी झालेला वाङ्‌निश्चय, करारनाम्यावर सह्या, लग्न, गरोदरपणा आणि ह्या मुलाचा जन्म हे सर्व तिच्या चार वर्षांच्या संबंधांच्या तुलनेत एक वर्षाहून थोड्याशा जास्त काळात घडलं होतं. हे सर्व जणू दाखवून देत होतं की, फिरास हा तिनं कल्पना केली होती तसा काही अद्वितीय किंवा विशेष वेगळा माणूस नव्हता, तर एक सामान्य तरुण – बराचसा वालीद, फैझल, रशीद आणि इतर अगणित पुरुषांसारखा होता. आपल्या जोडीदारणीला एका खास अशा पातळीवर नेऊन ठेवण्याचे त्याने केलेले दावे म्हणजे जे स्नायू मूलत: दुबळे होते किंवा कदाचित अस्तित्वातच नव्हते, ते फुगवून

दाखवण्यासारखा हास्यास्पद प्रकार होता.

सादीम रियाधमध्ये मिचैल्ली आणि लामीसच्या पदवी-समारंभासाठी आली होती आणि त्या चार मुली सादीमच्या जुन्या घरी जमल्या. नेहमीप्रमाणे त्या त्यांच्या गमावलेल्या प्रेमाच्या दु:खाबद्दल तक्रारी करू लागल्या.

"सादीम!" लामीस म्हणाली, "असा प्रियकर जो तुला पायदळी तुडवतो त्याला तू कसं काय स्वीकारलंस आणि त्याच्या मागे काय पडलीस? तुला माहीत आहे का तुझी समस्या काय आहे ती? तुझी समस्या ही आहे की, तू जेव्हा प्रेमात पडतेस, तेव्हा अक्कल गहाण ठेवतेस! तू ज्याच्यावर प्रेम करतेस त्याला तुझा अपमान करू देतेस आणि तसंच सोडून देतेस! ह्याहून वाईट म्हणजे तू त्याला म्हणतेस की मला हे आवडतं, मला आणखी त्रास दे! दुर्दैवानं हे खरं आहे आणि जर ते तसं नसतंच तर फिरासचा तुझ्याशी लग्न करण्याचा हेतू नाही, हे माहीत असूनही तू त्याच्याबरोबर इतकी वर्षं राहिली नसतीस."

हल्ली प्रत्येक जण तिच्याशी निर्दयपणे वागायची. जे संबंध पहिल्यापासूनच यशस्वी होणार नव्हते, अशा संबंधात पडल्याबद्दल त्या तिला दोष देत होत्या. त्या वेळी ह्यांच्यापैकी कोणीही तिच्या फिरासबरोबरच्या संबंधांचा आता शेवट झाला, तसा होईल असं भविष्य केलेलं नव्हतं; मुळात सुरुवातीला तिच्याप्रमाणेच त्याही आशावादी होत्या. परंतु आता स्वाभाविकपणे त्या सर्व जणी आपल्याला हे आधीपासून ठाऊक असल्याचा दावा करत होत्या! गप्प राहण्याखेरीज तिला मार्गच नव्हता. काही वर्षांपूर्वी मिचैल्ली ह्या अशाच प्रकारातून गेलेली होती. तिनं हळूच तिला डोळा घातला. जेव्हा तिला त्याच्या आईवडलांची ह्या संबंधातील मतं कळली होती तेव्हा मिचैल्लीनं फैझलपासून दूर होण्याचा अगदी पक्का आणि कठोर निर्णय घेतला होता. त्यामुळे सादीमनं जे दु:ख आणि अपमान *(जेव्हा तिचं प्रेम असत्य भावनांच्या समुद्रात शेवटी बुडालं होतं, त्या कडू शेवटापर्यंत भोगला होता) सोसला होता, तो* मिचैल्ली चुकवू शकली होती.

त्या दुबळ्या फैझलपेक्षा फिरासनं आपला वरचढपणा सिद्ध करायला हवा होता, असं सादीमला वाटलं होतं. तिला मिचैल्लीला हेही दाखवून द्यायचं होतं की, मिचैल्लीने फैझलला जाऊ देण्यात चूक केली होती. तिला हे सिद्ध करायचं होतं की, ज्या सादीमचा प्रेमाच्या शक्तीवर विश्वास होता आणि जी मानत होती की, तिचं ज्याच्यावर प्रेम आहे त्याच्याशी तिला लग्न करण्याचा हक्क आहे, ती शेवटी जास्त चलाख, जास्त यशस्वी आणि सुखी ठरणार होती.

परंतु हे असं घडलं नव्हतं. आपल्या प्रेमाचा बळी द्यायचं नाकारल्यावर तिला तिच्या प्रियकरानं तिचाच बळी दिल्याचा भयानक धक्का दिला होता. फिरासनं केलेली ही फसवणूक अगदी खोलवरची होती. त्यानं आशेचं पदक तिच्या सुंदर

मानेभोवती अडकवलं होतं आणि तिला प्रेमाचं, धडपडीचं आणि चिकाटीचं गाणं, *(जे त्यानं म्हणायचं थांबवलं होतं.)* पुन:पुन्हा म्हणायला लावलं होतं.

"तू नशीबवान आहेस मिचैल्ली! तुला तुझ्या एके काळच्या प्रियकराचा फोटो किंवा त्याच्यावरचा एखादा लेख कोणत्याही वर्तमानपत्रात सदैव बघावा लागत नाही. मुलीच्या बाबतीत सर्वांत वाईट गोष्ट म्हणजे, तिनं एखाद्या प्रसिद्ध माणसाच्या प्रेमात पडणं. त्यामुळे जरी तिनं त्याला विसरण्याचा कितीही प्रयत्न केला तरीही सर्व जग तिला त्याची आठवण करून देतं! मिचैल्ली, तुला माहीत आहे का, काही वेळा मी काय इच्छा करते ते? मला अशी इच्छा होते की, ह्या संबंधात मी पुरुष असायला हवी होते. मी फिरासला तसंच सोडून दिलं नसतं. शपथेवर सांगते, मी त्याला जाऊ दिलं नसतं."

"अस्सं! ह्याचा अर्थ तू *खरा पुरुष* गमावला नाहीस काय?"

तिच्या मैत्रिणींच्या ह्या वर्मी लागणाऱ्या बोलण्यामुळे सादीमला पूर्वी कधीही वाटला नव्हता तेवढा फिरासचा तिरस्कार वाटला. त्या स्वार्थी माणसाला तिला समाजाकडून मिळणारी बोचरी वागणूक कधी जाणवली होती का? त्याने तिला वाईट वागणूक दिली होती आणि ह्या संबंधातून सरळ बाहेर पडून तिला आणखी वाईट वागवलं होतं.

"सादीम, तुला वाटतं तसं फैझलला मी त्याच्या प्रेमात नव्हते म्हणून सोडलं नाही. मला त्या माणसाचं वेड लागलं होतं! परंतु इथं सर्व जण त्याच्याविरुद्ध होते आणि माझ्याही! मला स्वत:बद्दल आत्मविश्वास आहे आणि मला माहीत आहे की, जे अडथळे माझ्या मार्गात येतील त्यांना मी तोंड देईन; परंतु खरं सांगायचं तर हा असा विश्वास मला फैझलबद्दल किंवा आपल्या ह्या घृणास्पद समाजातल्या कोणत्याही माणसाबद्दल नाही. आमचे संबंध यशस्वी होण्यासाठी आम्हाला स्वत:ला मजबूत राहायला हवं होतं. आम्हा दोघांनाही! मी हे काही स्वत: एकटीनं करू शकले नसते आणि जरी फैझल माझा पाठपुरावा करत राहिला आणि त्यानं मला त्याच्याकडं परत येण्यासंबंधी अनेकदा ई-मेल्स आणि एसएमएस केले, तरी मला माहीत होतं की, ही फक्त त्याची एक बाजू आहे.एक दुर्बळ बाजू! मला हे माहीत होतं की, ह्या आमच्या समस्येवर त्याला काही उपाय सापडला नव्हता. त्यामुळेच मी त्याला नाकारत राहिले. माझ्या भावनांनाही आवरलं आणि त्याच्या त्या दुर्बलतेत शोषून घेण्याचं मी टाळलं. आमच्यापैकी कुणा एकाला मजबूत राहायला हवं होतं. मी ठरवलं की, ती मी असेन. तू ही खात्री बाळग सादीम की, फिरास आणि फैझल– जरी त्यांच्या वयात मोठा फरक असला तरी – ते एकाच साच्यातून आले आहेत; निष्क्रिय आणि दुर्बल! जरी त्यांची सुसंस्कृत मनं ह्या असल्या गोष्टी नाकारण्याची ढोंग करत असली तरी ते प्रतिगामी रीतिरिवाज आणि जुन्या रूढींचे गुलाम आहेत!

ह्या समाजातल्या सर्व पुरुषांसाठीचा तो साचा आहे. त्यांच्या कुटुंबांनी बुद्धिबळाच्या पटावर फिरवलेली ती प्यादी आहेत. जर माझा प्रियकर दुसऱ्या कुठून आलेला असता आणि जिथं मुलांना विसंगती आणि ढोंगीपणानं वाढवलं जातं अशा समाजातून आलेला नसता, तर मी सर्व जगाला आव्हान देऊन उभी राहिली असते. अशा समाजात बायको नवऱ्याला पलंगावर पुरेशी साथ देऊन त्याला उत्तेजित करू शकत नाही, म्हणून एकीला घटस्फोट दिला जातो आणि दुसरीला ते सर्व किती आवडतं हे ती त्याच्यापासून लपवून ठेवत नाही म्हणून दिला जातो!''

''*त्याबद्दल* तुला कोणी सांगितलं गाम्राह?'' सादीमनं घाबरून विचारलं.

''सादीम, तुला माहीत आहे, माझ्या मैत्रिणींच्या बाबतीत कंड्या पिकवण्याचा साधा विचारही करणारी मी जगातली शेवटची स्त्री ठरेन. माझी भीती बाळगू नकोस, कारण ज्या समाजात 'कोण हे म्हणालं आणि ते म्हणालं' ह्याशिवाय दुसऱ्या कशाची चर्चा होत नाही, अशा समाजात मी वाढलेली नाही.''

''जर तू म्हणत्येस ते खरं असलं आणि जर तुझी नापसंती आपल्या तरुण पुरुषांबद्दल असली तर मग तू प्रत्येकाचा विरोध पत्करून मॅटीशी किंवा हमदानशी लग्न का केलं नाहीस?'' सादीमनं टोला हाणला.

''अगदी सोपं उत्तर, जो कोणी प्रेमात पडलाय आणि जो ते किती खोलवर जाऊ शकतं हे जाणतो, त्याचं अशा तकलादू प्रेमानं कधीच समाधान होत नाही. आता मला त्याहून काही कमी चालणार नाही. मला ते अशक्य आहे! माझं फैझलवरचं प्रेम हे माझ्या जीवनाचं प्रेम होतं. बघ, जरी मी त्याला माझ्या आयुष्यातून फेकून दिलेलं असलं तरी तो अजूनही माझ्या मनात एखाद्या पुतळ्यासारखा उभा आहे आणि मी प्रत्येक माणसाशी त्याची तुलना करते. दुर्दैवानं ते सर्व त्याच्यापुढे थिटे पडतात आणि अर्थात, ह्या अशा तुलनेमध्ये माझाच तोटा होतो. ''

''मिचैल्ली, मला एक नंबरचा माणूस हवा होता. ज्या तऱ्हेनं मी तिकडे पाहिलं ते असं : मला फिरासपेक्षा कुणीही कमी दर्जाचा नको; परंतु माझा हा एक नंबर माझ्यापेक्षा दुसऱ्या कोणाबरोबर समाधानी होता आणि त्यामुळे आता मला त्याच्याहून कमी दर्जाच्या माणसाशी जुळवून घ्यावंच लागणार.''

''ह्याबाबत मी तुझ्याशी असहमत आहे सादीम. माझ्यासाठी माझा एक नंबर निघून गेलाय; परंतु त्याहूनही एखादा चांगला मला भेटेल! मी काही स्वतःला कमीपणा देऊ शकणार नाही आणि उरलेल्या तुकड्यांवर मी कधीही समाधानी राहणं शक्य नाही.''

४९

To : seerehwenfadha7et@yahoogroups.com
From : 'seerehwenfadha7et'
Date : February 11, 2005
Subjet : **Graduation Ceremony**

जर मला कळलं असतं की, प्रेम ही किती धोकादायक गोष्ट आहे,
तर मी प्रेमच केलं नसतं
जर मला समुद्र किती खोल आहे हे कळलं असतं,
तर मी होडी त्यात घातलीच नसती
जर मला माझा स्वत:चा शेवट कळला असता
तर मी सुरुवातच केली नसती.

– निझार काबानी

हे एक कडू-गोड सत्य! ही गोष्ट जवळजवळ सहा वर्षांपूर्वी सुरू झाली आणि ती आता वर्तमानकाळापर्यंत आली आहे. आता माझ्या ई-मेल्सचा शेवट जवळ येत चाललाय.

लामीस, तमादूर जेद्दावी आणि माशैल अल्-अब्दुल रहेमान ह्या पदवीधरांच्या सन्मानार्थ रियाधमधल्या एका भव्य हॉटेलमध्ये रात्रीच्या जेवणाची एक मेजवानी आयोजित करण्यात आलेली होती. पाहुणे म्हणून त्या तिघी होत्या. त्यात आणखी होत्या गाम्राह आणि सादीम, गाम्राहच्या बहिणी आणि उम नुवाय्यिर.

लामीस त्या मेजवानीच्या प्रसंगी तिच्या वाढत्या पोटामुळे तिथलं मुख्य आकर्षण ठरली होती. पोटातलं बाळ अठ्ठावीस आठवड्यांचं झालं होतं. लामीसचे गुलाबी गाल आणि आत्मविश्वासपूर्ण हास्य तिच्या मैत्रिणींना सांगत होतं की, ह्या आयुष्याच्या कंटाळवाण्या वाटचालीत कुठेतरी आशा होती. ह्या पदवीच्या मेजवानीच्या दिवशी

तिच्या बाबतची प्रत्येक गोष्ट त्यांना हे दाखवून देत होती की, त्यांच्यापैकी निदान एकतरी सुखात डुंबणारी तरुण स्त्री होती. तिच्याबरोबर पदवी घेतलेल्या तमादूर आणि मिचैल्ली ह्यांच्याकडे तिच्या आनंदाचा चौथा हिस्साही नव्हता. तिनं हा उत्साह साजरा का करू नये? आणि हे एवढं भरपूर सुख का पाझरू देऊ नये? जसं मिचैल्ली म्हणाली, ''तिला सर्व मिळालंय!'' एक यशस्वी लग्न, सन्माननीय पदविका आणि व्यावसायिक भविष्याबद्दल खात्री. तिच्या मैत्रिणींत ती एकटीच होती, जिला आपल्याला जे हवं ते मिळवण्यासाठी दुःख सोसावं लागलं नव्हतं.

हॉटेल सोडण्याआधी काही क्षण गाम्राह आणि सादीमची सत्तानशी अचानक भेट झाली. तो बँक-कर्मचारी आणि त्यांना मदत करणारा माणूस होता. त्याची पहिली भेट तारिकमार्फत झाली होती. पार्टीचं नियोजन करण्याच्या त्यांच्या व्यवसायाचे बँकेचे व्यवहार त्याने पाहिले होते आणि त्यानंतर बँकेत त्यांच्याशी त्यानं चर्चा केली होती. सत्तान व्यावसायिकांच्या एका चमूबरोबर रेस्टॉरंटमध्ये आला होता. तो हसला आणि त्याने दुरून मान डोलावली; परंतु अर्थात, त्या माणसांबरोबर असताना तो पुढे येऊन त्यांना अभिवादन करू शकत नव्हता. त्या दोघी तरुण स्त्रिया इतर स्त्रियांबरोबर असताना त्याच्या अभिवादनाला प्रतिसाद देऊ शकत नव्हत्या किंवा अगदी खरं सांगायचं तर, जेव्हा त्या गाम्राहच्या बहिणींबरोबर होत्या तेव्हा ते शक्य नव्हतं. त्या बहिणी गुप्तहेर होत्या आणि त्यांना दुसऱ्याच्या अयोग्य वागणुकीची बातमी करायला आवडायची.

पुरुषांच्या टेबलावर फिरासनं आपला मित्र सत्तानला हळू आवाजात, ज्या आताच फार दूर नसलेल्या त्या टेबलावरून उठल्या होत्या त्या स्त्रियांबद्दल. त्यांना तो ओळखत होता का, हे विचारलं. त्याला एका खास डेहनाऊड[६१] अत्तराचा परिचित वास त्यांच्या बाजूनं आला होता. सत्ताननं त्याला सांगितलं की, त्यातल्या दोन स्त्रिया बँकेच्या नेहमीच्या गिऱ्हाईक होत्या आणि जरी त्या तरुण असल्या तरी त्या यशस्वी व्यावसायिका होत्या. जेव्हा सत्ताननं सादीम अल् होरैम्लीचं नाव घेतलं, तेव्हा फिरासला आपल्या हृदयाला पीळ पडलेला जाणवला.

जर त्यानं त्यांचे चेहरे नीटपणे पाहिले असते आणि आपली नजर वळवली नसती, तर मग त्याला दिसलं असतं की, त्याची सादूमाहही त्यांच्यात होती. त्याची सादूमाह! त्यानं हे सर्व केल्यावरही ती त्याची होऊ शकणार होती का? त्याने आपल्या नजरेनं त्यांच्या आबायांच्या पाठींचा पाठलाग केला. त्याच्या कल्पनेने एक निष्पाप, सुंदर चेहऱ्याचं चित्र काढलं, जे त्याच्या हृदयाला प्रिय होतं.

---

६१. एक महागडं अत्तर, जे आशियातील ठरावीक भागातील झाडांपासून काढलं जातं.

त्या रात्री दुरून सादीमशी अशी भेट झाल्यावर फिरासच्या मनात काय आलं हे कोणाला समजणार नव्हतं. एवढं नक्की होतं की, तो सुगंध त्याच्या नाकाला गुदगुल्या करत राहिला आणि त्याचे विचार कित्येक तास चालू होते. त्यानं दोन वर्षांपूर्वी तिला दिलेलं ते सुगंधी तेल ती अजूनही वापरत होती, ह्यावरून तिचं अजूनही त्याच्यावर प्रेम होतं असं ती खात्री पटवून देत होती का?

फिरासला सादीम सोडून दुसऱ्या कोणत्याही स्त्रीबद्दल भावनांचा एवढा कल्लोळ जाणवला नव्हता. त्याच्या पत्नीचं त्याच्यावर अतोनात प्रेम असूनही सादीमइतकी ती त्याला सुखी करू शकली नव्हती. जी आता त्याच्या पहिल्या मुलाची आई होती आणि दुसऱ्या मुलामुळे गरोदर होती, त्या आपल्या पत्नीशेजारी झोपायच्या पलंगावर असताना त्या रात्री फिरासनं अचानक एक निर्णय घेतला.

५०

To : seerehwenfadha7et@yahoogroups.com
From : 'seerehwenfadha7et'
Date : February 18, 2005
Subject : **Advice Spun from Gold: Take the One Who Loves You Not the One You Love!**

तुम्हाला हे गाणं ऐकायचं असेल तर इथं क्लिक् करा.

तू मग विचारतेस : नवीन काय आहे?---
काहीच बदललेलं नाही, तू मला सोडून गेल्यापासून.
हे ऐकून तुला सुख वाटतं का?
काहीही बदललेलं नाही. हाय,
अगदी आजपर्यंत मी तुझ्या हातात आहे.

मी हे कबूल करते की, माझ्या मैत्रिणींच्या ह्या गोष्टीत माझं सर्व वर्ष गुंतल्यामुळे मी त्या स्त्रियांमधली एक झालेय, ज्यांना काय हवंय ते बरोबर माहीत आहे.

मला प्रेम हवंय, जे कायमचं माझं हृदय भरून टाकेल, फैझल आणि मिचैल्लीच्या प्रेमासारखं! मला एखादा प्रेमळ आणि फिरासनं सादीमची काळजी घेतली तसा माणूस हवाय. मला आमचं लग्न झाल्यावरचे संबंध निझार आणि लामीसच्या संबंधांसारखे अगदी छान आणि मजबूत हवेत. मला गाम्राहच्या मुलासारखी छान शरीरसंपदा असलेली मुलं हवी आहेत आणि मला त्यांच्यावर प्रेम करायचंय. ह्याचं कारण ती निव्वळ माझी मुलं आहेत म्हणून नव्हे, तर ती माझ्या प्रियकराचा एक हिस्सा आहेत म्हणून! माझं जीवन मला असं हवंय.

पदवी-समारंभाची पार्टी झाल्यावर दोन दिवसांनी सादीम खोबारला परतली आणि तिनं तारिकला त्याच्या घरात तिच्याबरोबर कॉफी घेण्यासाठी बोलावलं. त्या संध्याकाळी तिनं आपली प्रकृती बरी नसल्याचं नाटक केलं. त्यामुळे तिला तिची मावशी आणि तिच्या मुलींबरोबर नातेवाइकांकडील रात्रीच्या जेवणाच्या पार्टीला जावं लागलं नाही. आज पहिल्यांदा कधी नव्हे ते त्याच्यासमोर काय कपडे वापरायचे म्हणून ती अगदी गर्भगळीत झाली होती. तिनं आपले कपडे बदलले होते आणि कमीतकमी वीस वेळा आपली केशरचनाही! हा सर्व वेळ ती अजूनही त्याला काय सांगायचं, ह्याचा विचार करत होती. त्यानं रियाधमध्ये दोन आठवड्यांहून जास्त काळ त्याच्या लग्नाच्या मागणीसंबंधी तिचा निश्चय व्हावा, म्हणून वाट पाहत घालवले होते आणि ती तयार होण्याआधी परत येण्याची घाई करणं त्याला नको होतं. ती घेत असलेला वेळ पाहून आता तिची तिलाच लाजच वाटू लागली होती. त्यामुळे तिनं त्याला खोबारला परत बोलावलं होतं. फक्त त्याला हे सांगितलं नव्हतं की, तिचा अजून काहीच निर्णय झाला नव्हता.

सादीमला गाम्राहचा सल्ला आठवला. त्या जेव्हाजेव्हा एकत्र यायच्या तेव्हा गाम्राह तो सल्ला पुन:पुन्हा देत असे. ''जो कोणी तुझ्यावर प्रेम करत असेल त्याचा तू स्वीकार कर, तुझं ज्याच्यावर प्रेम आहे त्याचा नव्हे. जो तुझ्यावर प्रेम करतो त्याच्या डोळ्यांत तू सदैव असशील आणि तो तुला सुखी करेल; पण ज्याच्यावर तू प्रेम करत असशील तो तुला घुमवेल, सतावेल आणि सर्व वेळ तुला त्याच्यामागे पळायला लावेल.''

परंतु नंतर सादीमला 'खऱ्या प्रेमाची सामान्य, नेहमीच्या प्रेमाशी तुलना होऊ शकत नाही' हे मिचैल्लीचं मत आठवायचं आणि मग आनंदानं हसणाऱ्या लामीसचं लग्नातलं चित्र तिच्या मनात यायचं आणि तिचा आणखीच गोंधळ उडायचा. अशा वेळी उम नुवाय्यिरनं तिच्यासाठी केलेली प्रार्थना तिच्या कानात घुमायची : ''अल्ला तुला ते सर्व देवो, ज्याची तू हकदार आहेस.'' मग ती थोडीशी स्वस्थ व्हायची आणि तिला जरा खात्री वाटायची. तिला विश्वास होता की, तिची योग्यता बरीच होती आणि तिला हीपण खात्री होती की, उम नुवाय्यिर ही चांगली व्यक्ती होती आणि ती ज्या गोष्टींसाठी प्रार्थना करत होती ते देव तिला देणारच होता!

जेव्हा तिनं तारिकला अभिवादन केलं, तेव्हा त्यानं तिचा हात नेहमीपेक्षा जास्त वेळ आपल्या हातात ठेवला आणि त्याच्या विनंतीला ती काय उत्तर देईल, हे तिच्या डोळ्यांत वाचण्याचा तो प्रयत्न करत राहिला. मग तिनं त्याला बाहेर, स्वागतकक्षाच्या खोलीत नेलं. त्यानं आपला छोटा भाऊ हनीचा ससेमिरा टाळण्यासाठी जे नाटक तिच्यामागे केलं, त्यावरून ती हसत होती. हनी आपल्या दाईकडून पळून त्यांच्याबरोबर बैठकीच्या खोलीत येण्याचा हट्ट करत होता.

ही भेट पूर्वी अनेक वर्षं एकत्र आल्यावर होणाऱ्या इतर वेळच्या भेटीसारखी नव्हती. ते 'मोनोपोली' किंवा 'उनो' खेळले नाहीत आणि टीव्हीसमोर बसले असताना, रिमोट कोणाकडे असायला हवा ह्यावरून भांडले नाहीत. इतकंच नव्हे, तर ते वेगळे दिसत होते. सादीमनं एक सांबराच्या कातडीसारख्या कापडाचा ढोपरभर लांबीचा स्कर्ट घातला होता आणि वर एक बिनबाह्यांचा निळा ब्लाऊज होता. एका पायाच्या घोट्यावर तिनं रुपेरी तोरडीवजा दागिना घातला होता आणि तिच्या पायात उंच टाचेच्या चपला होत्या. त्या चपला तिची काळजीपूर्वक कापलेली नखं आणि फ्रेंच पद्धतीनं केलेली पायांची निगा दाखवत होत्या. तारिकनं *शिमाग* आणि *थोब* घातला होता. हा परंपरागत पोशाख तो धार्मिक सुट्टी सोडली, तर कधीही वापरत नसे. फक्त एक गोष्ट बदलली नव्हती : ती म्हणजे तारिक तिला आवडणारे 'बर्गरकिंग डब्बल व्हुपर' आणायला विसरला नव्हता.

त्यांनी जेवण नि:स्तब्धपणे घेतलं. प्रत्येक जण आपल्या खासगी विचारात बुडालेला होता. सादीम स्वत:शी किंचित दु:खानं संभाषण साधत होती–

मी आयुष्यभर स्वप्न पाहिलेला तो हा नक्कीच नव्हे. तारिक ही अशी काही व्यक्ती नव्हती. जी करारनाम्यावर सह्या होतील त्या दिवशी मला आनंदाश्रू ढाळायला लावील. तो अगदी गोड आणि छान माणूस आहे; परंतु अगदी साधा आणि सामान्य! तारिकशी लग्न करायचं म्हणजे एखादा सुंदर गाऊन, नेहमीचा लग्नाचा ड्रेस आणि एखाद्या वैभवशाली हॉलमध्ये पार्टी ह्यापेक्षा जास्त काही लागणार नाही. आपल्याला त्यात काही खरं सुख किंवा अगदी दु:खही असणार नाही. प्रत्येक गोष्ट असेल तशी साधी आणि सामान्य असेल. जसं माझं त्याच्यावरचं प्रेम आणि आमच्या भविष्यातील एकत्र दिवसांपैकी प्रत्येक दिवस! बिचारा तारिक! माझ्या शेजारी बिछान्यात तू आहेस म्हणून प्रत्येक सकाळी मी काही देवाचे आभार मानणार नाही. तू जेव्हाजेव्हा माझ्याकडे पाहशील तेव्हा उत्तेजनांची फुलपाखरं माझ्या पोटात फडफड करणार नाहीत. हे इतकं दु:खद आहे. हे इतकं सामान्य आहे. हे काहीच नाही.

त्यांचं खाऊन संपल्यावर ती त्याला जे काही ऐकायला आवडेल ते बोलण्याऐवजी दुसरं काही करण्याचा विचार करू लागली. ''तारिक, मी पिण्यासाठी काही आणू का? चहा? कॉफी? थंड पेय?''

तिचा मोबाइल फोनजवळच्या त्यांच्यासमोरील संगमरवरी छोट्या टेबलावर ठेवलेला वाजला. त्या मोबाइलच्या पडद्यावर आलेला नंबर जेव्हा तिनं वाचला तेव्हा तिचं हृदय धडधडलं. आणि सादीमचे डोळे आश्चर्यानं विस्फारले. तो फिरासचा नंबर होता. त्यांच्या 'शेवटच्या' फारकतीनंतर तिनं त्याचा नंबर आपल्या मोबाइलमधून काढून टाकला होता.

तिनं उडी मारली आणि ह्या अनपेक्षित आलेल्या फोनला उत्तर देण्यासाठी ती

खोलीबाहेर पडली. विशेषत: तो फोन त्या घडीला अचानक आणि अनपेक्षित होता. कसेही करून फिरासला तारिकबद्दल समजलं होतं का आणि तिच्या निर्णयावर प्रभाव पडावा ह्यासाठी त्यानं फोन केला होता का? फिरासला प्रत्येक गोष्ट कशी काय कळत होती आणि तो नेमक्या महत्त्वाच्या वेळी कसा हजर होत होता?

"साद्दूमाह, तुझ्या बाबतीत नवीन काय?"

"माझ्याबद्दल नवीन काय?"

बराच काळ न ऐकलेला त्याचा आवाज ऐकल्यावर तिच्या हृदयानं मुसंडीच मारली. तिला वाटलं होतं की, तो तारिकबद्दल विचारेल, पण त्यानं विचारलं नाही. त्याऐवजी तो त्याने तिला तिच्या मैत्रिणींबरोबर हॉटेलमध्ये दोन दिवसांपूर्वी बघितल्याचं सांगू लागला. तिनं पाहिलं, तर तारिक आपले तळहात काहीसे अस्वस्थपणे चोळत होता आणि तिची वाट पाहत होता.

"तर मग तू आता मला हे सांगण्यासाठी फोन केलास का की, तू त्या दिवशी आम्हाला हॉटेलमध्ये पाहिलंस?"

"नाही... खरं सांगायचं तर, मी तुला हे सांगण्यासाठी फोन केला, हं, माझ्या हे लक्षात आलंय – मला असं वाटतं –"

"जरा पटकन, माझ्या मोबाइलची बॅटरी संपत आलीये."

"सादीम! ह्या एका फोनवरच्या बोलण्यानं तू मला आमचं लग्न होऊन बायकोबरोबर एकत्र राहिल्या वेळेपासून जास्त सुखी केलंयस!"

काही वेळ शांतता पसरली, मग सादीम कुत्सितपणे म्हणाली, "मी तुला सावध केलं होतं; पण तू तर म्हणाला होतास की, तू ह्या तऱ्हेचं आयुष्य जगू शकशील. कारण तू कणखर आहेस आणि पुरुष आहेस. तू डोक्यानं विचार करतोस, हृदयानं नव्हे, आठवतं?"

"माझ्या साद्दूमाह, प्रिये, मला तू हवी आहेस. मला तुझी अनुपस्थिती जाणवते. मला तुझी गरज आहे. मला तुझं प्रेम हवंय."

"तुला माझी गरज आहे? तुला काय म्हणायचंय? तुला असं खरंच वाटतं का की, मी आपणहून, खुशीनं पूर्वीसारखी तुझ्याकडं परत येईन आणि तेही तुझं आता लग्न झाल्यावर? "

"मला माहीत आहे की, ते अशक्य आहे. म्हणून... मी तुला विचारायला फोन केला... तू माझ्याशी लग्न करशील का?"

सादीमनं फिरासला तिसऱ्यांदा तोडलं. त्याच्या आवाजातल्या त्या विजयाच्या स्वरामुळे हे स्पष्ट झालं होतं की, त्याची अशी अपेक्षा होती की, ती त्याच्या पायाशी चोळामोळा होऊन त्या क्षणी पडेल आणि अगदी कृतज्ञपणे 'तिला दुसरी बायको करायची' ह्या त्याच्या उदार देणगीबद्दल 'हो' म्हणेल. ती तारिककडे वळली. त्यानं

त्याच्या डोक्यावरचा शिमाघ आणि तो डोक्यावर ठेवण्यासाठी असलेला इक्वाल फेकून दिला होता. तो शिमाग त्या सोफ्याच्या हातावर अव्यवस्थितपणे पडला. तारिकनं आपले केस दोन्ही हातांनी जोरजोरानं चोळण्यास सुरुवात केली होती. ती हसली. ती त्याच्यासाठी त्याच्या जीवनातलं सर्वांत सुंदर आश्चर्य देण्यासाठी स्वयंपाकघरात वळली.

ती हातातल्या ट्रेमध्ये क्रॅनबेरी रसानं भरलेले दोन ग्लासेस घेऊन आली. त्यानं डोकं वर उचलून तिच्याकडं पाहिलं. तिनं आपलं डोकं खाली केलं आणि लाजल्याचं नाटक केलं. तिनं त्या छान दृश्याची नक्कल केली. त्या दृष्यात ती मुलगी अशा तऱ्हेची खूण करते की, त्याच्या लग्नाच्या मागणीचा विचार स्वीकारला गेला आहे. तिने त्याच्यासमोर तो ट्रे ठेवला आणि त्याला पेय देऊ केलं. तारिक हसू लागला आणि तिच्या हाताची चुंबनं घेऊ लागला. तो म्हणू लागला : ''तुझा मोबाइल बराच आधीच वाजला असता तर!''

फक्त तुमच्या-माझ्यात!

मी असा दावा करत नाही की, मी इथं सर्व सत्य सांगितलंय;
परंतु मी आशा करतो की, मी जे सांगितलंय ते सर्व सत्य आहे.
– *गाझी अल – कुसैबी*

रियाधमधल्या मुली त्यांचं आयुष्य जगत राहिल्या. लामीसनं (*जिचं माझ्या इतर
मैत्रिणींप्रमाणे खरं नाव निराळं आहे, हे तुम्हाला आठवतच असेल.*) माझ्याशी संपर्क
साधला, तोही चौथ्या ई-मेलनंतर. तिनं कॅनडाहून पत्र लिहिलं. तिथं ती आणि निझार
पदवी-परीक्षेसाठी अभ्यास करत आहेत. माझ्या त्या ई-मेल्स लिहिण्याच्या बेफाम
आणि चक्रम कल्पनेचं त्यांनी त्यात अभिनंदन केलं. लामीसच्या बहिणीसाठी मी
'तमादूर' हे नाव निवडल्याबद्दल लामीस हसहस हसली, कारण मला आधीपासून
माहीत होतं की, तिच्या बहिणीला ह्या नावाचा तिरस्कार वाटायचा आणि जेव्हाजेव्हा
लामीसला तिला सतावावंसं वाटायचं, तेव्हा ती तिला ह्या नावानं हाक मारायची.
     लामूसाहनं मला सांगितलं की, ती निझारबरोबर अगदी सुखात आहे आणि तिनं
एका सुंदर मुलीला जन्म दिलाय आणि तिला माझं नाव दिलंय; परंतु तिनं पुढे
लिहिलंय, 'मी आशा करते की, ती मुलगी तुझ्यासारखी चक्रम होणार नाही!'
     मिचैल्ली आश्चर्यानं थक्कच झाली. तिनं मला सांगितलं की, माझ्याकडे कथाकथनाचं
असं कसब असेल, अशी तिला कल्पना नव्हती. तिनं बऱ्याचदा काही प्रसंगांची
आठवण करून दिली आणि काही तपशील, जो मला अस्पष्टपणे आठवत होता तो
दुरुस्त केला. तिला माझे काही जुने अरेबिक शब्द समजत नव्हते आणि तिच्याबाबतच्या
ई-मेल्समध्ये तरी ती मला मी जास्त इंग्रजी वापरावं, म्हणून ती मला सांगत राहिली.
त्यामुळे ते तिला समजतील.
     सादीमला काय वाटतं, ते तिने पहिल्यांदा उघड केलं नाही. त्यामुळे मला
वाटलं की, तिची गोष्ट ई-मेल्समधून सांगून मी माझी एक मैत्रीण गमावली; परंतु

एक किमती भेट देऊन तिनं मला एक दिवस आश्चर्याचा धक्का दिला *(माझ्या सदतिसाव्या ई-मेलनंतर)* तिने मला एक भेट दिली. ती म्हणजे तिची कात्रणांची वही. तारिकशी लग्नाच्या करारनाम्यावर सही करण्यापूर्वी तिनं ती मला कायमची माझ्याजवळ ठेवण्यासाठी दिली आणि सांगितलं की, जीवनाच्या त्या दुःखद काळात तिनं जे काही सोसलं ते मी उघड करू शकते. देव तिला लग्नाचे आशीर्वाद देवो आणि त्यांचं मीलन असं राहो की, ते पूर्वीचं दुःख, त्रास हे सर्व पुसून टाकील.

गाम्राहनं आपल्या एका बहिणीकडून त्या ई-मेल्सबद्दल ऐकलं. तिनं गाम्राह ही त्या पात्राची नियोजित नक्कल होती, हे ओळखलं; परंतु गाम्राहच्या मैत्रिणींपैकी मी कोण, हे तिच्या लक्षात आलं नाही. गाम्राह माझ्यावर चिडली आणि जर मी तिच्याबद्दलचं लिखाण थांबवलं नाही तर माझ्याशी सर्व संबंध तोडण्याची तिनं धमकी दिली. मी तिची खात्री पटवण्याचा प्रयत्न केला; मिचैल्ली आणि मी दोघींनीही केला! परंतु लोकांना जे समजू नये ते समजेल अशी तिला आणि तिच्या कुटुंबीयांना भीती वाटत होती. आम्ही जेव्हा शेवटचं बोललो तेव्हा ती मला लागेलसं बोलली. ती मला म्हणाली की, तिला ज्या काही संधी – मी गृहीत धरते की, लग्नाच्या संधी – उरल्या होत्या त्या माझ्यामुळे संपणार होत्या आणि मग मी किती विनवण्या केल्या आणि माफी मागितली तरी तिनं सर्व संबंध तोडले.

उम नुवाय्यिरचं हे घर अजूनही त्या मुलींसाठी एक सुरक्षित जागा आहे. नवीन वर्षाच्या सुट्टीत लामीस कॅनडाहून आणि मिचैल्ली दुबईवरून एकत्र आल्या. त्या मुली शेवटी तिथं एकत्र आल्या. त्या दोघी सादीम आणि तारिकच्या लग्नासाठी आल्या होत्या. ते लग्न आपल्या वडिलांच्या रियाधमधल्या घरी व्हावं ह्यावर सादीमचा भर होता. उम नुवाय्यिरनं गाम्राहबरोबर ह्या लग्नाचं नियोजन केलं होतं.

प्रेमाबद्दल म्हणाल, तर ते अजूनही दिवसाच्या सूर्यप्रकाशात बाहेर येण्यासाठी सौदी अरेबियात धडपडत राहील, असं वाटतं. तुम्हाला कॅफेमध्ये एकट्या बसलेल्या पुरुषांच्या दीर्घ निःश्वासातून; बुरखा घेतलेल्या, रस्त्यावरून चालणाऱ्या स्त्रियांच्या चमकणाऱ्या डोळ्यांतून आणि मध्यरात्रीनंतर जिवंत होणाऱ्या फोन-लाईन्समधून ती अगणित हृदयद्रावक गाणी आणि कविता जाणवतील. कुटुंबानं, रूढीनं आणि या रियाध शहरानं नाकारलेल्या, प्रेमाचे बळी ठरलेल्यांनी त्यांची निर्मिती केलेली आहे.

शब्दसूची

७ हा आकडा अरेबिकमधलं एक अक्षर दर्शवतो. ते इंग्रजीतल्या एच अक्षरासारखं आहे. अरब लोक ७, ३, ५, ६ हे अंक अरेबिकमधल्या काही अक्षरांसाठी वापरतात. ह्या अरेबिक अक्षरांना इंग्लिश की-बोर्डवर पर्याय नाही. ह्याला इंटरनेट भाषा म्हणतात आणि ती एसएमएसमध्येही वापरली जाते.

Seerehwenfadha7et : निवेदिकेनं तयार केलेल्या मेल ग्रुपचं नाव. *Seereh*चा अर्थ आठवणी किंवा कथा. *wenfadha 7et, wenfadhahet* ह्याचा अर्थ सांगितलं गेलेलं किंवा उघड केलं गेलेलं. हे नाव लेबॉनीझ *seerehwenfatahet* ह्या 'टॉक शो'मधून घेतलेलं आहे. याचा अर्थ 'सांगितलेली कथा'; परंतु या नावाचं *wenfadhahet* ह्या नावात रुपांतर करण्यात आलं, ते सनसनाटी कंड्या पिकवणारं दृश्य तयार व्हावं ह्यासाठी

मी पात्रांची शेवटची नावं ते कुठून आले हे दाखवण्यासाठी निवडली. जगातल्या कुठल्याही प्रदेशाप्रमाणे सौदी अरेबियात तो माणूस किंवा ती स्त्री कुठून आली याबद्दल तुम्ही बरंच सांगू शकता.

अल्‌चा अर्थ विशिष्ट (दि.)

सादीम अल् होरैम्ली : होरैम्लीशी संबंधित हे शहर नाज्दामध्ये अरेबियाच्या मध्यभागात आहे.

गाम्राह अल् कुस्मांजी : कासीमशी संबंधित नाज्दामधील हे शहर अरेबियाच्या मध्यभागात आहे.

लामीस आणि तमादूर जेद्दावी : जेद्दाहशी संबंधित पश्चिम किनाऱ्यावरील

हिजाझमधलं एक शहर.

माशैल आणि मिशाल अल्-अब्दुल रहेमान : एक असंच घेतलेलं नाव. त्यांचं मूळ माहीत नाही *(न शोधता येणारी जमात)* अशा कोणत्याही कुटुंबातील.

फिरास अल्-शार्कावी : शार्क्विंयाशी संबंधित सौदी अरेबियाचा पूर्वेकडील किनारा.

खालील कुटुंबांची नावं ही अरेबिक विशेषणं आहेत. त्यामुळे प्रत्येकाच्या व्यक्तिमत्त्वाचं वर्णन करता येतं.

रशीद अल्-तन्बल : मूर्ख माणूस.

फैझल अल्-बत्रान : चांगल्या घराण्यात जन्मलेला.

वालीद अल्-शारी : विकत घेणारा, गिऱ्हाईक.

फदवा-अल्-हासुदी : जी तिच्याहून जास्त सुखी किंवा यशस्वी माणसांचा द्वेष करते अशी स्त्री.

सुलतान अल्-इंटरनेट्टी : इंटरनेटशी संबंधित किंवा इंटरनेटचा.

जॅकलिन गोल्ड लैंगिक विषयाला बाजारपेठेत मानाचं स्थान मिळवून देणारी स्त्री.

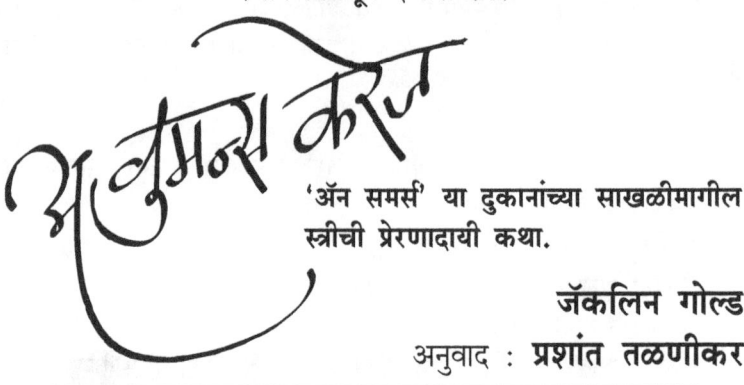

अ वुमन्स करेज

'ॲन समर्स' या दुकानांच्या साखळीमागील स्त्रीची प्रेरणादायी कथा.

जॅकलिन गोल्ड

अनुवाद : **प्रशांत तळणीकर**

मी भक्ष्य किंवा बळी ठरण्याचं नाकारते.

– जॅकलिन गोल्ड

जॅकलिन गोल्ड ही 'ॲन समर्स' या एका प्रचंड यशस्वी ठरलेल्या रिटेल दुकानांच्या साखळीची, धडाडीची मुख्य कार्यकारी अधिकारी आहे. 'कॉस्मोपॉलिटन' मासिक आणि 'डेली मेल' वृत्तपत्रानं ब्रिटनमधली सर्वांत प्रभावशाली स्त्रियांपैकी एक म्हणून तिची निवड केली आहे.

ब्रिटनमधल्या सर्वांत यशस्वी महिलांमध्ये तिची गणना होते. पण तिला हे यश सहजासहजी मिळालेलं नाही.

'अ वुमन्स करेज'मध्ये पहिल्यांदाच तिनं आपली संपूर्ण आणि अद्‌भुत कहाणी लोकांसमोर मांडली आहे. सावत्र वडिलांनी लहानपणी केलेला छळ, खरं प्रेम मिळवण्याच्या प्रयत्नात आयुष्यामध्ये घडलेली, हृदय भग्न करणारी अनेक वादळी प्रेमप्रकरणं, मूल होण्यासाठी, आपलं स्वत:चं कुटुंब निर्माण करण्यासाठी तिनं जे अयशस्वी प्रयत्न केले, त्यातून पदरी आलेली निराशा आणि दु:ख, हे सगळं तिनं मोकळेपणानं सांगितलं आहे.

ही एक ज्वलंत आणि प्रभावी कथा आहे. आपलं खरं मूल्य आणि क्षमता खूप उच्च आहेत, हे जाणून असणाऱ्या आणि ती पातळी गाठण्यासाठी प्रेरणा शोधत असलेल्या स्त्रियांसाठी हे पुस्तक म्हणजे एक मंगल स्तोत्र ठरेल.

अन्याय आणि अत्याचाराच्या चिखलातून स्वातंत्र्याकडे
घेतलेली भरारी.

सोमाली माम
द रोड ऑफ
लॉस्ट
इनोसन्स

सोमाली माम

अनुवाद
भारती पांडे

स्वत:वर होत असलेला, झालेल्या अन्यायामुळे,
अत्याचारामुळे पेटून उठलेल्या निर्भर, निराधार सोमाली.
फक्त स्वत:ची सुटका करून थांबली नाही तर
भ्रष्टाचारी समाजाच्या विरोधात उभं ठाकून
स्वत:सारख्या अनेक जणींची सुटका केली आहे.
तिचं आयुष्य चटका लावणारं तर आहेच.
पण त्याहून अधिक थक्क करून टाकणारं आहे.
मनात आशेचा स्फुल्लिंग जागृत ठेवणारं आहे.

9 788184 981056